AF756632

ഗ്രീൻ ബുക്സ്

21-ാം നൂറ്റാണ്ടിലെ സോഷ്യലിസം

ഒരു ഗാന്ധിയൻ അന്വേഷണം

എം.പി. പരമേശ്വരൻ

1935 ജനുവരി 18ന് ജനനം. 1956ൽ കേരളത്തിലെ
എൻജിനീയറിംഗ് കോളേജിൽനിന്ന് ബിരുദം.
ബോംബെയിലെ ഭാഭാ ആറ്റോമിക് റിസർച്ച് സെന്ററിൽ
സയിന്റിസ്റ്റായി ഔദ്യോഗിക ജീവിതം ആരംഭിച്ചു.
1965ൽ മോസ്കോ പവർ എൻജിനീയറിംഗ് ഇൻസ്റ്റിറ്റ്യൂട്ടിൽ
നിന്ന് ഗവേഷണ ബിരുദം. കേരളത്തിലെ ശാസ്ത്ര
സാഹിത്യ പരിഷത്തിന്റെ പ്രോദ്ഘാടകൻ. പിന്നീട് കേരള
ശാസ്ത്ര സാഹിത്യ പരിഷത്തിന്റെ മുഴുവൻ സമയ പ്രവർത്തകൻ.
അറുപതോളം ശാസ്ത്ര കൃതികൾ മലയാളത്തിലും
ആറു കൃതികൾ ഇംഗ്ലീഷിലും പ്രസിദ്ധീകരിച്ചിട്ടുണ്ട്.
മുന്നൂറിൽ പരം ലേഖനങ്ങൾ വിവിധ മാസികകളിൽ.
ബുക്സ് ഫോർ നിയോ ലിറ്ററേറ്റ്സ് (1962), ബേസിക്
ആന്റ് കൾച്ചറൽ ലിറ്ററേറ്റർ (ഇന്ത്യാ ഗവൺമെന്റ്),
ബാലസാഹിത്യ അവാർഡ് (1982) എന്നിവയും നേടിയിട്ടുണ്ട്.

പഠനം

21-ാം നൂറ്റാണ്ടിലെ സോഷ്യലിസം

ഒരു ഗാന്ധിയൻ അന്വേഷണം

എം.പി.പരമേശ്വരൻ

ഗ്രീൻ ബുക്സ്

green books private limited
gb building, civil lane road, ayyanthole,
thrissur- 680 003, kerala
ph: +91 487-2381066, 2381039
website: www.greenbooksindia.com
e-mail: info@greenbooksindia.com

(malayalam)
irupathonnam noottantile socialism
(study)
by
m.p. parameswaran

first published august 2016

cover design : rajesh chalode
cover photo : dotshok/shutterstock

branches:
thrissur 0487-2422515
palakkad 0491-2546162
kannur 0497-2763038
thiruvananthapuram 9846670899

isbn : 978-93-86120-44-1

GBPL/814/2016

മുഖക്കുറി

വേറിട്ട ഒരു ലോകം സാദ്ധ്യമാണോ?
അതിനുള്ള അന്വേഷണമാണ് ഈ പുസ്തകം.
"വേണം മറ്റൊരു കേരളം" എന്ന
മുദ്രാവാക്യത്തോടെയാണ് കേരളശാസ്ത്ര പരിഷത്ത്
അതിന്റെ 50-ാം വാർഷികാഘോഷ പരിപാടി
ആരംഭിച്ചത്. "ശാസ്ത്രം സാമൂഹികവിപ്ലവത്തിന്"
എന്ന മുദ്രാവാക്യത്തിന്റെ ഒരു ഘടകമാണ്
"ശാസ്ത്രം മറ്റൊരു കേരളത്തിന്" എന്നത്.
സാമൂഹികമായും സാമ്പത്തികമായും
സാംസ്ക്കാരികമായും രാഷ്ട്രീയമായും ഇന്നത്തെ
കേരളത്തിൽനിന്ന് വ്യത്യസ്തമായ ദിശാനിർണ്ണയങ്ങൾ
എന്ന നിലയ്ക്കാണ് ഈ പുസ്തകം ഗ്രീൻ ബുക്സ്
പ്രസിദ്ധീകരിക്കുന്നത്. "അധികാരം ജനങ്ങൾക്ക്"
എന്ന വിഷയവും തദ്ദേശീയ സമ്പദ്വ്യവസ്ഥയുടെ
വികസനകാര്യങ്ങളും ശാസ്ത്രീയ സോഷ്യലിസത്തിന്റെയും
ഗാന്ധിയൻ വീക്ഷണത്തിന്റെയും അടിസ്ഥാനത്തിൽ
ശ്രദ്ധാപൂർവ്വം വിശകലനം ചെയ്യുന്ന ഈ കൃതി
സാദ്ധ്യതകളിൽ ഊന്നിക്കൊണ്ട് ഓരോ വിഭാഗത്തിനും
ചെയ്യാവുന്ന കാര്യങ്ങൾ വിശദമാക്കുന്നു.
ചർച്ചയും സംവാദവും തുടർന്നും ആവശ്യമായ ഒരു കൃതി.

കൃഷ്ണദാസ്
മാനേജിങ് എഡിറ്റർ

ഉള്ളടക്കം

മുൻമൊഴി

ഇന്നത്തേക്കാൾ നല്ല ഒരു നാളെയെപ്പറ്റി സ്വപ്നം കാണുക യെന്നത് സ്വാഭാവികമാണ്. ആ സ്വപ്നം സാക്ഷാത്കരിക്കാൻ കഴിയുമോ, കഴിയുമെങ്കിൽ എങ്ങനെ എന്നൊക്കെ ആലോ ചിക്കാൻ തയ്യാറാകുന്നില്ലെങ്കിൽ ആ സ്വപ്നം സാങ്കല്പിക മായിത്തന്നെ തുടരും. ആലോചിക്കുമ്പോൾ സ്വപ്നസാക്ഷാ ത്കാരത്തിന് അനുകൂലമായ ഘടകങ്ങളും തടസ്സമാകുന്ന ഘടകങ്ങളും വേർതിരിച്ചു കാണാൻ കഴിയും. അനുകൂല ഘടകങ്ങളെ പരസ്പരപൂരകങ്ങളായി എങ്ങനെ കൂട്ടിച്ചേർക്കാം എന്നും വിഘാതമായ ഘടകങ്ങളെ എങ്ങനെ ഒറ്റപ്പെടുത്താം എന്നുമുള്ള ആലോചനകളോടെ നാം ആസൂത്രണത്തിന്റെ ഘട്ടത്തിലേക്ക് പ്രവേശിക്കുകയാണ്. അവ സാക്ഷാത്കരി ക്കാനുള്ള മൂർത്തമായ പ്രവർത്തനമാണ് അവസാന ഘട്ടം.

നിരവധി മഹാന്മാർ കൂടുതൽ നല്ല നാളെയെപ്പറ്റി സ്വപ്നം കണ്ടിട്ടുണ്ട്. അവ സാക്ഷാത്കരിക്കാനായി ശ്രമിച്ചിട്ടുമുണ്ട്. ബുദ്ധനും ക്രിസ്തുവും നബിയും ഇ.എം.എസ്സും മാർക്സും ഗാന്ധിയും ഒക്കെ അക്കൂട്ടത്തിൽ പെട്ടവരാണ്. ഓരോരുത്തരും കണ്ട നല്ല നാളെ വ്യത്യസ്തമായിരുന്നു. അതേസമയം വ്യത്യാസത്തേക്കാൾ കൂടുതൽ സാമ്യവുമുണ്ടായിരുന്നു. വ്യത്യാസങ്ങൾ കാല-ദേശാധിഷ്ഠിതങ്ങളായിരിക്കെ സാമ്യ ങ്ങൾ മനുഷ്യപ്രകൃതിയുമായി ബന്ധപ്പെട്ടവയായിരുന്നു. സമത്വം, സാഹോദര്യം, സഹിഷ്ണുത, സുസ്ഥിരത, സഹക രണം, പാരസ്പര്യം.... മുതലായവയൊക്കെ ഇതിൽപെടുന്നു.

17, 18, 19 നൂറ്റാണ്ടിലെ മുതലാളിത്താനുഭവങ്ങളുടെ പശ്ചാ ത്തലത്തിൽ കൂടുതൽ നല്ല ഒരു നാളെ, ഒരു സോഷ്യലിസ്റ്റ് നാളെ എങ്ങനെ സൃഷ്ടിക്കാം? ഏതെല്ലാം സാഹചര്യങ്ങളിൽ എങ്ങനെയൊക്കെ സൃഷ്ടിക്കണം? എന്നതായിരുന്നു മാർക്സ് ചൂണ്ടിക്കാട്ടിയത്. മറ്റൊരു നാളെ എന്നത് മനുഷ്യൻ ബോധ പൂർവം സൃഷ്ടിച്ചെടുക്കേണ്ട കാര്യമാണ്. അല്ലെങ്കിൽ

മാനവജാതി കാടത്തത്തിലേക്ക് വഴുതിവീഴാൻ സാധ്യതയുണ്ടെന്നും അവർ സൂചിപ്പിച്ചു. അത്തരമുള്ള ബോധപൂർവമായ ശ്രമങ്ങളുടെ ഫലമായിരുന്നു 20-ാം നൂറ്റാണ്ടിൽ നടന്ന സോഷ്യലിസ്റ്റ് വിപ്ലവങ്ങളും തുടർന്നു രൂപംകൊണ്ട സോഷ്യലിസ്റ്റ് ചേരിയും. അതൊക്കെ ഒരു കാലഘട്ടത്തിന്റെ അനിവാര്യമായ ആവശ്യങ്ങളായിരുന്നു. കാലക്രമേണ സോഷ്യലിസ്റ്റ് പരീക്ഷണങ്ങളിൽ പലതും പരാജയപ്പെട്ടു. കാരണങ്ങൾ പലതാണ്. പുതിയ സമൂഹം പടുത്തുയർത്താൻ കഴിവും ഇച്ഛാശക്തിയുമുള്ള പുതിയ മനുഷ്യനെ രൂപപ്പെടുത്താൻ അവർക്ക് കഴിഞ്ഞില്ല എന്നതാണ് ഒരു പ്രധാന കാരണം. അധികാരത്തിന്റെയും സമ്പത്തിന്റെയും കേന്ദ്രീകരണത്തിൽ പഴയ സമൂഹത്തിന്റെ മുഖമുദ്രകളായിരുന്നു നിലനിന്നിരുന്നത്. മുതലാളിത്ത സമൂഹത്തിൽ ഉണ്ടായിരുന്നതുപോലെ ഉപഭോഗവും അനുസ്യൂതമായി വർദ്ധിച്ചു വന്നു. ആവശ്യം (need), ആർത്തി (greed) എന്നീ സംവർഗങ്ങളെ അവരാരും വേർതിരിച്ചു കണ്ടില്ല. ബുദ്ധനും മാർക്സും ഗാന്ധിയും രണ്ടു സംവർഗങ്ങളെ വേർതിരിച്ചു കണ്ടില്ല. ബുദ്ധനും മാർക്സും ഗാന്ധിയും ഒക്കെ ആർത്തി വരുത്തിവെക്കാവുന്ന ആപത്തിനെക്കുറിച്ച് സൂചിപ്പിച്ചിട്ടുണ്ട്. സമ്പത്തിന്റെയും അധികാരത്തിന്റെയും കേന്ദ്രീകരണം അനിവാര്യമാക്കുന്ന ജനവാസകേന്ദ്രീകരണം - അതിനഗരവത്കരണം - സൃഷ്ടിക്കുന്ന വൈരുധ്യങ്ങൾ അവർ കണ്ടില്ല. *കമ്യൂണിസ്റ്റ് മാനിഫെസ്റ്റോ*വിൽ തന്നെ ഈ അപകടം ചൂണ്ടിക്കാണിച്ചിരുന്നു. വ്യവസായങ്ങളെ ഗ്രാമപ്രദേശങ്ങളിലേക്ക് വികേന്ദ്രീകരിക്കണമെന്നും നഗരപ്രദേശത്തെ ജനസാന്ദ്രത കുറയ്ക്കണമെന്നും അങ്ങനെ ഗ്രാമവും നഗരവും തമ്മിലുള്ള വൈരുധ്യം കുറച്ചുകൊണ്ടുവരണമെന്നും അവർ എഴുതി. അതിന്റെ നേരെ എതിരായാണ് സോഷ്യലിസ്റ്റ് രാജ്യങ്ങൾ നീങ്ങിയത്.

മുതലാളിത്തം സ്വന്തം നിലനില്പിനായി വളർത്തിക്കൊണ്ടുവന്ന ഉപഭോഗഭ്രമത്തിൽനിന്ന് മോചനം നേടുകയും പൗരന്മാരുടെ പരമാധികാരത്തിൽ അധിഷ്ഠിതമായ, കുറഞ്ഞുവരുന്ന അസമത്വത്തോടുകൂടിയ, ഒരു വ്യവസ്ഥിതി രൂപപ്പെടുത്തിയെടുക്കുകയും ചെയ്യുക എന്നത് അത്യന്തം പ്രധാനമാണ്. നമുക്ക് കിട്ടിയ ഈ ഭൂമിയെ കൂടുതൽ മെച്ചപ്പെട്ട അവസ്ഥയിൽ വരുംതലമുറകൾക്ക് കൈമാറാൻ നമ്മൾ പ്രതിജ്ഞാബദ്ധരാണ്. പാരമ്പര്യത്തിലും സഹകരണത്തിലും സാഹോദര്യത്തിലും അധിഷ്ഠിതമായ "മറ്റൊരു ലോകം സൃഷ്ടിക്കാൻ" നാം ആഗ്രഹിക്കുന്നു. അത് സാധ്യമാണ്

എന്നു വിശ്വസിക്കുന്നു. ആ ലോക ഘടനയിൽ ഗാന്ധിജിയുടെ ചിന്തകൾക്കും മാർക്സിന്റെ ചിന്തകൾക്കും അതിയായ പ്രാധാന്യമുണ്ടെന്നു കരുതുന്നു. സോഷ്യലിസം കെട്ടിപ്പടുക്കുന്നതിന് സാമ്പത്തികശാസ്ത്രത്തിലും രാഷ്ട്രീയത്തിലും വിദ്യാഭ്യാസത്തിലും ധാർമികതയിലും ഒക്കെ ഗാന്ധിജി മുന്നോട്ടു വച്ച ആശയങ്ങൾ എത്രത്തോളം ഇക്കാലത്ത് പ്രസക്തമായിരിക്കുമെന്ന ഒരന്വേഷണത്തിനു സഹായിക്കുകയെന്നതാണ് ഈ പുസ്തകത്തിന്റെ ലക്ഷ്യം.

പേരുകേട്ട ഗാന്ധിയൻ സാമ്പത്തിക ശാസ്ത്രജ്ഞനാണ് ജെ.സി. കുമരപ്പ. അദ്ദേഹത്തിന്റെ പ്രശസ്ത ഗ്രന്ഥങ്ങളിൽ ഒന്നാണ് *സുസ്ഥിരതയുടെ സാമ്പത്തിക ശാസ്ത്രം* (Economy of Permanence) എന്നത്. ഇന്ന് നമ്മൾ permanence ന് പകരം sustainability എന്നു പറയുന്നു. 1948ൽ ആണ് അത് പ്രസിദ്ധീകരിച്ചത്. അതിനു ഗാന്ധിജിയുടെ അവതാരികയുമുണ്ട്. വാസ്തവത്തിൽ 'സുസ്ഥിരത' എന്ന ആശയം ശാസ്ത്രീയമായി ഏതാണ്ട് നൂറു കൊല്ലം മുമ്പുതന്നെ കാൾ മാർക്സ് അവതരിപ്പിച്ചിട്ടുണ്ട്. വൻ നഗരങ്ങൾ സൃഷ്ടിക്കുന്ന മണ്ണിലെ ചയാപചയഭംഗത്തെപ്പറ്റി പറഞ്ഞുകൊണ്ട്, വ്യവസായങ്ങളെ കൃഷിയിടങ്ങളിൽതന്നെ പുനർവിന്യസിക്കേണ്ടതിന്റെയും നഗരജനങ്ങളെ ഗ്രാമങ്ങളിലേക്ക് മാറ്റി പാർപ്പിക്കേണ്ടതിന്റെയും ആവശ്യം 1848ലെ *കമ്യൂണിസ്റ്റ് മാനിഫെസ്റ്റോ*വിൽ തന്നെ പറഞ്ഞിട്ടുണ്ട്. *മൂലധനം* എന്ന കൃതിയിൽ കൂടുതൽ വ്യാഖ്യാനിച്ചിട്ടുമുണ്ട്.

മാർക്സ് എഴുതി: "നമ്മളാരും ഈ ഭൂമിയുടെ ഉടമകൾ അല്ല, വെറും ഗുണഭോക്താക്കൾ മാത്രമാണ്. നമുക്ക് ലഭിച്ചതിനേക്കാൾ മെച്ചപ്പെട്ട അവസ്ഥയിൽ വരുംതലമുറകൾക്ക് കൈമാറാൻ നമ്മൾ ബാധ്യസ്ഥരാണ്." ഗാന്ധിജിയുടെ ട്രസ്റ്റിഷിപ്പ് സിദ്ധാന്തം ഇതിന്റെ ഒരു വകഭേദം മാത്രമാണ്. ഭൂപ്രഭുക്കളെയും മുതലാളിമാരെയും ട്രസ്റ്റികളായാണ് ഗാന്ധി കണ്ടത്. പക്ഷേ, യാഥാർത്ഥ്യമെന്താണ്? അവർ ട്രസ്റ്റിയായല്ല പെരുമാറിയത്. വിപ്ലവാനന്തര റഷ്യയിൽ ഭരണകൂടം ആയിരുന്നു ട്രസ്റ്റി. റഷ്യൻ ഭരണകൂടവും ട്രസ്റ്റിയായല്ല പെരുമാറിയത്. മണ്ണുമായി നേരിട്ടു ബന്ധമുള്ളവർക്കേ യഥാർഥ ട്രസ്റ്റികളാകാൻ കഴിയൂ. ഏതാനും വൻഭൂപ്രഭുക്കൾക്കോ, സർക്കാരിനോ ട്രസ്റ്റിയാകാൻ കഴിയില്ല. ഗ്രാമപ്രദേശത്തെ കൃഷിക്കാർക്കും കൈത്തൊഴിൽകാർക്കും മാത്രമേ അങ്ങനെയാകാൻ കഴിയൂ. ഈ കാഴ്ചപ്പാടു പ്രാവർത്തികമാക്കുന്നതെങ്ങനെ

എന്നാണ് കുമരപ്പ അന്വേഷിക്കുന്നത്. ആ അന്വേഷണത്തിന്റെ ഫലമാണ് ഈ പുസ്തകത്തിന്റെ ഉള്ളടക്കം.

പുസ്തകത്തിന് രണ്ടു ഭാഗങ്ങളുണ്ട്. ഒന്നാം ഭാഗത്തിൽ കൈകാര്യം ചെയ്യുന്നത് പ്രകൃതിയേയും 'മനുഷ്യൻ' എന്ന വ്യക്തിയേയും ആണ്. അതിലെ അധ്യായങ്ങൾ: *പ്രകൃതി; തൊഴിലും കൂലിയും പ്രകൃതിയിൽ; പ്രകൃതിയിലെ സമ്പദ് വ്യവസ്ഥ; മനുഷ്യനും ഇച്ഛാശക്തിയും; ഇച്ഛാശക്തിയുടെ പ്രയോഗവും ദുഷ്പ്രയോഗവും; മാനവവികാസഘട്ടങ്ങൾ; വ്യക്തി; മാനവവികാസം: സംഘങ്ങൾ, രാഷ്ട്രങ്ങൾ; മൂല്യത്തിന്റെ മാനങ്ങൾ; മൂല്യനിർണയം; ജീവിതം, ജീവിക്കൽ, മരിക്കാതിരിക്കൽ; ജീവിതനിലവാരം; തൊഴിൽ; തൊഴിൽ വിഭജനം* എന്നിവയാണ്.

മനുഷ്യർ കൂട്ടമായാണ് ജീവിക്കുന്നത്. പല മൃഗങ്ങളും കൂട്ടമായി ജീവിക്കുന്നു. രണ്ടും തമ്മിൽ വ്യത്യാസമുണ്ട്. മൃഗങ്ങളുടെ കൂട്ടത്തെ *പറ്റം* (pack) എന്നു വിളിക്കുന്നു. പറ്റങ്ങളുടെ ഒരു സവിശേഷതയെന്തെന്നാൽ ഒരു പറ്റത്തിന് മറ്റെല്ലാ പറ്റങ്ങളും ്ശത്രുക്കൾി ആണ്, തങ്ങളോട് മത്സരിക്കുന്നവർ ആണ്. ആദിമമനുഷ്യർക്ക് പറ്റങ്ങളുടെ സ്വഭാവമാണുണ്ടായിരുന്നത്. എന്നാൽ അംഗസംഖ്യ വലുതാവാൻ തുടങ്ങിയതോടെ അവയ്ക്ക് കൂടുതൽ ഉയർന്ന ഒരു സ്വഭാവം - സമൂഹം എന്ന സ്വഭാവം - കൈവരാൻ തുടങ്ങി. മനുഷ്യരുടെ പറ്റങ്ങൾ എന്നു പറയാറില്ല, സമൂഹങ്ങൾ എന്നേ പറയാറുള്ളൂ. ഇവിടെ പരസ്പരമത്സരത്തെയും ശത്രുതയേയും അതിജീവിച്ചുകൊണ്ട് ഒരു സമൂഹം രൂപപ്പെടുകയാണ്. ഇങ്ങനെ സമൂഹങ്ങളായി വളർന്ന മനഷ്യർ, പാശ്ചാത്യ രാജ്യങ്ങളിൽ - അതായത് വ്യാവസായിക മുതലാളിത്തരാജ്യങ്ങളിൽ - വീണ്ടും ì പറ്റങ്ങൾî ആയി തരം താഴാൻ തുടങ്ങിയതിന്റെ വിമർശനമാണ് ഒന്നാം ഭാഗത്തിന്റെ അവസാനം കൊടുക്കുന്നത്.

എങ്ങനെ നമുക്ക് കൂടുതൽ ഉയർന്ന രൂപത്തിലുള്ള സമൂഹസ്വഭാവം കൈവരിക്കാമെന്ന അന്വേഷണമാണ് രണ്ടാം ഭാഗത്തിൽ നടക്കുന്നത്. അങ്ങനെ മാത്രമേ സുസ്ഥിരത കൈവരിക്കാൻ കഴിയൂ എന്നു കുമരപ്പ പറയുന്നു. സഹകരണവും സഹജീവനവും ആണ് മുഖ്യ മുദ്രാവാക്യങ്ങൾ. വൻ നഗരങ്ങളിൽ ഇത് രണ്ടും സാധ്യമല്ല. ഗ്രാമങ്ങളിലേ കഴിയൂ. നഗരങ്ങളിൽ സമൂഹമില്ല, പറ്റങ്ങളേ ഉള്ളൂ. നഗരങ്ങളെ അപനഗരവത്കരിച്ച് (deurbanize) ഗ്രാഗരങ്ങൾ (rurbans) ആക്കി മാറ്റിക്കൊണ്ടേ, ഗ്രാമവും നഗരവും തമ്മിലും കൃഷിയും

വ്യവസായവും തമ്മിലും ഉള്ള വൈരുധ്യങ്ങൾ പരിഹരിക്കാൻ കഴിയൂ.

ഗാന്ധിയൻ സാഹിത്യവും മാർക്സിസ്റ്റ് സാഹിത്യവും മലയാളികൾക്ക് സുപരിചിതമാണ്. ജയ്പ്രകാശിന്റെ കൃതികളോ ചിന്തകളോ മലയാളികൾക്ക് അത്ര സുപരിചിതമല്ല. എന്നാൽ മലയാളിമനസ്സ് മാർക്സിസത്തിലൂടെയും ഗാന്ധിസത്തിലൂടെയും സ്വന്തമായ ഒരു കാഴ്ചപ്പാടിന് രൂപം കൊടുത്തിട്ടുണ്ട്. അത് ജയപ്രകാശിന്റേതിനോട് വളരെ സദൃശമാണ്. അധികാരവികേന്ദ്രീകരണത്തെക്കുറിച്ച് സഖാവ്. ഇ.എം.എസ് നമ്പൂതിരിപ്പാടിന്റെ 1958ലെ ഭരണപരിഷ്കാരക്കമ്മിറ്റി റിപ്പോർട്ട്, അശോകമേത്താ കമ്മിറ്റി റിപ്പോർട്ടിലെ വിയോജനക്കുറിപ്പ്, കേരളപഠന കോൺഗ്രസിലും ജനകീയാസൂത്രണ പരിപാടിയിലും മുന്നോട്ടുവെച്ച ചില ആശയങ്ങൾ ഡോ. തോമസ് ഐസക് ജനകീയാസൂത്രണത്തെപ്പറ്റി എഴുതിയിട്ടുള്ള പുസ്തകങ്ങൾ, ഇവയിലൊക്കെ എം.പി. പരമേശ്വരന്റെ *പുതിയ ലോകം, പുതിയ ഇന്ത്യ, നാലാം ലോകം* എന്നീ പുസ്തകങ്ങളിലും അവതരിപ്പിച്ചിട്ടുള്ള കേന്ദ്ര ആശയം ജനാധിപത്യത്തിന്റേതാണ്. പല വിശദാംശങ്ങളിലും ജയ്പ്രകാശ് നാരായണന്റെ ആശയങ്ങളുമായുള്ള സാദൃശ്യങ്ങൾ കാണാം. അധികാരഘടനയെ കീഴ്മേൽ മറിക്കുക, ഗ്രാമസഭയ്ക്ക് പ്രാമാണികത നൽകുക, സാധ്യതകളിൽ ഊന്നിക്കൊണ്ട് ഓരോ വിഭാഗത്തിലും ചെയ്യാവുന്ന കാര്യങ്ങൾ ആ വിഭാഗത്തിൽ തന്നെ ചെയ്യുക, *അധികാരം ജനങ്ങൾക്ക്* എന്ന മുദ്രാവാക്യം, തദ്ദേശീയ സമ്പദ്വ്യവസ്ഥയുടെ വികസനം എന്നിങ്ങനെ പല പല കാര്യങ്ങളിലും ഈ വക സാദൃശ്യങ്ങൾ കാണാം. സ്വതന്ത്രമായാണ് ഈ സാദൃശ്യങ്ങൾ രൂപപ്പെട്ടുവന്നത് എന്നത് പ്രത്യേകം ശ്രദ്ധേയമാണ്.

സ്വരാജ്യം ജനങ്ങൾക്ക് എന്ന ഈ ലഘു ഗ്രന്ഥം 1962ൽ ആണ് പ്രസിദ്ധീകരിക്കപ്പെട്ടത്. ജനങ്ങളുടെ സ്വരാജിലേക്ക്, ജനാധിപത്യത്തിലേക്ക് ഏറ്റവും അധികം നീങ്ങിയിട്ടുള്ള സംസ്ഥാനമാണ് കേരളം. എന്നിരുന്നാലും ഇനിയും ഒട്ടേറെ മുന്നേറാനുണ്ട്. ì വേണം മറ്റൊരു കേരളംî എന്ന മുദ്രാവാക്യത്തോടെയാണ് കേരള ശാസ്ത്രസാഹിത്യപരിഷത്ത് അതിന്റെ 50-ാം വാർഷികാഘോഷ പരിപാടി ആരംഭിച്ചത്. *ശാസ്ത്രം സാമൂഹ്യ വിപ്ലവത്തിന്* എന്ന മുദ്രാവാക്യത്തിന്റെ ഒരു ഘടകമാണ് ì *ശാസ്ത്രം മറ്റൊരു കേരളത്തിന്*î എന്നത്. സാമ്പത്തികമായും സാംസ്കാരികമായും രാഷ്ട്രീയമായും ഇന്നത്തെ കേരളത്തിൽനിന്ന് തുലോം വ്യത്യസ്തമായിരിക്കും.

മുന്നോട്ടുപോകുന്ന മുറയ്ക്കു മാത്രമേ പല വിശദാംശങ്ങളും രൂപപ്പെട്ടുവരികയുള്ളൂ. മുന്നോട്ടുള്ള ഈ ഗതിയുടെ ദിശ നിർണയിക്കുന്നതിന് ഏറെ ഉപകരിച്ചേക്കാവുന്ന ഒന്ന് എന്ന നിലയ്ക്കാണ് ജയപ്രകാശ് നാരായണന്റെ ഈ പുസ്തകം പരിഭാഷപ്പെടുത്തി പ്രസിദ്ധീകരിക്കുന്നത്. പുസ്തകത്തിൽ നിന്ന് ഏതാനും വാചകങ്ങൾ താഴെ ഉദ്ധരിക്കുന്നു. അതിൽനിന്നുതന്നെ ആ പുസ്തകത്തിന്റെ സമകാലിക പ്രസക്തി വ്യക്തമാവുന്നതാണ്.

"പഞ്ചായത്തിരാജ് യഥാർഥ പങ്കാളിത്ത ജനാധിപത്യമായി വളരണമെങ്കിൽ വിശാലമായ അർഥത്തിലുള്ള പൗരബോധനം ഒഴിച്ചുകൂടാനാവാത്തതാണ്."

"ജനാധിപത്യം വളർത്തുന്നതിൽ ജനങ്ങൾക്ക് ബോധ പൂർവം പ്രവർത്തിക്കാൻ അവസരം നൽകുന്നതിന് ജനാധി പത്യസംവിധാനങ്ങളെ പൂർണമായും ജനങ്ങളുടെ നിയന്ത്ര ണത്തിന് വിട്ടുകൊടുക്കുന്നതാണ് നല്ലത്."

"അധികാരവികേന്ദ്രീകരണം യഥാർഥമായിരിക്കണം, വെറും കാട്ടിക്കൂട്ടൽ മാത്രമാകരുത്. *ജനങ്ങളെ വിശ്വസി ക്കണം.* ഒരധികാരവും കൈവിടാതെതന്നെ അധികാര വികേന്ദ്രീകരണത്തെപ്പറ്റി സംസാരിക്കുന്നതിൽ നാം വിദഗ്ധ രാണ്.î

"വിഭവങ്ങളുടെമേലുള്ള നിയന്ത്രണം സംസ്ഥാന ഗവൺ മെന്റിന്റെ കൈകളിലാണെങ്കിൽ അധികാരവികേന്ദ്രീകരണം പേരിനു മാത്രമായിരിക്കും. അത് മാറിയേ ഒക്കൂ."

"പഞ്ചായത്ത് തലത്തിൽ പണിയെടുക്കുന്ന എല്ലാ സർക്കാർ ജീവനക്കാരുടെയുംമേൽ പഞ്ചായത്തിന് നിയ ന്ത്രണം ഉണ്ടായിരിക്കണം."

"ഗ്രാമതലത്തിൽ മാത്രമാണ് പരമാവധി പൂർണമായ പങ്കാ ളിത്തം സാധ്യമാകുന്നത്. അവിടെ മാത്രമേ പ്രത്യക്ഷജനാ ധിപത്യം പ്രായോഗികമായി നടപ്പിലാക്കാൻ കഴിയൂ."

"ജനാധിപത്യ സൗധത്തിന്റെ ഏറ്റവും താഴത്തെ നില ഗ്രാമസഭയായിരിക്കും, ഗ്രാമപ്പഞ്ചായത്തായിരിക്കില്ല."

"ഗ്രാമതലത്തിലെ വർഗസംഘർഷത്തിന്റേതായ സമീ പനം ദുർബലവിഭാഗത്തെ സംബന്ധിച്ചടത്തോളം, ഗുണത്തേ ക്കാളേറെ ദോഷമാണ് ചെയ്യുക.... ഗ്രാമപ്പഞ്ചായത്തുകളിലേ ക്കുള്ള തെരഞ്ഞെടുപ്പിൽ മത്സരം ഒഴിവാക്കുന്നതാണ് നല്ലത്."

"പഞ്ചായത്തിരാജിന്റെ ദൈനംദിന പ്രവർത്തനങ്ങളിൽ സംസ്ഥാന ഗവൺമെന്റ് ഇടപെടരുത്."

"സാമ്പത്തികഘടനയെ കീഴ്മേൽ മറിക്കാതെ രാഷ്ട്രീയഘടനയിൽ മാത്രമായി മാറ്റം വരുത്താനാകില്ല. സാമ്പത്തികജനാധിപത്യം എന്ന സങ്കല്പം ശക്തിപ്പെടുത്തണമെങ്കിൽ, ദേശസാൽക്കരണം എന്ന പഴയ മന്ത്രം ഉരുവിട്ടതുകൊണ്ടു മാത്രം കാര്യമില്ല, സമൂഹത്തിലെ സാമ്പത്തിക പ്രവർത്തനങ്ങളും സ്ഥാപനങ്ങളും വികേന്ദ്രീകരിക്കുന്നതിനുള്ള വ്യത്യസ്ത മാർഗങ്ങൾ ആരായുക തന്നെ വേണം. അത്തരം ഒരു സമ്പദ്വ്യവസ്ഥ ചെറിയ യന്ത്രങ്ങളെയും കൂടുതൽ അധ്വാനത്തെയും ആശ്രയിക്കുന്ന ഒന്നായിരിക്കണം. അതേ സമയം, ഈ ചെറിയ യന്ത്രങ്ങൾ തുടർച്ചയായി മെച്ചപ്പെടുത്താനും അവയുടെ ദക്ഷതയും ഉൽപാദനക്ഷമതയും തുടർച്ചയായി വർധിപ്പിക്കാനും ആസൂത്രിതവും സ്ഥിരവുമായ പ്രയത്നം വേണംതാനും.... അതിനാവശ്യമായ ഗവേഷണം ആസൂത്രണം ചെയ്യണം."

"ഒരു വികേന്ദ്രീകൃത സമ്പദ്വ്യവസ്ഥയിൽ തദ്ദേശീയവും പ്രാദേശികവുമായ ആവശ്യങ്ങൾ തൃപ്തിപ്പെടുത്തുന്നതിനായി, തദ്ദേശീയവും പ്രാദേശികവുമായി ലഭ്യമായ മുഴുവൻ മാനുഷിക-ഭൗതിക വിഭവങ്ങളും ഉപയോഗിക്കുക എന്നതായിരിക്കണം കേന്ദ്രമുദ്രാവാക്യം."

"ഓരോ ഗ്രാമവും ചുരുങ്ങിയപക്ഷം ഏതാനും ഗ്രാമങ്ങളുടെ കൂട്ടായ്മകളെങ്കിലും കാർഷിക-വ്യാവസായിക സമൂഹങ്ങളായി മാറണം. ഇവിടെ കാർഷിക-വ്യാവസായികം എന്ന പദംകൊണ്ട് ഉദ്ദേശിക്കുന്നത് കാർഷികോൽപന്നങ്ങൾ സംസ്കരിക്കുന്ന വ്യവസായങ്ങൾ മാത്രമല്ല കൃഷിയെയും വ്യവസായത്തെയും ജൈവികമായി കൂട്ടിയിണക്കുക എന്നത് കൂടിയാണ്."

(*കമ്യൂണിസ്റ്റ് മാനിഫെസ്റ്റോ*വിൽ പറയുന്നത് നോക്കുക: "വ്യവസായങ്ങളെ കാർഷികപ്രദേശങ്ങളിൽ അങ്ങിങ്ങായി വിതരണം ചെയ്യും. നഗരത്തിലെ അധിക ജനങ്ങളെ ഗ്രാമപ്രദേശങ്ങളിലേക്ക് പുനർവിന്യസിക്കും - അങ്ങനെ ഗ്രാമവും നഗരവും തമ്മിലുള്ള വൈരുധ്യം പടിപടിയായി കുറച്ചു കൊണ്ടുവരും).

"വികേന്ദ്രീകൃത വ്യവസായങ്ങൾ മിക്കവാറും തൊഴിലാളിയുടെ തന്നെയോ, സഹകരണാടിസ്ഥാനത്തിലുള്ളതോ ആയിരിക്കും."

"മുകളിൽ പറഞ്ഞ തരത്തിലുള്ള ഒരു സമ്പദ്വ്യവസ്ഥ സൃഷ്ടിക്കാൻ ഗ്രാമീണവിദ്യാഭ്യാസത്തിൽ മൗലികമായ മാറ്റങ്ങൾ വരുത്തിയേ തീരൂ. അത് പ്രായോഗികമാകണം.

സാങ്കേതികമാകണം. കാർഷികവിദ്യകൾക്ക് ഊന്നൽ നൽകുന്നതാകണം. നേരത്തെ പറഞ്ഞ ഗവേഷണത്തിന്റെയും ആസൂത്രണത്തിന്റെയും ഭാഗമായിരിക്കണം ഈ വിദ്യാഭ്യാസ പരിഷ്കരണം."

"ലോകസഭയിലേക്കും സംസ്ഥാന നിയമസഭയിലേക്കും തെരഞ്ഞെടുപ്പുകൾ നടത്താൻ മറ്റൊരു നടപടിക്രമം ഞാൻ നിർദേശിക്കുകയാണ്. ഒരു മണ്ഡലത്തിലുള്ള ഓരോ ഗ്രാമസഭയും സഭചേർന്ന് രണ്ടു പ്രതിനിധികളെ തെരഞ്ഞെടുക്കുന്നു. തെരഞ്ഞെടുപ്പ്/വോട്ടർ കൗൺസിലിലേക്കുള്ള അംഗങ്ങളാണവർ. അടുത്ത പടിയായി തെരഞ്ഞെടുപ്പു കൗൺസിലുകൾ അവയുടെ യോഗങ്ങൾ ചേരണം. ഓരോ നിയമസഭാമണ്ഡലത്തിലുംപെട്ട ഗ്രാമസഭകളുടെ പ്രതിനിധികൾ ആയിരിക്കും അതിന്റെ കൗൺസിൽ. അതുപോലെ ലോകസഭയ്ക്കും. ഈ കൗൺസിലിൽ ആർക്കും പേരുകൾ നിർദേശിക്കാം. മറ്റൊരാൾ പിന്താങ്ങണം. ഒരു പ്രാഥമിക വോട്ടിങ്ങ് നടത്താം. ഒരു മിനിമം വോട്ട്, 30 ശതമാനമോ മറ്റോ കിട്ടുന്നവരെ മാത്രമേ സ്ഥാനാർഥികളായി അംഗീകരിക്കുകയുള്ളു."

"പാർട്ടികൾ സ്ഥാനാർഥികളെ നിശ്ചയിക്കുന്ന രീതി വോട്ടർമാരുടെ അഭിപ്രായങ്ങളെ അവഗണിക്കുകയാണ്. അത് ജനാധിപത്യത്തെ ദുഷിപ്പിക്കുന്നു..... അതിനാൽ ജനങ്ങൾ, അതായത് വോട്ടർമാർ, തന്നെ തങ്ങളുടെ സ്ഥാനാർഥികളെ നിശ്ചയിക്കുന്ന ഒരു രീതി രൂപപ്പെടുത്തിയെടുക്കണം എന്നു ഞാൻ നിർദേശിച്ചിരുന്നു...... ഈ ആശയം വരുന്ന പൊതുതെരഞ്ഞെടുപ്പിൽ വയ്ക്കണം..... അഡ്ഹോക് വോട്ടർ കൗൺസിലുകൾ രൂപീകരിക്കാവുന്നതാണ്.... ഓരോ പ്രദേശത്തും വോട്ടർമാരുടെ യോഗം ചേരാം. അവിടെവച്ച് രണ്ടോ കൂടുതലോ ഡെലിഗേറ്റുകളെ തെരഞ്ഞെടുക്കാം. ഈ ഡെലിഗേറ്റുകൾ കൂടിച്ചേരുമ്പോൾ വോട്ടർ കൗൺസിലുകളായി. അവർ, മുൻ അധ്യായത്തിൽ പറഞ്ഞ രീതിയിൽ ഒരു സ്ഥാനാർഥിയെ തെരഞ്ഞെടുക്കട്ടെ. അതിനു പറ്റിയില്ലെങ്കിൽ രണ്ടോ മൂന്നോ ആകട്ടെ."

അവസാനമായി കൊടുത്തിരിക്കുന്നത് 2004-ൽ പ്രസിദ്ധീകരിച്ച *നാലാം ലോകം: സ്വപ്നവും യാഥാർഥ്യവും* എന്ന പുസ്തകത്തിലെ ഒരധ്യായമാണ്. ശാസ്ത്രീയ സോഷ്യലിസത്തിന്റെ കാഴ്ചപ്പാടിൽ മറ്റൊരു ലോകസങ്കല്പത്തിന് മൂർത്തരൂപം നൽകാൻ ശ്രമിക്കയാണ് അതിൽ ചെയ്തിട്ടുള്ളത്. പരമ്പരാഗത - മുഖ്യധാരാ - മാർക്സിസ്റ്റ് ചിന്തയിൽ

വേണ്ടത്ര പരിഗണിക്കപ്പെടാത്തതും, മാർക്സ് പ്രധാനമായി കണ്ടിരുന്നതുമായ മുതലാളിത്തം സൃഷ്ടിക്കുന്ന കപട ആവശ്യങ്ങളും മനുഷ്യ-പ്രകൃതിബന്ധത്തിന്റെ വൈരുധ്യാത്മകതയും ഉൾചേർത്തുകൊണ്ടുള്ള കാഴ്ചപ്പാടാണ് ശാസ്ത്രീയ സോഷ്യലിസത്തിന്റെ കാഴ്ചപ്പാട്. മൂലധനവും അധ്വാനശക്തിയും തമ്മിലുള്ള വൈരുധ്യത്തിലും തൊഴിലാളി വർഗ സർവാധിപത്യത്തിലും മാത്രമായി പരിമിതപ്പെടുന്ന ഒന്നല്ല അത്. "തൊഴിലാളി" എന്ന സംവർഗത്തിന്റെ ഉള്ളടക്കത്തിൽ വരുന്ന മാറ്റങ്ങൾ കണക്കിലെടുക്കേണ്ടതുണ്ട്. 20-ാം നൂറ്റാണ്ടിൽ സംഭവിച്ച തരത്തിലുള്ള തൊഴിലാളിവർഗ സർവാധിപത്യവും നഗരവത്കരണവും ഭീമവത്കരണവും കേന്ദ്രീകൃത ആസൂത്രണവും ഒന്നും മാർക്സിസത്തിന്റെ സത്തയ്ക്ക് നിരക്കുന്നതല്ല. ചെറിയ ചെറിയ ഉൽപാദകക്കൂട്ടായ്മകളും കൃഷിയുടെയും വ്യവസായത്തിന്റെയും സമന്വയവും ഗ്രാമ-നഗരീകരണവും വർധിച്ചുവരുന്ന തോതിൽ സ്വയംപര്യാപ്തങ്ങളായ തദ്ദേശീയ സമൂഹങ്ങളിലേക്കാണ് വിരൽ ചൂണ്ടുന്നത്.

ഗാന്ധി വിഭാവനം ചെയ്ത ഗ്രാമസ്വരാജിന്റെയും മാർക്സ് വിഭാവനം ചെയ്ത കമ്യൂണുകളുടെയും 21-ാം നൂറ്റാണ്ടിലെ ലക്ഷ്യം എന്തായിരിക്കും? ഇതിന്റെ പ്രാഗ്‌രൂപമായി 1994ൽ പ്രസിദ്ധീകരിച്ച *പുതിയൊരു ലോകം, പുതിയൊരു ഇന്ത്യ* എന്ന പുസ്തകത്തിന്റെ സമർപ്പണത്തിൽ പറഞ്ഞിരുന്നതുപോലെ "പല വഴികളിലൂടെ നാം ഇവിടെ എത്തി. അവ എല്ലാം ഇവിടെ അവസാനിക്കുന്നു. ഇനി മുന്നോട്ടുപോകാൻ പുതിയ വഴി കണ്ടെത്തേണ്ടിയിരിക്കുന്നു." അതിനുള്ള ഒരു അന്വേഷണമാണിത്.

രണ്ടു പതിറ്റാണ്ടുകാലത്തെ അനുഭവങ്ങളുടെ കൂടി പശ്ചാത്തലത്തിൽ, ഗാന്ധിയൻ വികസന കാഴ്ചപ്പാടിനെ ഒരിക്കൽ കൂടി മനസ്സിലാക്കാനുള്ള ഒരു ശ്രമം ആണിത്. അപ്പത്തിനു മധുരമുണ്ടോ എന്നു നോക്കാൻ തിന്നണം. അതേപോലെ ഈ കാഴ്ചപ്പാടിൽ പുതുമയുണ്ടോ എന്നു നോക്കാൻ പരീക്ഷിക്കണം. കേരളത്തിലെയെങ്കിലും കാലാവസ്ഥ അതിന് അനുകൂലമാണ്. പത്തൊമ്പതിനായിരത്തിലധികം വരുന്ന ഗ്രാമസഭകളും വാർഡുസഭകളും ഗാന്ധിയുടെ ഗ്രാമസ്വരാജുകളായി മാറ്റുക എന്ന ലക്ഷ്യം ഭരണവിഭാഗം തന്നെ മുന്നോട്ടുവച്ചിട്ടുണ്ട്. ആത്മാർഥമായും അർഥവത്തായും അതു നടപ്പാക്കാൻ ശ്രമിക്കുമോ എന്നതിൽ സംശയിക്കുന്നവരുണ്ട്. സംശയം നിരാകരണത്തിലേക്കല്ല നയിക്കേണ്ടത്, മറിച്ച് സ്വീകരിച്ച്

വേണ്ടവിധം നടപ്പാക്കുന്നതിലേക്കാണ്. അയൽക്കൂട്ടങ്ങൾ ജയ്പ്രകാശ് പറഞ്ഞപോലെയുള്ള യഥാർഥ ജനാധിപത്യത്തിനു വേദിയൊരുക്കുന്നു. ഗ്രാമസഭകൾ പൂർണസ്വരാജിലേക്കുള്ള വിക്ഷേപണകേന്ദ്രങ്ങളാണ്. വാർഡുകളെ നീർത്തടത്തിന്റെയും യാത്രാസൗകര്യത്തിന്റെയും ഒക്കെ അടിസ്ഥാനത്തിൽ പുനർവിഭജിക്കേണ്ടിവരും. അത് ചെയ്യേണ്ടത് ജനങ്ങൾ സ്വയമാണ്. തിരഞ്ഞെടുപ്പു കമ്മിഷനല്ല. ജനങ്ങൾ മുൻകൈ എടുത്താൽ ഓരോ വാർഡിലും 15-20 അയൽക്കൂട്ടങ്ങളുണ്ടാക്കാം. അവയിലുള്ള ചർച്ചകളിലൂടെ, ശാസ്ത്രീയവും സ്ഥിരവുമായ രീതിയിൽ വാർഡ് പുനർനിർണയം ചെയ്യാം. പല ദിക്കിലും വാർഡ് മെമ്പർ ആരായിരിക്കണമെന്ന് അയൽക്കൂട്ടങ്ങളിൽ തീരുമാനിക്കാം. രാഷ്ട്രീയമെന്നത് രാഷ്ട്രീയപ്പാർട്ടികളുടെ മാത്രം തട്ടകമല്ല. യഥാർഥത്തിൽ അത് ഓരോ പൗരന്റെയും തട്ടകമാണ്. അതിന് എല്ലാവരും താന്താങ്ങൾക്കുള്ള കടമകൾ നിറവേറ്റണം.

എം.പി. പരമേശ്വരൻ

ഒന്ന്

സുസ്ഥിരതയുടെ സാമ്പത്തികശാസ്ത്രം

ജെ.സി. കുമരപ്പ*

1. ആസൂത്രണത്തിന്റെ ആവശ്യവും സ്വഭാവവും

ഗാന്ധിജി വിഭാവനം ചെയ്തത് ഗ്രാമീണ ഇന്ത്യയെ മുന്നിൽ കണ്ടു കൊണ്ടുള്ള സുസ്ഥിരതയുടെ സാമ്പത്തിക ശാസ്ത്രം.

എന്തിനു വേണ്ടിയാണ് നമ്മൾ ആസൂത്രണം നടത്തുന്നത്? ദേശീയ തലത്തിലുള്ള ആസൂത്രണം അത്യന്തം സങ്കീർണവും വിദഗ്ധർക്കു മാത്രം വഴങ്ങുന്നതുമായ ഒരു പ്രക്രിയ ആണെന്ന് പലരും കരുതുന്നു. സാധാരണക്കാർക്ക് മനസ്സിലാക്കാൻ പറ്റാത്ത ആസൂത്രണത്തിന് ജീവനുണ്ടായിരിക്കില്ല. കൃഷിക്കാർക്ക് ലക്ഷ്യം മനസ്സിലാക്കാൻ കഴിയാത്ത, നിർവഹണത്തിൽ അവരുടെ പൂർണ പങ്കാളിത്തം ഇല്ലാത്ത, ഒന്നിനെ ദേശീയാസൂത്രണം എന്നു വിളിക്കാൻ പറ്റില്ല. അവരുടെകൂടി ബൗദ്ധികമായ പങ്കാളിത്തമില്ലാതെ തയ്യാറാക്കുന്ന പദ്ധതികൾ നടപ്പാക്കാൻ ഏറെ പ്രയാസമായിരിക്കും, ഏറെ ബലം പ്രയോഗിക്കേണ്ടിവരും. റഷ്യയിൽ നടന്നപോലെ. നമ്മുടെ പദ്ധതികൾ നടപ്പാക്കാൻ രക്തം ചൊരിക്കേണ്ടിവരരുത്. തങ്ങളുടെ മുമ്പാകെ അവതരിപ്പിക്കുന്നത് തങ്ങളുടെ ഗുണത്തിനാണോ, അല്ലയോ എന്നു മനസ്സിലാക്കാൻ ജനങ്ങൾക്ക് കഴിയണം. അവരുടെ അംഗീകാരമുണ്ടെങ്കിൽ പൂർണമായ സഹകരണവും ഉണ്ടായിരിക്കും.

ഗ്രാമജീവിതത്തെ കൂടുതൽ സന്തുഷ്ടവും സമ്പന്നവും പൂർണവും ആക്കാനും അതിലെ ഓരോ വ്യക്തിക്കും വ്യക്തിപരമായും സമൂഹത്തിലെ അംഗമെന്ന നിലയ്ക്കും പൂർണമായി വികസിക്കാൻ കഴിയുമാറാക്കാനും

* ജെ.സി. കുമരപ്പയുടെ *സുസ്ഥിരതയുടെ സാമ്പത്തികശാസ്ത്രം* എന്ന കൃതിയുടെ രണ്ടാം ഭാഗമാണിത്. ഇതിൽ പകുതിയോളം ശ്രീ. സി.പി. ഗംഗാധരന്റെ തർജ്ജമയിൽനിന്ന് എടുത്തു ചേർത്തിട്ടുള്ളതാണ്. അതിനു അനുവാദം തന്ന അദ്ദേഹത്തിനു നന്ദി.

ആണ് നമ്മൾ ആഗ്രഹിക്കുന്നത്. സാമ്പത്തികവും രാഷ്ട്രീയവും സാമൂഹികവും ആയ എല്ലാ മേഖലകളിലും തദ്ദേശീയ കഴിവുകളും വിഭവങ്ങളും സഹകരണാടിസ്ഥാനത്തിൽ വിനിയോഗിച്ചുകൊണ്ടുവേണം ഇത് നേടേണ്ടത്. അങ്ങനെ നമ്മുടെ ആസൂത്രണത്തിന്റെ ലക്ഷ്യമെന്നത് പരാശ്രയമില്ലാതെയും സമീകൃതവും ആയ ഗ്രാമജീവിതം കെട്ടിപ്പടുക്കുക എന്നതാണ്. ഒരു പ്രദേശത്തെ പ്രവർത്തനം ആസൂത്രണം ചെയ്യുമ്പോൾ അത് ആ പ്രദേശത്തുകാർക്കു മാത്രം ഗുണം ചെയ്താൽ പോര, കൂടുതൽ വിശാലമായ ആസൂത്രണവുമായി പൊരുത്തപ്പെടണം. നീതിപൂർവവും ജനാധിപത്യപരവും ആയ ഒരു സാമൂഹികക്രമം പടുത്തുയർത്താൻ സഹായിക്കണം.

എന്താണ് ആസൂത്രണം?

നിയതമായ ഒരു ലക്ഷ്യം നേടുന്നതിന് ആവശ്യമായ വ്യത്യസ്ത ഘടകങ്ങൾ സ്വരൂപിപ്പിക്കുകയെന്നതാണ് ആസൂത്രണം. നമ്മുടെ ഇന്ത്യാരാജ്യത്ത് ഇതിനായി എന്തെല്ലാം ഘടകങ്ങളാണ് സ്വരൂപിക്കേണ്ടത്? നമ്മുടെ രാജ്യത്തിലെ ആസൂത്രണത്തിൽ കാണുന്ന പല ഘടകങ്ങളും മറ്റു രാജ്യങ്ങളിൽ കാണുന്നതല്ല. റഷ്യയിലെ ആസൂത്രണമോ, എന്തിന് ഇംഗ്ലണ്ടിലെയും അമേരിക്കയിലെയും ആസൂത്രണമോ നമുക്ക് നമ്മുടെ ലക്ഷ്യം നേടാൻ ഉപകരിക്കില്ല. ഇംഗ്ലണ്ടിലെ ആസൂത്രണം എന്നു കേൾക്കുമ്പോൾ പലരും അദ്ഭുതപ്പെടും. അങ്ങനെയൊന്ന് അവരാരും കേട്ടിട്ടില്ല. ബ്രിട്ടീഷുകാർ ആസൂത്രണം നടത്താറില്ല. പക്ഷേ, അവരുടെ എല്ലാ പ്രവൃത്തിയും ഒരു പദ്ധതിയനുസരിച്ചാണ്. അതാണ് അവരുടെ കഴിവ്. നിയതമായ ലക്ഷ്യം നേടാൻ അവർ എല്ലാവരെയുംകൊണ്ട് പണിയെടുപ്പിക്കുന്നു. അത്തരത്തിലുള്ള ഒരു ലക്ഷ്യവും അതിനായുള്ള ആസൂത്രണവും ഉണ്ടായിരുന്നില്ലെങ്കിൽ ബ്രിട്ടീഷ് സാമ്രാജ്യം ഉണ്ടാകുമായിരുന്നില്ല, ബ്രിട്ടീഷ് കച്ചവടവും ഉണ്ടാകുമായിരുന്നില്ല. അവരുടെ സാമ്പത്തിക നടപടികളും സാമ്രാജ്യത്വപരമായ പക്ഷപാതങ്ങളും നാവികസേനയും ഷിപ്പിങ്ങ്നയവും എല്ലാം ഈ ലക്ഷ്യത്തിനു വേണ്ടിയാണ്. അത് ഒരു ദേശീയ പദ്ധതി ആയിരിക്കണമെന്നില്ല. അത് ഒരു ലണ്ടൻ കേന്ദ്രിത പദ്ധതിയോ, ബാങ്ക് ഓഫ് ഇംഗ്ലണ്ടിനെ കേന്ദ്രീകരിച്ച പദ്ധതിയോ ആയിരിക്കാം. പക്ഷേ അതൊരു പദ്ധതി തന്നെയാണ്.

റഷ്യയുടെ ആയാലും വേണ്ടില്ല, അമേരിക്കയുടെയോ ബ്രിട്ടന്റെയോ ആയാലും വേണ്ടില്ല ഏതു ആസൂത്രണത്തിനും പശ്ചാത്തലമായി ചില സവിശേഷ ഘടകങ്ങൾ ഉണ്ടായിരിക്കും. ആ ഘടകങ്ങളോ ആ സാഹചര്യങ്ങളോ ഇല്ലാതിരിക്കെ, അവരുടെതുപോലുള്ള ആസൂത്രണം നടത്തിയാൽ അത് പരാജയപ്പെടും. തീർച്ച തന്നെ.

പ്രവർത്തനാസൂത്രണം

ദാരിദ്ര്യം, വൃത്തികേട്, രോഗങ്ങൾ, അജ്ഞത മുതലായവകൊണ്ട് പൊറുതിമുട്ടിയ നമ്മുടെ രാജ്യത്ത്, താഴെപറയുന്ന മേഖലകളിൽ പ്രത്യേകം ശ്രദ്ധിക്കണം.

1. കൃഷി
2. ഗ്രാമീണ വ്യവസായങ്ങൾ
3. ശുചിത്വം, ആരോഗ്യം, പാർപ്പിടം
4. ഗ്രാമീണ വിദ്യാഭ്യാസം
5. ഗ്രാമസംഘടന
6. ഗ്രാമസംസ്കാരം

ലക്ഷ്യം

സാർ ചക്രവർത്തിയുടെ ഭരണത്തിൻ കീഴിലായിരുന്ന രാജ്യമാണ് റഷ്യ. പ്രഭുക്കന്മാർ അമിതസമ്പത്തിൽ കൂത്താടുകയായിരുന്നു. കർഷകർ മർദിതരായിരുന്നു. സ്വാഭാവികമായും തങ്ങൾ അധികാരത്തിൽ വരുമ്പോൾ പ്രഭുക്കളെപ്പോലെ തങ്ങൾക്കും സമ്പത്തിൽ മുങ്ങിക്കുളിക്കണം എന്ന് അവർ ഇച്ഛിച്ചു. എന്താണ് അതിന് അർഥം? കൂടുതൽ ചരക്കുകൾ, കൂടുതൽ ആഘോഷം. അതിരില്ലാത്ത ആവശ്യങ്ങൾ. അവ തൃപ്തിപ്പെടുത്തണം. അതായിരുന്നു ലക്ഷ്യം. അങ്ങനെയുള്ള മണ്ണിലാണ് അവരുടെ പദ്ധതികൾ വേരൂന്നിയത്.

ദാരിദ്ര്യം തുടച്ചു മാറ്റണം: ആവർത്തിച്ചു പറയുന്ന ഒരു പ്രസ്താവനയാണിത്. ദാരിദ്ര്യമെന്നത് നിർവചിക്കപ്പെടേണ്ട ഒരു പദമാണ്. ആവശ്യങ്ങൾ നേടാൻ കഴിയാത്ത അവസ്ഥ ആണ് ദാരിദ്ര്യമെന്ന് ചിലർ പറയുന്നു. പക്ഷേ, എന്താണ് ആവശ്യം? റോൾസ്-റോയ്സ് കാറ് ഒരാവശ്യമാണോ? ആ ആഗ്രഹം തൃപ്തിപ്പെടുത്താൻ കഴിയുന്നില്ലെങ്കിൽ നിങ്ങൾ ദരിദ്രനാണോ? ഒരു സ്ത്രീക്ക് ലിപ്സ്റ്റിക് വേണം. അതു വാങ്ങാൻ വേണ്ട രൂപയില്ലെങ്കിൽ അവർ ദരിദ്രയാണോ? ചില ആവശ്യങ്ങൾ തൃപ്തിപ്പെടുത്താതെ മനുഷ്യർക്കു ജീവിക്കാൻ കഴിയില്ല. ഉദാഹരണത്തിന് ഭക്ഷണം. വസ്ത്രമില്ലാതെയും മനുഷ്യർക്ക് ജീവിക്കാം. പക്ഷേ, ഭക്ഷണമില്ലാതെ പറ്റില്ല. തന്റെ ഭൗതികവും മാനസികവുമായ അസ്തിത്വം നിലനിർത്താൻ അതാവശ്യമാണ്. ഈ പ്രാഥമിക ആവശ്യങ്ങൾ തൃപ്തിപ്പെടുത്താനാണ് നമ്മൾ ശ്രമിക്കുന്നത്. അല്ലാതെ കൃത്രിമമായി സൃഷ്ടിക്കപ്പെട്ട ആവശ്യങ്ങളല്ല.

നമ്മുടെ നാട്ടിൽ ക്ഷാമം എന്നത് ഒരു നിത്യ സംഭവമാണ്. അതൊഴിവാക്കുകയെന്നതാണ് ഒന്നാമത്തെ ലക്ഷ്യം. വിശക്കുന്നവന് ഭക്ഷണം. പാവപ്പെട്ടവന്റെ പട്ടിണിയും വറുതിയും ഇല്ലാതാകണം. എങ്ങനെയാണ് ഇവ നേടുക? മൂലധനനിക്ഷേപത്തിലൂടെയോ? പലരും പറയുന്നു: മൂലധനം നിക്ഷേപിച്ചാൽ ഉൽപാദനം ഇത്ര ശതമാനം വർധിക്കുമെന്നൊക്കെ. അഭിജ്ഞരായ സാമ്പത്തിക ശാസ്ത്രജ്ഞർ ഗണിച്ചുണ്ടാക്കിപ്പറയും. വയലിൽ ഇത്ര ഇത്ര പണം നിക്ഷേപിച്ചാൽ മതി, ഉൽപാദനം വർധിക്കും എന്നൊക്കെ. എന്നാൽ സംഗതികളുടെ കിടപ്പ് അങ്ങനെയല്ല.

നമ്മുടെ നാട്ടിൽ ഏറ്റവും പ്രധാനമായ ഉൽപാദനഘടകം മാനുഷികാധ്വാനമാണ്. നമ്മുടെ ആവശ്യങ്ങൾ തൃപ്തിപ്പെടുത്തണമെങ്കിൽ സമൃദ്ധമായ ഈ അധ്വാനശക്തിയെ പ്രയോജനപ്പെടുത്തുക തന്നെ വേണം. ആധുനിക യന്ത്രങ്ങളുപയോഗിച്ച് വൻതോതിൽ കേന്ദ്രീകൃതമായ ഉൽപാദനരീതിയാണ് കൂടുതൽ ഫലപ്രദം എന്ന് കരുതുന്നവരുണ്ട്. ശ്രദ്ധാപൂർവം പരിശോധിക്കേണ്ട ഒരു കാഴ്ചപ്പാടാണിത്. സാമ്പത്തികോൽപാദനം സംഘടിപ്പിക്കാൻ നിരവധി ഘടകങ്ങൾ വേണ്ടവിധത്തിൽ ഒരുമിച്ചു ചേർക്കണം. അവയിൽ പ്രധാനം, പ്രകൃതിവിഭവങ്ങൾ, മൂലധന ഉപകരണങ്ങൾ, അധ്വാനം എന്നിവയാണ്. വ്യത്യസ്ത സാഹചര്യങ്ങളിൽ ഇവയുടെ ചേരുവ വ്യത്യസ്തങ്ങളായിരിക്കും. ബ്രിട്ടണിൽ വ്യവസായ വിപ്ലവക്കാലത്ത് മൂലധനം സുഭിക്ഷമായിരുന്നു. അതിനാൽ അവിടെ മൂലധനം എന്ന ഘടകമായിരുന്നു പ്രധാനം. അമേരിക്കയിൽ തൊഴിലാളികൾക്കാണ് ക്ഷാമമുണ്ടായിരുന്നത്. പ്രകൃതിവിഭവങ്ങളാകട്ടെ അളവറ്റതും. അവർക്ക് തൊഴിലാളികളുടെ ആവശ്യം കുറയ്ക്കുന്ന – തൊഴിലില്ലായ്മ സൃഷ്ടിക്കുന്ന –യന്ത്രങ്ങൾ ആവശ്യമായിരുന്നു. നമ്മുടെ രാജ്യത്ത് മൂലധനം വളരെ കുറവാണ്. തൊഴിലാളികൾ ഏറെയും. ബ്രിട്ടനോ അമേരിക്കയോ സ്വീകരിച്ച രീതി നമുക്ക് യോജിച്ചതല്ല.

ഒരു നിലയ്ക്ക് മനുഷ്യൻ തന്നെ ഒരു യന്ത്രമാണ്. നല്ല ഒരു യന്ത്രം. പക്ഷേ, ഒരു പ്രത്യേകതയുണ്ട്: മനുഷ്യൻ വെറുതെയിരുന്നാലും ആഹാരമില്ലാതെ ജീവിക്കാനാവില്ല. അതുകൊണ്ട് അതിനെ പ്രവർത്തിപ്പിക്കാതിരിക്കുന്നത് നഷ്ടമാണ്. കാരണം, യന്ത്രങ്ങൾ ഉപയോഗിച്ച് ഉൽപാദനം നടത്തിയാലും മനുഷ്യർക്ക് ഭക്ഷണം നൽകണം. അതിനാൽ ആ ഘടകത്തെ പരമാവധി ഉപയോഗിക്കുകയെന്നതാണ് സാമ്പത്തികശാസ്ത്രം ആവശ്യപ്പെടുന്നത്. അതു ചെയ്യാതിരിക്കുന്നത് അധ്വാനശക്തി പാഴാക്കിക്കളയലാണ്. ഇത് ഒരിക്കലും നമ്മെ സമൃദ്ധിയിലേക്ക് നയിക്കുന്നതല്ല.

ഒരു രാഷ്ട്രത്തിന്റെ ക്ഷേമം അതിന്റെ ഉയർന്ന ഭൗതികോൽപാദനത്തെ മാത്രം ആശ്രയിച്ചിരിക്കുന്നു എന്ന ധാരണ ശരിയല്ല. ജനങ്ങളുടെ ആവശ്യങ്ങൾ തൃപ്തിപ്പെടുത്താൻ അത് സഹായിക്കുന്നില്ലെങ്കിൽ അതുകൊണ്ട് ഒരു കാര്യവുമില്ല. വിശക്കുന്നവരുടെ വയറുകൾക്ക് ഭക്ഷണം കൊടുക്കണം. അതാണ് ഒരു ക്ഷേമരാഷ്ട്രത്തിന്റെ ആത്യന്തിക ലക്ഷ്യമാകേണ്ടത്. കാലാവസ്ഥയ്ക്ക് അനുയോജ്യമായ വസ്ത്രങ്ങളും പാർപ്പിടങ്ങളും ഉണ്ടാക്കാൻ കഴിയണം. അടുത്തതായി അവരുടെ ശാരീരികവും മാനസികവും ധാർമികവും ആയ ക്ഷേമം വളർത്തുന്നതിനാവശ്യമായ ആരോഗ്യസേവനം, വിദ്യാഭ്യാസം, മറ്റു സൗകര്യങ്ങൾ മുതലായവ ലഭ്യമാക്കണം. ഈ അടിസ്ഥാന ആവശ്യങ്ങൾ തൃപ്തിപ്പെടുത്തിയിട്ടുമാത്രമേ വിദേശവിപണികളെക്കുറിച്ച് ആലോചിക്കാവൂ. പണം കൊണ്ടു മാത്രം ഒന്നുമാകുന്നില്ല. അത് വെറുതെ എണ്ണിക്കൊണ്ടിരിക്കാം.

ചിലർക്ക് അത് സന്തോഷം നൽകുന്നുണ്ടാകാം. പക്ഷേ, പണം മാത്രമായി ഒരു ലക്ഷ്യംകൊണ്ട് കാര്യമില്ല. നമ്മുടെ ആദ്യത്തെ ലക്ഷ്യം മുഴുവൻ ജനങ്ങൾക്കും ആഹാരം, വസ്ത്രം, പാർപ്പിടങ്ങൾ ലഭ്യമാക്കുക എന്നതാണ്. പിന്നീട് മാത്രമേ മറ്റ് ഉൽപാദനങ്ങളെക്കുറിച്ച് ചിന്തിക്കാവൂ. സാമ്പത്തികപ്രവർത്തനങ്ങളെ ദിശയിലേക്ക് നയിക്കുക എന്നതാണ് ഒരു യഥാർഥ ഗവൺമെന്റിന്റെ പ്രാഥമിക കടമ.

ഭൗതികാവശ്യങ്ങൾ തൃപ്തിപ്പെടുത്തുന്നതിനുപുറമേ, ജനങ്ങൾക്കിടയിൽ സ്വാശ്രയത്തിന്റെയും പരസ്പരസഹായത്തിന്റെയും സാമൂഹികപാരമ്പര്യത്തിന്റെയും ബോധം വളർത്താനും നമ്മൾ ലക്ഷ്യമിടണം. ഇത്രയും നേടിക്കഴിഞ്ഞാൽ സ്വയംപര്യാപ്തതയിലൂടെ സ്വരാജിലേക്കുള്ള വഴിയിൽ ബഹുദൂരം മുന്നോട്ടുപോയതായി കണക്കാക്കാം.

നമ്മുടെ പദ്ധതി കുറച്ചുപേർക്ക് വേണ്ടി മാത്രമുള്ളതല്ല, രാജ്യത്തിലെ എല്ലാ പൗരന്മാർക്കും വേണ്ടിയുള്ളതാണെന്ന് മറക്കരുത്. ഇന്ത്യയിൽ ജീവിക്കുന്ന ഓരോ വ്യക്തിക്കും വേണ്ടിയുള്ളതായാൽ മാത്രമേ നമ്മുടെ പദ്ധതിക്ക് എന്തെങ്കിലും അർഥം ഉണ്ടാകൂ. നമ്മുടേതുപോലുള്ള ഒരു ദരിദ്രരാജ്യത്ത് ഇത്തരത്തിലുള്ള വിപുലമായ ഒരു പദ്ധതി, സമൃദ്ധമായ മൂലധനത്തെ ആശ്രയിച്ചുള്ളതാകാൻ പറ്റില്ല. കാരണം മൂലധനമില്ല. മൂലധനത്തെ അടിസ്ഥാനമാക്കിയുള്ള പദ്ധതി നമുക്ക് സ്വീകാര്യമല്ല. എല്ലാവരുടെയും അടിസ്ഥാന ആവശ്യങ്ങൾ തൃപ്തിപ്പെടുത്താത്ത ഒന്നും നമുക്ക് സ്വീകാര്യമല്ല. സമൃദ്ധമായ അധ്വാനശക്തിയെ അവഗണിക്കുന്ന പദ്ധതികളും സ്വീകാര്യമല്ല.

പാശ്ചാത്യപദ്ധതികൾ ഭൗതികകേന്ദ്രിതമാണ്. സർവവിഭവങ്ങളെയും ചൂഷണം ചെയ്യാൻ അവ ആഗ്രഹിക്കുന്നു. ഇന്ത്യക്ക് ഒരു പദ്ധതി ഉണ്ടാക്കുമ്പോൾ അത് കർഷകനെ മുന്നിൽ കണ്ടുകൊണ്ടായിരിക്കണം. ഇംഗ്ലണ്ടിനെപ്പോലെയും അമേരിക്കയെപ്പോലെയും നമ്മൾക്കാകാൻ പറ്റിയെന്നു വരില്ല. പക്ഷേ, നമുക്കെല്ലാവർക്കും വേണ്ട ഭക്ഷണം ഉണ്ടായിരിക്കും. ഇംഗ്ലണ്ട് പട്ടിണിയുടെ വക്കത്തായിരുന്ന ഒരു കാലമുണ്ടായിരുന്നു. ഇന്ത്യയേക്കാൾ മോശമായ ഒരവസ്ഥ പണ്ട് ഇംഗ്ലണ്ടിനുണ്ടായിരുന്നു.

ഓരോ ഗ്രാമവും ഭക്ഷണത്തിലും വസ്ത്രത്തിലും സ്വയംപര്യാപ്തമായിരിക്കണം. അങ്ങനെയല്ലാതെ സ്വരാജ് ഇല്ല. ടാറ്റ-ബിർളാ പദ്ധതിക്കും അതുപോലുള്ള മറ്റു പദ്ധതികൾക്കും ആയിരക്കണക്കിന് കോടി രൂപ വേണം, തുടങ്ങാൻ തന്നെ. നമ്മുടെ പദ്ധതിക്ക് അതാവശ്യമില്ല. കാരണം നമ്മുടെ കൈയിൽ ഇല്ലാത്തതിന്റെ അടിസ്ഥാനത്തിലല്ല നമ്മൾ ആസൂത്രണം ചെയ്യുന്നത്. ജനങ്ങളുടെ പ്രവർത്തനങ്ങൾ വഴിതിരിച്ചുവിടുക മാത്രമാണ് ചെയ്യുന്നത്, കൂടുതൽ ഫലപ്രദമായ ഒരു പാത കാണിച്ചുകൊടുക്കുകയാണ് ചെയ്യുന്നത്, അവരുടെ പതിവുപ്രവർത്തനങ്ങളെ ക്രമീകരിക്കുകയും അവയെ അഭീഷ്ടദിശയിലേക്ക് തിരിച്ചുവിടുകയും മാത്രമാണ് നമ്മൾ ചെയ്യുന്നത്.

2. കൃഷി

1. ഓരോ പ്രദേശവും അതിനാവശ്യമായ ഭക്ഷണവും ജീവിതത്തിന്റെ മറ്റു പ്രാഥമിക ആവശ്യങ്ങൾ തൃപ്തിപ്പെടുത്താൻ വേണ്ട അടിസ്ഥാന പദാർഥങ്ങളും ഉൽപാദിപ്പിക്കണം.

2. ഗ്രാമത്തിലെ വ്യവസായങ്ങൾക്കു വേണ്ട അസംസ്കൃത പദാർഥങ്ങളാണ്, ഫാക്ടറികൾക്കു വേണ്ടവയല്ല ഉൽപാദിപ്പിക്കേണ്ടത്. ഉദാഹരണത്തിന്, ഫാക്ടറികളിൽ മാത്രം ആട്ടാവുന്ന കടുപ്പമേറിയ കരിമ്പിനു പകരം ഗ്രാമത്തിൽ തന്നെ ആട്ടാവുന്ന മൃദുവായ കരിമ്പ് കൃഷിചെയ്യണം; ഫാക്ടറികളിലെ യന്ത്രങ്ങൾകൊണ്ടു മാത്രം നൂൽക്കാവുന്ന നീണ്ട നാരുള്ള പരുത്തിക്കു പകരം ചർക്കയിൽ നൂൽക്കാവുന്ന കുറിയ നാരുള്ള പരുത്തിയാണ് കൃഷി ചെയ്യേണ്ടത്. ഇവ കഴിഞ്ഞ് അധികം വരുന്ന ഭൂമിയിൽ, ചുറ്റുമുള്ള പ്രദേശങ്ങളിലെ ആവശ്യം തൃപ്തിപ്പെടുത്താൻ വേണ്ടവ കൃഷി ചെയ്യാം. പഞ്ചസാര, പുകയില, ചണം മുതലായ ഫാക്ടറികൾക്കാവശ്യമായ ഉൽപന്നങ്ങളുടെ കൃഷി പരമാവധി കുറയ്ക്കണം. വേണ്ടിവന്നാൽ പൂർണമായും വർജിക്കണം. കൃഷിക്കാർ ഈ നയം സ്വീകരിക്കുമെന്ന് ഉറപ്പുവരുത്താൻ, ഭൂമിയുടെ ഉപയോഗക്രമം പൂർണമായും നിയന്ത്രിക്കണം. സംസ്ഥാനത്തിന്റെ മൊത്തം പ്ലാൻ അനുസരിച്ചാകണം കൃഷിക്കാർ കൃഷിചെയ്യേണ്ടത്. അതിന് ലൈസൻസ് നൽകുന്ന സംവിധാനം ഉണ്ടാക്കണം. അത് തെറ്റിച്ച് നാണ്യവിളകൾ കൃഷിചെയ്യുന്നവരിൽനിന്ന് വർധിച്ച നികുതിയും കനത്ത പിഴയും ഈടാക്കണം. നാണ്യവിളകൾ കൃഷിചെയ്യാനുള്ള പ്രവണത ദുർബലപ്പെടുത്താൻ ഇത് സഹായിക്കും. മൊത്തത്തിൽ, കാർഷികോൽപന്നങ്ങളുടെ വില വ്യാവസായികോൽപന്നങ്ങളെ അപേക്ഷിച്ച് കൂടുതൽ ആകർഷകമായിരിക്കണം. അതിന് അനുയോജ്യമായ നിയന്ത്രണങ്ങൾ കൊണ്ടുവരണം.

പുകയില, ചണം മുതലായ വ്യാവസായികവിളകൾ രണ്ടുതരത്തിൽ ദ്രോഹം ചെയ്യുന്നു. അത് ഭക്ഷ്യോൽപാദനത്തിൽ കുറവു വരുത്തുന്നു, മനുഷ്യരുടെയും മൃഗങ്ങളുടെയും. ധാന്യങ്ങൾ, പാല്, മുതലായ പ്രാഥമികോൽപന്നങ്ങൾ, സ്റ്റാർച്ച്, കെയ്സിൻ മുതലായ വ്യാവസായികോൽപന്നങ്ങളാക്കി മാറ്റരുത്. ഫാക്ടറിക്കു വേണ്ടതരത്തിലുള്ള കരിമ്പിനു പകരം ശർക്കരയ്ക്കു വേണ്ടിയുള്ള മൃദുകരിമ്പ് കൃഷിചെയ്യുമ്പോൾ ഉൽപാദനം കുറയും. കുറവു നികത്താൻ പനംചക്കരയുടെ ഉൽപാദനവും വർധിപ്പിക്കാം. ഇന്ന് കള്ളിനായി ചെത്തുന്ന പനകൾ മുഴുവൻ ഇതിനായി ഉപയോഗിക്കാം. ധാന്യവിളകൾ പറ്റാത്തിടത്ത് കൂടുതൽ പന നടാം. ധാന്യങ്ങളും പച്ചക്കറികളും ഉൽപാദിപ്പിക്കാൻ കഴിയുന്ന നല്ല ഭൂമികളിൽ കരിമ്പു കൃഷി ചെയ്യുന്നത് കുറച്ചുകൊണ്ടുവരാം.

സമീകൃതആഹാരത്തിൽനിന്നാണ് ആരംഭിക്കേണ്ടത്. ഇന്ത്യയിൽ ധാന്യങ്ങൾ മാത്രം ഭക്ഷിക്കുന്ന ഒട്ടേറെ പേർ ഉണ്ട്. ധാന്യങ്ങളിൽനിന്ന് ആവശ്യമുള്ള മുഴുവൻ പോഷകങ്ങളും കിട്ടുന്നതല്ല. ഓരോ ഗ്രാമവും

അതിലെ മനുഷ്യരുടെ സമീകൃത ആഹാരത്തിനു വേണ്ടതെല്ലാം കൃഷി ചെയ്യുന്നു എന്ന് ഉറപ്പുവരുത്താം. ഓരോ ഇനവും കൃഷി ചെയ്യാൻ എത്ര ഏക്കർ ഭൂമി വേണം എന്നു കണക്കാക്കാം. ഒരു ഏക്കർ ഭൂമിയിൽനിന്ന് ധാന്യക്കൃഷിയിലൂടെ കിട്ടുന്ന മൊത്തം കലോറിയേക്കാൾ കുറവായിരിക്കും മറ്റു വിളകളിൽനിന്ന് കിട്ടുന്നത്. പക്ഷേ, ധാന്യങ്ങളിൽ കലോറി മാത്ര മേയുള്ളൂ. സമീകൃതാഹാരത്തിന്റെ മറ്റു ഘടകങ്ങൾ വളരെ കുറവാണ്. അവ വേണ്ടത്ര കിട്ടാൻ വളരെയധികം ധാന്യം ഭക്ഷിക്കേണ്ടിവരും. അതിനു വേണ്ടതിനേക്കാൾ കുറവ് ഭൂമിയിൽനിന്ന് പച്ചക്കറി, പയർ, കിഴ ങ്ങുകൾ, പാൽ, ശർക്കര, എണ്ണ മുതലായവയിലൂടെ സമീകൃതാഹാര ത്തിനു വേണ്ട എല്ലാ ഘടകങ്ങളും ലഭിക്കുന്നതാണ്. ശർക്കരയുടെ കാര്യ ത്തിൽ, ഓരോ ഏക്കറിൽ നിന്നും നെല്ലിനേക്കാൾ കൂടുതൽ കലോറിയും ലഭിക്കുന്നതാണ്. സമീകൃത ആഹാരം എന്നത് അങ്ങനെ, രണ്ടു വിധ ത്തിൽ ഗുണകരമാണ്. ഒരു വശത്ത് ഭക്ഷണത്തിൽ ആവശ്യമായ എല്ലാ ഘടകങ്ങളും നൽകുന്നു. മറുവശത്ത് കൃഷിചെയ്യാൻ ആവശ്യമായ ആളോ ഹരി ഭൂവിസ്തീർണവും കുറയുന്നു. ഇന്ത്യയിൽ ഇന്ന് ഭക്ഷ്യപദാർഥ ങ്ങൾ കൃഷിചെയ്യാൻ ആവശ്യമായ ആളോഹരി ഭൂമി ഏതാണ്ട് 0.7 ഏക്കർ ആണെന്നു കണക്കാക്കിയിരിക്കുന്നു. ഇന്നത്തെ വിള ചേരുവ വച്ച് ഇന്ത്യ യിലെ എല്ലാവർക്കും വേണ്ട ഭക്ഷണം ഉണ്ടാക്കാൻ നമുക്ക് കഴിയു ന്നില്ല. സമീകൃതാഹാരത്തിന്റെ വിളചേരുവ സ്വീകരിക്കുകയാണെങ്കിൽ അത് മതിയാകും. ഈ രീതിയിൽ ഓരോ ഗ്രാമത്തിലെയും കൃഷി, ആ ഗ്രാമത്തിന് ആവശ്യമായ സമീകൃതാഹാരവും വസ്ത്രവും മറ്റു പ്രാഥമി കോൽപന്നങ്ങളും ഉൽപാദിപ്പിക്കുന്ന വിധത്തിൽ ക്രമീകരിക്കാം. ലൈസൻസിങ്ങ് സമ്പ്രദായത്തിലൂടെ അത് നടപ്പാക്കുകയും ചെയ്യാം.

ഭൂമി സമൂഹത്തിന്റെ ആസ്തിയാണ്. സമൂഹത്തിന്റെ ആവശ്യങ്ങൾ നിറവേറ്റാൻ അത് ഉപയോഗിക്കണം. ഒരാൾ പറയുകയാണ്: എനിക്ക് ഇത്ര ഏക്കർ ഭൂമിയുണ്ട്. അതിൽ ഞാൻ പുകയില കൃഷി ചെയ്യാൻ പോവു കയാണ്. അങ്ങനെ പറയാൻ, കൂടുതൽ പണം കിട്ടുമെന്നതുകൊണ്ട് പുകയില കൃഷി ചെയ്യാൻ, അയാൾക്ക് അവകാശമില്ല. ഒരു സമൂഹത്തിൽ വ്യക്തിക്ക് തന്നിഷ്ടംപോലെ ചെയ്യാൻ കഴിയാത്ത പലതുമുണ്ട്. ഉദാഹ രണത്തിന്, റോഡിന്റെ വലതുവശത്തുകൂടി കാറോടിക്കാൻ നിങ്ങൾക്ക് അവകാശമില്ല. ഭൂമിയുടെ ഉടമ നിങ്ങളാണ്. സംശയമില്ല. പക്ഷേ, എല്ലാ വർക്കും ഉപകരിക്കുന്ന രീതിയിലായിരിക്കണം അതിന്റെ ഉപയോഗം. ചില വിളകൾ കൃഷിചെയ്യാൻ ലൈസൻസ് നിർബന്ധമാക്കണം. ലിൻസീഡ് കൃഷിചെയ്യാൻ ലൈസൻസ് എടുത്ത ആൾക്ക് കൂടുതൽ ലാഭംകിട്ടും എന്നു കരുതി തന്റെ ഭൂമിയിൽ പുകയിലക്കൃഷി ചെയ്യാൻ അവകാശമു ണ്ടായിരിക്കില്ല.

ഒരു ഗ്രാമത്തിലെ ഉൽപന്നങ്ങൾ കഴിവതും ആ ഗ്രാമത്തിൽതന്നെ ഉപയോഗിക്കപ്പെടണം. ആവശ്യം കഴിഞ്ഞ് മിച്ചം ഉണ്ടെങ്കിൽ, തങ്ങൾക്ക്

ആവശ്യമുള്ളതും തങ്ങൾ ഉണ്ടാക്കാത്തതുമായ മറ്റു സാധനങ്ങൾക്കു വേണ്ടി അയൽഗ്രാമങ്ങളുമായി കൈമാറ്റം ചെയ്യാം. നമ്മൾ കൃഷി ചെയ്തുണ്ടാക്കുന്ന പരുത്തി നഗരത്തിലെ തുണിമില്ലുകൾക്ക് കൊടുത്ത് വസ്ത്രമായി തിരികെ കൊണ്ടുവരുന്നത് അംഗീകരിക്കാനാകില്ല. പരുത്തിയെ വസ്ത്രമാക്കുന്നതിനു വേണ്ടിവരുന്ന ചെലവിനായി നമ്മൾ നമ്മുടെ ഭക്ഷ്യപദാർഥങ്ങൾ നൽകാൻ നിർബന്ധിതരാകും. അതൊഴിവാക്കണമെങ്കിൽ നമ്മുടെ പരുത്തി, നാം തന്നെ ഇടവേളകളിൽ, നൂലും തുണിയുമാക്കി മാറ്റണം. അപ്പോൾ നമ്മുടെ ഉൽപന്നങ്ങൾ മുഴുവനും - ഭക്ഷണവും വസ്ത്രവും - നമുക്കുതന്നെ ലഭിക്കുന്നു. നമുക്ക് രണ്ടു മെച്ചം. ശരിയാണ്, ടെക്സ്റ്റൈൽ മിൽ ഉടമകൾക്ക് പ്രയാസമുണ്ടായിരിക്കും. നമുക്ക് ദുഃഖമുണ്ട്. പക്ഷേ, ദരിദ്രരായ ഗ്രാമീണരുടെ ആവശ്യങ്ങൾ നിറവേറ്റുകതന്നെ വേണം. അവരുടെ ജീവിതം മെച്ചപ്പെടുത്തുകയാണ് നമ്മുടെ പ്ലാനിന്റെ ലക്ഷ്യം. ഈ അടിസ്ഥാനത്തിൽ ആസൂത്രണം ചെയ്താലേ അവർക്ക് ആവശ്യമായ ഭക്ഷണവും വസ്ത്രവും ഉറപ്പു വരുത്താൻ കഴിയൂ.

അങ്ങനെ ജനങ്ങളുടെ സമീകൃതാഹാരത്തിനു വേണ്ട ഘടകങ്ങൾ നിർണയിച്ചശേഷം അവ ഉൽപാദിപ്പിക്കാനായി കൃഷിയോഗ്യഭൂമിയെ നാം അനുയോജ്യമായ വിധത്തിൽ എല്ലാവർക്കും ഭക്ഷണം ഉറപ്പാക്കുന്ന വിധത്തിൽ ക്രമീകരിക്കുന്നു. അതിനുശേഷവും മിച്ചംവരുന്ന ഭക്ഷ്യപദാർഥങ്ങൾ മാത്രമേ പുറമേക്ക് അയയ്ക്കാവൂ. ഒരു പ്രദേശത്ത് ആവശ്യത്തിനു തന്നെ തികയാത്ത ഭക്ഷ്യധാന്യങ്ങൾ പുറമേക്കയയ്ക്കാൻ പ്രേരിപ്പിക്കുന്ന വിപണനവിഭാഗം സമൂഹത്തെ ചതിക്കുകയാണ് ചെയ്യുന്നത്. സമൂഹത്തിലെ അംഗങ്ങൾക്ക് വരുമാനദായകമായ തൊഴിലിന് ആവശ്യമായ എല്ലാ വിഭവങ്ങളും സമാഹരിക്കാനാണ് വിപണന വിഭാഗം ശ്രദ്ധിക്കേണ്ടത്.

3. വിനിമയം

വിവിധോദ്ദേശ്യ സഹകരണസംഘങ്ങൾ

ഗ്രാമീണവ്യവസായങ്ങൾക്കെന്നപോലെ, ഗ്രാമീണരുടെ എല്ലാതരത്തിലുമുള്ള കൂട്ടുപ്രവർത്തനങ്ങളും വളർത്താൻ നല്ല സംഘടനാസംവിധാനമാണ് സഹകരണസംഘങ്ങൾ. ഒരു ഗ്രാമീണ വിവിധോദ്ദേശ്യ സംഘത്തിന് പല രംഗത്തും ഫലപ്രദമായി പ്രവർത്തിക്കാനാകും.

1. വ്യവസായങ്ങൾക്കാവശ്യമായ അസംസ്കൃത പദാർഥങ്ങളും നാട്ടുകാർക്കാവശ്യമായ ഭക്ഷ്യധാന്യങ്ങളും സംഭരിച്ചുസൂക്ഷിക്കാം.
2. ഗ്രാമത്തിൽ ആവശ്യത്തിലധികമായി ഉൽപാദിപ്പിക്കപ്പെടുന്ന ഉൽപന്നങ്ങൾ വിപണനം ചെയ്യാം. ജനങ്ങൾക്ക് ആവശ്യമായ സാധനങ്ങൾ വിതരണം ചെയ്യാം.

3. വിത്തുകൾ, ഉപകരണങ്ങൾ, വളങ്ങൾ, എല്ലുപൊടി, ഫിഷ്മീൽ തുടങ്ങിയവ വിതരണം ചെയ്യാം.
4. വിത്തുകാളകളെ പോറ്റാം
5. നികുതി പിരിച്ചുനൽകുന്നതിന് ജനങ്ങൾക്കും ഗവൺമെന്റിനും ഇടയ്ക്ക് മധ്യവർത്തിയാകാം. അങ്ങനെ പലതും.

ദൂരെനിന്ന് ഭക്ഷ്യധാന്യങ്ങൾ ഒരു കേന്ദ്രീകൃത ഗോഡൗണിൽ കൊണ്ടുവരിക, അവിടെനിന്ന് വീണ്ടും ദൂരെയുള്ള ഗ്രാമങ്ങളിലേക്ക് വിതരണം ചെയ്യുക - ഇതുകൊണ്ടുണ്ടാകുന്ന ധാന്യനഷ്ടം ചെറുതല്ല. തദ്ദേശീയമായി അവ സംഭരിച്ചു സൂക്ഷിച്ചുവെച്ചാൽ ഈ നഷ്ടം ഒഴിവാക്കാം. ഗവൺമെന്റിനും പൊതുജനത്തിനും ഇടയ്ക്ക്, രണ്ടു കൂട്ടർക്കും ഉപകരിക്കുന്ന ഒന്നാണ് സഹകരണസംഘങ്ങൾ.

പണാധിഷ്ഠിത സമ്പദ്വ്യവസ്ഥ യഥാർഥമൂല്യങ്ങളെ പ്രതിഫലിപ്പിക്കുന്നില്ല. പണം ഒരാളുടെ കൈയിൽനിന്ന് മറ്റൊരാളുടെ കൈയിലേക്ക് പോകുമ്പോൾ അതിന്റെ മൂല്യത്തിൽ മാറ്റം വരുന്നു. ഒരു ദരിദ്രന്റെ കൈയിലുള്ള ഒരു രൂപയ്ക്കും ധനികന്റെ കൈയിലുള്ള ഒരു രൂപയ്ക്കും ഒരേ മൂല്യമല്ല ഉള്ളത്. ഇവർ തമ്മിലുള്ള കൈമാറ്റങ്ങൾ ദേശീയസമ്പത്ത് വർധിപ്പിക്കാം, കുറയ്ക്കാം. ഉദാഹരണത്തിന്, ദരിദ്രന്റെ കൈയിലുള്ള ഒരു രൂപ അയാളുടെ 4–5 ദിവസത്തെ ഭക്ഷണത്തിനു തികയും. ധനികന്റെ കൈയിലുള്ള ഒരു രൂപ ഒരു നേരത്തെ ഭക്ഷണത്തിനുപോലും തികയുകയില്ല. ദരിദ്രന്റെ കൈയിൽനിന്ന് ഒരു രൂപ ധനികന്റെ കൈയിലേക്ക് പോകുമ്പോൾ അതിന്റെ മൂല്യത്തിന് സാരമായ ഇടിവ് വരുന്നു. മറിച്ച് ധനികന്റെ കൈയിൽനിന്ന് ഒരു രൂപ ദരിദ്രനിൽ എത്തുമ്പോൾ അതിന്റെ മൂല്യം നിരവധി മടങ്ങ് വർധിക്കുന്നു. അതിനാൽ നമ്മുടെ സമ്പദ്വ്യവസ്ഥയിൽ യഥാർഥ മൂല്യം നഷ്ടപ്പെടുത്തുന്ന കരങ്ങളിലേക്ക് പണം ഒഴുകുന്നത് തടയണം. അതാണ് വിവിധോദ്ദേശ്യ സഹകരണസംഘങ്ങൾ ചെയ്യേണ്ടത്.

4. സഹകരണ ധർമങ്ങൾ

ബാങ്കിന്റെ ധർമങ്ങൾ: വ്യാപാരവും വ്യവസായവും തടസ്സങ്ങൾ കൂടാതെ നടത്തിക്കൊണ്ടുപോകുന്നതിന് സഹായിക്കുക. ഉരസൽ കുറയ്ക്കുന്ന മെഴുക്കായി പ്രവർത്തിക്കുക. ഇതാണ് ഏതൊരു ബാങ്കിന്റെയും ധർമം. സാമ്പത്തികവ്യവസ്ഥയിലെ എല്ലാ ഘടകങ്ങളെയും സഹകരണാത്മകമായി ഒരുമിപ്പിക്കുക എന്ന ധർമംകൂടി സഹകരണബാങ്കുകൾക്കുണ്ട്. പണസമ്പദ്വ്യവസ്ഥയിൽ അധിഷ്ഠിതമായ പാശ്ചാത്യബാങ്കുകളുടെ വികസനം അളക്കുന്നതാകട്ടെ അവയിലെ നിക്ഷേപത്തിന്റെ വലുപ്പവും ലാഭത്തിന്റെ തോതും അടിസ്ഥാനമാക്കിയാണ്. നമുക്ക് അങ്ങനെ പറ്റില്ല. ജനങ്ങളുടെ ക്ഷേമത്തിന്റെ അടിസ്ഥാനത്തിലേ ബാങ്കിനെ വിലയിരുത്താൻ പാടൂ. ജനങ്ങളുടെ സാമ്പത്തിക പ്രവർത്തനങ്ങളിൽ പല ധർമങ്ങളും അതിന് നിർവഹിക്കേണ്ടതുണ്ട്. അവരുടെ

ആവശ്യങ്ങൾ തൃപ്തിപ്പെടുത്തേണ്ടതുണ്ട്. അല്പസ്വല്പം നഷ്ടം വന്നാലും. ഉറുപ്പിക, അണ, പൈയുടെ ശീലിൽ മാത്രം ബാങ്കിന്റെ പ്രവർത്തനം വിലയിരുത്താൻ കഴിയില്ല.

ഫൈനാൻസ് ചൂഷകർ, ഉൽപാദകരുടെ ചോര ഊറ്റിക്കുടിക്കാനുള്ള ഒരു ഊറ്റുസൂചി (hypodermic syringe) പോലെയാണ് പാശ്ചാത്യബാങ്കിങ്ങ് സമ്പ്രദായത്തെ ഉപയോഗിക്കുന്നത്. 1943 ലെ ബംഗാൾ ക്ഷാമം - അത് 30 ലക്ഷത്തിലധികം പേരുടെ ജീവൻ ഒടുക്കി - റിസർവ് ബാങ്കിന്റെയും ഇമ്പീരിയൽ ബാങ്കിന്റെയും അധികാരദുർവിനിയോഗത്തിന്റെ കൂടി ഫലമാണത്. പൊതുധനത്തിന്റെ സൂക്ഷിപ്പുകാരണവർ. പക്ഷേ, അവരുടെ പ്രവർത്തനം നാട്ടിലെ ജനങ്ങൾക്കിടയിൽ ദുരന്തം വിതച്ചു. പണത്തിന്റെ ദുരുപയോഗമായിരുന്നു കാരണം.

വിനിമയത്തിനുള്ള ഒരു മാധ്യമമായോ, ക്രയശേഷിയുടെ സംഭരണമായോ ഉപയോഗിക്കുമ്പോൾ പണം വലിയ ദ്രോഹം ചെയ്യുന്നതല്ല. പണത്തിന്റെ രൂപമായി നാണയങ്ങളും നോട്ടുകളും എടുത്തുവെച്ചാൽ ജീർണിക്കുന്നതല്ല. പല ചരക്കുകളും അങ്ങനെ സൂക്ഷിച്ചുവെക്കാൻ പറ്റില്ല. അതിനാൽ പണം കൈവശമുള്ളവന് വിലപേശുന്നതിന് കൂടുതൽ കഴിവുണ്ടായിരിക്കും. വാഴപ്പഴം വിൽക്കുന്നവന് കേടുവരുന്നതിനു മുമ്പ് അത് വിൽക്കണം. പണം കൈവശമുള്ളവന് എത്രവേണമെങ്കിലും കാത്തിരിക്കാം. ഈ അസമത്വം ഉപയോഗിച്ച് പണത്തിന്റെ ഉടമയ്ക്ക് ചരക്കിന്റെ ഉടമയെ ചൂഷണം ചെയ്യാൻ കഴിയും. ബാങ്കുകൾ, സാമാന്യേന, പണത്തിന്റെ ഉടമകൾ ആണ്. തങ്ങളുടെ ഈ സവിശേഷമായ അവസ്ഥയെ അവർ എങ്ങനെ ഉപയോഗിക്കുന്നു എന്നതിനെ ആശ്രയിച്ചിരിക്കും വാണിജ്യത്തിലും വ്യവസായത്തിലും അവർക്കുള്ള സ്ഥാനം. ബാങ്കുകൾ തങ്ങളുടെ ശക്തിയെ സ്വന്തം ലാഭം വർധിപ്പിക്കാനായി ഉപയോഗിക്കുകയും തത്ഫലമായി അതിനെ ഉപയോഗിക്കുന്ന ജനങ്ങളുടെ അവസ്ഥ മോശമാവുകയും ചെയ്യുകയാണെങ്കിൽ, സമ്പദ് വ്യവസ്ഥയുടെ ക്രമീകരണത്തിൽ അത് അതിന്റെ ഉത്തരവാദിത്വം നിർവഹിക്കുന്നില്ല എന്നു പറയാം. വിനിമയ മാധ്യമം എന്ന നിലയ്ക്കുള്ള പണത്തിന്റെ ധർമത്തെക്കുറിച്ച് ഇത്രമാത്രം.

പണം: ക്രയശേഷിയുടെ സംഭരണം എന്ന നിലയ്ക്ക്

താരതമ്യേന കേടുവരാത്ത ഒന്നാകയാൽ ജനങ്ങളുടെ ക്രയശേഷി സൂക്ഷിച്ചുവെക്കാൻ പറ്റിയ ഒരു ഉപാധിയാണ് പണം. കർഷകൻ തന്റെ മണ്ണിൽ കൃഷിചെയ്യുന്നു. വിളവായാൽ അതെടുത്ത് അങ്ങാടിയിൽ വില്ക്കുന്നു. അതിനു വിലയായി പണം കിട്ടുന്നു. അടുത്ത വിളവെടുപ്പുവരെ അയാൾക്കാവശ്യമായ സാധനങ്ങൾ വാങ്ങിക്കാൻ ഈ

പണം ഉപകരിക്കണം. അതിനിടയിൽ പണത്തിന്റെ മൂല്യത്തിൽ, ക്രയശേഷിയിൽ, ഇടിവുവന്നാൽ കർഷകന് നഷ്ടം വരുന്നു. കാർഷിക പ്രധാനമായ നമ്മുടേതുപോലുള്ള ഒരു രാജ്യത്ത് പണത്തിന്റെ മൂല്യത്തിൽ ഏറ്റക്കുറച്ചിൽ വരാതെ നോക്കേണ്ടത് ആവശ്യമാണ്. വിവിധോദ്ദേശ്യ സഹകരണബാങ്കുകൾ ഇതിൽ സവിശേഷമായ ഒരു പങ്കു വഹിക്കണം. വിളവിന്റെ ഈടിന് കർഷകന് പണം നൽകും. വില കുറയുന്ന വിളവെടുപ്പു കാലത്ത് വിൽക്കാൻ അയാൾ നിർബന്ധിക്കപ്പെടുന്നില്ല. കുറേശ്ശെ കുറേശ്ശെ ആയി വിൽക്കാം.

സഹകരണം

ഇത് സഹകരണത്തിന്റെ രണ്ടാമത്തെ ധർമത്തിലേക്ക് നമ്മെ നയിക്കുന്നു. സഹകരണം മത്സരത്തെ ഒഴിവാക്കുന്നു. ഉൽപാദകനും ഉപഭോക്താവും, ഇരു കൂട്ടരും ഒരേ സംരംഭത്തിലെ പങ്കാളികളായി മാറുന്നു. സഹകരണത്തിൽ ഒരു തരത്തിലുള്ള ചൂഷണവും ഉണ്ടായിരിക്കില്ല. ചൂഷകനും അവന്റെ ഇരയും തമ്മിൽ സഹകരണം സാധ്യമല്ല. വിദേശികൾ തങ്ങളുടെ ചരക്കു നമുക്കു വിൽക്കാനായി ഇവിടെ വരുന്നു. അതുമാത്രമാണ് നമ്മിലുള്ള അവരുടെ താത്പര്യം. അതിനു വേണ്ടിയാണ് അവർ മറ്റുള്ളവരെ രാഷ്ട്രീയ അടിമകളാക്കുന്നത്. സഹകരണസംഘങ്ങൾ കൈത്തറിക്കാരെ സഹായിക്കാനായി അമേരിക്കൻനൂല് വാങ്ങുന്നത്, ചേരാത്തവയെ ചേർക്കാൻ ശ്രമിക്കുന്നപോലെയാണ്. സഹകരണത്തിന്റെ ശരിയായ അർഥം അവർ മനസ്സിലാക്കുന്നില്ല. ഗ്രാമത്തിലെ നൂൽനൂൽപുകാരെയും നെയ്ത്തുകാരെയും സജീവമായി കൂട്ടിയിണക്കുകയാണ് വേണ്ടത്. ശൃംഖലയിലെ എല്ലാ കണ്ണികളും - പരുത്തിക്കൃഷിക്കാർ, നൂൽപുകാർ, നെയ്ത്തുകാർ, വസ്ത്രം വാങ്ങുന്നവർ - എല്ലാവരെയും സഹകരണത്തിന്റെ നൂലിൽ കോർക്കണം. ഈ നൂലായിരിക്കണം സഹകരണസംഘം.

നിഷ്കളങ്കരായ ഗ്രാമീണരെ, സർക്കാരിന്റെ തട്ടിപ്പുകാരിൽനിന്ന് സംരക്ഷിക്കാൻ സഹകരണബാങ്കുകൾക്ക് കഴിയും. കഴിയണം. നികുതികൾ അവർക്കുവേണ്ടി നൽകും. കർഷകരുടെ ഉൽപന്നങ്ങൾ സംഭരിച്ചു സൂക്ഷിക്കും, അവർ നൽകേണ്ട ഉൽപന്നങ്ങൾ അതത് സമയത്ത് മാർക്കറ്റ് വിലയ്ക്ക് വിൽക്കാം. ഒറ്റയടിക്ക് മാർക്കറ്റിലിറക്കി വില ഇടിയുന്നതിന് കാരണമാകാതെ നോക്കാം. സമ്പദ്‌വ്യവസ്ഥയിലെ ഷോക് അബ്സോർബർ ആയി പ്രവർത്തിക്കാം.

സഹകരണസ്ഥാപനങ്ങൾ ശരിയായി പ്രവർത്തിക്കുന്നുണ്ടോ എന്നു നോക്കേണ്ടത് അവയുടെ ബാലൻസ് ഷീറ്റിലല്ല, മറിച്ച് ചുറ്റുമുള്ള അങ്ങാടികളിലാണ്. കടകളിൽ അധികമായി കാണുന്നത് വിദേശ നിർമിതമോ ഇറക്കുമതിചെയ്തതോ ആയ സാധനങ്ങളാണെങ്കിൽ അതിനർത്ഥം ആവശ്യങ്ങൾ തൃപ്തിപ്പെടുത്താൻ ഉതകുന്ന വിധത്തിൽ

ഉൽപാദനഘടകങ്ങളെ കൂട്ടിയിണക്കുന്ന കാര്യത്തിൽ സ്ഥാപനം വിജയിച്ചിട്ടില്ല. സഹകരണസ്ഥാപനങ്ങൾ ശരിയായി പ്രവർത്തിച്ചിരുന്നെങ്കിൽ, അടിസ്ഥാന ആവശ്യങ്ങളായ ആഹാരം, വസ്ത്രം, പാർപ്പിടം എന്നിവയുടെ കാര്യത്തിൽ സ്വയംപര്യാപ്തത കൈവരിക്കാൻ അവ സഹായിക്കുമായിരുന്നു. അങ്ങനെ സംഭവിച്ചിരുന്നെങ്കിൽ വിദേശച്ചരക്കുകൾ അങ്ങാടിയിൽ കാണുമായിരുന്നില്ല. രാഷ്ട്രാന്തരീയ മത്സരങ്ങളോ ആഗോളയുദ്ധങ്ങളോ ഉണ്ടാകുമായിരുന്നില്ല. സഹകരണസ്ഥാപനങ്ങൾ വേണ്ടവിധം വികസിക്കുകയാണെങ്കിൽ അത് ദേശീയ സ്വാതന്ത്ര്യത്തിലേക്കും അതിലൂടെ സാർവദേശീയ സമാധാനത്തിലേക്കും നയിക്കുമായിരുന്നു.

വളങ്ങൾ

ഗ്രാമത്തിന്റെ ശുചിത്വത്തെയും ആരോഗ്യത്തെയും ഭീഷണിപ്പെടുത്തുന്ന ചവറുകൾ, എല്ലിൻകഷണങ്ങൾ, മനുഷ്യമലം മുതലായ മാലിന്യങ്ങളെ കമ്പോസ്റ്റ് ആക്കി മാറ്റാവുന്നതാണ്. എളുപ്പത്തിൽ ഇതുചെയ്യാം. ചാണകത്തെപ്പോലെ, അത്രതന്നെ നല്ല, വളമാണിത്. എല്ലും പിണ്ണാക്കും സാധാരണയായി കയറ്റി അയയ്ക്കുകയാണ് ചെയ്യുന്നത്. എല്ലിൻ കഷണങ്ങൾ ഒന്നു കരിച്ച ശേഷം ഗ്രാമത്തിൽതന്നെ പൊടിക്കാം. ചുണ്ണാമ്പു ചൂളയും ചക്കും മതി. ഗ്രാമത്തിൽ വളമുണ്ടാക്കുന്നതിന് സബ്സിഡി നൽകാം. ഇത് ഗ്രാമത്തെ ശുചിയാക്കിവെക്കുക മാത്രമല്ല ചെയ്യുന്നത്. ആ പണി ചെയ്യുന്നവരെ വൈശ്യരാക്കി ഉയർത്തുകയും ചെയ്യും.

ഗ്രാമത്തിൽനിന്ന് എണ്ണക്കുരുക്കൾ കൊണ്ടുപോയി നഗരത്തിലെ എണ്ണമില്ലുകളിൽ ആട്ടി എണ്ണയെടുത്ത് ഗ്രാമത്തിലേക്കുതന്നെ തിരിച്ചയയ്ക്കുന്നു. പിണ്ണാക്ക് ഏറ്റവും നല്ല വളമാണ്. അത് കയറ്റി അയയ്ക്കുന്നു. ഈ ഏർപ്പാട് പൂർണമായും നിർത്തണം. എണ്ണക്കുരുക്കൾ ഗ്രാമത്തിന്റെ പുറത്തുപോകരുത്. അവിടെയുള്ള ചക്കുകളിൽ തന്നെ ആട്ടി എണ്ണയെടുക്കണം. എണ്ണയും പിണ്ണാക്കും ഗ്രാമത്തിനകത്തുതന്നെ സ്ഥിതിചെയ്യണം. മനുഷ്യരുടെയും കാലികളുടെയും ആരോഗ്യം അത് മെച്ചപ്പെടുത്തും.

മണ്ണിന്റെ ഫലപുഷ്ടി വർധിപ്പിക്കാനായി വൻതോതിൽ രാസവളങ്ങൾ ചേർക്കാൻ തുടങ്ങിയിട്ടുണ്ട്. ലോകത്തെമ്പാടുനിന്നുമുള്ള രാസവളപ്രയോഗത്തിന്റെ അനുഭവങ്ങൾ ആകർഷണീയങ്ങളല്ല. അവ മണ്ണിന്റെ വളക്കൂറ് വർധിപ്പിക്കുന്നില്ല. മയക്കുമരുന്നുപോലെയാണ് അവ പെരുമാറുന്നത്. അവ മണ്ണിനെ ഉത്തേജിപ്പിക്കുന്നു. തുടക്കത്തിൽ നല്ല വിള തരുന്നു. മണ്ണിലെ വളങ്ങൾ വേഗത്തിൽ വലിച്ചെടുക്കപ്പെടുന്നു. കാലം ചെല്ലവേ മണ്ണ് ശുഷ്ക്കിക്കുന്നു, അതിന്റെ ആരോഗ്യം നശിക്കുന്നു. മണ്ണിരകൾ ചാവുന്നു. മണ്ണ് രോഗഗ്രസ്തമാകുന്നു. വിളവ് കുറയുന്നു. ആത്യന്തികമായി കൃത്രിമവളങ്ങൾ മണ്ണിന് ദ്രോഹമാണ് ചെയ്യുന്നത്. വളം നിർമാതാക്കളുടെ ലാഭം വർധിപ്പിക്കാനാണ് കൃത്രിമ രാസവളങ്ങൾ ഇത്ര

ശക്തമായി പ്രോത്സാഹിപ്പിക്കപ്പെടുന്നത്. കൃഷിക്ക് അവ ചെയ്യുന്ന ദ്രോഹം അവരുടെ പ്രശ്നമല്ല.*

വിത്തുകൾ:

കൃഷി വളരണമെങ്കിൽ നല്ല, കൂടുതൽ മെച്ചപ്പെടുത്തിയ, വിത്തുകൾ ആവശ്യമാണ്. നല്ല വിത്തുകൾ വിതരണം ചെയ്യാൻ സംവിധാനം വേണം. സഹകരണസംഘങ്ങൾ, കഴിവുറ്റ ഗവേഷകരുടെ നേതൃത്വത്തിൽ വിത്തു ഫാമുകൾ നടത്തണം.

ധാന്യക്കലവറ

നല്ല സൂക്ഷിപ്പുകലവറകൾ ഇല്ലാത്തതിനാൽ ഒട്ടേറെ ധാന്യങ്ങൾ നശിക്കുന്നുണ്ട്. ഏറ്റവും കുറഞ്ഞത് പ്രതിവർഷം 35 ലക്ഷം ടൺ ധാന്യങ്ങളെങ്കിലും ഇങ്ങനെ നശിക്കുന്നുണ്ടെന്നാണ് മതിപ്പ്. 1946 ഇന്ത്യയ്ക്കാകെ ഉണ്ടായിരുന്ന ഭക്ഷ്യക്കമ്മിക്കു തുല്യമാണിത്. മതിയായ സൂക്ഷിപ്പു സംവിധാനം ഇല്ലാത്ത കാരണം പ്രാണികൾ, എലികൾ, ഈർപ്പം മുതലായവ കൊണ്ടുണ്ടാകുന്ന ഗുണപരമായ നഷ്ടവും അത്രതന്നെ വരും. തദ്ദേശീയമായ സൂക്ഷിപ്പു കലവറകൾ ഉണ്ടാക്കുകയാണെങ്കിൽ, ട്രാൻസ്പോർട്ടിങ്ങിലും മോശപ്പെട്ട സൂക്ഷിപ്പു കാരണവും കീടങ്ങളാലും ഒക്കെ ഉണ്ടാവുന്ന നഷ്ടങ്ങൾ പ്രായേണ ഇല്ലാതാക്കാവുന്നതാണ്.

സൂക്ഷിപ്പുപ്രശ്നം എന്നും ഉണ്ടായിരുന്നു. ഇന്നു അടിയന്തരമായും ഗൗരവത്തോടെയും ശ്രദ്ധിക്കേണ്ട ഒന്നാണത്. വേണ്ടത്ര സംരക്ഷണമില്ലാത്ത ഗോഡൗണുകളിൽ ധാന്യങ്ങൾ സൂക്ഷിക്കുന്ന രീതി ഉടനെ അവസാനിപ്പിക്കണം.

കൂടുതൽ ധാന്യം സ്റ്റോക്ക് ചെയ്യേണ്ടിവരുന്ന വലിയ പട്ടണങ്ങളിലും നഗരങ്ങളിലും കോൺക്രീറ്റുകൊണ്ടുള്ള പക്കാ ഗോഡൗണുകൾ നിർമിക്കണം. മുനിസിപ്പാലിറ്റികൾ അവ നിർമിക്കുകയും സ്വകാര്യ വ്യക്തികൾക്ക് അവ വാടകയ്ക്കു കൊടുക്കുകയും ചെയ്യാം. സഹകരണ സംഘങ്ങൾക്കും അവ നിർമിക്കാം. അതായിരിക്കും കൂടുതൽ നല്ലത്. ഈ ഗോഡൗണുകൾക്ക് ലൈസൻസ് ഉണ്ടായിരിക്കണം. മോഷണം നടക്കുന്നുണ്ടോ, കേടുവരുന്നുണ്ടോ എന്നൊക്കെ ഇടയ്ക്കിടയ്ക്ക് പരിശോധിക്കണം. തങ്ങളുടെ ധാന്യങ്ങൾ സ്വയം സൂക്ഷിച്ചുവെക്കുന്നവരെയും കേടുവരാതെ എങ്ങനെ അവ സൂക്ഷിച്ചുവെക്കാം എന്നു പഠിപ്പിക്കണം.

---

* ഇത് 1945ൽ എഴുതിയതാണ്. 70 കൊല്ലം മുമ്പെ. അതിനു 80 കൊല്ലം മുമ്പെ മാർക്സും ജസ്റ്റസ് ഫോൺ ലീബിഗ്ഗിനെപ്പോലുള്ള ശാസ്ത്രജ്ഞരും ഇത് ചൂണ്ടിക്കാട്ടിയിട്ടുണ്ട്. എന്നാൽ ഇന്നും ഭൂരിപക്ഷം ശാസ്ത്രജ്ഞരും ഇത് തിരിച്ചറിയുന്നില്ല. അവരോ ജൈവകൃഷിക്കാരോ ആരാണ് അന്ധവിശ്വാസികൾ?

ഗ്രാമത്തിലെ അസംസ്കൃത പദാർഥങ്ങളുടെ സംരക്ഷണം

വിഭവദാരിദ്ര്യമാണ് ഗ്രാമീണവ്യവസായങ്ങളെ നേരിടുന്ന ഏറ്റവും വലിയ വെല്ലുവിളി. അവർ അസംഘടിതരാണ്. സമ്പന്നരായ ഫാക്ടറികളോട് മത്സരിക്കാൻ അവർക്ക് കഴിയാതെ പോകുന്നു. എല്ലാ വിഭവങ്ങളും സമ്പന്നരിൽ കേന്ദ്രീകരിച്ചിരിക്കുന്നു. അസംസ്കൃത പദാർഥങ്ങൾ മുഴുവനും കൈവശമാക്കാൻ അവർക്കു കഴിയുന്നു. നിർമിത ഉൽപന്നങ്ങളിലും മാർക്കറ്റ് അവരുടെ നിയന്ത്രണത്തിലായിത്തീരുന്നു. അവരുടെ മുമ്പിൽ ഒറ്റപ്പെട്ട കൈത്തൊഴിൽക്കാരൻ തികച്ചും നിസ്സഹായനാണ്. ബാങ്കുകളുടെ ധനകാര്യനയം, റെയിൽവേ കടത്തുകൂലിയിലെ വിവേചനം, മുതലാളിത്ത മാർക്കറ്റ് സ്ഥാപനങ്ങൾ - എല്ലാം വൻകിട ഉൽപാദകന് അനുകൂലമാണ്. കൈത്തൊഴിലുകൾ പിന്തള്ളപ്പെടുന്നു. അവർക്ക് ഗ്രാമത്തിൽ അസംസ്കൃതപദാർഥങ്ങൾ കിട്ടുന്നില്ല. ഈ അവസ്ഥ മാറണം. ഗ്രാമത്തിൽ ഉണ്ടാക്കുന്ന എല്ലാ അസംസ്കൃത പദാർഥങ്ങളും അവിടെത്തന്നെ ഉപയോഗിക്കപ്പെടണം. തദ്ദേശീയ ആവശ്യങ്ങൾ തൃപ്തിപ്പെടുത്തിയതിനുശേഷമേ പുറമേക്ക് അയയ്ക്കാവൂ. ഗ്രാമവ്യവസായങ്ങൾക്ക് ആവശ്യമുള്ളതാണ്, ഫാക്ടറികൾക്ക് ആവശ്യമുള്ളതല്ല ഉൽപാദിപ്പിക്കേണ്ടത്.

ടൂളുകളും ഉപകരണങ്ങളും

ഗ്രാമങ്ങളിൽ ഉണ്ടാക്കുന്ന ടൂളുകളും ഉപകരണങ്ങളും എല്ലാതരം ഭൂമികൾക്കും ഒരേപോലെ അനുയോജ്യമായിരിക്കില്ല. അനുയോജ്യമായവ ആവിഷ്കരിക്കുന്നതിന് ഗവേഷണം നടത്തേണ്ടതുണ്ട്. ഗ്രാമപ്രദേശങ്ങളിൽ ഉപകരണങ്ങളും സ്പെയർപാർട്ടുകളും ലഭ്യമാക്കുന്നത് വിവിധോദ്ദേശ്യ സഹകരണസംഘത്തിന്റെ കടമകളിൽ ഒന്നാണ്.

ജില്ലാ പ്രയോഗപ്രദർശനകേന്ദ്രങ്ങൾ

ഗ്രാമപ്രദേശങ്ങളിൽ സഹകരണസംഘങ്ങുടെ പ്രയോഗപ്രദർശന-നിരീക്ഷണകേന്ദ്രങ്ങൾ സ്ഥാപിക്കണം. അവയുടെ ധർമങ്ങൾ:

1. ടൂളുകളും ഉപകരണങ്ങളും നിർമിച്ച് ഗ്രാമീണർക്ക് ലഭ്യമാക്കുക; അവ റിപ്പയർ ചെയ്യുക, പുതിയതരം ഉപകരണങ്ങൾ പരിചയപ്പെടുത്തിക്കൊടുക്കുക.
2. ആശാരിമാരെയും മറ്റു കൈത്തൊഴിൽകാരെയും പരിശീലിപ്പിക്കുക. ഓരോ മേഖലയിലും വളർന്നുവന്നിട്ടുള്ള പുതിയ രീതികളിൽ അവരെ പരിശീലിപ്പിക്കുക.
3. തദ്ദേശീയകലാവിരുതുകളുടെ ഉൽപന്നങ്ങളും ഉപകരണങ്ങളും ശേഖരിക്കുക, പ്രദർശിപ്പിക്കുക. അതിനായി ഒരു മ്യൂസിയം ഉണ്ടാക്കുക.
4. ജില്ലയിൽ വ്യവസായ-ആരോഗ്യസർവേകൾ നടത്തുക.

5. ഗ്രാമങ്ങളുടെ സാമാന്യമായ പുരോഗതിക്കായി മറ്റു സഹകരണ സംഘങ്ങളും ഹിന്ദുസ്ഥാനി താലിം സ്കൂളുമായി സഹകരിക്കുക.

5. ഗ്രാമീണ വ്യവസായങ്ങൾ

1. അരി

വിവിധോദ്ദേശ്യ സഹകരണസംഘങ്ങൾക്ക് ഗ്രാമീണവ്യവസായങ്ങളുടെ, പ്രത്യേകിച്ചും ഭക്ഷ്യസംസ്കരണം, കൈത്തറി, മറ്റു പ്രാഥമിക ആവശ്യങ്ങൾ മുതലായവയുമായി ബന്ധപ്പെട്ട വ്യവസായങ്ങളുടെ ഉൽപന്നങ്ങൾ സ്റ്റോക്കുചെയ്യുക, വിതരണം നടത്തുക, ആവശ്യമായ അസംസ്കൃതപദാർഥങ്ങൾ നൽകുക. അങ്ങനെ പലതും.

ഗ്രാമവാസികളുടെ താത്പര്യം എപ്പോഴും മനസ്സിൽ ഉണ്ടായിരിക്കണം. താഴെ കൊടുക്കുന്ന നിർദേശങ്ങൾ പ്രത്യേകം പരിഗണിക്കേണ്ടതുണ്ട്.

1. റൈസ് മില്ലുകൾ അടച്ചുപൂട്ടുന്നു. അതിലെ എൻജിനുകൾ വെള്ളം പമ്പുചെയ്യാൻ ഉപയോഗിക്കാം.
2. അരിയിൽനിന്നും തവിടു കളയുന്ന ഹള്ളറുകൾ നിരോധിക്കുന്നു.
3. തവിടു കളയാത്ത അരിയുടെ പോഷകമൂല്യത്തെയും അത്തരം അരി പാകംചെയ്യുന്ന വിധത്തെയും പറ്റി ജനങ്ങൾക്ക് പറഞ്ഞുകൊടുക്കണം. പ്രായോഗികമായി കാണിച്ചുകൊടുക്കുന്നു. തവിടു കളയുന്നത് നിരോധിക്കണം. ചുരുങ്ങിയപക്ഷം പരിമിതമായ തോതിലെ അതു കളയാവൂ എന്ന് നിബന്ധനപ്പെടുത്തണം. അല്ലെങ്കിൽ പുഴുക്കലരിയുടെ ഉപയോഗം പ്രോത്സാഹിപ്പിക്കണം.
4. വൻതോതിൽ നെല്ലുകൃഷിചെയ്യുന്ന പ്രദേശങ്ങളിൽ വലിയതോതിൽ നെല്ല് കുത്തി അരിയാക്കേണ്ടിവരും. യന്ത്രങ്ങൾ ആവശ്യമായി വരും. പതിരുമാറ്റാനുള്ള ബ്ലോവറുകളും മറ്റും സഹകരണസംഘത്തിലൂടെ കൈത്തൊഴിൽ സംഘങ്ങൾക്ക് ലഭ്യമാക്കണം.
5. തവിടു കളയാത്ത അരിയുടെ ഉപയോഗം പ്രചരിപ്പിക്കാനായി, അരിയാക്കാതെ, നെല്ലായിത്തന്നെ ട്രാൻസ്പോർട്ട് ചെയ്യേണ്ടിവരും. അധികദൂരം ട്രാൻസ്പോർട്ടു ചെയ്യുമ്പോൾ അരിയുടെ വില കൂട്ടാതിരിക്കാൻ, കടത്തുകൂലിയിൽ സബ്സിഡി നൽകേണ്ടിവരും.
6. ഒരേ ഒരു യന്ത്രം തന്നെയാണ് ഉമി നീക്കുന്നതും തവിടു കളയുന്നതുമെങ്കിൽ, ഉമി കളയാൻ പ്രത്യേകം ഉപകരണം ഉപയോഗിക്കണം. മരച്ചക്കുകളോ കല്ലു ചക്കുകളോ ആകാം. അത്തരം ഉപകരണങ്ങളും മറ്റുവ്യവസായങ്ങൾക്കുവേണ്ട ഉപകരണങ്ങളും ജില്ലാപ്രയോഗ പ്രദർശനകേന്ദ്രം വഴി ലഭ്യമാക്കണം. തവിടുകളയാത്ത അരിയുടെ ഉപയോഗം വർധിപ്പിക്കാൻ, യന്ത്രങ്ങൾക്കു മുകളിൽ കനത്ത നികുതി ചുമത്താം. കണ്ടമാനം തവിടു കളയുന്നുണ്ടോ എന്ന് ഇടയ്ക്കിടയ്ക്ക് പരിശോധിക്കാം.

നെല്ലും മറ്റു ധാന്യങ്ങളും അവയ്ക്കു വേണ്ട വിത്തുകളും അതത് ഗ്രാമത്തിൽ തന്നെ സൂക്ഷിച്ചുവെക്കണം. ഗ്രാമത്തിന്റെ ആവശ്യം കഴിഞ്ഞു മിച്ചം വരുന്നതു മാത്രമേ പുറമേക്ക് അയയ്ക്കാവൂ. അതും സഹകരണസംഘം വഴി മാത്രം.

2. ധാന്യങ്ങൾ പൊടിക്കൽ

1. കൈകൊണ്ട് ധാന്യങ്ങൾ പൊടിക്കാൻ ഉപയോഗിക്കുന്നതിനു വേണ്ട തിരികല്ലുകൾക്കും കാളയെ പൂട്ടി തിരിക്കുന്ന കൽചക്കു കൾക്കും പറ്റിയ നല്ലയിനം കല്ലുകൾ പ്രയോഗപ്രദർശനകേന്ദ്രം വഴി ലഭ്യമാക്കണം.
2. ഏറെ മിനുസപ്പെടുത്തിയ ഗോതമ്പുമാവിന്റെ, മൈദയുടെ ഉൽപാദ നവും ഉപയോഗവും നിരോധിക്കണം.
3. ഫ്ളവർ മില്ലുകൾ വൻതോതിലാണ് ധാന്യങ്ങൾ പൊടിക്കുന്നത്. പൊടിച്ച ധാന്യമാവ് നീണ്ട കാലത്തേക്ക് സ്റ്റോക്ക് ചെയ്യും. അപ്പോൾ ആ മാവ് കേടുവരുന്നു. അതിനാൽ അത്തരം വലിയ മില്ലുകൾ നിരു ത്സാഹപ്പെടുത്തണം.
4. സാധ്യതയുള്ള ഇടങ്ങളിലെല്ലാം കാളപൂട്ടിയ ചക്കുകൾ തിരിച്ചു കൊണ്ടുവരണം.
5. അടുത്ത തോട്ടിലോ പുഴയിലോ ചക്രം സ്ഥാപിച്ച് ചക്ക് തിരിക്കാൻ പറ്റുമെങ്കിൽ അത്തരം ചക്കുകൾ സ്ഥാപിക്കണം.
6. മുഴുവൻ ഗ്രാമീണരുടെയും ഉടമയിൽ ആയിരിക്കണം അത്തരം ചക്കു കൾ

3. എണ്ണ ആട്ടൽ

ഗ്രാമത്തിലെ എണ്ണയാട്ടുന്ന ചക്കുകൾ തിരിച്ചുകൊണ്ടുവരുന്നതിലെ പ്രധാന പ്രശ്നങ്ങൾ ഇവയാണ്:

കൊയ്ത്തു സമയത്തുതന്നെ എണ്ണക്കുരുക്കൾ മുഴുവനും ഗ്രാമത്തിനു പുറത്തുപോകുന്നു. ഗ്രാമത്തിലെ ചക്കുകളിൽ ആട്ടാൻ കഴിയുന്നത് കഴിച്ചു ബാക്കി മാത്രമേ പുറത്തേക്കയയ്ക്കൂ എന്ന് നിർബന്ധിക്കാൻ കഴിയണം.

ചില പ്രദേശങ്ങളിലെ ചക്കുകൾ തീരെ കാര്യക്ഷമമല്ല. അവയെ തിരിച്ചുകൊണ്ടുവരിക, പ്രായോഗികമായി, പ്രയാസമാണ്. ഒരു സംസ്ഥാന ത്തിനുള്ളിൽതന്നെ അനവധി തരം ചക്കുകൾ ഉണ്ട്. അവയുടെ വിശദ മായ ഒരു സർവേ നടത്തണം. മെച്ചപ്പെട്ട ചക്കുകളുടെ പ്രവർത്തനവും മെച്ചവും കാണിച്ചുകൊടുക്കണം.

പഴയതരത്തിലുള്ള ചക്കുകൾപോലും ഉണ്ടാക്കാനും റിപ്പയർ ചെയ്യാനും കഴിയുന്ന ആശാരിമാരെ കിട്ടാനില്ല. ചക്കാന്മാർ അതുകൊണ്ട്

ഏറെ ബുദ്ധിമുട്ടുകൾ അനുഭവിക്കുന്നു. ചക്കുകളും സ്പെയർപാർട്ടുകളും കിട്ടാനും പ്രയാസമുണ്ട്. പ്രയോഗ പ്രദർശനകേന്ദ്രത്തിൽ വച്ച് ആശാരിമാർക്കും ചക്കാന്മാർക്കും പുതിയ ചക്കുകൾ ഉണ്ടാക്കുന്നതിനും റിപ്പയർ ചെയ്യുന്നതിനും പരിശീലനം നൽകണം. ചക്കും സ്പെയർപാർട്ടുകളും അവിടെ ലഭ്യമാക്കണം.

ചക്കാന്മാരുടെ താലൂക്കുതല സഹകരണസംഘങ്ങളോ, വിവിധോദ്ദേശ്യസഹകരണസംഘങ്ങളോ ആയിരിക്കും എണ്ണക്കുരുക്കൾ സ്റ്റോക്ക് ചെയ്യാനും എണ്ണക്കുരുക്കളുടെ വില നിയന്ത്രിക്കാനും മായം ചേർക്കൽ തടയാനും പറ്റിയത്.

4. ശർക്കരനിർമാണം

ബംഗാളിലും മദിരാശിസംസ്ഥാനത്തും പനംചക്കരവ്യവസായം വാണിജ്യാടിസ്ഥാനത്തിൽ വളർന്നിട്ടുണ്ട്, വേരുറച്ചിട്ടുണ്ട്.

പുതിയ പനകൾ നടലും ഉള്ളവ സംരക്ഷിക്കലും: പന മുറിക്കുന്നത് നിരോധിക്കണം. ഗവൺമെന്റ് ഉടമയിലുള്ളതും കാർഷികവിളകൾക്ക് അനുയോജ്യമല്ലാത്തതും ആയ ഭൂമികളിൽ വലിയ തോതിൽ പന കൃഷി ചെയ്യണം. കാലക്രമത്തിൽ കരിമ്പിൻ ശർക്കരയും പഞ്ചസാരയും ഒഴിവാക്കാൻ കഴിയണം. സ്വകാര്യഭൂമികളിലും വയൽവരമ്പുകളിലും പന നടാൻ പ്രോത്സാഹിപ്പിക്കണം. അതിന് സഹായധനം നൽകണം. ആവശ്യമായത്ര തൈകൾ ലഭ്യമാക്കണം. കൃഷിരീതികൾ പഠിപ്പിക്കണം.

സഹകരണസംഘങ്ങൾ: പനംശർക്കരയുടെ ഉൽപാദനവും വിപണനവും സഹകരണസംഘങ്ങൾ ഏറ്റെടുക്കണം. തിളപ്പിക്കാനുള്ള പാത്രങ്ങൾ, ശർക്കര വേർതിരിക്കാനുള്ള യന്ത്രങ്ങൾ മുതലായവ ലഭ്യമാക്കുകയും ചെയ്യണം.

5. തേനീച്ചവളർത്തൽ

തേനീച്ചവളർത്തൽ രണ്ടു പ്രകാരേണ ഉപയോഗപ്രദമാണ്. ചെടികളുടെ പരാഗണത്തെ സഹായിക്കുക വഴി അത് വിളവ് വർധിപ്പിക്കുന്നു. ഒപ്പം തേനും തരുന്നു. തേനിന്റെ പോഷണമൂല്യം ഉയർന്നതാണ്.

പ്രദർശനകേന്ദ്രത്തിൽ ഏതാനും തേനീച്ച സംഘങ്ങളെ വളർത്താം. അവിടെനിന്ന് ഈച്ചകൾക്ക് തേൻ കിട്ടാവുന്ന ഇടങ്ങളിലേക്ക് വ്യാപിപ്പിക്കാം. തേനീച്ച വളർത്തലിൽ വൈദഗ്ധ്യമുള്ള ഒരാളെക്കൊണ്ട് ഒരു സാധ്യതാസർവെ നടത്താം. തേനീച്ചകളെ വളർത്താനുള്ള പരിചയം സിദ്ധിച്ചുകഴിഞ്ഞാൽ പിന്നെ കേന്ദ്രത്തിൽ കർഷകർക്ക് പരിശീലനം നൽകാം; കുറഞ്ഞവിലയ്ക്ക് ആവശ്യമായ സാധനസാമഗ്രികൾ ലഭ്യമാക്കാം.

6. പരുത്തിയും കമ്പിളിയും

പരുത്തികൃഷി ചെയ്യാവുന്ന പ്രദേശങ്ങളിൽ ആളൊന്നുക്ക് 127 റാത്തൽ കുരു കളയാത്ത പരുത്തി ഉൽപാദിപ്പിക്കാൻ വേണ്ടത്ര സ്ഥലം അതിനായി നീക്കിവെക്കണം. അതിന്റെ നൂൽപും നെയ്ത്തും അഖിലേന്ത്യാ നൂൽനൂൽപുസംഘം തയ്യാറാക്കിയിട്ടുള്ള പരിപാടിക്കനുസൃതമായിരിക്കണം. അതുപോലെ ചെമ്മരിയാടുകളെ വളർത്തുന്നയിടങ്ങളിൽ പ്രജനനത്തിനും ഗ്രേഡിങ്ങിനും മറ്റും സഹായങ്ങൾ നൽകിക്കൊണ്ട് അത് പ്രോത്സാഹിപ്പിക്കണം.

7. തുകൽ ടാനിങ്ങ്

ലോകത്ത് ഏറ്റവും കൂടുതൽ അസംസ്കൃത തുകൽ കയറ്റി അയയ്ക്കുന്ന രാജ്യങ്ങളിൽ ഒന്നാണ് ഇന്ത്യ. ഈ അസംസ്കൃത തുകൽ എല്ലാം ഇന്ത്യയിൽത്തന്നെ സംസ്കരിക്കുകയാണെങ്കിൽ അത് ലക്ഷക്കണക്കിന് ഹരിജനങ്ങൾക്ക് തൊഴിൽ നൽകുന്നതായിരിക്കും. ടാനിങ്ങിന്റെ ഒരു പ്രധാന പ്രശ്നം ഊറയ്ക്കിടുന്ന ദീർഘകാലമാണ്. ഇതിന് വൻതോതിൽ പണം ആവശ്യമാണ്. അതിനാൽ സഹകരണാടിസ്ഥാനത്തിൽ വേണം അത് ചെയ്യാൻ. സംഘം അസംസ്കൃത തുകൽ സംഭരിക്കണം. ഓരോരോ പണി ചെയ്യുന്നവർക്ക് നിശ്ചിത വേതനം നൽകാം. ഉൽപന്നങ്ങൾ, ഊറയ്ക്കിട്ട തുകലോ, നിർമിത പദാർഥങ്ങളോ, വിപണനം നടത്തുന്നതും സംഘമായിരിക്കണം.

1. എല്ലാ സംസ്ഥാനങ്ങളിലും തുകൽ ഊറയ്ക്കിടുന്നുണ്ട്. എന്നാൽ ഗുണത്തിൽ ഗണ്യമായ വ്യത്യാസങ്ങൾ ഉണ്ട്. കൽക്കത്തയിലെ 'ക്രോം' തുകലും മദിരാശിയുടെ 'ഗോവി' തുകലും നല്ലവയായി അംഗീകരിക്കപ്പെടുന്നു. എന്നാൽ മറ്റിടങ്ങളിൽ ഈ രീതികൾ നടപ്പാക്കുന്നില്ല. ഈ രണ്ടിനേക്കാളും ഏറെ തരം താഴ്ന്നതാണ് മറ്റെല്ലാ തരങ്ങളും. ഇതിനു കാരണം കണ്ടുപിടിക്കണം. മെച്ചപ്പെട്ട, ശാസ്ത്രീയമായ, ടാനിങ്ങ് രീതികൾ എല്ലായിടത്തും നടപ്പാക്കണം.
2. അസംസ്കൃത തുകലിന്റെ കയറ്റുമതി, കനത്ത ചുങ്കം നികുതി, നിരുത്സാഹപ്പെടുത്തണം.
3. ചത്ത മൃഗങ്ങളെ കൊണ്ടുപോകാൻ പറ്റിയ വണ്ടികൾ, അതിന്റെ തൊലിയുരിക്കുന്ന പണി ചെയ്യുന്നവർക്ക് സംഘം നൽകണം. ഇപ്പോൾ കയർ കെട്ടി വലിച്ചുകൊണ്ടുപോകുകയാണ് പതിവ്. അത് തുകലിന്റെ ഗുണനിലവാരം കുറയ്ക്കുന്നു. ഇങ്ങനെയുള്ള നഷ്ടം 50 ശതമാനത്തിൽ അധികമാണ്.
4. ഇന്ന് പണികൾ നടക്കുന്നത് തീരെ അനാരോഗ്യകരമായ ചുറ്റുപാടിലാണ്. അതിൽ സമൂലം മാറ്റം വരുത്തണം. പാർപ്പിടങ്ങളിൽനിന്ന് വിട്ടുമാറി ഒരു ഷെഡ് പണിത് അതിൽവെച്ച് പണികൾ നടത്താം. ആരോഗ്യത്തിന് ഹാനികരമല്ലാത്തവിധം പ്രവർത്തനങ്ങൾ നടത്താൻ ലഘുയന്ത്രങ്ങൾ ഉപയോഗിക്കണം. ആവശ്യമായ വെള്ളം

ലഭ്യമാക്കണം. മലിനജലം ഒഴുകിപ്പോകാനുള്ള ഓടകൾ വേണം. ഊറയ്ക്കിടാനുള്ള കുഴികൾ വേണം. ഇതിനൊക്കെ, അങ്ങിങ്ങായി താമസിക്കുന്ന ചാമര (പറയ) കുടുംബങ്ങളെ ഒരിടത്തായി കേന്ദ്രീകരിക്കേണ്ടി വന്നേക്കാം. ഇത് അവർക്ക് ഗുണം ചെയ്യും. ചാമർ (പറയർ) മാത്രം അംഗങ്ങളായുള്ള സഹകരണസംഘങ്ങളാണ് ടാനിങ്ങ് (ഊറയ്ക്കിടൽ) നടത്തേണ്ടത്.

5. ഇന്ന് ചുരുക്കം ചില സ്ഥലങ്ങളിൽ മാത്രമാണ് തുകൽ സംസ്കരിക്കുന്നത്. ഇന്ന് വലിയ തോതിൽ തുകൽ സംസ്കരിക്കുകയും ഉൽപന്നങ്ങൾ രാജ്യവ്യാപകമായി വിതരണം ചെയ്യപ്പെടുകയും ആണ് നടക്കുന്നത്. ഈ രീതി നിരുത്സാഹപ്പെടുത്തണം. ചെരിപ്പ്, മണിപ്പേഴ്സ്, സൂട്ട്കെയ്സ് മുതലായ മിക്ക ഉൽപന്നങ്ങളും തദ്ദേശീയമായിത്തന്നെ ഉൽപാദിപ്പിക്കാവുന്നതാണ്. അവർക്ക് സബ്സിഡി നൽകുകയോ, ഇറക്കുമതി സാധനങ്ങൾക്ക് കനത്ത ചുങ്കം ചുമത്തുകയോ ചെയ്യണം.

   തുകലെടുത്ത് ശേഷമുള്ള മാംസം, രക്തം, എല്ലുകൾ മുതലായവയിൽ നിന്ന് വളമുണ്ടാക്കുന്നവർക്കും സംഘങ്ങൾക്കും സബ്സിഡി നൽകണം. എത്ര വളം ഉൽപാദിപ്പിക്കുന്നുവോ അതിന് ആനുപാതികമായി സബ്സിഡി നൽകണം.

6. ഉപോൽപന്നങ്ങളായ ഗട്ട്, പശ, ബ്രഷ് മുതലായവയൊക്കെ സംഘം ഉണ്ടാക്കട്ടെ. കൊമ്പുകൊണ്ടുള്ള സാധനങ്ങൾ ഉണ്ടാക്കുന്നതിനും ചാമരകുടുംബങ്ങളെ പരിശീലിപ്പിക്കാം. തുടക്കത്തിൽ ധനസഹായം നൽകേണ്ടിവരും. ഉൽപന്നങ്ങൾ ഗവൺമെന്റ് വാങ്ങണം. ഇതിനാവശ്യമായ ഉപകരണങ്ങൾ വാടകയ്ക്ക് ലഭ്യമാക്കണം.

8. സോപ്പുനിർമാണം

ക്ഷാരമണ്ണിന്റെ നിക്ഷേപങ്ങൾക്കായി സർവേ നടത്തണം. അവ ആവശ്യംപോലെ കുഴിച്ചെടുക്കാൻ സോപ്പുണ്ടാക്കുന്നവർക്ക് അനുവാദം വേണം. നികുതിയൊന്നും ഈടാക്കരുത്. ക്ഷാരമണ്ണ് നീക്കുന്നത് മൊത്തം മണ്ണിന്റെ മേന്മ വർധിപ്പിക്കുന്നതാണ്. മണ്ണിൽനിന്നുണ്ടാക്കുന്ന ക്ഷാരദ്രാവകവും ഭക്ഷ്യയോഗ്യമല്ലാത്ത എണ്ണകളും ഉപയോഗിച്ച് ഗ്രാമങ്ങളിൽ ആവശ്യമുള്ള സോപ്പുണ്ടാക്കാം.

9. വെളിച്ചം

ഇന്നു വളരെ കുറച്ചു മാത്രം ഉപയോഗിക്കുന്ന വേപ്പെണ്ണ, ഉങ്ങെണ്ണ, മരോട്ടിയെണ്ണ, കൊട്ടെണ്ണ മുതലായവ കൂടുതൽ വ്യാപകമായി വിളക്കു കത്തിക്കാൻ ഉപയോഗിക്കണം. വിളക്കെണ്ണയുടെ കാര്യത്തിൽ ഓരോ ഗ്രാമത്തെയും സ്വയംപര്യാപ്തമാക്കണം. അഖിലേന്ത്യാ ഗ്രാമീണ വ്യവസായസംഘടന വികസിപ്പിച്ചെടുത്ത മഗൻദീപം തരത്തിൽപെട്ട വിളക്കുകൾ പ്രയോഗപ്രദർശനകേന്ദ്രങ്ങളിലൂടെ വിതരണം

ചെയ്യുകയും അവ ഉണ്ടാക്കാൻ കൈത്തൊഴിൽകാരെ പഠിപ്പിക്കുകയും വേണം.

10. കടലാസ് നിർമാണം

1. ആവശ്യമായ അസംസ്കൃത പദാർഥങ്ങൾ ചുറ്റുവട്ടത്ത് കിട്ടുന്ന - ഇതിനായി വിദഗ്ധ സർവേ നടത്തണം - ജയിലുകളിൽ ഗവൺമെന്റിന്റെ നേതൃത്വത്തിൽതന്നെ കൈകൊണ്ട് കടലാസുണ്ടാക്കുന്ന വ്യവസായം ആരംഭിക്കണം.
2. കടലാസു നിർമാണത്തിനാവശ്യമായ എല്ലാ രാസവസ്തുക്കളും നിയന്ത്രിത വിലയ്ക്ക് കൈക്കടലാസ്സ് നിർമാണത്തിനായി സഹകരണ സംഘങ്ങൾ വഴി വിതരണം ചെയ്യണം.
3. കടലാസ്സ് വ്യവസായത്തിന് ആവശ്യമായ, അരയ്ക്കൽ, കലണ്ടറിങ്ങ് യന്ത്രങ്ങളും സ്ക്രൂപ്രസ്, അരിപ്പ, കവറുണ്ടാക്കുന്ന യന്ത്രങ്ങൾ മുതലായവയും മറ്റു വ്യവസായങ്ങൾക്കാവശ്യമായ യന്ത്രങ്ങളും ഉണ്ടാക്കാനായി ഒരു സെൻട്രൽ വർക്ക്ഷോപ്പ് ഉണ്ടായിരിക്കണം. കൈക്കടലാസ്സ് നിർമാതാക്കൾക്ക് ഏറ്റവും ആധുനികമായ യന്ത്രങ്ങൾ സഹകരണസ്ഥാപനങ്ങളിലൂടെ ലഭ്യമാക്കണം. ഒന്നുകിൽ വാടകയ്ക്ക്, അല്ലെങ്കിൽ തവണവ്യവസ്ഥയിൽ.

   പൾപ്പുണ്ടാക്കാൻ എൻജിൻകൊണ്ടു പ്രവർത്തിക്കുന്ന യന്ത്രങ്ങൾ ആവശ്യമായി വരുന്ന സന്ദർഭങ്ങളിൽ, നേരിട്ടു പൾപ്പു തന്നെ ലഭ്യമാക്കണം.
4. പഴയ കടലാസുകളും, കാട്ടിൽ വളരുന്ന ചില പുല്ലുകളും കടലാസിനുള്ള അസംസ്കൃത പദാർഥങ്ങളാണ്. അവ ലേലം ചെയ്യുന്ന രീതി മാറ്റി, കൈക്കടലാസുണ്ടാക്കുന്നവർക്ക് മിതമായ വിലയ്ക്ക് നൽകണം. ഉണ്ടാക്കുന്ന കടലാസ് ഗവൺമെന്റ് അതിന്റെ ആവശ്യത്തിനായി സഹകരണസംഘങ്ങളിലൂടെ വാങ്ങണം. കടലാസുണ്ടാക്കുന്നവർക്ക് ന്യായമായ വരുമാനം ലഭിക്കുന്ന വില നൽകണം.
5. കൈക്കടലാസ് നിർമാണത്തിനു വേണ്ട വൈദഗ്ധ്യം നൽകാനായി നല്ലൊരു പരിശീലനകേന്ദ്രം വേണം. അവിടെ അവരെ പരിശീലിപ്പിക്കണം.
6. കൈക്കടലാസ് കടത്തിന് റയിൽവേ മുൻഗണന നൽകണം. എല്ലാ തരത്തിലുമുള്ള നികുതികളിൽനിന്നും ചുങ്കങ്ങളിൽ നിന്നും അതിനെ ഒഴിവാക്കണം.

11. മൺപാത്ര നിർമാണം

1. മൺപാത്ര നിർമാണത്തിൽ ആദ്യം വേണ്ടത് ആ പ്രദേശത്തു കിട്ടുന്ന കളിമണ്ണിന്റെ സ്വഭാവഗുണനിർണയമാണ്. ഗവൺമെന്റ് അത് ചെയ്തുകൊടുക്കണം.

2. കളിമൺ കൂട്ട് ഉണ്ടാക്കുന്നതിന് നല്ലപോലെ രസതന്ത്രം അറിയണം. അതിനാൽ അത് കേന്ദ്രീകൃതമായി നടത്തണം. സഹകരണസംഘത്തിലോ, ജയിൽസംഘത്തിലോ ആകാം. ശരിയാംവണ്ണം കൂട്ടിച്ചേർത്ത കളിമൺ കുംഭാരന്മാർക്ക് ആവശ്യാനുസരണം ലഭ്യമാക്കണം. അല്ലെങ്കിൽ ഇപ്പോൾ കംഭാരപ്പണി ചെയ്യുന്നവരെ ശരിയായവിധം കൂടുണ്ടാക്കാൻ പഠിപ്പിക്കണം. അവർക്ക് കിട്ടുന്ന കളിമണ്ണിൽ എന്തെല്ലാം എത്രയെല്ലാം ചേർക്കണമെന്നു കണക്കു കൊടുക്കാം.

3. മറ്റു വ്യവസായങ്ങളിലെന്നപോലെ ഇവിടെയും സഹകരണസംഘങ്ങൾ പ്രധാന പങ്കു വഹിക്കണം. പാകപ്പെടുത്തിയ കളിമണ്ണ് വിതരണം ചെയ്യുക, മെച്ചപ്പെടുത്തിയ കുശവചക്രം വാടകയ്ക്കു നൽകുക മുതലായവയൊക്കെ അതിന്റെ ചുമതല ആകണം.

4. പല പ്രത്യേകതരം പാത്രങ്ങളുടെയും ഗ്ലേസിങ്ങും ചുടലും സഹകരണാടിസ്ഥാനത്തിൽ നടത്തേണ്ടിവരും. കളിമൺ കൂട്ടുകൾ ഉണ്ടാക്കലും ഗ്ലേസിങ്ങും ചുടലും ഒക്കെ ചെയ്യാൻ കംഭാരന്മാർ തന്നെ പഠിക്കണം. ചിലർ പഠിച്ച് മറ്റുള്ളവർക്ക് ചെയ്തുകൊടുക്കാം. സാധാരണ പാത്രങ്ങളും വലിയ ചൂടു വേണ്ടാത്ത സാധനങ്ങളും കുംഭാരന്മാർ തങ്ങളുടെ സ്ഥലത്തുതന്നെ കൂട്ടായി ചെയ്യുകയാണ് പതിവ്. ഇവിടെയും മെച്ചപ്പെടുത്തിയ സ്ഥിരം ചൂള നൽകണം. വിറകിന്റെ അളവിൽ ഗണ്യമായ കുറവു വരുത്താം.

   ഇഷ്ടികയും ഓടും ചുടാൻ വേണ്ട വലിയ ചൂളകൾ സഹകരണാടിസ്ഥാനത്തിൽ ഉണ്ടാക്കണം. ഇഷ്ടികയുടെയും ഓടിന്റെയും ആകൃതിയും ഉറപ്പും മെച്ചപ്പെടുത്തണം.

5. കളിമൺ കൂട്ട് ഉണ്ടാക്കൽ, മെച്ചപ്പെടുത്തിയ മോഡലുകൾ. ചുടൽ, ഗ്ലേസിങ്ങ് മുതലായ എല്ലാ പ്രക്രമങ്ങളിലും കുംഭാരന്മാർക്ക് പരിശീലനം നൽകാൻ സംവിധാനം ഉണ്ടായിരിക്കണം.

15. ശുചീകരണവും വളവും

1. ഓരോ ഗ്രാമത്തിനും യോജിച്ച കക്കൂസിന്റെ രൂപം എന്തായിരിക്കണം എന്നു കണ്ടുപിടിക്കാൻ പല മാതൃകകളും പരീക്ഷിച്ചുനോക്കേണ്ടിവരും. ഒന്നിലധികം മാതൃകകൾ അനുയോജ്യവും ആവശ്യവുമാണെന്ന് വന്നേക്കാം. ഗ്രാമത്തെ ശുചിയാക്കി വെക്കാൻ സഹായിക്കുന്ന കക്കൂസ് മാതൃകകൾ പലതും പരീക്ഷിച്ചു നോക്കേണ്ടിയിരിക്കുന്നു. ഗ്രാമത്തിലെ അനുയോജ്യമായ ഇടങ്ങളിൽ ബോർഹോൾ (ആഴത്തിലുള്ള കുഴി) തരത്തിലുള്ള മൂത്രപ്പുരകൾ (urinals) ഉണ്ടാക്കാം.

2. മനുഷ്യമലത്തെയും ഗ്രാമത്തിലുള്ള മറ്റു മാലിന്യങ്ങളെയും വളമാക്കി മാറ്റുന്നവർക്ക് ധനസഹായം നൽകേണ്ടതാണ്. ധനസഹായത്തിന്റെ തുക അവരുണ്ടാക്കുന്ന വളത്തിന്റെ അളവിന്

ആനുപാതികമായിരിക്കണം. ആകർഷണീയവും ആയിരിക്കണം. ലാഭമുള്ള ഒരു ബിസിനസ്സ് ആകുന്നില്ലെങ്കിൽ ആരും ആകർഷിക്കപ്പെടുന്നതല്ല. ഈ പണി ആകർഷണീയമാക്കാൻ കുറെ കൊല്ലത്തേക്കെങ്കിലും സഹായധനം നൽകേണ്ടിവരും.

3. ഗ്രാമത്തിനകത്തും വീടിനുള്ളിൽ തന്നെയും കാലികളെ തളയ്ക്കുന്ന രീതി ഗൗരവമായ പുനഃപരിശോധനയ്ക്ക് വിധേയമാക്കണം. അത് ഗുരുതരമായ ശുചിത്വ പ്രശ്നങ്ങൾ സൃഷ്ടിക്കുന്നു. ഇത് ദീർഘകാലമായി നിലനിൽക്കുന്ന പ്രശ്നമാണ്. നല്ല തൊഴുത്തുകളില്ലാത്ത ഗ്രാമത്തെ ശുചിയാക്കിവെക്കാൻ പറ്റില്ല. ഗ്രാമത്തിന്റെ/നഗരത്തിന്റെ വികസനം ആസൂത്രണം ചെയ്യുമ്പോൾ തൊഴുത്ത് അതിൽ ഒരു പ്രധാന ഘടകമായി വരണം. വീടുകളിൽനിന്ന് കുറച്ചകലെ ആയിരിക്കണം അവയുടെ സ്ഥാനം. ഗ്രാമത്തിനാകെ പൊതു കക്കൂസിനും പൊതു തൊഴുത്തിനും വേണ്ടി വാദിക്കുന്നവരുടെ മനസ്സിൽ മുറ്റിനിൽക്കുന്നത് ഗ്രാമത്തിന്റെ ശുചിത്വവും ആരോഗ്യവും ആണ്.

6. ജനാധിപത്യം

ഗ്രാമറിപ്പബ്ലിക്കുകളുടെ ഒരു നാടായിരുന്നു ഇന്ത്യ. ഓരോ ഗ്രാമവും ഒരു തദ്ദേശസ്വയംഭരണപ്രദേശമായിരുന്നു. ഭരണകൂടത്തെപ്പറ്റി പല ആശയങ്ങളും വളർന്നു വന്നിരുന്നു. സമൂഹത്തിൽ കണ്ടിരുന്ന വ്യക്തിത്വങ്ങളുടെ അടിസ്ഥാനത്തിലാണ് ഇവ വികസിച്ചത്. മാനവസമൂഹത്തിലെ ഏത് പ്രവർത്തനത്തിനും രണ്ടു കാഴ്ചപ്പാടുണ്ട്. ദീർഘകാലികവും ഹ്രസ്വകാലികവും. ഭൂരിപക്ഷം പേർക്കും ദീർഘകാലികകാഴ്ചപ്പാടുകൾ ഉണ്ടാകാൻ പ്രയാസമാണ്. തങ്ങളുടെ പ്രവർത്തനത്തിന്റെ ഫലങ്ങൾ ഉണ്ടാകാൻ അനവധി വർഷങ്ങൾ വേണ്ടിവരുമ്പോൾ മിക്കവരും അത്രയും കാലം കാത്തിരിക്കാൻ ആഗ്രഹിക്കുന്നതല്ല. ഹ്രസ്വകാല കാഴ്ചപ്പാടാണ് ഭൂരിപക്ഷം പേർക്കും ഉള്ളത്: തിന്നണം, കുടിക്കണം, കൂത്താടണം. അത്രമാത്രം. നൂറ്റുക്ക് 99 പേരും ഇത്തരക്കാരാണ്. എന്നാൽ മുഴുവൻ സമൂഹത്തിന്റെയും നന്മയ്ക്കായി ചെയ്യേണ്ട ചില കാര്യങ്ങളുണ്ട്. അവയ്ക്ക് ദീർഘകാല കാഴ്ചപ്പാടു വേണം. ഇതാണ് ജനാധിപത്യം സാധ്യമാക്കുന്നത്. ദീർഘകാല വീക്ഷണമുള്ളവരാകണം ഭരണത്തിന്റെ തലപ്പത്തിരിക്കുന്നത്. എങ്കിൽ മാത്രമേ ഭൂരിപക്ഷത്തിന്റെ ക്ഷേമം ഉറപ്പാക്കാൻ കഴിയൂ. ഹ്രസ്വകാല വീക്ഷണം മാത്രമുള്ളവർ ഭരണത്തിന്റെ തലപ്പത്തിരിക്കുന്നത് സമൂഹത്തിന് ആപത്താണ്. ഹ്രസ്വദൃഷ്ടിയുടെ അടിസ്ഥാനത്തിലുള്ള അവരുടെ നയങ്ങൾ യുദ്ധങ്ങൾ പ്രോത്സാഹിപ്പിക്കുന്നതാണ്.

ഈ കാഴ്ചപ്പാടിലൂടെ നോക്കുമ്പോൾ ഇംഗ്ലണ്ടും അമേരിക്കയും ഒരു തരത്തിലും ജനാധിപത്യപരമല്ല. ഇവ രണ്ടിലും കേവലമായ ഏകാധിപത്യമാണ് നടക്കുന്നത്. ഒരു യുദ്ധത്തെ നേരിടുമ്പോൾ

ഏതൊരു സ്വഭാവമാണ് ഇവിടത്തെ ഗവൺമെന്റുകൾ സ്വീകരിച്ചിരുന്നത്? ജനാധിപത്യമോ ഏകാധിപത്യമോ? നഗ്നമായ ഏകാധിപത്യമാണ് ഈ രാജ്യങ്ങളിൽ സ്ഥാപിക്കപ്പെട്ടത്. യാദൃച്ഛികമായിരുന്നില്ല അത്. അനിവാര്യമായിരുന്നു. ഈ രാജ്യങ്ങൾ കേന്ദ്രീകൃതമായ ഉൽപാദനവ്യവസ്ഥയാണ് സ്വീകരിച്ചിരുന്നത്. അതിനാൽ എല്ലാ നിയന്ത്രണങ്ങളും കേന്ദ്രീകരിക്കപ്പെട്ടു. സ്വാഭാവികമായും ഇത് ഏകാധിപത്യത്തിലേക്ക് നയിച്ചു. സമ്പദ്‌വ്യവസ്ഥയിൽ ഏകാധിപത്യം, രാഷ്ട്രീയത്തിൽ ജനാധിപത്യം - ഇത് സാധ്യമല്ല. അത്തരം അവകാശവാദങ്ങൾ വെറും പുകമറ മാത്രമാണ്. ഗ്രാമങ്ങളിൽ വ്യക്തികൾ നടത്തുന്ന വികേന്ദ്രീകൃത ഉൽപാദനപ്രവർത്തനങ്ങളിലൂടെ മാത്രമേ സമ്പദ്‌വ്യവസ്ഥ ജനാധിപത്യപരമാകൂ.

ശരിയാണ്. ജലസേചനം, റോഡുകൾ മുതലായ വലിയ പ്രവർത്തനങ്ങൾ ഏറ്റെടുക്കേണ്ടിവരും. അതിന്റെ ചുമതലകൾ വഹിക്കാൻ ദീർഘവീക്ഷണമുള്ള വ്യക്തികളെ തിരഞ്ഞെടുക്കേണ്ടിവരും. എല്ലാ മന്ത്രിമാരും ഗവൺമെന്റ് ഉദ്യോഗസ്ഥന്മാരും, അതിനാൽ, ദീർഘവീക്ഷണം ഉള്ളവർ ആയിരിക്കണം. പണത്തെപ്പറ്റിയാണ് സംസാരിക്കുന്നതെങ്കിൽ, എന്തു ലാഭം ഉണ്ടാകും എന്നാണ് ചോദിക്കുന്നതെങ്കിൽ, ആ ഉത്തരവാദിത്വങ്ങൾ വഹിക്കാൻ പറ്റിയവരല്ല അവർ. ദീർഘകാലാടിസ്ഥാനത്തിൽ ചോദിക്കേണ്ടത് ഉടൻ എന്തു നേട്ടമുണ്ടാകും എന്നല്ല, ജനങ്ങളെ തൃപ്തിപ്പെടുത്താൻ കഴിയുമോ എന്നാണ്. ഗവൺമെന്റ് ഒരു കച്ചവടസ്ഥാപനമല്ല. പണമുണ്ടാക്കാനോ ഉദ്യോഗസ്ഥരെ ഉൽപാദിപ്പിക്കാനോ ഉള്ള സ്ഥാപനമല്ല അത്. ജനങ്ങളെ സേവിക്കാനുള്ള ഒരു സ്ഥാപനമാണത്. ഒരു പദ്ധതി ജനങ്ങളുടെ ആവശ്യങ്ങൾ തൃപ്തിപ്പെടുത്തുന്നു എങ്കിൽ അതിന്റെ ചെലവ് ഒരു പ്രശ്നമല്ല. ആ പണി നടത്തണം. എപ്പോഴും ഓർമവെക്കേണ്ട അടിസ്ഥാനതത്വമാണത്. സ്വകാര്യ സാമ്പത്തികവും പബ്ലിക് ഫൈനാൻസും തമ്മിലുള്ള അടിസ്ഥാന വ്യത്യാസം ഇതാണ്. രണ്ടാമത്തേത് ദീർഘകാല അടിസ്ഥാനത്തിലാണ് തീരുമാനങ്ങൾ എടുക്കുന്നത്. ജനാധിപത്യത്തിനുവേണ്ടി തയ്യാറെടുക്കുമ്പോൾ അതിൽ താന്താങ്ങൾ, ഓരോരുത്തരും വഹിക്കേണ്ട പങ്ക് എന്തെന്ന് ഓരോ പൗരനും മനസ്സിലാക്കേണ്ടതുണ്ട്.

ഭാരവാഹികൾ

ചുമതലകൾ വഹിക്കുന്നവർക്ക് ഒരു തരത്തിലുള്ള സ്വാർഥതയും ഉണ്ടായിക്കൂട. ഇത് പ്രധാനമാണ്. സ്വാർഥികൾ ലക്ഷക്കണക്കിന് ആളുകളുടെ അധ്വാനത്തെ ചൂഷണം ചെയ്യുന്നു. ഈ അപകടം ഉണ്ട്. ഒരിക്കൽ പട്ടണത്തിൽനിന്ന് അഞ്ചാറുനാഴിക അകലെയുള്ള ഒരു ഗ്രാമത്തിൽ ഒരു മിഷനറിയെ കാണാൻ ഇടവന്നു. അദ്ദേഹം നമ്മുടെ മന്ത്രിമാരുടേതുപോലുള്ള അതിമനോഹരമായ ഒരു കൊട്ടാരത്തിലാണ് താമസിച്ചിരുന്നത്. ആ കൊട്ടാരത്തിൽ അദ്ദേഹത്തിന് വൈദ്യുതിയുണ്ടായിരുന്നു. കിണറ്റിൽ

പമ്പുണ്ടായിരുന്നു. ഫ്ളഷ് ഔട്ട് കക്കൂസുണ്ടായിരുന്നു. വേറെയും ഒട്ടേറെ ആധുനികസൗകര്യങ്ങൾ. മുന്നൂറ് ഏക്കർ വലുപ്പമുള്ള ഒരു ഫാമും ഉണ്ടായിരുന്നു.

അര നാഴിക അപ്പുറത്ത് ഏതാനും മൺകുടിലുകൾ ഉണ്ടായിരുന്നു. ഒരു 'മാതൃകാ' കോളനി! ഓരോരുത്തർക്കും കുറച്ച് കൃഷിയിടം, ഒരു കോഴിക്കൂട്. ആ മിഷണറി പറയുകയാണ്: "ഇവർക്കു വേണ്ടി ഞങ്ങൾ എത്ര പണമാണ് ചെലവാക്കിയത്! പക്ഷേ, അവർക്കത് ഫലപ്രദമായി ഉപയോഗിക്കാൻ കഴിയുന്നില്ല. അവരുമായി അടുക്കാൻപോലും ഞങ്ങൾക്കു കഴിയുന്നില്ല. സംഗതികൾ മെച്ചപ്പെടുത്താൻ എന്തെങ്കിലും 'മന്ത്രം' പഞ്ഞുതരാമോ?" "ഇതാ മന്ത്രം, കേട്ടോളൂ." ഞാൻ പറഞ്ഞു. ı ഈ കൊട്ടാരത്തിന് തീകൊളുത്തൂ. അത് ചുട്ടു ചാമ്പലാക്കൂ. നിങ്ങൾ പടിഞ്ഞാറൻ രാജ്യക്കാരാണ്. ഇന്ത്യയുടെ സ്ഥിതി നിങ്ങൾക്കറിയില്ല, നിങ്ങൾ എപ്പോഴും പണത്തിന്റെ കണക്കിൽ, അതു തരുന്ന പെരുമയുടെ ശീലിൽ ആണ് ചിന്തിക്കുന്നത്. ഈ വസ്ത്രം ധരിക്കുന്ന നിങ്ങളെ ഗ്രാമീണർ ബഹുമാനിക്കുന്നു. അതിൽ ഏതാനും തുന്നിക്കുത്തുകൾ ഉണ്ടെങ്കിൽ കൂടുതൽ ബഹുമാനിക്കുന്നു. നമ്മൾ ഈ ഷർട്ട് ഊരിക്കളഞ്ഞാൽ, അവർ നമ്മുടെ കൂടെ വരും. മുട്ടുമറയാത്ത മുണ്ടാണ് നമ്മൾ ഉടുക്കുന്നതെങ്കിൽ അവർ നമുക്കു മുമ്പാകെ നമസ്കരിക്കും. ഇതാണ് ഞങ്ങളുടെ നാട്ടിലെ മൂല്യങ്ങളുടെ അളവുകോൽ. നിങ്ങൾ, ഇവിടെ വരുന്ന മിഷനറിമാർ ഇതൊന്നും മനസ്സിലാക്കുന്നില്ല. ജനങ്ങളെ സേവിക്കാൻ ആഗ്രഹിക്കുന്നെങ്കിൽ അരമനവാസം ഉപേക്ഷിക്കണം. അരമനകൾ, അവരുടെ കണ്ണിൽ ചൂഷണത്തിന്റെയും മർദനത്തിന്റെയും പ്രതീകമാണ്. അത് ഗ്രാമീണരെ സംശയാലുക്കളാക്കുന്നു, അവർ നിങ്ങളെ ഭയപ്പെടുന്നു. ഗ്രാമീണർക്കുള്ള ഈ വീട് 250 രൂപയ്ക്കാണ് നിങ്ങൾ കെട്ടിയതെങ്കിൽ, നിങ്ങൾ നിങ്ങളുടെ വീടിന് 125 രൂപയേ ചെലവാക്കാവൂ. എങ്കിലേ നിങ്ങൾക്ക് ജനങ്ങളെ സേവിക്കാൻ കഴിയൂ. അങ്ങനെ ചെയ്യുകയാണെങ്കിൽ അവർ വരും, നിങ്ങൾ പറയുന്നത് ശ്രദ്ധിക്കും. കാരണം നിങ്ങൾക്ക് ഒരു സ്വാർഥവുമില്ലെന്ന് അവർ തിരിച്ചറിയും."

"അതാണ് രഹസ്യം. നമ്മുടേത് ഒരു അപരിഷ്കൃത രാജ്യമല്ല. നമ്മുടെ സംസ്കാരം പണത്തെയല്ല വിലമതിക്കുന്നത്. ബ്രാഹ്മണമൂല്യത്തിൽ അധിഷ്ഠിതമാണത്. പൂണൂൽ അല്ല ബ്രാഹ്മണ്യത്തിന്റെ പ്രതീകം. ആയിരക്കണക്കിന് രൂപ ശമ്പളം വാങ്ങുന്ന, പൂണൂലിട്ട ഐസിഎസ് ഓഫീസർമാർ ഉണ്ടായിരിക്കും. അവർ ബ്രാഹ്മണരല്ല. മ്ലേച്ഛന്മാരാണ്. ബ്രാഹ്മണമൂല്യങ്ങളുടേതായ ഒരു അളവുകോലുണ്ട് നമുക്ക്. മഹാത്മജിയുടെ മാഹാത്മ്യത്തിന്റെ രഹസ്യം അതാണ്. മഹാത്മാഗാന്ധി അമേരിക്കയിൽ പോകുമ്പോൾ അദ്ദേഹത്തെ കാണാനായി ആയിരങ്ങൾ തടിച്ചുകൂടുന്നു. പക്ഷേ, ഇന്ത്യയിൽ അദ്ദേഹത്തെ കാണാൻ തടിച്ചുകൂടുന്നതിൽനിന്ന് വ്യത്യസ്തമാണത്. ഞങ്ങളുടെ ജനങ്ങൾക്ക് ഗാന്ധിജിയിൽ

വിശ്വാസമുണ്ട്, കാരണം അദ്ദേഹം നിസ്വനാണ്, നിസ്വാർഥനാണ്. അതാണ് ജനകീയ മന്ത്രിസഭകളെ യഥാർഥമായ അധികാരത്തിൽ ഏറ്റുക. അതാണ് ജനങ്ങളിലുള്ള വിശ്വാസം പുനഃസ്ഥാപിക്കുക. ഇത്തരത്തിലുള്ള ഒരു പരിപാടി മുമ്പിൽ വയ്ക്കുകയാണെങ്കിൽ അവരത് സ്വീകരിക്കാൻ തയ്യാറാകും. അതിന് ഒരുപാട് പണമൊന്നും വേണ്ട.î

സ്വയം മാറി പുതിയൊരു ജീവിതരീതി സ്വീകരിക്കുകയേ വേണ്ടൂ. അതുമാത്രം മതി നമുക്ക് സ്വരാജ്യം, സാമ്പത്തിക സ്വരാജ്യം കിട്ടാൻ. ആ സ്വരാജ്യത്തിൽ എല്ലാവർക്കും വേണ്ട ഭക്ഷണം ഉണ്ടായിരിക്കും. ദരിദ്രമായ ഒരു രാജ്യത്ത് ആദ്യം വേണ്ടത് എല്ലാവർക്കും ആഹാരവും വസ്ത്രവുമാണ്. അതുകൊണ്ടാണ് നമ്മുടെ പ്രശ്നങ്ങളെ കാർഷിക കാഴ്ചപ്പാടിൽനിന്ന് വീക്ഷിക്കണം എന്നു പറയുന്നത്. ജനങ്ങളുടെ ദേശസ്നേഹത്തിന്റെ പേരിലല്ല മനുഷ്യസ്നേഹത്തിന്റെ പേരിൽ ആണ് പ്രശ്നത്തെ സമീപിക്കേണ്ടത്. ആത്യന്തികമായി, *എല്ലാവർക്കും* ആഹാരവും വസ്ത്രവും കിട്ടണം. അതാണ് കാര്യം.

മറ്റു രാജ്യങ്ങളുമായുള്ള ബന്ധങ്ങൾ

എല്ലാവർക്കും ആഹാരവും വസ്ത്രവും ലഭ്യമാക്കിക്കൊണ്ടുമാത്രമേ ലോകത്ത് സമാധാനം നിലനിർത്താനാകൂ. ഇന്ത്യക്ക് ചൈനയുടെമേൽ വമ്പിച്ച സ്വാധീനമുണ്ട്. നമ്മുടെ കൈയിൽ ആറ്റംബോംബ് ഉള്ളതുകൊണ്ടല്ല അത്. ചൈനയുമായി സഹസ്രാബ്ദങ്ങളായി നിലനിൽക്കുന്ന, ബുദ്ധദേവൻ വളർത്തിയെടുത്ത ബന്ധങ്ങളാണ് കാരണം. അത്തരത്തിലുള്ള ഒരു സംസ്കാരമാണ് നമുക്കു വേണ്ടത്. നമുക്ക് ഒരു ലോകശക്തിയാകണമോ? എങ്കിൽ സാംസ്കാരികമൂല്യങ്ങൾ ശക്തിപ്പെടുത്തുന്നതിൽനിന്ന് ആരംഭിക്കണം. ഗ്രാമങ്ങളിൽനിന്ന് മോലോട്ട് പ്ലാൻ ചെയ്യണം. നമ്മുടേതുമാത്രമല്ല, ലോകത്തെല്ലായിടത്തുമുള്ള പ്രശ്നങ്ങൾ പരിഹരിക്കാൻ അതേ മാർഗമുള്ളൂ. അധികാരത്തിലിരിക്കുന്നവർ സ്വാർഥം വെടിയണം. സ്വന്തമായ എല്ലാം കൈവെടിയണം. എന്നിട്ട് ഈ കർമപദ്ധതി ജനങ്ങുടെ മുമ്പാകെ സമർപ്പിക്കണം. നമ്മുടെ രാജ്യത്തിനു നൽകാവുന്ന ഏറ്റവും വലിയ സംഭാവനയാണ് ഇത്.

പ്രതിപക്ഷം

പ്രാതിനിധ്യത്തിൽ അധിഷ്ഠിതമായ ഒരു ജനാധിപത്യഗവൺമെന്റിൽ അതിനെ നിയന്ത്രിക്കാനായി ഒരു പ്രതിപക്ഷം ആവശ്യമാണ്. പുഴയുടെ രണ്ടു തീരങ്ങളാണ് അതിന്റെ ഗതി നിർണയിക്കുന്നത്. പാറപോലെ ഉറച്ച തീരങ്ങളാണ് എങ്കിൽ അത്രയും നന്ന്. അല്ലെങ്കിൽ വക്കുകൾ ഇടിയും പുഴയിൽ ചെളി നിറയും, അതിന്റെ ഗതിമാറും. പുഴയുടെ അടിത്തട്ട് ഭദ്രമാകണമെങ്കിൽ, തീരങ്ങൾ ഉറച്ചിരിക്കണം, അവ തമ്മിൽ മത്സരം പാടില്ല, സഹകരണമാണ് വേണ്ടത്. അതേപോലെ നിർദേശകനും നിർദേശിതനും തമ്മിൽ മത്സരിക്കുകയല്ല സഹകരിക്കുകയാണ് വേണ്ടത്.

പാറപോലെ ഉറച്ച തീരങ്ങൾ ഒരു പുഴയുടെ ഒഴുക്കിനെ എങ്ങനെ നിയന്ത്രിക്കുന്നുവോ അതുപോലെ ഉറച്ച, ഗവൺമെന്റിനു പുറത്തു സ്ഥിതി ചെയ്യുന്ന ശക്തികൾ വേണം. ഗവൺമെന്റിനെ നേർവഴിക്കു കൊണ്ടു പോകാൻ. എല്ലാ പാർലമെന്റുകളുടെയും അമ്മയാണ് തങ്ങളുടേത് എന്ന് ഗ്രേറ്റ് ബ്രിട്ടൻ അഭിമാനിക്കുന്നു. അവിടെ സർക്കാർ ചെലവിൽ ഒരു ‘രാജ കീയ പ്രതിപക്ഷം’ നിലനിർത്തപ്പെടുന്നുണ്ട്. ഗവൺമെന്റ് സ്വീകരിക്കാൻ പോകുന്നതോ സ്വീകരിച്ചതോ ആയ നടപടികളെ പൊതുവിമർശന ത്തിലൂടെ വെളിച്ചത്തു കൊണ്ടുവരികയും നിയന്ത്രിക്കുകയും ചെയ്യുന്നു. രാഷ്ട്രീയ യോദ്ധാക്കൾ അനവരതം പടപൊരുതുന്ന ഒരു അരങ്ങാണ് ബ്രിട്ടീഷ് പാർലമെന്റ്. പരാജയപ്പെട്ട യോദ്ധാവ് വിജയിക്കു വഴിമാറി ക്കൊടുക്കുന്നു. ഇന്ന് പ്രതിപക്ഷത്തിരിക്കുന്നവർ പാർലമെന്റിലെ വാദ പ്രതിവാദത്തിലെ വിജയത്തിന്റെ അടിസ്ഥാനത്തിൽ നാളെ ഭരണപക്ഷ മായി മാറാം. ബ്രിട്ടീഷ് പാർലമെന്ററി വ്യവസ്ഥയിൽ പ്രതിപക്ഷത്തിന്റെ ധർമം ഇതാണ്. മത്സരാത്മകമായ സമ്പദ്‌വ്യവസ്ഥയുടെ രാഷ്ട്രീയമുഖ മാണത്.

മന്ത്രിസഭയുടെ ഘടനതന്നെ സാമ്പത്തിക മേഖലയിലെ സാമ്രാ ജ്യത്വത്തെ പ്രതിഫലിപ്പിക്കുന്നു. കേന്ദ്രീകൃതമായ വൻവ്യവസായ ങ്ങൾക്ക് ലോകത്തിലെ നാനാരാജ്യങ്ങളിൽനിന്നും അസംസ്കൃത പദാർഥങ്ങൾ കൊണ്ടുവരണം. ഉൽപന്നങ്ങളാകട്ടെ ലോകത്തെ ഏറ്റവും വിദൂരമായ മുക്കിലും മൂലയിലും എത്തിക്കണം. ഇതിന് ഒട്ടേറെ പണം വേണം, കടത്തുസൗകര്യങ്ങൾ വേണം. രാഷ്ട്രീയാധികാരത്തിനു മേൽ നിയന്ത്രണം വേണം. ഇതിനാകട്ടെ വിദേശകാര്യം, ധനകാര്യം, കര സേന, നാവികസേന, വായുസേന എന്നിവ അവശ്യം ആവശ്യമായി വരുന്നു. ബ്രിട്ടീഷ് മന്ത്രിസഭയിലെ ഏറ്റവും കനപ്പെട്ട വകുപ്പുകളാണിവ. മത്സരവും സാമ്രാജ്യത്വവും അക്രമത്തിൽ വേരൂന്നിയാണ് നിൽക്കുന്നത്.

നമ്മുടെ രാജ്യം ഭരണത്തിന്റെ ഉത്തരവാദിത്വം ഏറ്റെടുത്തിരി ക്കയാണ്. അക്രമരാഹിത്യത്തിന്റെ മാർഗമാണ് നാം സ്വീകരിക്കുന്നതെ ങ്കിൽ നമ്മുടെ ഗവൺമെന്റിന്റെ ഘടന എന്തായിരിക്കും? നമ്മുടെ ഗവൺമെന്റിനും തിരുത്തൽ ശക്തി എന്ന നിലയിൽ ഒരു പ്രതിപക്ഷ ത്തിന്റെ ആവശ്യമുണ്ട്. പക്ഷേ, നാം ആഗ്രഹിക്കുന്നത് സഹകരണത്തിൽ അധിഷ്ഠിതമായ ഒരു സമ്പദ്‌വ്യവസ്ഥയാണ്. മത്സരത്തിൽ അധിഷ്ഠി തമല്ല. സന്ദർഭം ലഭിക്കുമ്പോൾ ഭരണക്കസേരകളിൽ ഇരിക്കാൻ കൊതി ക്കുന്നവരായിരിക്കില്ല നമ്മുടെ പ്രതിപക്ഷം. അക്രമരാഹിത്യത്തിന്റേതും സഹകരണത്തിന്റെയുമായ ഒരു സമ്പദ്‌വ്യവസ്ഥയിൽ വ്യക്തിപരമായ ആഗ്രഹങ്ങൾക്ക് സ്ഥാനമില്ല. മന്ത്രിമാരെ മാറ്റാനല്ല, അവർക്കുമുമ്പിൽ കൂടുതൽ നല്ല മാതൃകകൾ വയ്ക്കാനാണ് നമ്മൾ ശ്രമിക്കേണ്ടത്. നിർമാണാത്മകപ്രവർത്തനത്തിൽ ഏർപ്പെട്ടിരിക്കുന്നവർ തങ്ങളുടെ അനുഭവങ്ങളുടെ പ്രഭാപൂരത്തിൽ അവർക്ക് വഴി കാണിച്ചുകൊടുക്കണം.

അക്രമരഹിതസമ്പദ് വ്യവസ്ഥയിൽ സർഗാത്മകപ്രവർത്തകർ ഏറ്റെടുക്കേണ്ട ഭാരിച്ച ചുമതലയാണിത്.

ഈ മാർഗനിർദേശകശക്തി നൽകുന്നതിന് നിർമാണാത്മകപ്രവർത്തകരുടെ സുഘടിതമായ ഒരു സംഘം തന്നെ വേണ്ടിവരും. ജനസേവനമാണ് അവരുടെ അധികാര പത്രിക. പ്രവൃത്തിയുടെ മഹിമയാണ് അവരുടെ വിളംബരപത്രിക. മന്ത്രിമാർ അവരിൽനിന്ന് ആവേശം ഉൾക്കൊള്ളും. മതനിരപേക്ഷമായ ഗവൺമെന്റ് അവരുടെ ഉപദേശങ്ങൾ വിലമതിക്കും. ഇതെല്ലാം സാധ്യമാകണമെങ്കിൽ നിർമാണാത്മകപ്രവർത്തനത്തിന് മുന്നോട്ടുവരുന്നവർ ത്യാഗികളായിരിക്കണം. ജനസേവനം ഒന്നു മാത്രമായിരിക്കണം അവരുടെ ലക്ഷ്യം.

ഇത്തരത്തിലുള്ള ഒരു രാഷ്ട്രീയപരിതഃസ്ഥിതിയിൽ സ്വയംപര്യാപ്തതയിൽ അധിഷ്ഠിതമായ സമ്പദ് വ്യവസ്ഥയ്ക്ക് ആവശ്യമായ ധർമങ്ങളാണ് ഗവൺമെന്റ് ഏറ്റെടുക്കുക. കൃഷി, ഭൂവികസനം, മണ്ണുസംരക്ഷണം, ഭൂമി വീണ്ടെടുക്കൽ, ജലസേചനം, നദികളുടെ നിയന്ത്രണം, വനം, ഗ്രാമീണകുടിൽ വ്യവസായങ്ങൾ, ധാതുക്കളും ഘനവ്യവസായങ്ങളും, ആരോഗ്യം, വിദ്യാഭ്യാസം, ആഭ്യന്തരകാര്യങ്ങൾ എന്നിവയായിരിക്കും പ്രധാന വകുപ്പുകൾ. ഇത്തരമൊരു സാഹചര്യത്തിൽ, വിദേശകാര്യം, ധനകാര്യം, പ്രതിരോധം എന്നിവ അത്ര പ്രധാനമായിരിക്കില്ല. അവയ്ക്ക് ക്യാബിനറ്റ് പദവി ഉണ്ടായിരിക്കില്ല.

ഇത്തരത്തിലുള്ള ഒരു രാഷ്ട്രീയഘടനയിൽ ചൂഷണത്തിൽനിന്ന് ജനങ്ങളെ സംരക്ഷിക്കുന്നതിൽ നിർമാണാത്മകപ്രവർത്തകരുടെ സംഘത്തിന് സവിശേഷ പ്രാധാന്യം ഉണ്ടായിരിക്കും. ഈ അടിസ്ഥാനത്തിൽ പ്രവർത്തിക്കുന്ന ഒരു ഗവൺമെന്റ് ജനങ്ങളുടെ ക്ഷേമകാര്യങ്ങളിൽ അതീവശ്രദ്ധാലുക്കളായിരിക്കും. ജനസാമാന്യത്തിന് സ്വരാജ്യം നൽകും.

യഥാർഥ അധികാരം ജനസാമാന്യത്തിന്റെ കൈകളിലാണെങ്കിലേ ദേശസാത്കരണത്തിന് അർഥമുള്ളു. കാര്യങ്ങൾ കൊണ്ടുനടത്താൻ ആവശ്യമായ, നിരവധി മേഖലകളിലുള്ള അനുഭവപരിചയം ഉണ്ടായിരിക്കണം. സുസംഘടിതമായ പഞ്ചായത്തുകളിലൂടെ തങ്ങളുടെ പൊതുവായ ആവശ്യങ്ങൾ തൃപ്തിപ്പെടുത്തുന്നതിലൂടെയാണ് ഈ അനുഭവപരിചയം തേടുന്നത്. ഇത്തരം അനുഭവങ്ങൾകൊണ്ട് സമ്പന്നരായവരുടെ ഇടയിൽനിന്നാകണം ജില്ലകൾ തങ്ങളുടെ ഭരണകർത്താക്കളെ തിരഞ്ഞെടുക്കേണ്ടതും സംസ്ഥാനം തങ്ങളുടെ നിയമസഭാ സാമാജികരെയും പൊതുപ്രവർത്തകരെയും തിരഞ്ഞെടുക്കേണ്ടതും. ഇത്തരത്തിൽ ഭരണം നന്നായി നടത്തുന്ന സംസ്ഥാനങ്ങൾക്ക് കേന്ദ്രഗവൺമെന്റിനെ നിയന്ത്രിക്കാൻ കഴിയും. അവർ ഗ്രാമീണരുടെ താത്പര്യങ്ങൾ സംരക്ഷിക്കും എന്ന് ഉറപ്പുവരുത്താൻ കഴിയും.

ജനകോടികളുടെ താത്പര്യങ്ങൾക്ക് മുൻഗണന നൽകുന്ന ഒരു ഗവൺമെന്റിനെ മാത്രമേ ì ദേശീയ ഗവൺമെന്റ്î എന്നു വിളിക്കാൻ പറ്റൂ.

അപ്പോൾ മാത്രമേ ദേശസാത്കരണം ജനങ്ങളുടെ ആവശ്യങ്ങൾക്ക് ഉതകൂ. ഗ്രാമങ്ങളിൽ അധിഷ്ഠിതമായതും അവയാൽ നിയന്ത്രിക്കപ്പെടുന്നതുമായ ഒരു കേന്ദ്രഗവൺമെന്റല്ല ഉള്ളതെങ്കിൽ, ì ഉള്ളവരî ì ഇല്ലാത്തവരെî കൂടുതൽ ശക്തമായ രീതിയിൽ ചൂഷണം ചെയ്യുന്നതിലേക്കാണ് അത് നയിക്കുക.

അടുത്തകാലത്തായി വിമാനക്കമ്പനികൾ ദേശസാൽക്കരിക്കുന്നതിനെപ്പറ്റി ഒട്ടേറെ സംസാരം നടക്കുന്നുണ്ട്. വിമാനം സമ്പന്നരുടെ വാഹനമാണ്. ദരിദ്രർക്ക് അവ ലഭ്യമല്ല. വിമാനക്കമ്പനികൾ നടത്തുന്നത് പണക്കാരാണ്. ഉപയോഗിക്കുന്നതും പണക്കാരാണ്. അവ ദേശസാത്കരിച്ചാൽ എന്തുണ്ടാകും? അപ്പോഴും പണക്കാർക്കു മാത്രമേ വിമാനം ഉപയോഗിക്കാൻ കഴിയൂ. ദേശസാത്കരിച്ചാൽ നടത്തിപ്പിന്റെ ഉത്തരവാദിത്വം ഗവൺമെന്റിനായിരിക്കും. പുതിയ പുതിയ വിമാനത്താവളങ്ങളും റോഡുകളും നിർമിക്കേണ്ടിവരും. ഉത്തരവാദിത്വം ഗവൺമെന്റിനായിരിക്കും. ദരിദ്രരുടെ ഉന്നമനത്തിനായി ചെലവാക്കേണ്ട നികുതിപ്പണം പണക്കാർക്കു മാത്രം ഉപകരിക്കുന്ന കാര്യങ്ങൾക്കായി ചെലവാക്കേണ്ടിവരും. ചൂഷണത്തിന് പുതിയൊരുപാധി കൂടി പണക്കാർക്ക് ലഭിക്കുന്നു. മുമ്പ് ഏതാനും പണക്കാർ മറ്റേതാനും പണക്കാരെയാണ് ചൂഷണം ചെയ്തിരുന്നത്. അങ്ങനെതന്നെ നടക്കട്ടെ. വിമാനങ്ങൾ ദരിദ്രർക്കുകൂടി പ്രാപ്യമാകുമ്പോൾ മാത്രമേ വിമാനക്കമ്പനികൾ ദേശസാൽക്കരിക്കുന്നതിനെപ്പറ്റി ആലോചിക്കാവൂ.

7. ദേശീയ വ്യവസായങ്ങൾ

വ്യവസായങ്ങൾക്ക് എത്തരത്തിലുള്ള ഘടനയാണ് വേണ്ടത്? എങ്ങനെയാണ് അവ നടത്തേണ്ടത്? സാമ്പത്തികശാസ്ത്രത്തിലെ രണ്ടു അടിസ്ഥാനതത്ത്വങ്ങൾ ഓർക്കണം: സമ്പത്തിന്റെ കേന്ദ്രീകരണവും അതിന്റെ വിതരണവും.

കേന്ദ്രീകൃത വ്യവസായങ്ങൾ വെണ്ണ കടയുന്നതുപോലെയാണ് പ്രവർത്തിക്കുന്നത്. സമ്പത്ത് ഏതാനും കരങ്ങളിലായി കേന്ദ്രീകരിക്കാൻ ഇടയാകുന്നു. അധികാരത്തെയും കേന്ദ്രീകരിക്കുന്നു. വികേന്ദ്രീകൃത വ്യവസായങ്ങളുടെ സ്വാഭാവിക പ്രവണത സമ്പത്ത് വിതരണം ചെയ്യുന്നതിലായിരിക്കും. സമൂഹത്തിൽ സമ്പത്തിന്റെ കേന്ദ്രീകരണം ആഗ്രഹിക്കുന്നില്ലെങ്കിൽ കേന്ദ്രീകൃതവ്യവസായങ്ങൾ ഒഴിവാക്കണം. കഴിയുന്നത്ര വികേന്ദ്രീകൃത വ്യവസായങ്ങളെ ആശ്രയിക്കണം. ഇന്ത്യയെപ്പോലുള്ള ഒരു ദരിദ്ര രാജ്യത്ത് അതാണ് വേണ്ടത്.

മറ്റൊരു വിധത്തിലും ഇത് ചെയ്യാം. റഷ്യയിൽ അതാണ് നടന്നത്. അവിടെ ഉൽപാദനം കേന്ദ്രീകൃതമാണ്. പക്ഷേ, വിതരണം സർക്കാരിന്റെ കൈയിലാണ്. പക്ഷേ, അപ്പോൾ മറ്റൊരു തരത്തിലുള്ള കേന്ദ്രീകരണം സംഭവിക്കുന്നു. അധികാരത്തിന്റെ കേന്ദ്രീകരണം. രണ്ടും, റഷ്യയിലെപ്പോലെ അധികാരത്തിന്റെ കേന്ദ്രീകരണവും. അമേരിക്കയിലെയും

ബ്രിട്ടണിലെയുംപോലെ സമ്പത്തിന്റെ കേന്ദ്രീകരണവും, രണ്ടും നല്ല തല്ല. ഇന്ത്യയെപ്പോലുള്ള ഒരു ദരിദ്രരാജ്യത്ത് ഉൽപാദനത്തിന്റെ തൊട്ടു പിന്നാലെ ഉപഭോഗം നടക്കണം. ഉൽപാദനം വികേന്ദ്രീകരിച്ചാലെ ഇത് പ്രായോഗികമാകൂ. ഉപഭോഗച്ചരക്കുകളുടെ ഉൽപാദനത്തിൽ കേന്ദ്രീക രണം ഒഴിവാക്കുകതന്നെ വേണം.

കേന്ദ്രീകൃതവ്യവസായങ്ങളുടെ സ്ഥാനം

ചില സന്ദർഭങ്ങളിൽ കേന്ദ്രീകൃതവ്യവസായങ്ങൾ ആവശ്യമായി വരും. അവ ലാഭക്കൊതിയന്മാരുടെ കയ്യിലാകരുത്. സമ്പത്തിന്റെ കേന്ദ്രീകരണത്തിലേക്കും നയിക്കരുത്. സാധാരണ ജനങ്ങളുടെ നിയന്ത്രണത്തിന് വഴങ്ങണം. സമ്പത്തിന്റെ കേന്ദ്രീകരണം ലക്ഷ്യമാ ക്കിയിട്ടുള്ള കേന്ദ്രീകൃതവ്യവസായങ്ങൾ നിരുത്സാഹപ്പെടുത്തണം. സേവനമേഖലകളാണ് കേന്ദ്രീകരണത്തിന് വഴങ്ങുക. വൈദ്യുതി, ഗതാ ഗതം, തപാൽ, റോഡ് മുതലായവ ഇക്കൂട്ടത്തിൽപെടും. ഇവിടെ ലക്ഷ്യം ലാഭം ഉണ്ടാക്കലല്ല, സേവനം നൽകലാണ്. സേവനത്തിൽ പ്രതിബദ്ധ തയുള്ളവരായിരിക്കണം തൊഴിലാളികൾ. കാറ്, വിമാനം മുതലായവയും വേണമെന്നു വരികയാണെങ്കിൽ അവ സർക്കാർ സ്ഥാപനങ്ങളായി രിക്കണം. സർക്കാർ ഉടമയിലുള്ള സ്ഥാപനങ്ങൾ കാര്യക്ഷമമല്ല എന്ന പരാതിയുണ്ട്. അത് ഗൗരവമായെടുക്കണം. എങ്കിലും സ്വകാര്യമേഖല യിൽ ദുർവ്യയം കൂടുതലാണ്. എല്ലാ യുദ്ധങ്ങളും അവ കാരണമാണു ണ്ടായിട്ടുള്ളത്. കഴിഞ്ഞ രണ്ടു യുദ്ധങ്ങളിൽ ഹോമിക്കപ്പെട്ട മനുഷ്യ സമ്പത്തും പ്രകൃതിസമ്പത്തും എത്ര ഭീമമായിരുന്നു എന്ന് ഓർക്കുക.

ഒഴിച്ചുകൂടാനാകാത്ത സന്ദർഭങ്ങളേ കേന്ദ്രീകൃതവ്യവസായത്തെപ്പറ്റി ആലോചിക്കാവൂ. അവ വിഷമാണ്. നേരിയ അളവിൽ വിഷം ചിലപ്പോൾ പ്രയോജനപ്പെട്ടേക്കാം. കൊയ്നാപ് അധികമായാൽ വിഷമാണ്. ഡോക്ടർമാർ പറയുന്ന അളവിൽ കഴിച്ചാൽ പനി കുറയ്ക്കുന്ന ഔഷധ വുമാണ്. മരുന്നുകുപ്പിയിന്മേൽ വിഷം എന്നെഴുതിയിരിക്കും. അതേ പോലെതന്നെ കേന്ദ്രീകൃത വ്യവസായവും അപകടകാരിയാണ് എന്ന ബോധം സദാ ഉണ്ടായിരിക്കണം. പലപ്പോഴും അവയ്ക്ക് കുത്തകസ്വ ഭാവം ഉണ്ടായിരിക്കും. ഉദാഹരണത്തിന് കുടിവെള്ളവിതരണം. ദീർഘ കാലവീക്ഷണം ആവശ്യമുള്ളതെല്ലാം ഗവൺമെന്റിനെ ഏല്പിക്കുക യാണ് നല്ലത്.

ചെലവും ലാഭവും

ഉൽപാദനച്ചെലവിനെപ്പറ്റി പറയുന്ന ചിലരുണ്ട്. കേന്ദ്രീകൃതവ്യവ സായ സ്ഥാപനങ്ങളിൽ ഉൽപാദനച്ചെലവ് കുറയുമെന്ന് അവർ പറയുന്നു. എല്ലാ സന്ദർഭങ്ങളിലും ഈ വാദം ബാധകമല്ല. വൈദ്യുതി, കമ്പി ത്തപാൽ, റെയിൽവേ, ജലസേചനം മുതലായ തുറകളിൽ കേന്ദ്രീകരണം

ആവശ്യമായി വന്നേക്കാം. അവയൊന്നും വ്യക്തികൾക്ക് ലാഭം ഉണ്ടാക്കാൻ വേണ്ടി നടത്തുന്ന സംരംഭങ്ങളല്ല. അതിനാലാണ് ഗവൺമെന്റു തന്നെ അത് ഏറ്റെടുക്കുന്നത്.

സ്വകാര്യ വ്യക്തികൾ ലാഭത്തിനു വേണ്ടിയാണ് വ്യവസായങ്ങൾ ആരംഭിക്കുന്നത്. ഉൽപാദനച്ചെലവു കുറച്ചാൽ ലാഭം കൂടും. ഉൽപാദന ച്ചെലവ് കുറയ്ക്കാൻ അവർ ചെയ്യുന്നതെന്താണ്? കൂലി വെട്ടിക്കുറയ്ക്കുന്നു; അസംസ്കൃതപദാർഥങ്ങൾക്ക് കുറഞ്ഞ വില നൽകുന്നു. ഇങ്ങനെ സ്വകാര്യവ്യക്തിയിൽ ലാഭം കുന്നു കൂടുന്നു. മറ്റുള്ളവർ കൂടുതൽ ദരിദ്രരായിത്തീരുന്നു. അസമത്വം വർധിപ്പിക്കുന്ന ഒരു വ്യവസായവും അംഗീകരിക്കാനാകില്ല. ഗ്രാമീണ വ്യവസായങ്ങളിൽ ഇത് സംഭവിക്കുന്നില്ല. കാരണം ലാഭം ഒരു പ്രശ്നമല്ല. എല്ലാവർക്കും ന്യായമായ പ്രതിഫലം കിട്ടുന്നു. വില സ്വല്പം കൂടിയാലും അത് പ്രശ്നമല്ല. സാമ്പത്തികാസമത്വം വർധിക്കാതെ നോക്കുക എന്നതാണ് പ്രധാനം.

വിലനിയന്ത്രണം

വിലനിയന്ത്രണത്തിന്റെ കാര്യത്തിൽ വൻകിട വ്യവസായങ്ങളെയും ചെറുകിട വ്യവസായങ്ങളെയും ഒരേ രീതിയിൽ കാണരുത്. വ്യവസായത്തിന്റെ സ്വഭാവം അനുസരിച്ചുവേണം നിയന്ത്രണങ്ങൾ ഏർപ്പെടുത്താൻ. സമൂഹത്തിന് ദ്രോഹം ചെയ്യുന്ന ഒരു വ്യവസായവും കേന്ദ്രീകൃതമാകരുത്, വൻതോതിലുള്ളതാകരുത്. ചില വ്യവസായങ്ങൾ സ്വഭാവേന തന്നെ കേന്ദ്രീകൃതങ്ങളും കുത്തകസ്വഭാവം ഉള്ളതും ആയിരിക്കും. വൻതോതിൽ മൂലധനനിക്ഷേപം ആവശ്യമുള്ളതായിരിക്കും. കൽക്കരിഖനികൾ, റെയിൽവേ മുതലായവയും ഇത്തരത്തിൽപെട്ടവയാണ്. അവയെല്ലാം പൊതുഉടമയിൽ ആയിരിക്കണം.

ജനാധിപത്യപരമായ വ്യവസായങ്ങൾ

ചില സംരംഭങ്ങൾ പ്രകൃത്യാ തന്നെ ജനാധിപത്യവിരുദ്ധമായിരിക്കാം. ഉദാഹരണത്തിന് ടെക്സ്റ്റൈൽ മിൽ. ഒരു ബോസിന്റെ കീഴിൽ ആയിരക്കണക്കിന് തൊഴിലാളികളുണ്ടായിരിക്കും. മില്ലിൽ അയാൾ ഏകാധിപതിയാണ്. അയാളുടെ വാക്കാണ് നിയമം. അത് അനുസരിച്ചേ പറ്റൂ. അങ്ങനെയുള്ള ഒരു സ്ഥാപനത്തിൽ ജനാധിപത്യത്തിന് ഇടമില്ല. ജനാധിപത്യം, എവിടെ ആയാലും കലർപ്പില്ലാത്തതായിരിക്കണം. രാഷ്ട്രീയമായി നോക്കിയാലും കേന്ദ്രീകൃതവ്യവസായങ്ങൾ ചീത്തയാണ്.

സഹകരണത്തിൽ അധിഷ്ഠിതമായ ഒരു സമൂഹമാണ് നമ്മൾ ആഗ്രഹിക്കുന്നത്. മത്സരം എന്നത് കാട്ടിലെ നിയമം ആണ്. നാം അത് ആഗ്രഹിക്കുന്നില്ല. മത്സരത്തെ ഇല്ലാതാക്കാനും സഹകരണം ശക്തിപ്പെടുത്താനും നാം ആഗ്രഹിക്കണം. വിലനിയന്ത്രണത്തിലൂടെ മത്സരം ഇല്ലാതാക്കാൻ പറ്റില്ല.

ഓരോ രോഗിയേയും ശ്രദ്ധയോടെ പരിശോധിച്ചശേഷം വിഷസ്വഭാവമുള്ള മരുന്നുകൾ പരിമിതമായ അളവിൽ നിർദേശിക്കാറുണ്ട്. അതുപോലെതന്നെ ഏതൊരു വ്യവസായത്തെയും ശ്രദ്ധയോടെ പരിശോധിച്ചിട്ടേ കേന്ദ്രീകരണം വേണമോ വേണ്ടയോ എന്നു തീരുമാനിക്കാവൂ.

കേന്ദ്രീകരണത്തെ നിഷേധിക്കുമ്പോൾ യന്ത്രങ്ങളെ നിരാകരിക്കുന്നു എന്നർഥമില്ല. മനുഷ്യൻ യന്ത്രത്തിന്റെ അടിമയാകരുത് എന്നു മാത്രമേ നമ്മൾ ആവശ്യപ്പെടുന്നുള്ളൂ. യന്ത്രത്തിനുമേലുള്ള മനുഷ്യരുടെ നിയന്ത്രണം നഷ്ടപ്പെടുമ്പോൾ അക്രമം തലയുയർത്തുന്നു.

അക്രമവും സമാധാനവും

സാമ്പത്തികശാസ്ത്ര പാഠപുസ്തകങ്ങളിൽ ധാരാളമായി കാണുന്ന പദങ്ങളാണ് ഡിമാന്റ് ,സപ്ലൈ എന്നിവ. എന്നാൽ വാസ്തവിക ലോകത്തിൽ, പ്രത്യേകിച്ചും മത്സരത്തിലധിഷ്ഠിതമായ സമൂഹത്തിൽ ഈ പദങ്ങൾ കാണുന്നില്ല. ഒരു യന്ത്രത്തിന് അനുയോജ്യമായ ഒരു ഉൽപാദന ശേഷിയുണ്ട്. അതിൽ കുറഞ്ഞ തോതിൽ ഉൽപാദിപ്പിച്ചാൽ ഉൽപാദന ച്ചെലവ് കൂടും. അത് പറ്റില്ല. ഒരു ഉദാഹരണം എടുക്കാം. ഒരു ഷൂ നിർമാണ ഫാക്ടറി. ദിവസം 500 ജോടി ഷൂസുകൾ ഉണ്ടാക്കുമ്പോൾ ഉൽപാദനച്ചെലവ് ഏറ്റവും കുറഞ്ഞിരിക്കും. പക്ഷേ, ഡിമാന്റ് പ്രതിദിനം 300 ജോടി ഷൂസുകൾക്കേ ഉള്ളൂ. മുതലാളി അത് കണക്കിൽ എടുക്കില്ല. അയാൾ ദിനംപ്രതി 500 ഷൂസ് ഉണ്ടാക്കും. വില കുറയുന്നതിനാൽ എവിടെയെങ്കിലും അവ വിൽക്കാൻ കഴിയും എന്ന് അയാൾ കരുതും. അങ്ങനെ മനുഷ്യനെ നിയന്ത്രിക്കുന്നത് ഉൽപന്നത്തിനുള്ള ഡിമാന്റല്ല, യന്ത്രത്തിന്റെ വേഗതയാണ് എന്നു വരുന്നു. അധികമായി ഉണ്ടാക്കുന്ന ചരക്കുകൾക്ക് വിപണി വേണം. വിപണികൾ പിടിച്ചെടുക്കുന്നതിനായി യുദ്ധങ്ങൾ നടത്തുന്നു. ആദ്യം ഉൽപാദനം നടത്തുന്നു. ആയുധംകൊണ്ട് വിപണി സൃഷ്ടിക്കുന്നു. കേന്ദ്രീകൃതമായ വൻവ്യവസായങ്ങളാണ് യുദ്ധങ്ങളുടെ മൂലകാരണം എന്ന് വ്യക്തം. ഇവയ്ക്ക് യുക്തിക്കു നിരക്കുന്ന ചില പരിധികൾ നിശ്ചയിക്കുന്നത് ആവശ്യമാണ്.

തോൽ ഊറയ്ക്കിടുന്നതിൽ ചില പ്രക്രിയകൾക്ക് കേന്ദ്രീകൃത സംവിധാനങ്ങൾ ആവശ്യമായി വരും. അത്തരം സന്ദർഭങ്ങളിൽ അവ ഉപയോഗിക്കാം. പക്ഷേ, ഒരിക്കലും സ്വകാര്യമേഖലയിൽ ആകരുത്. ക്രോം ടാനിങ്ങ് ആവശ്യമാണെങ്കിൽ വിവിധോദ്ദേശ്യ സഹകരണസംഘങ്ങളിലൂടെയാവാം. ഷൂ നിർമാതാക്കൾക്ക് ഊറയ്ക്കിട്ട തുകൽ ലാഭം എടുക്കാതെ ഉൽപാദനവിലയ്ക്ക് തന്നെ നൽകുന്നു. ഇങ്ങനെ ചെറുകിട മേഖലയിൽ നടത്താൻ പറ്റാത്ത പലതുമുണ്ട്. ഉദാഹരണത്തിന് 1600°C താപനില വേണമെങ്കിൽ വിലപിടിച്ച വൈദ്യുതച്ചൂള തന്നെ വേണ്ടിവരും. ഇത് കേന്ദ്രീകൃതമായെ പറ്റൂ. പക്ഷേ, ലാഭം ഉണ്ടാക്കാൻ വേണ്ടിയുള്ളതാകരുത്. സമൂഹത്തെ ചൂഷണം ചെയ്യാനുള്ള ഒരു ചട്ടുകമാകരുത്.

8. ഗവൺമെന്റിന്റെ ധർമങ്ങൾ

നേരത്തെ പറഞ്ഞപോലെ മാനവസമൂഹത്തിന്റെ എല്ലാ പ്രവർത്തനങ്ങളിലും രണ്ടു കാഴ്ചപ്പാടുകൾ ഉണ്ടായിരിക്കും. ദീർഘകാലികവും ഹ്രസ്വകാലികവും. വ്യക്തികൾ, സാധാരണയായി, തനിക്കു ഉടൻ ഉണ്ടാകുന്ന നേട്ടങ്ങളെപ്പറ്റി മാത്രമേ ആലോചിക്കുകയുള്ളൂ. തന്റെ മരണശേഷം മാത്രം നേട്ടം ഉണ്ടാകുന്ന പ്രവർത്തനങ്ങളിൽ അയാൾക്ക് താത്പര്യം കാണില്ല. നേട്ടം കുറവാണെങ്കിലും അത് ഉടനെ കിട്ടണം. വളരെക്കാലം പിടിക്കുന്ന നേട്ടങ്ങളിൽ അയാൾ തത്പരനല്ല. അതിനാൽ ദീർഘകാല താത്പര്യങ്ങൾക്കായി പ്രവർത്തിക്കാൻ തയ്യാറുള്ള ഏതാനും വ്യക്തികളെ കണ്ടെത്തണം. ഏതൊരു സമൂഹത്തിന്റെയും ആവശ്യമാണിത്. ഇതാണ് ദേശീയ ഗവൺമെന്റിന്റെ ചുമതല.

അതുപോലെ ഒരു സാധാരണ പൗരന് സമാഹരിക്കാവുന്നതിൽ വളരെ കൂടുതൽ വിഭവങ്ങൾ ആവശ്യമുള്ള പ്രവർത്തനങ്ങളും ഉണ്ട്. ഇവയും ദേശീയ ഗവൺമെന്റിന്റെ ഉത്തരവാദിത്വമാണ്. ഗവൺമെന്റിന്റെ കയ്യിൽ വളരെ കൂടുതൽ ആളുകളും വിഭവങ്ങളും ഉണ്ട്. ഗവേഷണങ്ങൾ, പരീക്ഷണങ്ങൾ, വിവരവ്യാപനം മുതലായ പ്രവർത്തനങ്ങൾ ഒറ്റപ്പെട്ട ഒരു കർഷകനോ ഒരു കൈവേലക്കാരനോ ചെയ്യാൻ കഴിയില്ല.

ഫാക്ടറി ഉൽപാദനം വർധിപ്പിക്കാനും പ്രചരിപ്പിക്കാനും ആണ് ഭരണകൂടം അതിന്റെ സർവശക്തിയും സർവവിഭവങ്ങളും വിനിയോഗിച്ചിരുന്നത്. ഗ്രാമീണ വ്യവസായങ്ങളുടെ അടിസ്ഥാനത്തിൽ ഗ്രാമങ്ങളെ സ്വയംപര്യാപ്തമാക്കുന്നതിനായി ഭരണകൂടത്തിന്റെ ഊർജത്തിന്റെ സിംഹഭാഗം തിരിച്ചുവിടേണ്ടതുണ്ട്. നിശ്ചയദാർഢ്യത്തോടെ പ്രവർത്തിക്കുകയാണെങ്കിൽ ഗ്രാമീണർ ഇന്ന് അനുഭവിക്കുന്ന പ്രയാസങ്ങൾ മറികടക്കാൻ കഴിയും.

ജലസേചനം

ഗ്രാമങ്ങളിൽ ജലസേചനസൗകര്യം ഉണ്ടാക്കുന്നതിന്റെ ആവശ്യം എത്ര ഊന്നിപ്പറഞ്ഞാലും അധികമാകില്ല. കാർഷികപുരോഗതിയുടെ അടിത്തറയാണ് ജലലഭ്യത. അതില്ലെങ്കിൽ കൃഷി ഒരു ചൂതാട്ടമായി മാറുന്നു. കിണറുകൾ കുഴിക്കുക, കുളങ്ങൾ ചേറെടുക്കുക, തോടുകൾ വെട്ടുക - ഇവയെല്ലാം ഒരു ക്യാമ്പെയിൻ രീതിയിൽ ഏറ്റെടുക്കേണ്ട പ്രവർത്തനങ്ങളാണ്. നെല്ലുകുത്തുമില്ലുകളിലും ധാന്യം പൊടിക്കുന്ന മില്ലുകളിലും ഉപയോഗിക്കുന്ന എൻജിനുകൾ കിണറുകളിൽനിന്ന് വെള്ളം പമ്പുചെയ്യാനായി ഉപയോഗിക്കാം. വെള്ളമില്ലാതെ വളം ചേർക്കാൻ പറ്റില്ല. അങ്ങനെ ചെയ്താൽ അത് ചെടിക്ക് ദോഷം ചെയ്യും.

ഭൂവിനിയോഗവും മാനേജ്മെന്റും

കൃഷിയിടത്തിന്റെ വിസ്തീർണം കൂട്ടണം. മണ്ണിന്റെ ഗുണനിലവാരം മെച്ചപ്പെടുത്തണം. നീർവാർച്ച, മണ്ണൊലിപ്പ് തടയൽ, കോണ്ടൂർ

വരമ്പുകൾ മുതലായവയിലൂടെ മണ്ണിന്റെ ഗുണനിലവാരം മെച്ചപ്പെടുത്താം. ആത്യന്തികമായി മണ്ണാണ് മനുഷ്യനും മൃഗത്തിനും സർവസസ്യലതാദികൾക്കും എല്ലാറ്റിനും അമ്മ. മണ്ണിന്റെ ഗുണനിലവാരം താഴ്ന്നാൽ അതിൽനിന്നുണ്ടാകുന്ന ധാന്യത്തിന്റെ ഗുണം കുറയും. നമ്മുടെ ആരോഗ്യത്തെ അത് ബാധിക്കും. അതുകൊണ്ടാണ് പോഷകാഹാര വിദഗ്ധർ എപ്പോഴും ആരോഗ്യത്തെയും കൃഷിയേയും തമ്മിൽ ബന്ധിപ്പിക്കുന്നത്.

ബിഹാറിലും മറ്റു പലയിടങ്ങളിലും നേരത്തെ നെല്ല് കൃഷിചെയ്തിരുന്ന സ്ഥലങ്ങളിൽ ഇപ്പോൾ നാണ്യവിളകളായ കരിമ്പ്, പുകയില, നീണ്ട നാരുള്ള പരുത്തി എന്നിവയാണ് കൃഷിചെയ്യുന്നത്. വില കൈകാര്യം ചെയ്താണ് ഈ മാറ്റം സാധിച്ചത്. അതുപോലെ മലബാറിൽ ഒട്ടേറെ പാടങ്ങൾ തെങ്ങിൻതോപ്പുകളായി മാറിയിട്ടുണ്ട്. തേങ്ങ ഓയിൽമില്ലുകൾക്ക് വിൽക്കുന്നു. എണ്ണ ഉപയോഗിച്ച് സോപ്പുണ്ടാക്കുന്നു. പാടത്ത് കൃഷി ചെയ്തിരുന്നവർക്ക് ഇപ്പോൾ തങ്ങളുടെ കൈക്കുത്തരി ലഭ്യമല്ല. ബ്രസീലിൽനിന്നുള്ള വെളുപ്പിച്ച മിൽ അരിയേ ഉള്ളൂ. അവരെ പോഷണക്കുറവ് ഗണ്യമായി ബാധിച്ചിരിക്കുന്നു. അടിസ്ഥാനാവശ്യങ്ങൾ തൃപ്തിപ്പെടുത്താൻ വേണ്ടവ ഉൽപാദിപ്പിക്കുന്നതിന് മുൻഗണന നൽകുമെന്ന് ഉറപ്പുവരുത്തേണ്ടത് ഗവൺമെന്റിന്റെ ചുമതലയാണ്. ആഹാരത്തിനും വസ്ത്രത്തിനും ആവശ്യമായതിൽ കൂടുതൽ ഭൂമിയുണ്ടെങ്കിൽ അത് നാണ്യവിളകൾക്ക് ഉപയോഗിക്കാം. ഒരു വശത്ത് ജനങ്ങൾക്ക് ഭക്ഷണമില്ല. മറുവശത്ത് നെൽപാടങ്ങൾ തോപ്പുഭൂമികളായിമാറുന്നു. ഗവൺമെന്റിന്റെ കുറ്റകരമായ അനാസ്ഥയാണ് ഇത് കാണിക്കുന്നത്. എന്തെല്ലാം കൃഷിചെയ്യണം എന്ന് നന്നായി ആസൂത്രണം ചെയ്തശേഷം അതനുസരിച്ചേ കൃഷിചെയ്യാവൂ. അതിന് ഗവൺമെന്റിന്റെ അനുമതി - ലൈസൻസ് - വാങ്ങുകയും വേണം.

ഗവേഷണം

കാർഷികഗവേഷണത്തിന്റെ ഊന്നൽ ഭക്ഷ്യവിളകളിലും ഗ്രാമീണ വ്യവസായങ്ങളുടെ അസംസ്കൃതപദാർഥങ്ങളിലും ആകണം. ഇന്നത് ഫാക്ടറി വിളകളായ പുകയില, ഫാക്ടറികരിമ്പ്, നീണ്ട നാര് പരുത്തി എന്നിവയിലാകുന്നു.

കടത്തുകൂലി, മുൻഗണനകൾ

ഇപ്പോൾ കടത്തുകൂലിയിൽ ഇളവുകൾ നൽകുന്നത് ഫാക്ടറി ഉൽപന്നങ്ങൾക്കാണ്. ഗ്രാമീണ വ്യവസായങ്ങളുടെ ഉൽപന്നങ്ങളായ എണ്ണവിളകൾ, കൈക്കടലാസ്, ഗ്രാമവ്യവസായങ്ങൾക്കുവേണ്ട ഉപകരണങ്ങൾ മുതലായവയ്ക്കൊന്നും റെയിൽവേ ഒരിളവും നൽകുന്നില്ല. ഇത് ഗ്രാമീണ വ്യവസായങ്ങളെ ദോഷകരമായി ബാധിക്കുന്നു. യുദ്ധകാലസാഹചര്യത്തിൽ ഗ്രാമീണവ്യവസായങ്ങൾക്ക് പുതുജീവൻ വന്നിരുന്നു. അത്

നശിപ്പിച്ചതിൽ റെയിൽവേയുടെ നയങ്ങൾക്ക് സാരമായ പങ്കുണ്ട്. മറ്റു കാര്യങ്ങളിലെന്നപോലെ ഇവിടെയും ഗ്രാമവ്യവസായങ്ങൾക്ക് അനുകൂലമായ വിധത്തിൽ നയമാറ്റങ്ങൾ ഉണ്ടാകണം. ഗ്രാമീണവ്യവസായങ്ങൾക്കുവേണ്ട സാധനങ്ങൾക്കും അവയുടെ ഉൽപന്നങ്ങൾക്കും റെയിൽവേ പ്രത്യേക പരിഗണന നൽകണം. ഗ്രാമീണ ഉൽപന്നങ്ങളെ എല്ലാ നികുതികളിൽനിന്നും ഒഴിവാക്കണം.

കന്നുകാലിവളർത്തൽ

ഇന്നത്തെക്കാൾ വലിയ തോതിൽ ഗവൺമെന്റ് കാലി വളർത്തൽ കേന്ദ്രങ്ങൾ സ്ഥാപിക്കണം. ഓരോ സംസ്ഥാനത്തും പ്രദേശത്തും അവിടങ്ങളിലേക്കു പറ്റിയ പ്രത്യേക ജനുസ്സ് മാടുകൾ ഉണ്ടായിരിക്കാം. അവയെ പ്രത്യേകമായി സംരക്ഷിക്കണം, അവയുടെ ഗുണനിലവാരം മെച്ചപ്പെടുത്തണം. വേണ്ട സന്ദർഭത്തിൽ വിത്തുകാളകളെ പോറ്റി സംരക്ഷിക്കണം. വാർധയിലെ ഗോ സേവാസംഘത്തിന്റെ രീതി അനുകരിക്കാവുന്നതാണ്.

റോഡുകൾ

ഗ്രാമങ്ങളിൽ കാറുകൾ പോകേണ്ട റോഡുകളുണ്ട്. അവയെല്ലാം ടാറിടണം. അതിന്റെ മുഴുവൻ ചെലവും വാഹനഉടമകൾ വഹിക്കണം. വാഹനനികുതിയും പെട്രോൾ നികുതിയും ഇതിന് പര്യാപ്തമാകുംവിധം ക്രമീകരിക്കണം. അതേപോലെ, നിർമിക്കാനും അറ്റകുറ്റപ്പണികൾ നടത്താനും വേണ്ട ചെലവുകൾ മുഴുവനും. ടാറിടാത്ത റോഡുകളിൽ മോട്ടോർ വാഹനങ്ങൾ അനുവദിക്കരുത്. അഥവാ ആവശ്യം വരികയാണെങ്കിൽ വേഗത മണിക്കൂറിൽ 5 നാഴികയിൽ അധികം ആകരുത്.

വനനയം

കാടുകൾ നിലനിർത്തുന്നതിന് ഗവൺമെന്റ് നയങ്ങളിൽ കാതലായ മാറ്റങ്ങൾ വരുത്തണം. വരുമാനത്തിന്റെ അടിസ്ഥാനത്തിലല്ല, ജനങ്ങളുടെ ആവശ്യത്തിന്റെ അടിസ്ഥാനത്തിലാണ് കാര്യങ്ങൾ തീരുമാനിക്കേണ്ടത്. വനോൽപന്നങ്ങളായ മരവും മറ്റും നേരിട്ട് ഉപയോഗിക്കാവുന്ന രീതിയിൽ കൊടുക്കാൻ പറ്റണം. കാടിനകത്തുതന്നെ തടി സീസൺ ചെയ്യണം. ഗ്രാമീണരുടെ ആവശ്യം കണക്കിലെടുത്തായിരിക്കണം വനവികസനം ആസൂത്രണം ചെയ്യാൻ. കാടുകളെ രണ്ടായി തരംതിരിക്കാം.

(1) *തടിനൽകുന്ന കാടുകൾ*: ഇവ ദീർഘകാലാസൂത്രണത്തിന് വിധേയമാക്കണം.

(2) *വിറകും പുല്ലും നൽകുന്ന കാടുകൾ*: ജനങ്ങൾക്ക് അവ വിലയില്ലാതെയോ കുറഞ്ഞവിലയ്ക്കോ ലഭ്യമാക്കണം. പനംചക്കര, കടലാസ് നിർമാണം, മൺപണി മുതലായ ഗ്രാമീണ വ്യവസായങ്ങൾക്ക്, വിറകും പുല്ലും കുറഞ്ഞ വിലയ്ക്ക് ലഭ്യമാക്കിയാലേ വളരാൻ കഴിയൂ.

പരിശീലനകേന്ദ്രങ്ങൾ

താഴെ പറയുന്ന കാര്യങ്ങൾക്കായി പരിശീലനകേന്ദ്രങ്ങൾ ഉണ്ടാക്കണം. അവ ഭാഷാടിസ്ഥാനത്തിലായാൽ നന്ന്.

1. ജില്ലാ പ്രയോഗപ്രദർശനശാലയുമായി കൂടിച്ചേർന്ന് ആ പ്രദേശത്തെ ഗ്രാമീണവ്യവസായങ്ങളുടെ ടെക്നിക്കുകളും പ്രക്രമങ്ങളും മെച്ചപ്പെടുത്താൻ വേണ്ട ഗവേഷണം നടത്തുക.
2. ഗ്രാമീണ വ്യവസായങ്ങളെക്കുറിച്ച് തദ്ദേശീയ ഭാഷകളിൽ പുസ്തകങ്ങളും ലഘുലേഖകളും ഉണ്ടാക്കുക.
3. ഗ്രാമീണ വ്യവസായപ്രദർശനങ്ങൾ സംഘടിപ്പിക്കുക.
4. കാളപൂട്ടിയ ധാന്യം പൊടിക്കുന്ന ചക്ക്, പതിരുനീക്കാനുള്ള യന്ത്രം, പഞ്ചസാര ഉണ്ടാക്കാനുള്ള സെൻടിഫ്യൂഗ് യന്ത്രങ്ങൾ, ബീറ്റർ, ഡൈജസ്റ്റർ, കലണ്ടറിങ്ങ് യന്ത്രം, സ്ക്രൂപ്രസ് തുടങ്ങിയ, ഗ്രാമീണ വ്യവസായങ്ങൾക്കാവശ്യമായ, ഉപകരണങ്ങൾ ഉണ്ടാക്കിക്കൊടുക്കാനായി ഒരു വർക്ക്ഷോപ്പ്.
5. ഗ്രാമസേവകരെയും ജില്ലാ പ്രയോഗപ്രദർശനകേന്ദ്രത്തിനും സഹകരണസംഘങ്ങൾക്കും വേണ്ട സ്റ്റാഫിനെയും പരിശീലിപ്പിക്കൽ.

9. ജീവിതത്തിനു വേണ്ട വിദ്യാഭ്യാസം

അന്തിമവിശ്ലേഷണത്തിൽ പലപ്പോഴും നാം ഒരു നിഗമനത്തിൽ എത്താറുണ്ട്. എല്ലാ പ്രശ്നങ്ങൾക്കും ഉറവിടം വിദ്യാഭ്യാസമാണ്. ജീവിതത്തെ എല്ലാവരുടെതുമായ ഒരു കാഴ്ചപ്പാടിലൂടെ നോക്കാൻ ജനസാമാന്യത്തെ പഠിപ്പിച്ചുകൊണ്ടല്ലാതെ നമ്മുടെ പ്രശ്നങ്ങൾക്ക് പരിഹാരം കാണാൻ കഴിയില്ല. ജീവിതത്തിന്റെ എല്ലാ അറകളിലേക്കും പ്രവേശനം നൽകുന്ന താക്കോൽ ആണ് വിദ്യാഭ്യാസം.

വിദ്യാഭ്യാസത്തിന്റെ അർഥം

വിദ്യാഭ്യാസം നമ്മെ ജീവിക്കാൻ പ്രാപ്തമാക്കണമെങ്കിൽ, നമ്മെ കൂടുതൽ നല്ല പൗരന്മാരും ഭർത്താക്കന്മാരും അച്ഛന്മാരും ആക്കണമെങ്കിൽ തൊട്ടിൽ മുതൽ ചുടലവരെ തുടർച്ചയായും ബോധപൂർവവും നടക്കുന്ന ഒരു പ്രക്രിയ ആയി അത് മാറണം. ജീവിതത്തിന്റെ മാറി മാറി വരുന്ന എല്ലാ ഘടകങ്ങളെയും ആഘാതമേതും ഏല്ക്കാതെ തരണം ചെയ്യാൻ അത് സഹായിക്കണം. നിലവിലുള്ള സാഹചര്യത്തിൽ കഴിച്ചുകൂട്ടാനുള്ള ഏതാനും ചുളുക്കുവിദ്യകൾ മാത്രമേ നാം പഠിച്ചിട്ടുള്ളൂ എങ്കിൽ സാഹചര്യം മാറുമ്പോൾ എന്തുചെയ്യണമെന്നറിയാതെ നമ്മൾ പകച്ചുനിന്നുപോകും. വിവരങ്ങൾകൊണ്ടും വിവരണങ്ങൾകൊണ്ടും നമ്മുടെ മനസ്സ് കുത്തിനിറയ്ക്കലല്ല വിദ്യാഭ്യാസം. മറിച്ച് ജീവിതത്തോട് ഒരു സമീപനം വളർത്തുകയെന്നതാണത്.

വിദ്യാഭ്യാസ സമ്പ്രദായത്തിൽ ഒരു ദർശനം ഉണ്ടായിരിക്കണം. വ്യക്തിയുടെ സാധ്യതകൾ പരമാവധി വളർത്തുകയെന്നതാണ് ലക്ഷ്യം. അതിനാൽ വിദ്യാഭ്യാസ പ്രവർത്തനം അതിഗൗരവമുള്ള ഒരു ഉത്തരവാദിത്വം ആണ്. അതിൽ ഒട്ടേറെ അപകടങ്ങൾ പതിയിരിക്കുന്നുണ്ട്. ലാഘവത്തോടെ അതിനെ സമീപിക്കാൻ പാടില്ല. കാര്യമായ തയ്യാറെടുപ്പുവേണം.

എഴുതാനും വായിക്കാനും പഠിപ്പിക്കലാണ് വിദ്യാഭ്യാസം എന്ന്, നിർഭാഗ്യവശാൽ, പലരും ധരിച്ചുവശായിട്ടുണ്ട്. ഇതിനേക്കാൾ വികൃതമായ മറ്റൊരു ധാരണയില്ല. സംസ്കാരം നേടുന്നതിനുള്ള ഉപാധിയാണ് എഴുത്തും വായനയും. മറ്റു ഉപാധികളും, അതിനേക്കാൾ നല്ല ഉപാധികളും, ഉണ്ട്.

ലക്ഷ്യത്തോടുകൂടിയ വിദ്യാഭ്യാസം

ഇന്ന് മിക്ക രാജ്യങ്ങളിലും വിദ്യാഭ്യാസത്തിന് അതിന്റേതായ ലക്ഷ്യമുണ്ട്. മുതലാളിത്തരാജ്യങ്ങളിൽ വ്യവസായ നേതാക്കൾ ഭാവിയിലെ നിർവഹണഉദ്യോഗസ്ഥരെ വളർത്തിയെടുക്കുന്ന നഴ്സറി ആയി അതിനെ കാണുന്നു. സോഷ്യലിസ്റ്റ് രാജ്യങ്ങളിൽ തങ്ങളുടെ ഭൗതിക ഉൽപാദനം വർധിപ്പിക്കാനുള്ള തയ്യാറെടുപ്പ് ആയി അതിനെ കാണുന്നു. സൈനികരാഷ്ട്രങ്ങളിൽ സങ്കുചിത ദേശീയബോധം വളർത്തിയെടുക്കാനായുള്ള ഒരു സ്ഥാപനമായി അതിനെ കാണുന്നു.

പൗരസ്ത്യരീതി

നമ്മുടെ രാജ്യത്ത് പണ്ടുകാലത്ത് നിലനിന്നിരുന്ന വിദ്യാഭ്യാസസമ്പ്രദായം ജീവിതത്തിനുള്ള തയ്യാറെടുപ്പ് എന്ന രീതിയിൽ ആയിരുന്നു. ഒരു വിദ്യാർഥി അയാളുടെ ഗുരുവിനെ തിരഞ്ഞെടുക്കുന്നു. ഗുരുവിനോടൊപ്പം അദ്ദേഹത്തിന്റെ ശ്രദ്ധയ്ക്കു കീഴിൽ നിത്യജീവിതം നയിക്കുന്നു. വളരുന്നു. ഗുരുവിന്റെ *ആത്മസത്ത* ഉൾക്കൊള്ളുന്നു. ആത്മീയശിക്ഷണം മാത്രമല്ല, ജീവിതത്തിന്റെ എല്ലാ തുറകളിലുമുള്ള ശിക്ഷണം ലഭിക്കുന്നു. ഗുരു അധ്യാപനത്തെ ഒരു തൊഴിൽ ആയല്ല കാണുന്നത്. അച്ഛനമ്മമാർ കുട്ടികളെ വളർത്തുന്നത് ഒരു തൊഴിൽ ആയി കാണുന്നില്ലല്ലോ. ഗുരു തന്റെ ജീവിതം നയിക്കുന്നു. അതിലൂടെ അദ്ദേഹത്തിന്റെ ജീവിതവീക്ഷണം പ്രകടമാക്കുന്നു. അതിൽനിന്ന് ശിഷ്യൻ തന്നാൽ കഴിയുന്നത് സ്വാംശീകരിക്കുന്നു. ഗുരു ശിഷ്യനെ സ്വീകരിക്കുമ്പോൾ വായിക്കാനായി ഒരുപാടു പുസ്തകങ്ങളൊന്നും കൊടുക്കുന്നില്ല. ശിഷ്യൻ ഗുരുവിന്റെ കാല്പാടുകളെ പിന്തുടരുന്നു. ഇതായിരുന്നു നമ്മുടെ വിദ്യാഭ്യാസരീതി.

യഥാർഥസാമ്പത്തിക മൂല്യം

പാശ്ചാത്യ വാണിജ്യവുമായുള്ള നിതാന്ത സമ്പർക്കം സ്വർണത്തെ നമ്മുടെ മനസ്സിൽ പ്രതിഷ്ഠിച്ചു. സാംസ്കാരിക മൂല്യത്തിന്റെ സ്ഥാനത്ത് പണമൂല്യത്തെ പ്രതിഷ്ഠിച്ചു. മാനവികതയുടെ ശീലിൽ ചിന്തിക്കുന്നതിനു

പകരം നമ്മൾ സ്വർണത്തിന്റെ ശീലിൽ ചിന്തിക്കാൻ തുടങ്ങിയിരിക്കുന്നു. ആർഷബ്രാഹ്മണസംസ്കാരത്തിന്റെ സ്ഥാനത്ത് പടിഞ്ഞാറൻ ബനിയാ സംസ്കാരം നുഴഞ്ഞു കയറിയിരിക്കുന്നു. ബ്രാഹ്മണരെ ആദരിച്ചിരുന്നത് അവരുടെ പ്രഭുത്വം കൊണ്ടല്ല, മറിച്ച് അവർ പ്രതിഫലേച്ഛ കൂടാതെ സമൂഹത്തിനു നൽകുന്ന സേവനം കാരണമാണ്. നമ്മുടെ പ്രഥമ പരിഗണനയ്ക്ക് വിധേയമാക്കേണ്ട കാര്യങ്ങൾക്ക് പ്രാമാണ്യം നൽകാത്ത വിദ്യാഭ്യാസം വിദ്യാഭ്യാസമല്ല. ബഹുജനവിദ്യാഭ്യാസം അവരിൽ ശരിയായ മൂല്യങ്ങൾ ഉറപ്പിക്കുന്ന ഒന്നായിരിക്കണം.

ജീവിതത്തിന്റെ നാനാവശങ്ങൾ

മനുഷ്യൻ ഒരു സങ്കീർണ ജീവിയാണ്; അവനെ പ്രത്യേകം പ്രത്യേകം അറകളിലായി വിഭജിച്ച് ഘട്ടംഘട്ടമായി വളർത്താൻ പറ്റില്ല. ബൗദ്ധിക വികസനത്തെ മാത്രം ലക്ഷ്യമിട്ടുകൊണ്ടുള്ള, കായികവും ധാർമികവും ആത്മീയവുമായ വശങ്ങളെ അവഗണിക്കുന്ന വിദ്യാഭ്യാസം ഭീകരസത്യങ്ങളെയാണ് സൃഷ്ടിക്കുക. യഥാർഥ വിദ്യാഭ്യാസമാണ് നമ്മൾ ആഗ്രഹിക്കുന്നതെങ്കിൽ എല്ലാ വശങ്ങളും ഒരേസമയം തന്നെ ശ്രദ്ധിക്കണം. വ്യക്തിയെ കായികമായും ബൗദ്ധികമായും സാമൂഹികമായും ആത്മീയമായും ഒരുമിച്ചു വികസിപ്പിക്കേണ്ടിയിരിക്കുന്നു. അയാൾ ഒരു തൊഴിൽ പഠിക്കണം, ഒരു സമൂഹത്തിന്റെ അംഗമായിരിക്കാൻ പഠിക്കണം, മറ്റുള്ളവരെയും അവസ്ഥകളെയും വിലയിരുത്താൻ പഠിക്കണം. ഇതെല്ലാം നടന്നില്ലെങ്കിൽ അത് വിദ്യാഭ്യാസമാകില്ല.

നമ്മൾ എന്തു പ്രവൃത്തി ചെയ്താലും വേണ്ടില്ല, അതിന്റെ മായാത്ത ഒരു മുദ്ര നമ്മിലും അവശേഷിക്കും. നമ്മുടെ തൊഴിൽ, നമ്മുടെ കളി, നമ്മുടെ വിനോദം, നമ്മുടെ വിശ്രമം. എല്ലാം തന്നെ ബോധപൂർവം ആസൂത്രണം ചെയ്യണം. എങ്കിൽ മാത്രമേ നമ്മുടെ പ്രതികരണങ്ങൾ സാമൂഹികമായി ആരോഗ്യപ്രദമായിരിക്കൂ. തൊഴിലാളിയുടെ ജീവിതത്തിന്റെ നല്ലൊരു ഭാഗം തൊഴിൽ അഭ്യസിക്കുന്നതിന് ചെലവാക്കേണ്ടിവരും. സാമ്പത്തികപ്രവർത്തനങ്ങൾക്കാണ് നാം ഏറ്റവും കൂടുതൽ സമയം ചെലവാക്കാറ്. ചരക്കുകളും സേവനങ്ങളും ഉൽപാദിപ്പിക്കുമ്പോൾ തന്നെ അത് നമ്മുടെ മറ്റു കഴിവുകളെയും വികസിപ്പിക്കുന്നു. നമ്മുടെ ജീവിതത്തെ സമ്പന്നമാക്കുന്ന രീതിയിൽ ആസൂത്രണം ചെയ്യുകയാണെങ്കിൽ അത് രാഷ്ട്രത്തിനാകെ ഗുണം ചെയ്യുന്നതാണ്. ശരിയായ തൊഴിൽ നമ്മെയും രാഷ്ട്രത്തെയും ക്ഷീണിപ്പിക്കുകയല്ല ശക്തിപ്പെടുത്തുകയാണ് ചെയ്യുക. ശരിയായ പണി രാഷ്ട്രത്തെ ക്ഷീണിപ്പിക്കില്ല, ബലപ്പെടുത്തും. നമ്മുടെ ആദർശത്തെ പ്രയോഗത്തിൽ വരുത്തുക എന്നതാണ് പ്രവർത്തനത്തിന്റെ ധർമം. ആചാരങ്ങളിൽ ഒതുങ്ങിയ വെറും മതം ഉപരിപ്ലവമാണ്. നമ്മുടെ ജീവിതത്തിലെ ഓരോ നിമിഷത്തെയും ഓരോ പ്രവൃത്തിയേയും ബാധിക്കാത്ത മതം അർഥശൂന്യമാണ്. വ്യക്തിയുടെയും വംശത്തിന്റേയും വികാസത്തിൽ പ്രവൃത്തി ചെലുത്തുന്ന

സ്വാധീനം നാം നേരത്ത പരിശോധിച്ചതാണ്. മുതിർന്നവരുടെ വികാസത്തിൽ പ്രവൃത്തിക്ക് ഇത്ര ശക്തമായ സ്വാധീനമുണ്ടെങ്കിൽ കുട്ടികളുടെ വികാസത്തിനും അത് ഉപയോഗിച്ചുകൂടെ?

നമ്മുടെ പ്രവർത്തനങ്ങൾ ഗ്രാമങ്ങളിൽ കേന്ദ്രീകരിക്കണം. സർവകലാശാലാവിദ്യാഭ്യാസം തത്കാലം നമുക്ക് വിടാം. അതുകൊണ്ട് രാഷ്ട്രത്തിന് കാര്യമായ ദ്രോഹമൊന്നും ഉണ്ടാകില്ല. ഇപ്പോൾതന്നെ ആവശ്യത്തിൽ കൂടുതൽ ബിരുദധാരികളുണ്ട്. ്തലക്കനം് വളരെ കൂടുതലാണ്. തൊഴിലില്ലായ്മാപ്രശ്നവും ഇതിന്റെ ഫലമാണ്. നമുക്കാവശ്യമുള്ള വിദ്യാഭ്യാസമല്ല അവർക്ക് ലഭിച്ചിട്ടുള്ളത്. അല്ലെങ്കിൽ അവർക്കെല്ലാവർക്കും തൊഴിൽ നൽകാൻ കഴിയുമായിരുന്നു. ഗ്രാമീണരെ കൂടുതൽ കഴിവുള്ളവരും ഉപയോഗമുള്ളവരുമാക്കുക എന്നതാണ് നമ്മുടെ ലക്ഷ്യം. ആവശ്യത്തിൽ കൂടുതൽ വിവരം അവരുടെമേൽ അടിച്ചേൽപിക്കേണ്ടതില്ല. റേഡിയോ, സിനിമ എന്നിവ ഒരളവുവരെ ഉപയോഗപ്രദമാണെങ്കിലും ഗ്രാമീണവിദ്യാഭ്യാസത്തിന്റെ മുഖ്യരീതി അതാകാൻ പറ്റില്ല. അതിനു വരുന്ന ചെലവ് ആനുപാതികമായി വളരെ കൂടുതലാണ്. ഗ്രാമങ്ങളിലെ പ്രവർത്തനങ്ങൾ ഗ്രാമത്തിനുള്ളിൽനിന്നുതന്നെ രൂപപ്പെടണം. പുറമേനിന്ന് അടിച്ചേൽപിക്കുന്ന ഒന്നാകരുത്. പുറമേനിന്ന് വരുന്നത് കൃത്രിമമാണ്. എപ്പോഴും അതിനെ താങ്ങി നിർത്തേണ്ടിവരും. ഉള്ളിൽനിന്ന് ഉരുത്തിരിയുന്ന യഥാർഥ സംസ്കാരം വളർത്തുന്ന, മനുഷ്യനെ മനുഷ്യനുമായും ഗ്രാമത്തെ ഗ്രാമമായും ബന്ധിപ്പിക്കുന്ന അവസാനം രാഷ്ട്രത്തെ ആകെ ഒറ്റക്കെട്ടായി നിർത്തുന്ന ഒന്നായിരിക്കണം.

സ്ഥാപനങ്ങൾ ഉണ്ടാക്കുന്നതിനെപ്പറ്റി ഏറെ വേവലാതിപ്പെടേണ്ട. സ്ഥാപനങ്ങൾ പ്രധാനമാണെങ്കിലും അതിന് അമിത പ്രാധാന്യം കൊടുത്താൽ വ്യക്തിയെ മറക്കാൻ അത് കാരണമായേക്കാം. അത് കേന്ദ്രീകൃതവും അധികാരപ്രമത്തവും ജഡവും ആയിത്തീർന്നേക്കാം. വിദ്യാഭ്യാസത്തിന്റെ കേന്ദ്രീകരണം, മറ്റെല്ലാ സന്ദർഭങ്ങളിലുമെന്നപോലെ വിദൂരനിയന്ത്രണത്തിലേക്കു നയിക്കുന്നു. ഗ്രാമത്തിലെ അധ്യാപകൻ തന്റെ അയൽപക്കക്കാരുടെ കൺവെട്ടത്ത് പ്രവർത്തിക്കുന്നതായിരിക്കും നല്ലത്. ഓരോ ഗ്രാമവും അതിലെ കുട്ടികളുടെ വിദ്യാഭ്യാസത്തിനാവശ്യമായ പണം സ്വയം കണ്ടെത്തുകയാണ് നല്ലത്. പണ്ട് ചെയ്തിരുന്നപോലെ ഓരോ പാഠശാലയ്ക്കും ആവശ്യമായ ഭൂമി നൽകാം. കേന്ദ്രസംവിധാനത്തിന്റെ ഉപദേശവും പരിശോധനയും ആകാം. എന്നാൽ മാനേജ്മെന്റ് തദ്ദേശീയം തന്നെ ആയിരിക്കും. ഇന്നത്തെ അവസ്ഥ എന്താണ്? കൊല്ലത്തിൽ ഒരു തവണ ഇൻസ്പെക്ഷന് വരുന്നു. ടീച്ചർ ഇൻസ്പെക്ടറെ തൃപ്തിപ്പെടുത്തുന്നു. അതോടെ എല്ലാം തീർന്നു. പിന്നെ ടീച്ചർക്ക് വിശ്രമിക്കാം. ഇത് പുരോഗതിയിലേക്കു നയിക്കില്ല. സ്ഥിരോത്സാഹത്തിലേക്കും നയിക്കില്ല. ഗ്രാമത്തിലെ ഓരോ സ്കൂളും ഒരു സാംസ്കാരിക കേന്ദ്രമാകണം, ബാഹ്യലോകവുമായി ഗ്രാമത്തെ ബന്ധിപ്പിക്കുന്ന

കണ്ണിയാകണം. ഇതിൽ വരാവുന്ന ഒരു അപകടം ഇതാണ്. ടീച്ചർ സ്വയം ഒരു സാമൂഹികപ്രവർത്തകൻ മാത്രമാവുകയും കുട്ടികളോടുള്ള ഉത്തരവാദിത്വം മറക്കുകയും ചെയ്തേക്കാം. സാമൂഹ്യവശം, യഥാർഥത്തിൽ, ഒരു ഉപോൽപന്നം മാത്രമാണ്. മനുഷ്യപ്രകൃതിയിലും നമ്മിൽതന്നെയും ഉള്ള വിശ്വാസം ഉറപ്പിച്ചുകൊണ്ടും ലക്ഷ്യം മുന്നിൽ കണ്ടുകൊണ്ടും മുന്നോട്ടുപോകാം. അഭിപ്രായവ്യത്യാസങ്ങൾ ഉണ്ടാകാം. എന്നാലും ശരിയായ സംസ്കാരവും വിശ്വാസ്യമായ മൂല്യപ്രമാണങ്ങളും കൈവരിക്കുകയും നാനാത്വത്തിൽ അധിഷ്ഠിതമായ ഏകത്വം സ്ഥാപിക്കുകയും ചെയ്യുക എന്ന ലക്ഷ്യത്തിൽ നമുക്കെത്താം.

നിർദേശിക്കുന്ന ഒരു പദ്ധതി

യഥാർഥ വിദ്യാഭ്യാസത്തിന്റെ ലക്ഷ്യവും രീതിയും എന്തായിരിക്കണം എന്നതിനെപ്പറ്റി അടുത്ത കാലത്തായി ധാരാളം ചർച്ചകൾ നടക്കുന്നുണ്ട്. വിദ്യാഭ്യാസത്തിനുള്ള ചെലവുകൾ അതിൽനിന്നു തന്നെ ഉണ്ടാക്കണം എന്ന പക്ഷക്കാരനായിരുന്നു ഗാന്ധിജി. അദ്ദേഹം എഴുതി: "വിദ്യാഭ്യാസമെന്നതുകൊണ്ട് ഞാൻ അർഥമാക്കുന്നത് ശിശുക്കളിലും മുതിർന്നവരിലും അവരുടെ ശരീരത്തിലും മനസ്സിലും ആത്മാവിലും അന്തർലീനമായ സാധ്യതകൾ പരമാവധി പുറത്തുകൊണ്ടുവരിക എന്നതാണ്. സാക്ഷരത എന്നത് വിദ്യാഭ്യാസത്തിന്റെ അവസാനമല്ല, തുടക്കംപോലും ആകുന്നില്ല. സ്ത്രീക്കും പുരുഷനും വിദ്യ അഭ്യസിക്കാനുള്ള പല ഉപകരണങ്ങളിൽ ഒന്നുമാത്രമാണത്. സാക്ഷരത മാത്രമായാൽ അത് വിദ്യാഭ്യാസമാകില്ല. അതിനാൽ ഉപയോഗമുള്ള എന്തെങ്കിലും ഉണ്ടാക്കാൻ പഠിപ്പിച്ചുകൊണ്ടായിരിക്കും ഞാൻ ഒരു കുട്ടിയുടെ വിദ്യാഭ്യാസം ആരംഭിക്കുക. ഉൽപാദനപ്രവർത്തനവും വിദ്യാഭ്യാസവും രണ്ടും രണ്ടായിരിക്കില്ല, ഒന്നുതന്നെ ആയിരിക്കും. സ്കൂളുകളിൽ ഉണ്ടാക്കുന്ന സാധനങ്ങൾ ഗവൺമെന്റ് വാങ്ങുകയാണെങ്കിൽ അതുകൊണ്ടുതന്നെ വിദ്യാഭ്യാസച്ചെലവ് നടത്താൻ കഴിയുന്നതാണ്.

"അങ്ങനെയുള്ള ഒരു വിദ്യാഭ്യാസത്തിൽ മനസ്സിന്റെയും ആത്മാവിന്റെയും ഏറ്റവും ഉയർന്ന വികാസം സാധ്യമാകുന്നതാണ്. പക്ഷേ, ഓരോ കൈവിരുതും ഇന്നു ചെയ്യുന്നപോലെ യാന്ത്രികമായി പഠിപ്പിച്ചാൽ പോര, ശാസ്ത്രീയമായിത്തന്നെ പഠിപ്പിക്കണം. ഓരോ പ്രക്രമത്തിന്റെയും എങ്ങനെ, എന്തിനുവേണ്ടി എന്നിവ കൂടി മനസ്സിലാക്കിയിരിക്കണം. തികഞ്ഞ ആത്മവിശ്വാസത്തോടെയാണ് ഞാൻ ഇതെഴുതുന്നത്. അതിന് അനുഭവത്തിന്റെ പിൻബലമുണ്ട്. തൊഴിലാളികളെ നൂൽനൂൽക്കാൻ പഠിപ്പിക്കുന്ന ഇടങ്ങളിലെല്ലാം ഈ രീതി പരീക്ഷിച്ചുനോക്കിയിട്ടുണ്ട്. ഈ രീതി ഉപയോഗിച്ച് ഞാൻ തന്നെ നൂൽനൂൽക്കാനും ചെരുപ്പുണ്ടാക്കാനും പഠിച്ചിട്ടുണ്ട്. നല്ല ഫലവും കിട്ടിയിട്ടുണ്ട്. ഈ രീതിയിൽ ചരിത്രമോ ഭൂമിശാസ്ത്രമോ ഒന്നും ഒഴിവാക്കപ്പെടുന്നില്ല. സംഭാഷണങ്ങളിലൂടെയാണ് പാഠപുസ്തകങ്ങളെക്കാൾ പതിന്മടങ്ങ് നന്നായി ഈ വിഷയങ്ങൾ

പഠിപ്പിക്കാൻ കഴിയുക. അക്ഷരങ്ങൾ പിന്നീട്, അയാളുടെ സ്വാഭാവിക വാസനകൾ വളർന്നു കഴിഞ്ഞതിനു ശേഷം, പഠിപ്പിച്ചാൽ മതി. ഇത് അസാധാരണമായ ഒരു നിർദേശമായി തോന്നിയേക്കാം. പക്ഷേ, ഈ രീതിയിലൂടെ ഒരു കൊല്ലം കൊണ്ട് പഠിക്കുന്നത് പരമ്പരാഗതരീതിയിൽ പഠിക്കാൻ വളരെ കൂടുതൽ സമയം വേണ്ടിവരും. മൊത്തം സാമ്പത്തിക നേട്ടം വളരെ ഉയർന്നതായിരിക്കും. പണി പഠിക്കുന്ന കൂട്ടത്തിൽ കണക്കും പഠിക്കുന്നതാണ്.

î പ്രൈമറി വിദ്യാഭ്യാസത്തിന് ഉയർന്ന പ്രാധാന്യമാണ് ഞാൻ കൊടുക്കുന്നത്. ഇന്നത്തെ 10-ാം ക്ലാസിനു തുല്യം (ഇംഗ്ലീഷ് ഒഴികെ) ആയിരിക്കും അത്. ഇന്ത്യയിൽ കോളേജ് വിദ്യാഭ്യാസം ലഭിച്ച എല്ലാവരുടെയും ഓർമ ഒരുനാൾ നഷ്ടപ്പെടുന്നുവെന്ന് കരുതുക. രാഷ്ട്രത്തിന് അതുകൊണ്ടുണ്ടാകാവുന്ന നഷ്ടം, 30 കോടി ജനങ്ങളെ അന്ധകാരത്തിൽ ആഴ്ത്തിയതുകൊണ്ടും ആഴ്ത്തുന്നതുകൊണ്ടും ഉണ്ടായിട്ടുള്ള നഷ്ടത്തിന്റെ അയലത്തെങ്ങും വരുന്നതല്ല. നിരക്ഷരതയുടെ കണക്ക്, ഗ്രാമങ്ങളിൽ താമസിക്കുന്ന കോടികളുടെ അജ്ഞതയുമായി തട്ടിച്ചുനോക്കുമ്പോൾ, നിസ്സാരമാണെന്നു കാണാം. ചെറിയ കുട്ടികളുടെ വിദ്യാഭ്യാസം സ്വാശ്രയാടിസ്ഥാനത്തിൽ നടത്താൻ കഴിയില്ല. അവർ ഉണ്ടാക്കുന്ന സാധനങ്ങൾ വിൽക്കാൻ പറ്റുന്നവയായിരിക്കില്ല, ഗവൺമെന്റ് അവ വാങ്ങിയിട്ട് കാര്യമില്ല. അത് മറ്റൊരു തരത്തിലുള്ള ധനസഹായം മാത്രമായിരിക്കും. ഇത് സ്വയം വഞ്ചനയാണ്.î വിദ്യാഭ്യാസം സ്വാശ്രിതമാകണമെന്ന് ഗാന്ധി പറയുമ്പോൾ അതിനർഥം ഓരോ കൊല്ലവും ഒരു കുഞ്ഞുണ്ടാക്കുന്ന സാധനങ്ങൾ കൊണ്ട്, അതിന്റെ ചെലവിന് വേണ്ടത് നേടാൻ കഴിയുമെന്നല്ല. അത് വളരെ സങ്കുചിതമായ ഒരു സാമ്പത്തിക കാഴ്ചപ്പാടാണ്. അത് ശരിയാവില്ല. പണത്തേക്കാൾ കൂടുതൽ വിശാലമായ ഒരർഥത്തിലുള്ള മൂല്യത്തെപ്പറ്റിയാണ് പറയുന്നത്. കുട്ടി വലുതായി സുശിക്ഷിതപൗരനാകുമ്പോൾ അത് സമൂഹത്തിനു നൽകുന്ന സേവനങ്ങളുടെ മൂല്യത്തെപ്പറ്റിയാണ് പറയുന്നത്. ഇപ്പോൾ നൽകുന്ന യാന്ത്രികമായ അക്ഷരാഭ്യാസം വളരെ ദുർബലമാണ്. ഏതാനും വർഷങ്ങൾക്കുള്ളിൽ അതെല്ലാം മറക്കുന്നു. നിരക്ഷരതയിലേക്ക് വഴുതിവീഴുന്നു. ചെലവാക്കിയ സമയവും പണവും വൃഥാവിലായിപ്പോകുന്നു. ഒരു ക്ലാസ്സിലെ കുട്ടികളുടെ ഉൽപാദനം തുടക്കത്തിൽ ടീച്ചറുടെ ശമ്പളം കൊടുക്കാൻ മതിയായെന്നു വരില്ല. പക്ഷേ ഏഴു കൊല്ലത്തെ മൊത്തം ഉൽപാദനം ഏഴു കൊല്ലത്തെ ശമ്പളത്തിന് മതിയാകും. ആദ്യം ചെലവാക്കിയ പണം പാഴായിപോകുന്നില്ല. ആദ്യത്തെ രണ്ടുകൊല്ലം കമ്മി ആയിരിക്കും. അടുത്ത മൂന്നു കൊല്ലം ബറാബറായിരിക്കും. അവസാനത്തെ രണ്ടു കൊല്ലം, ആദ്യത്തെ കമ്മി നികത്താൻ വേണ്ട മിച്ചമുണ്ടാക്കും. ഇതിനു പുറമേ, നേരത്തെ പറഞ്ഞപോലെ സുശിക്ഷിതനായ ഒരു പൗരന്റെ സൃഷ്ടി, അതിനായി സ്റ്റേറ്റ് കെട്ടിടാദികൾക്കായി ആദ്യം ചെലവാക്കിയ പണത്തിനേക്കൾ മൂല്യവത്തായിരിക്കുകയും ചെയ്യും. കുട്ടികളെ സമൂഹത്തിന് ആവശ്യമുള്ള, നൂൽപ്പ്, ചായംമുക്കൽ, നെയ്ത്ത്, ടെയ്‌ലറിങ്ങ്,

പായ-കുട്ടനെയ്ത്, മൺപണി, ചെരുപ്പു നിർമാണം, ആശാരിപ്പണി, കൊല്ല പ്പണി, കരുവാൻ പണി, മൂശാരിപ്പണി, കടലാസ് നിർമാണം, ശർക്കര നിർമാണം, എണ്ണയാട്ടൽ, തേനീച്ചവളർത്തൽ മുതലായ വിരുതുകളാണ് പരിശീലിപ്പിക്കുന്നതെങ്കിൽ ഉൽപന്നങ്ങളുടെ വിപണി ഒരു പ്രശ്നമാകില്ല. ശരിയാണ്, ഒരു കൈത്തൊഴിൽകാരന്റെ അപ്രന്റീസിന് തുടക്കത്തിൽ സ്വന്തം നിലനിൽപിന് ആവശ്യമുള്ളത്ര ഉൽപാദിപ്പിക്കാൻ കഴിയില്ല. നഷ്ട മായിരിക്കും. പക്ഷേ ക്രമത്തിൽ അയാളുടെ വിരുതുകൾ വളരുന്ന മുറയ്ക്ക് കൂടുതൽ മൂല്യം സൃഷ്ടിക്കാൻ, തനിക്കാവശ്യമുള്ളതിനേക്കാൾ കൂടുതൽ മൂല്യം സൃഷ്ടിക്കാൻ, കഴിയുന്നതാണ്. തുടക്കത്തിലുള്ള ഈ ചെലവുകൾ വഹിക്കാൻ ഗവൺമെന്റ് പണം നൽകണം. അല്ലെങ്കിൽ സമൂഹം ഭൂമിയും അതുപോലുള്ള സ്വത്തുക്കളും അതിനായി നീക്കി വെക്കണം. പണ്ടുകാലത്ത് ഇങ്ങനെയാണ് നടന്നിരുന്നത്. ബ്രിട്ടീഷുകാർ കൊണ്ടുവന്ന നികുതി സമ്പ്രദായം ഗ്രാമീണ സ്കൂളുകളുടെ അടിത്തറ ഇളക്കി. പക്ഷേ, കുട്ടികളുടെ വിദ്യാഭ്യാസം ഗവൺമെന്റിന്റെ ഉത്തരവാ ദിത്വമാണ്. ഇന്നത്തെ വിഭവപ്രശ്നം രാഷ്ട്രീയമായി സൃഷ്ടിക്കപ്പെട്ട ഒന്നാണ്. സ്വാഭാവികമായുണ്ടായതല്ല. അതിന് രാഷ്ട്രീയമായിത്തന്നെ പരിഹാരം കാണണം. അപരിഹാര്യമെന്നു പറഞ്ഞ് നിഷ്ക്രിയമാവുക യല്ല വേണ്ടത്. ടീച്ചർ സുശിക്ഷിതനായ ഒരാളായിരിക്കണം. മാന്യമായ ശമ്പളം കൊടുക്കണം. തുടക്കത്തിൽ പ്രതിമാസം 25 രൂപ എന്നു വെക്കാം. സ്കൂളിന്റെ പ്രവർത്തനകാലവും സമയവും ഗ്രാമത്തിന്റെ ജീവിതകല ണ്ടറുമായി പൊരുത്തപ്പെട്ടിരിക്കണം. പാടത്തും പറമ്പിലും ഒട്ടേറെ പണി യുള്ള കാലത്തും കൊയ്ത്തുകാലത്തും ക്ലാസുണ്ടായിരിക്കരുത്.

പദ്ധതിയുടെ സാമാന്യരൂപരേഖ

പുതിയ വിദ്യാഭ്യാസപദ്ധതി അടിസ്ഥാനവിദ്യാഭ്യാസം അല്ലെങ്കിൽ വാർധാപദ്ധതി എന്ന പേരിൽ അറിയപ്പെടുന്നു. അതനുസരിച്ച് എല്ലാ കുട്ടികൾക്കും, ആൺകുട്ടികൾക്കും പെൺകുട്ടികൾക്കും ഏഴു വയസ്സു മുതൽ പതിന്നാലു വയസ്സുവരെ ഏഴു കൊല്ലത്തെ അടിസ്ഥാനവിദ്യാ ഭ്യാസം നിർബന്ധമാണ്. അധ്യയനമാധ്യമമാകട്ടെ നൂലുനൂൽപുപോലെ എന്തെങ്കിലും ഒരു തൊഴിലാണ്. എല്ലാ കുട്ടികളും ഇത് പഠിക്കുന്നു. അതിലൂടെയാണ് ഭാഷയും കണക്കും മറ്റു വിഷയങ്ങളും പഠിക്കുന്നത്. കുട്ടിയുടെ ചുറ്റുമുള്ള ദൈനംദിനജീവിതം, താൻ പഠിക്കുന്ന തൊഴിലു മായി അതിനുള്ള ബന്ധം - ഇതെല്ലാം മറ്റു വിഷയങ്ങളുമായി ബന്ധി പ്പിക്കാൻ ധാരാളം അവസരങ്ങൾ നൽകുന്നു. ഇന്നത്തെ മെട്രിക്കു ലേഷൻ നിലവാരത്തിൽ കുട്ടികളെ എത്തിക്കും. ഇംഗ്ലീഷ് ഒഴികെ. കുട്ടി കൾ ചിത്രം വരയ്ക്കാൻ പഠിച്ചതിനു ശേഷം മാത്രമേ എഴുത്തു പഠി പ്പിക്കൂ. വായിക്കാൻ അതിനു മുമ്പ് പഠിപ്പിക്കും. പന്ത്രണ്ടുവയസ്സു കഴി ഞ്ഞാൽ തനിക്കു താത്പര്യമുള്ള ഒരു തൊഴിൽ തെരഞ്ഞെടുക്കാൻ കുട്ടിയെ അനുവദിക്കുന്നു. പതിന്നാലു വയസ്സാകുമ്പോഴേക്കും ഒരു

വിദഗ്ധ കൈവേലക്കാരനാക്കാനൊന്നും ഉദ്ദേശിക്കുന്നില്ല. എന്നാൽ സ്വന്തം കഴിവുകളോട് നീതിപുലർത്താൻ കഴിയുന്ന ഒരു തൊഴിലിൽ പ്രവേശിക്കാൻ അവരെ സന്നദ്ധരാക്കിയിരിക്കും.

തൊഴിൽ പരിശീലനത്തിലൂടെ ബൗദ്ധിക വികാസം സാധ്യമാക്കുക എന്നതാണ് ഈ സമ്പ്രദായത്തിലെ മർമ്മപ്രധാനമായ തത്ത്വം. നിലവിലുള്ള സമ്പ്രദായം പൊതു (ബൗദ്ധിക) വിദ്യാഭ്യാസത്തിൽ ഊന്നുന്നു. തൊഴിൽ വിദ്യാഭ്യാസം അതിനോട് ഏച്ചുകൂട്ടുന്ന ഒന്നു മാത്രമാണ്. ബൗദ്ധിക വികാസത്തിൽ ഊന്നുമ്പോൾ വാസ്തവത്തിൽ നാം ചെയ്യുന്നതെന്താണ്? കുട്ടിയുടെ കയ്യും കാലും കെട്ടിയിടുന്നു. അവനെ ഒന്നും ചെയ്യാൻ പറ്റാത്തവനാക്കുന്നു. പിന്നീട് നൽകുന്ന ഏത് പ്രായോഗിക പരിശീലനവും കുട്ടിക്കാലത്ത് തളർത്തപ്പെട്ട അവന്റെ കൈകാലുകൾക്ക് ചലനശേഷി തിരിച്ചുകൊടുക്കുന്നതല്ല. അനുഭവത്തിന്റെ അടിസ്ഥാനത്തിലല്ലാത്ത ബോധനം ഓർമശക്തിയുടെ പരിശീലനം മാത്രായി തരം താഴുന്നു. അത് കുട്ടിയുടെ വ്യക്തിത്വമോ, നേതൃത്വശേഷിയോ വളർത്തുന്നതല്ല.

പരീക്ഷകൾ

പരീക്ഷയുടെ സമ്മർദം ഏറിയ പങ്കും അനുഭവിക്കേണ്ടിവരുന്നത് അധ്യാപകരായിരിക്കും, വിദ്യാർഥികളായിരിക്കില്ല. വിദ്യാർഥിയുടെ ജീവിതത്തെ 24 മണിക്കൂറും നിയന്ത്രിക്കുന്നത് അധ്യാപകനാണ്. അതിനാൽ ഓരോ കുട്ടിയുടെയും വീട്ടുകാരുമായും മൊത്തത്തിൽ നാട്ടുകാരുമായും അയാൾ ബന്ധപ്പെട്ടിരിക്കും. അധ്യാപകന്റെ പ്രവർത്തനത്തിന്റെ മേന്മ കുട്ടിയിൽ മാത്രമല്ല, കുട്ടിയുടെ വീട്ടിലും നാട്ടിലും കാണാൻ കഴിയണം.

സ്ത്രീകളുടെ പങ്ക്

കുട്ടിയുടെ സ്വാഭാവികമായ ശരീരവളർച്ചയ്ക്കൊത്ത് മാനസികവും ആത്മീയവും സാന്മാർഗികവുമായ വികാസത്തിലും നാം ശ്രദ്ധിക്കണം. രൂപം, നിറം, ചലനം എന്നിവയിലൊക്കെ കുഞ്ഞിനു താത്പര്യമുണ്ട്. വസ്തുക്കൾ അതതുമട്ടിൽ എങ്ങനെയൊക്കെ രൂപപ്പെട്ടെന്നറിയാൻ അവനാഗ്രഹമുണ്ട്. വസ്തുക്കളെ തനിക്കിഷ്ടപ്പെട്ട രൂപത്തിലാക്കാനൊക്കുമോ എന്നവൻ പരീക്ഷിച്ചുനോക്കും. അങ്ങനെ ലീലയിൽനിന്നു അന്വേഷണത്തിലേക്കും അന്വേഷണത്തിൽനിന്നു സൃഷ്ടിയിലേക്കും അവൻ പുരോഗമിക്കുന്നു. ഓരോ കുഞ്ഞിന്റെയും മികച്ച സിദ്ധികൾക്കു പ്രകാശനം നൽകലാണ് ലക്ഷ്യമെങ്കിൽ വികാസത്തിന്റെ ഈ മൂന്നു ഘട്ടങ്ങൾക്കും വേണ്ടതെല്ലാം നമ്മുടെ വിദ്യാഭ്യാസക്രമം നൽകണം. ഇതു ചെയ്യാൻ നമ്മുടെ അധ്യാപകർ തന്നെ കുഞ്ഞിനെ ശരിക്കറിയാനും അതുമായി താദാത്മ്യം പ്രാപിക്കാനും കഴിവുള്ളവരായിരിക്കണം. ഇതിനു വേണ്ട സഹജവൈഭവവും വൈകാരികപക്വതയുമുള്ളവർ സാമാന്യമായിപ്പറഞ്ഞാൽ സ്ത്രീകളാണ്. ഈ പരിപാടിയിൽ നമ്മുടെ നില തീരെ പരുങ്ങലിലാക്കുന്നത് വിദ്യാഭ്യാസത്തിൽ സ്ത്രീകളുടെ പിന്നോക്കാവസ്ഥയാണ്.

കുട്ടികളെ പരിശീലിപ്പിക്കുന്ന കാര്യത്തിൽ വേണ്ടത്ര വൈഭവം നേടിയവരല്ല അമ്മമാർ. അധ്യാപികമാരായി സേവനമനുഷ്ഠിക്കാൻ അഭ്യസ്തവിദ്യകളായ വനിതകളും വേണ്ടത്ര നമുക്കില്ല. വിദ്യാഭ്യാസപരിപാടി നവീകരിക്കുന്നതിനു പ്രാരംഭമായി നാം ചെയ്യേണ്ടത് വനിതാവിദ്യാഭ്യാസം വ്യാപകമാക്കുകയാണ്. അവരെയാണ് വരുംതലമുറകളുടെ സംരക്ഷണഭാരം ഏൽപിക്കാവുന്നത്. ഇവിടെ തൊട്ടല്ല തുടക്കമെങ്കിൽ, നമ്മുടെ പദ്ധതിയും പരിപാടിയുമൊക്കെ പിഴയ്ക്കും. കാരണം കുട്ടിയുടെ വൈകാരികതലം വേണ്ടവിധത്തിൽ പരുവപ്പെടുത്താൻ കഴിയുന്ന പ്രായം കഴിഞ്ഞായിരിക്കും അവർ സ്കൂളിൽ വരുന്നത്. എട്ടുവയസ്സുവരെയുള്ള കുട്ടികളെ കൈകാര്യം ചെയ്യുന്നത് അധ്യാപികമാരായിരിക്കണം. ആണുങ്ങളെ ഈ ഘട്ടത്തിൽ ഒഴിവാക്കുന്നതാവും നല്ലത്.

കുട്ടികളുടെ വികാസത്തിന്റെ രണ്ടാംഘട്ടത്തിൽ അവരുടെ വിചാരതലത്തെ പോഷിപ്പിക്കണം. ഓരോ പ്രതിഭാസത്തിന്റെയും എന്ത്? എന്തുകൊണ്ട്? എന്ന് വ്യക്തമാക്കിക്കൊടുക്കാൻ കഴിവുള്ള അധ്യാപകരാണ് ഈ ഘട്ടത്തിൽ വേണ്ടത്. അമേരിക്കയിലെ ന്യൂയോർക്കിൽ ലേബർ യൂണിയൻ ഫെഡറേഷൻ നടത്തുന്ന ഒരു സ്കൂൾ സന്ദർശിക്കുവാൻ എനിക്ക് അവസരം കിട്ടുകയുണ്ടായി. ആ സ്കൂളിൽ എല്ലാവരും ഒരുമിച്ചു താമസിക്കുന്നു. ഭക്ഷണം വിതരണം ചെയ്യൽ, മറ്റു ഗാർഹിക പ്രവൃത്തികൾ, എല്ലാറ്റിലും കുട്ടികളും പങ്കാളികളാണ്. അവർക്ക് സ്വന്തമായ ഒരു ഡയറി ഉണ്ടായിരുന്നു. ഒരു ടീച്ചർക്കായിരുന്നു അതിന്റ ഉത്തരവാദിത്വം. ഏതാനും കുട്ടികൾ സഹായത്തിനുണ്ടായിരുന്നു. സാമ്പത്തികശാസ്ത്രത്തിലെ ഒരു ക്ലാസിൽ ഞാനിരുന്നു. ഏതാണ്ട് 10–11 വയസ്സു പ്രായമുള്ള കുട്ടികളായിരുന്നു ക്ലാസ്സിൽ. അന്നു പഠിപ്പിച്ചിരുന്നത് "ഒരു പശുവിനെ വാങ്ങൽ" എന്നതായിരുന്നു. ക്ലാസ്സ് എടുക്കുന്നത് ഏതാണ്ട് പത്തു വയസ്സുള്ള ഒരു പയ്യനാണ്. ടീച്ചർ പിന്നിലെ വരിയിൽ ഞങ്ങളോടൊപ്പം ഇരുന്നു. ആ കുട്ടി (നമുക്കവനെ ഹെന്റി എന്നു വിളിക്കാം), ഡയറിയുടെ ചാർജുള്ള ടീച്ചറോടൊപ്പം (ബിൽ) അടുത്തുള്ള ചന്തയിൽ പശുവിനെ വാങ്ങാൻ പോയ അനുഭവം വിവരിക്കുകയാണ്. ആ കുട്ടി പറയുന്നു:

"ബില്ലും ഞാനും കൂടി ചന്തയിൽ പശു ലേലത്തിനു പോയി. ഡയറിയിൽ ഒരു പശു കൂടിവേണം. ഇപ്പോഴുള്ള പാൽ ആവശ്യത്തിന് തികയുന്നില്ല." ഒരു കുട്ടി എഴുന്നേറ്റ് നിന്നു ചോദിക്കുന്നു: "എന്താണ് ലേലം എന്നു പറയുന്നതു?" ഹെന്റി വിശദീകരിക്കുന്നു. "നിശ്ചിത വിലയില്ലാത്ത വിൽപനയാണ് ലേലം. ഉടമസ്ഥൻ ഒരു സാധനം മുന്നോട്ടു വയ്ക്കുന്നു. ഒരു തുടക്കവില പറയുന്നു. ആ സാധനം ആവശ്യമുള്ളവർ ഓരോരുത്തരും തങ്ങൾ അതിന് ഇന്ന വില തരാം എന്നു പറയുന്നു. ഏറ്റവും കൂടിയ വില നൽകാമെന്നു പറയുന്ന ആൾക്ക് കടയുടമ ആ സാധനം വിൽക്കുന്നു." ഇതിനെ തുടർന്ന് എങ്ങനെയാണ് "ലേലം"

വിളിക്കുന്നതെന്നും ഉറപ്പിക്കുന്നതെന്നും വിശദീകരിക്കുന്നു. ഒരു കുട്ടി ചോദിക്കുന്നു: "ആളുകൾ എന്തുകൊണ്ടാണ് വ്യത്യസ്ത വിലകൾ കൊടുക്കാൻ തയ്യാറാകുന്നത്?" ഹെന്റി പറയുന്നു: "ഞങ്ങൾ വാങ്ങിയ പശുവിന്റെ ലേലം ആരംഭിച്ചത് 75 ഡോളറിനാണ്. ഓരോരുത്തരും കൂട്ടി വിളിക്കാൻ തുടങ്ങി. അവസാനം ഹെന്റി 120 ഡോളർ നൽകാമെന്നു പറഞ്ഞു. കൂടുതൽ ഉയർന്ന തുകയ്ക്ക് വിളിക്കാൻ ആരുമുണ്ടായില്ല. ലേലം 120 ഡോളറിൽ ഉറപ്പിച്ചു." അപ്പോൾ മറ്റൊരു കുട്ടി: "എന്തുകൊണ്ടാണ് 120 ഡോളറിൽ കൂടുതൽ ആരും വിളിക്കാഞ്ഞത്?" ഹെന്റി വിശദീകരണം തുടർന്നു: "ലേലം കൊള്ളാൻ പോകുന്നതിനു മുമ്പുതന്നെ വാങ്ങാൻ വന്നിരുന്ന എല്ലാവരും ഓരോ പശുവിന്റെയും രേഖകൾ പരിശോധിച്ചിരുന്നു. ഒരു വർഷം അതിൽനിന്നെത്ര പാൽ ലഭിക്കും, അതിന്റെ തീറ്റയ്ക്കും മറ്റുമായി ഒരു കൊല്ലം എത്ര ചെലവു വരും. മുതലായ വിവരങ്ങൾ അതിൽ ഉണ്ടായിരുന്നു. പശുവിന് പരമാവധി എന്തു വില വരെ നൽകിയാൽ, പാൽ വിറ്റു കിട്ടുന്ന പണംകൊണ്ട് അത് മുതലാകും എന്ന് ഓരോരുത്തരും കണക്കാക്കിയിരുന്നു. അതിൽ കൂടുതൽ ഉയർന്ന വിലയ്ക്ക് വിളിക്കാൻ അവർ തയ്യാറാകില്ല."

കുട്ടികൾ ചർച്ച ചെയ്യാനും തർക്കിക്കാനും തുടങ്ങി. ഒരു മണിക്കൂർ അതിവേഗം കടന്നുപോയി. ആഡം സ്മിഥിന്റെയും മാർഷലിന്റെയും ഗ്രന്ഥങ്ങൾ പലവുരു വായിച്ചാലും കിട്ടാത്ത ഉൾക്കാഴ്ചയാണ് ഈ ചർച്ചകളിൽ നിന്ന് കുട്ടികൾക്ക് കിട്ടിയത്. സിദ്ധാന്തങ്ങൾക്ക് പ്രായോഗികാനുഭവത്തിന്റെ അടിത്തറ ഉണ്ടെങ്കിൽ അവ മൗലികതയിലേക്കും സർഗാത്മകതയിലേക്കും പതുക്കെപ്പതുക്കെ നയിക്കുന്നതാണ്.

നിലവിലുള്ള വിദ്യാഭ്യാസ സമ്പ്രദായം മൗലികമായി ചിന്തിക്കാനുള്ള കുട്ടികളുടെ കഴിവ് വളർത്തുന്നില്ല. നമ്മുടെ സർവകലാശാലാ ബിരുദധാരികൾക്കുപോലും മൗലികമായി ചിന്തിക്കാൻ കഴിയുന്നില്ല. അതുകൊണ്ടുതന്നെയാണ് നമ്മൾ മുരടിച്ചു പോകുന്നത്. നേരത്തെ പറഞ്ഞപോലെ വെറും ഗുമസ്തരെ ഉണ്ടാക്കുക മാത്രമാണ് ഇന്നത്തെ വിദ്യാഭ്യാസം ലക്ഷ്യമിടുന്നത്. അവർക്ക് മൗലികമായി ചിന്തിക്കേണ്ട ആവശ്യമില്ലല്ലോ. വിദ്യാഭ്യാസത്തിന്റെ മൂന്നാം ഘട്ടം മൗലികതയ്ക്കും സർഗാത്മകതയ്ക്കും ആവശ്യമായ ആത്മവിശ്വാസം വളർത്തലാണ്. ഇവിടെ അധ്യാപകന്റെ സാന്നിധ്യം, നിരീക്ഷണം, മാർഗനിർദേശം എന്നിവയാണ് പ്രധാനം.

കലകളുമായി ബന്ധപ്പെടുത്തിക്കൊണ്ടല്ലാതെ ഒരു വിദ്യാഭ്യാസവും പൂർണമാകുന്നതല്ല. മഹാകവി രവീന്ദ്രനാഥ് ടാഗോറാണ് ഇത് ഊന്നിപ്പറഞ്ഞ ഒരാൾ. നാടൻപാട്ടുകൾ, സംഗീതം, നൃത്തം, ശില്പകല, ചിത്രംവര... എല്ലാം വിദ്യാഭ്യാസത്തിന്റെ ഭാഗമാകണം. ഇങ്ങനെ തൊഴിൽ പരിശീലനത്തെ അടിസ്ഥാനമായും കലയെ സഹായകമായും നടത്തുന്ന

വിദ്യാഭ്യാസം, പ്രഥമദൃഷ്ടിയിൽ ലളിതമാണെന്നു തോന്നിയാൽപോലും, നട്ടെല്ലു വളയാത്ത, ആത്മവിശ്വാസമുള്ള സ്ത്രീകളെയും പുരുഷന്മാരെയും അത് സൃഷ്ടിക്കും. കിടക്കാനൊരു പട്ടുമെത്ത കിട്ടാനായി അവർ വിദേശ യജമാനന്മാർക്ക് പാദസേവ ചെയ്യാൻ തയ്യാറാവില്ല. ആത്മാഭിമാനത്തോടെ, തലയുയർത്തി, സ്വതന്ത്രമായി, സ്വന്തം നാട്ടിലെ ലളിതമായ സാധാരണ ജീവിതം നയിക്കാൻ തയ്യാറാകും, വിശാലമായ ജനകീയ സംസ്കാരത്തിന്റേതായ ഉറച്ച അസ്തിവാരത്തിനു മുകളിൽ ശക്തമായ ഒരു രാഷ്ട്രം പടുത്തുയർത്താനാണ് നമ്മൾ ശ്രമിക്കേണ്ടത്. അല്ലെങ്കിൽ നമ്മുടെ ശ്രമങ്ങളെല്ലാം പാഴിലാകും. സ്വന്തം സംസ്കാരത്തിൽ വേരില്ലാത്ത ഒരു രാഷ്ട്രത്തിനും ലോകരാഷ്ട്രങ്ങളുടെ മുൻനിരയിൽ സ്ഥാനം നേടാനാകില്ല. കടം വാങ്ങിയ കിരീടം അലങ്കാരമല്ല. ലോകസാഹിത്യത്തിനും കലയ്ക്കും സംഗീതത്തിനും ഒക്കെ തനതായ സംഭാവന നൽകാൻ നമുക്കു കഴിയണം.

സർവകലാശാലാ വിദ്യാഭ്യാസം പൂർണമായും സ്വാശ്രയത്തിൽ അധിഷ്ഠിതമായിരിക്കണം എന്ന് ഗാന്ധിജി നിഷ്കർഷിച്ചു. പതിച്ചു കിട്ടിയിട്ടുള്ള ഭൂമിയിൽ അധ്വാനിച്ച് സ്വന്തം ചെലവിനുള്ള വക ഉണ്ടാക്കാൻ കഴിയാത്ത ഒരു കാർഷിക സർവകലാശാലയ്ക്ക് ആ പേരിന് അർഹതയില്ല. അതുപോലെതന്നെ, മറ്റു പ്രൊഫഷണൽ കോളേജുകൾക്കും എൻജിനീയറിങ്ങ് കോളേജുകൾക്കും സ്വന്തം കാലിൽ നിൽക്കാൻ കഴിയണം.

10. സമൂഹജീവിതം

ദൈനംദിന സാമ്പത്തിക ജീവിതവുമായി ബന്ധപ്പെടുന്ന വ്യക്തിയുടെ ജീവിതമാണ് ഇതേവരെ നാം പരിശോധിച്ചത്. ഈ അധ്യായത്തിൽ സമൂഹജീവിതം നയിക്കുന്ന വ്യക്തിയെ പരിശോധിക്കാം. ഔരോ വ്യക്തിയുടെയും ജീവിതം പ്രപഞ്ചഗതിയിലെ ഒരു നിമിഷം മാത്രമാണത്. ഈ കാഴ്ചപ്പാടിൽ നമ്മുടെ നിത്യജീവിതമൊന്നു പരിശോധിക്കേണ്ടതുണ്ട്.

ഒരു വ്യക്തിയുടെ ജീവിതം, അതുമാത്രമായിട്ടെടുത്താൽ, ഹ്രസ്വമാണ്. അന്യജീവിതങ്ങളുമായി ചേർത്തിണക്കാൻ ശ്രമിക്കുമ്പോൾ ചില പരിമിതികൾ പ്രത്യക്ഷപ്പെടുന്നുണ്ട്. തനിക്ക് ഇഷ്ടപ്പെടുന്ന വിധത്തിലൊക്കെ പ്രവർത്തിക്കാൻ ഒരു മനുഷ്യനും സാധ്യമല്ല. അന്യർക്ക് ഉപദ്രവം വരാത്ത രീതിയിൽ അവൻ സ്വന്തം ചെയ്തികൾ നിയന്ത്രിക്കേണ്ടിയിരിക്കുന്നു. അതുകൊണ്ട് ഓരോ വ്യക്തിയുടെയും തനതുശീലങ്ങൾ, ആരോഗ്യം, പാർപ്പിടം എന്നിവ പരിസരത്തിൽ നിലവിലുള്ള അവസ്ഥാവിശേഷങ്ങളെ ബാധിക്കുന്നതാണ്.

ഇക്കാര്യം മനസ്സിൽ വെച്ചുകൊണ്ടാകണം വ്യക്തികൾ സംഘങ്ങളായി എങ്ങനെ ജീവിക്കണമെന്നു തീരുമാനിക്കാൻ. ഇന്ത്യയിൽ

ഗ്രാമീണർ ജീവിക്കുന്നത് വീടും കുടിലും കൂരയുമൊക്കെ തൊട്ടുതൊട്ടു നിൽക്കുന്ന സംഘങ്ങളായിട്ടാണ്. ഈ വശത്തുനിന്ന് പൊതുക്ഷേമം മുൻനിറുത്തിവേണം ഗ്രാമജീവിതം നിരീക്ഷിക്കാൻ.

ഒരുദാഹരണം പറയാം. ശരീരത്തിലെ അഴുക്കുനീക്കൽ, ആരോഗ്യം നിലനിർത്തൽ, മറ്റിന്ദ്രിയവ്യാപാരങ്ങൾ എന്നിവയ്ക്കാവശ്യമായ ഊർജം സംഭരിക്കാൻ മനുഷ്യനു ഭക്ഷണം വേണം. ഭക്ഷണത്തിൽനിന്നു വേണ്ട തെടുത്ത് ശിഷ്ടഭാഗം ശരീരം പുറന്തള്ളുന്നു. ഈ വിസർജ്യങ്ങൾ പ്രകൃതിപരിസരങ്ങൾ മലിനീകരിക്കരുത്. അതു മണ്ണിനെ പുഷ്ടിപ്പെടു ത്തുന്ന മട്ടിൽ അതിൽ തിരിച്ചു വിലയിക്കുകയും വേണം. ഇങ്ങനെ നോക്കുമ്പോൾ ഓരോ പ്രശ്നത്തിലും രണ്ടു വശങ്ങൾ ഉള്ളതായി ക്കാണാം. താഴെ വിവരിക്കുന്നത് ഇത്തരം സംഗതികളാണ്.

ഈ അധ്യായത്തിൽ പരിസരശുചിത്വം, ആരോഗ്യസംരക്ഷണം, പാർപ്പിടം എന്നിവയോടു ബന്ധപ്പെടുന്ന ചില പ്രശ്നങ്ങൾ അവതരിപ്പി ക്കുന്നു. പിന്നെപ്പറയുന്നത് വിവിധങ്ങളായ ഗ്രാമസമിതികളുടെ രൂപീ കരണത്തെക്കുറിച്ചാണ്. ജനങ്ങൾക്കിടയിൽ വികസിക്കുന്ന പാരസ്പര്യ മാണ് സാമൂഹികരാഷ്ട്രീയമണ്ഡലങ്ങളിൽ ഫലപ്രദമായി പ്രവർത്തി ക്കാൻ തക്കവിധം ഇവയുടെ രൂപീകരണം സുഗമമാക്കുന്നത്. ഈ ഗ്രാമ സമിതികളാകും ദേശീയ സ്വയംഭരണത്തിന്റെ ആണിക്കല്ലുകളായിത്തീ രുക. സ്വയം ഭരണത്തിന്റെയും പൊതുകാര്യങ്ങളുടെ നടത്തിപ്പിന്റെയും ചുമതലയേറ്റെടുക്കാൻ ഗ്രാമീണരെ സജ്ജമാക്കുന്ന പരിശീലനക്കളരി കളാണിവ. അതിനാലിവയ്ക്കു പ്രത്യേക പ്രാധാന്യമുണ്ട്.

ശരിയായി സംഘടിപ്പിക്കുകയാണെങ്കിൽ ഈ ഗ്രാമസംഘങ്ങൾ അവ യുടേതായ പ്രത്യേക സംസ്കാരം രൂപപ്പെടുത്തും. ഈ സംസ്കാരങ്ങൾ നീണാൾ നിലനിൽക്കും. ഗ്രാമജീവിതം സുസ്ഥിരമായ നിലനിൽപിനോട ടുക്കുന്നു. ഒറ്റപ്പെട്ട വ്യക്തികളുടെ ജീവിതദൈർഘ്യം ഏതാണ്ട് എഴുപത് കൊല്ലം വരും. ഈ സംഘങ്ങൾ അതിനേക്കാൾ കൂടുതൽ കാലം നില നിൽക്കും. ഇങ്ങനെ രൂപപ്പെടുന്ന സംസ്കാരത്തനിമ മാനവപ്രകൃതത്തെ മാത്രമല്ല നാമീ ഗ്രന്ഥത്തിൽ ഉടനീളം അംഗീകരിച്ചിട്ടുള്ള സമീപന ത്തെയും ആധാരമാക്കിയുള്ളതാവും. നമ്മുടെ സമീപനം സത്യത്തി ന്റെയും അഹിംസയുടെയും തത്ത്വങ്ങളുടെ അനുഷ്ഠാനം എന്ന നില യിലുള്ളതാണ്. ആത്മാർഥതയോടും ശ്രദ്ധയോടും കൂടിയുള്ളതാണ് നമ്മുടെ ഈ നീക്കമെങ്കിൽ അഹിംസയിലും സത്യത്തിലും അധിഷ്ഠി തമായ ഒരു സാമൂഹികക്രമത്തിൽ നാമെത്തിച്ചേരുകതന്നെ ചെയ്യും.

ശുചീകരണം

പാരമ്പര്യവും പതിവുചിട്ടകളും സമ്മാനിച്ച വ്യക്തിപരമായ ശുചിത്വ ബോധം ഗ്രാമീണരിൽ പൊതുവെ നോക്കിയാൽ ഉയർന്നതാണെന്നു കാണാം. കഷ്ടമെന്നു പറയട്ടെ, ആധുനികതയെക്കുറിച്ചുള്ള അബദ്ധ

സങ്കല്പനങ്ങൾ ഈ നിലയിൽ മാറ്റമുണ്ടാക്കുന്നു. അതുകൊണ്ട് മുൻമട്ടിലുള്ള ശുചിത്വശീലങ്ങളുടെ മൂല്യത്തെക്കുറിച്ച് ഊന്നിപ്പറയേണ്ടിയിരിക്കുന്നു.

സാമൂഹിക ശുചിത്വം

ഗ്രാമജീവിതത്തിന്റെ ഏറ്റവും ദുർബലമായ കണ്ണി പൊതുശുചിത്വമില്ലായ്മയാണ്. ഗ്രാമത്തിലെ ഇടവഴികൾ, പാതകൾ, പൊതുസ്ഥലങ്ങൾ, കുളക്കരകൾ എന്നിവിടങ്ങളിൽ മലവിസർജനം നടത്താൻ ഒരു മടിയുമില്ലാത്ത അനേകരുണ്ട്. ഇതിനാൽ പ്രകൃതിപരിസരങ്ങൾ ആകെ മലിനമായിത്തീരുന്നു. കുടിവെള്ളം ദുഷിക്കുന്നു. കുറ്റം മുഴുവൻ ഗ്രാമീണരുടെതല്ല. ഗ്രാമങ്ങളിൽ പൊതുകക്കൂസുകളില്ല, മൂത്രപ്പുരകളില്ല. ഒരുപാടാളുകൾ തിങ്ങിപ്പാർക്കുന്ന ചെറിയ വീടുകൾക്കൊന്നിനും ഇത്തരം സൗകര്യങ്ങളില്ല. അതുകൊണ്ട് മലമൂത്രവിസർജനത്തിനും സ്നാനത്തിനും പൊതുസൗകര്യങ്ങളുണ്ടാക്കുകയും അവ വൃത്തിയായി കൊണ്ടുനടത്താൻ ഏർപ്പാടു ചെയ്യുകയും വേണം. മാത്രമല്ല മലവും വലിച്ചെറിയുന്ന ചപ്പും ചവറുമൊക്കെ വളമാക്കി മാറ്റാനുള്ള സംവിധാനവും ആവശ്യമാണ്. രണ്ടു നിലയ്ക്കും - പരിസരശുചിത്വത്തിനും ഗ്രാമസമ്പദ്‌വ്യവസ്ഥയ്ക്കും - ഇത്തരമൊരു പരിപാടി അത്യാവശ്യമാണ്.

പരിസര ശുചീകരണത്തിന് ആവശ്യമായ നടപടികൾ:

1. മലിനജലം ഒഴുകിപ്പോകാനുള്ള ഓടകൾ - അവ തുറന്നുകിടന്നാലും വേണ്ടില്ല - കൂടെ കൂടെ വൃത്തിയാക്കണം. നാടൻ അണുനാശക വസ്തുക്കൾ പ്രയോഗിക്കണം.
2. ഓട വെള്ളം ഫലവൃക്ഷത്തടങ്ങളിലും അടുക്കളത്തോട്ടത്തിലും കക്കൂസിലുമൊഴുക്കാം.
3. എല്ലാ പാഴ്‌വസ്തുക്കളും സംഭരിച്ചു വളമാക്കൽ
4. ഗ്രാമത്തിലെ കിണറുകൾ, പാതകൾ, കുളങ്ങൾ, വെളിമ്പ്രദേശങ്ങൾ എന്നിവ വൃത്തിയായി സൂക്ഷിക്കൽ
5. ഗ്രാമീണർക്കായി ആരാമങ്ങളും കളിസ്ഥലങ്ങളുമുണ്ടാക്കൽ.

ആരോഗ്യം

1. ഗ്രാമത്തിന്റെ പോഷകാഹാരശാസ്ത്രം

പോഷണക്കുറവ് ഗ്രാമത്തിൽ വ്യാപകമാണ്. സ്വന്തം ചുറ്റുവട്ടത്തിൽ ലഭ്യമായ ഭക്ഷ്യവസ്തുക്കളുടെ പോഷണമൂല്യത്തെക്കുറിച്ച് ഗ്രാമീണരെ പറഞ്ഞ് മനസ്സിലാക്കണം. സമീകൃതാഹാരമെന്നാൽ എന്തെന്നും ഗ്രാമപരിസരങ്ങളിൽനിന്ന് അതെങ്ങനെ സമാഹരിക്കാമെന്നും ഓരോ കുടുംബവും മനസ്സിലാക്കിയിരിക്കണം.

ആരോഗ്യവകുപ്പിന്റെ ഒരു പ്രധാന ചുമതല ഇക്കാര്യങ്ങളിൽ ഗ്രാമീണർക്കു വേണ്ടത്ര അറിവു നൽകലാണ്. ആരോഗ്യസംരക്ഷണ പ്രവർത്തനങ്ങളുടെ ആമുഖമെന്ന നിലയിൽ അരി കുത്തിവെളുപ്പിക്കുന്ന മില്ലുകൾ നിരോധിക്കണം.

2. കുടിവെള്ളം

അടിസ്ഥാനപരമായ ഒരാവശ്യമാണ് ശുദ്ധജലവിതരണം. ഗ്രാമങ്ങളിൽ കൂടുതൽ കിണറുകൾ വേണ്ടിവരും. പഴയവ നന്നാക്കണം. വൃത്തിയായി സൂക്ഷിക്കുന്ന കുളങ്ങളും ഇക്കാര്യത്തിൽ പ്രയോജനപ്പെടുത്താം. അടിയന്തരപ്രാധാന്യമുള്ള ഒന്നാണ് കുടിവെള്ളപ്രശ്നം.

3. രോഗനിവാരണം

രോഗശമനനടപടികളെക്കാൾ പ്രാധാന്യം രോഗനിവാരണപരിപാടികൾക്കായിരിക്കണം. പോഷകാഹാരം, പ്രതിരോധ കുത്തിവെപ്പുകൾ, വ്യായാമവിനോദസൗകര്യങ്ങൾ, ആരോഗ്യകരമായ ജീവിതരീതി എന്നിവയെല്ലാം ഇതുമായി ബന്ധപ്പെട്ടാണ്.

4. സാധാരണരോഗങ്ങളും ചെലവു കുറഞ്ഞ പ്രതിവിധികളും

സാധാരണരോഗങ്ങൾ വരുന്നതെങ്ങനെയെന്നും വരാതിരിക്കാൻ വേണ്ട മുൻകരുതലുകളെന്തൊക്കെയെന്നും വന്നാൽ വേണ്ട പ്രതിവിധികളെന്തെന്നുമൊക്കെ ജനങ്ങൾ മനസ്സിലാക്കേണ്ടതാണ്. ഇതു ജനകീയ വിദ്യാഭ്യാസത്തിന്റെ ഭാഗമാണ്. വീട്ടുചികിത്സാമുറകൾ, ചുറ്റുപാടുകളിലുള്ള ഔഷധച്ചെടികൾ, ഔഷധപ്രയോഗം എന്നിവയിലും ഗ്രാമീണർ അറിവുനേടണം. അണുനാശിനികൾ ലഭിക്കാനും അവയുടെ പ്രയോഗവിധം മനസ്സിലാക്കാനും സൗകര്യമുണ്ടാക്കണം. ഇതിനോടനുബന്ധിച്ച് വിഷപ്രകൃതമുള്ള ഔഷധികളെക്കുറിച്ചും കളകളെക്കുറിച്ചും ആരോഗ്യവകുപ്പ് അന്വേഷണം നടത്തണം.

6. വ്യായാമ വിനോദങ്ങൾ

ഓരോ ഗ്രാമത്തിലും കളികൾക്കും വ്യായാമങ്ങൾക്കും പറ്റിയ തുറസ്സായ സ്ഥലങ്ങൾ ഒരുക്കേണ്ടതാണ്. സൂര്യനമസ്കാരം, ആസനങ്ങൾ എന്നിവ പരിശീലിപ്പിക്കുന്നതിനു പുറമേ നാടൻകളികൾക്ക് പ്രത്യേക പ്രോത്സാഹനവും നൽകണം.

പാർപ്പിടം

പാർപ്പിടപ്രശ്നം അതിപ്രധാനമായ ഒന്നാണ്. ആരോഗ്യകരമായ മെച്ചപ്പെട്ട ഭവനങ്ങൾ എല്ലാവർക്കും വേണം. ഗ്രാമഭവനങ്ങൾ പൊതുവെ അനാരോഗ്യകരമാണ്. ഇടുങ്ങിയ കുടിലുകളിൽപ്പോലും അനേകം പാർപ്പുകാർ. പ്രശ്നപരിഹാരത്തിന് പൊതുമരാമത്തുവകുപ്പും ആരോഗ്യ

വകുപ്പും പഞ്ചായത്തും ചേർന്ന് ഒരു സുചിന്തിതപദ്ധതി ആവിഷ്കരിക്കണം. പ്രാധാന്യം നൽകേണ്ട സംഗതികൾ -

1. പാർപ്പുകാരുടെ ആധിക്യംകൊണ്ട് പാർപ്പിടങ്ങളിലനുഭവപ്പെടുന്ന ഞെരുക്കം കുറയ്ക്കാൻ നടപടി വേണം.
2. ഇനിയുള്ള ഭവനനിർമിതികൾ സഹകരണാടിസ്ഥാനത്തിൽ.
3. നിലവിലുള്ള വീടുകൾ പരിഷ്കരിക്കേണ്ടതെങ്ങനെയെന്നതിനെക്കുറിച്ച് ബോധവൽക്കരണം.
4. വീടുകൾക്കും തെരുവുകൾക്കും ഓവുചാലുകൾ. വീടുകൾക്ക് അരിപ്പക്കുഴികളായാലും മതി. അവ കൂടെക്കൂടെ വൃത്തിയാക്കണം. തെരുവുകളുടെ ഓവുചാലുകൾ ചെലവു കുറഞ്ഞതാകണം. ഇടയ്ക്കിടെ വൃത്തിയാക്കി അണുനാശിനികൾ പ്രയോഗിക്കണം.
5. പൊതുകക്കൂസുകളും കളിസ്ഥലങ്ങളുമേർപ്പെടുത്തണം.
6. വെള്ളക്കുഴികളും മറ്റും തൂർത്ത് കൊതുകുനിയന്ത്രണം.
7. മരാമത്തു വകുപ്പും ആരോഗ്യവകുപ്പും ചേർന്ന് ഗ്രാമസ്ഥിതിക്കനുയോജ്യമായ മാതൃകാ ഭവനുകളുണ്ടാക്കി പ്രദർശിപ്പിക്കണം.
8. ഗ്രാമത്തിലെ പാതകളും നിരത്തുകളും മെച്ചപ്പെടുത്തൽ
9. ശുചീകരണക്ഷമമല്ലാത്ത, ആരോഗ്യത്തിന് ഹാനികരമായ പ്രദേശങ്ങളുണ്ട്. അവിടെ ജീവിക്കുന്ന ആളുകളെ നല്ല സ്ഥലങ്ങളിലേക്കു മാറ്റിപ്പാർപ്പിക്കണം. സൗജന്യസ്ഥലം, സഹായധനം എന്നിവ ഇവർക്കു ലഭ്യമാക്കാൻ സഹകരണസംഘങ്ങൾ വേണ്ടതുചെയ്യണം.
10. ഹരിജനഭവനങ്ങൾ ഗ്രാമസമൂഹങ്ങൾക്ക് പുറത്ത് അകറ്റിപ്പണിയുന്ന പതിവവസാനിപ്പിക്കണം.

ഗ്രാമസംഘടന

മൂന്നു സ്ഥാപനങ്ങളാണ് ഇതുമായി ബന്ധപ്പെടുന്നത്:

1. സ്വയംഭരണാടിസ്ഥാനത്തിൽ ഗ്രാമഭരണം നടത്തുന്ന പഞ്ചായത്ത്.
2. സാമ്പത്തിക പ്രവർത്തനങ്ങൾ സംഘടിപ്പിക്കാൻ വിവിധോദ്ദേശ്യ സഹകരണസംഘങ്ങൾ.
3. ഗ്രാമസേവാസംഘം.

സന്നദ്ധ സേവനത്തിന്റെ അടിസ്ഥാനത്തിൽ ഗ്രാമവികസനത്തിന്റെ മുഴുവൻ പരിപാടിക്കും വേണ്ട മുൻകൈ പ്രവർത്തനവും അനൗദ്യോഗിക പിന്തുണയും സമാഹരിക്കുന്നത് ഗ്രാമസേവാസംഘമാണ്.

1. ഗ്രാമപ്പഞ്ചായത്ത്

ഗ്രാമത്തിലോ ഗ്രാമങ്ങളിലോ ഉള്ള പ്രായപൂർത്തിയായവരുടെ സമ്മതിദാനത്താൽ തെരഞ്ഞെടുക്കപ്പെട്ടതാകണം പഞ്ചായത്ത്. ഗ്രാമം

വാർഡുകളായി തിരിക്കാം. ശുദ്ധജലവിതരണം, വിദ്യാഭ്യാസം, ആതുരാലയങ്ങൾ, നിരത്തുകൾ, ശുചീകരണം, നീതിന്യായസംരക്ഷണം (ചില പരിധികൾക്കു വിധേയമായി), വഴിവിളക്കുകൾ എന്നിവയുടെ ചുമതല മുഴുവൻ പഞ്ചായത്തുകൾക്കായിരിക്കും. ഓരോ ഗ്രാമത്തിനും ഇത്തരം സേവനങ്ങൾ മതിയായത്ര ലഭ്യമാക്കാൻ പഞ്ചായത്തു പിരിക്കുന്ന പണം പോരാതെ വന്നാൽ കമ്മി സർക്കാർ നികത്തിക്കൊടുക്കണം. വായനശാലകൾ, കമ്യൂണിറ്റിഹാളുകൾ, പ്രദർശനകേന്ദ്രങ്ങൾ എന്നിവയ്ക്കും സർക്കാർ സഹായം നൽകണം.

പഞ്ചായത്തുകളുടെ പ്രവർത്തനങ്ങളെ ഏകീകരിക്കാനും നയിക്കാനും അവയ്ക്കു മേൽനോട്ടം വഹിക്കാനും വരവുചെലവു കണക്കുകൾ പരിശോധിക്കാനും മറ്റുമായി പഞ്ചായത്തുകൾക്കൊരു യൂണിയൻ വേണം. അടിസ്ഥാനവിദ്യാഭ്യാസത്തിന്റെയും ഉപരിവിദ്യാഭ്യാസത്തിന്റെയും മാതൃശിശുക്ഷേമകേന്ദ്രങ്ങളുടെയും വൻ ആശുപത്രികളുടെയും നടത്തിപ്പ് ഈ യൂണിയന് ഏറ്റെടുക്കാം. യൂണിയൻ നിയമിക്കുന്ന ഒരു അസിസ്റ്റന്റ് എഞ്ചിനീയർക്ക് എസ്റ്റിമേറ്റുകൾ തയ്യാറാക്കാനും പണികൾ നടത്തിക്കാനും പറ്റും.

പഞ്ചായത്തുയൂണിയനിൽ പഞ്ചായത്തുകളുടെയെല്ലാം പ്രതിനിധികൾ അടങ്ങിയിരിക്കണം. യൂണിയൻ ചെലവുകൾ സർക്കാരും പഞ്ചായത്തുകളും ചേർന്നു വഹിക്കണം.

ഗ്രാമപ്പഞ്ചായത്തുകൾ കേവലം ഭരണസമിതികൾ മാത്രമാകരുത്. പൗരന്റെ കടമകളെക്കുറിച്ചും അവകാശങ്ങളെക്കുറിച്ചും പൗരന്മാരെ ബോധ്യപ്പെടുത്താൻ അവ പഠനപരിശീലനങ്ങൾക്ക് ഏർപ്പാടുചെയ്യണം. ചൂതാട്ടം തുടങ്ങിയ അനാശാസ്യപ്രവർത്തനങ്ങളും അയിത്തം തുടങ്ങിയ അനാചാരങ്ങളും അന്ധവിശ്വാസങ്ങളും ഉച്ചാടനം ചെയ്യാനും അവ യത്നിക്കണം. സാമൂഹികമായ അന്യായങ്ങൾക്കിരയാകുന്ന ആദിവാസികൾക്കും ഹരിജനങ്ങൾക്കും ഭദ്രമായ സാമൂഹികസ്ഥിതി നേടിക്കൊടുക്കാനും പഞ്ചായത്തുകൾ ഉത്സാഹിക്കണം. വനിതകളുടെ സ്ഥിതിയാണ് ഏറെ പരിതാപകരമായ മറ്റൊന്ന്. ഒരു വകുപ്പിനോ സ്ഥാപനത്തിനോ മാത്രം കൈകാര്യം ചെയ്യാവുന്ന പ്രശ്നമല്ല ഇത്. സാമൂഹികമനസ്സാക്ഷിയെ ഉണർത്തുകയും പഴയ മുൻവിധികളെ റദ്ദാക്കുകയും ചെയ്യേണ്ടൊരു ഭാരിച്ച പരിപാടിയാണ് വനിതാപ്രശ്നം. അതിനു പ്രത്യേക കരുതലുകൾ ആവശ്യമാണ്. സ്ത്രീകളെത്തന്നെ ഇത്തരം പ്രവർത്തനങ്ങൾക്കു നിയോഗിക്കുന്നതാണ് നല്ലത്. അവർ പാചകം, ആരോഗ്യസംരക്ഷണം, നെയ്ത്ത്, തയ്യൽ തുടങ്ങിയ ഗാർഹിക കൃത്യങ്ങളിൽ ശാസ്ത്രീയമായിത്തന്നെ പരിചയം നേടിയവരായിരിക്കണം.

2. വിവിധോദ്ദേശ്യ സഹകരണസംഘങ്ങൾ

പഞ്ചായത്തുകൾ ഗ്രാമങ്ങളുടെ രാഷ്ട്രീയസാമൂഹികസംവിധാനത്തിനുള്ള ഉപകരണങ്ങളാണ്. സാമ്പത്തിക പ്രവർത്തനത്തെ വേണ്ട

വിധത്തിൽ ക്രമീകരിക്കുകയും അഭിവൃദ്ധിപ്പെടുത്തുകയുമാണ് സഹകരണസംഘങ്ങൾ ചെയ്യേണ്ടത്.

3. ഗ്രാമസേവാസംഘങ്ങൾ

പഞ്ചായത്തും സഹകരണസംഘങ്ങളും ചേർന്നു ഗ്രാമജീവിതം സംഘടിപ്പിക്കുമ്പോൾ ഗ്രാമസേവാസംഘങ്ങൾക്കവിടെ കാര്യമെന്തെന്ന ചോദ്യം പ്രസക്തം തന്നെ. പഞ്ചായത്തും സഹകരണസംഘങ്ങളും കൊണ്ടുനടത്തുന്നത് തെരഞ്ഞെടുക്കപ്പെടുന്ന ചുരുക്കം ചിലരാണ്. അവരെ തെരഞ്ഞെടുക്കുന്നവർക്ക് ഗ്രാമനിർമിതിയിൽ സൃഷ്ടിപരമായ പങ്കുവഹിക്കാൻ അവസരം വേണമെന്ന സംഗതിയാണ് നാം മറക്കരുതാത്തത്. അനൗദ്യോഗിക സന്നദ്ധസംഘങ്ങളാണ് ഗ്രാമസേവാസംഘങ്ങൾ. പഞ്ചായത്തുകളും സഹകരണസംഘങ്ങളും ഏറ്റെടുത്ത കൃത്യങ്ങൾ വിജയകരമായി നിർവഹിക്കാനാവശ്യമായ അനുപൂരകസേവനം നടത്തുന്നത് ഇവയാണ്. ഗ്രാമസേവാസംഘങ്ങൾ രൂപപ്പെടുത്താനും ശക്തിപ്പെടുത്താനും അവകൊണ്ടു പ്രയോജനമുണ്ടാക്കാനും ഗ്രാമവികസനത്തിന്റെ ചുമതലയുള്ള ഉദ്യോഗസ്ഥന്മാർക്ക് കഴിയേണ്ടതാണ്. സേവാസംഘങ്ങൾക്ക് സ്വന്തം ചട്ടങ്ങളും നിയമങ്ങളും പ്രവർത്തനഫണ്ടുമുണ്ടാവും. സർക്കാരിന് ചരടില്ലാത്ത സഹായം നൽകാം. ഗ്രാമങ്ങളെ ശുചീകരിക്കാനും ബോധവൽക്കരിക്കാനും ആഘോഷങ്ങൾ സംഘടിപ്പിക്കാനും ഇത്തരം സംഘങ്ങൾക്കു കഴിയും. ഗ്രാമത്തിലെ ജീവനും സ്വത്തിനും സംരക്ഷണം നൽകുന്നതിനും പകർച്ചവ്യാധികളും കാലക്കെടുതികളും ഭീഷണിയാകുമ്പോൾ ആശ്വാസപ്രവർത്തനങ്ങൾക്കും സംഘത്തിനു സാധിക്കും. ചുരുക്കത്തിൽ ഓരോ സർക്കാർ ജീവനക്കാരനെയും സഹായിക്കാൻ ഗ്രാമങ്ങൾ തോറും ഗ്രാമസേവാസംഘങ്ങൾ പരിശീലിപ്പിച്ച നൂറുകണക്കിനു സന്നദ്ധസേവകരുണ്ടായിരിക്കേണ്ടതാണ്.

കുറിപ്പ്

പഞ്ചായത്ത്, വിവിധോദ്ദേശ്യ സഹകരണസംഘങ്ങൾ, ഗ്രാമസേവാസംഘം എന്നിവ മൂന്നും ഗ്രാമപുനർനിർമാണത്തിനുള്ള ഉപകരണങ്ങളാണ്. എന്നാൽ ഗ്രാമപുനർനിർമാണത്തിന്റെ പരമലക്ഷ്യം ഭക്ഷണം, വസ്ത്രം, മറ്റ് അത്യാവശ്യങ്ങൾ എന്നിവയിൽ സ്വയംപര്യാപ്തത നേടലാണ്. സ്വാശ്രിതത്വവും സ്വയംനിർണയാവകാശവും ഗ്രാമജീവിതത്തിന്റെ ആധാരങ്ങളാകണം. ലക്ഷ്യങ്ങളുടെ നേട്ടം ജനാധിപത്യപരവും അഹിംസാത്മകവുമായ മാർഗങ്ങളിലൂടെ വേണം.

ഗ്രാമസംസ്കാരം

ഗ്രാമസംസ്കാരം വളരെ അവഗണിക്കപ്പെട്ട ഒരിനമാണ്. ഗ്രാമസംസ്കാരത്തിന്റെ പിന്താങ്ങില്ലാതെ ഗ്രാമസ്വയംപര്യാപ്തതയോ സ്വയംഭരണമോ യഥാർഥവും ശാശ്വതവുമാവില്ല. നൂറ്റാണ്ടുകളിലൂടെ രൂപം

കൊണ്ട്, കാലത്തെ അതിജീവിക്കാൻ കഴിഞ്ഞ ഒരു ഗ്രാമസംസ്കാരത്തിനു ജന്മം നൽകാൻ ഇന്ത്യക്കു കഴിഞ്ഞിട്ടുണ്ട്. അതു പുനരുദ്ധരിക്കണം. തലമുറകളിലൂടെ കൈമാറിക്കിട്ടുന്ന സംസ്കാരപൈതൃകത്തെ കൂടുതൽ സുന്ദരവും സമ്പന്നവുമാക്കി ഗ്രാമജീവിതം കരുത്തുറ്റതാക്കാൻ കഴിവുള്ളത് സ്ത്രീകൾക്കാണ്. മുത്തശ്ശിമാരുടെ പ്രായോഗികജ്ഞാനവും വിവേകവും കലാശാലാബിരുദധാരികളെപ്പോലും ലജ്ജിപ്പിക്കും.

ഗ്രാമസംസ്കാരത്തെ പുഷ്ടിപ്പെടുത്താൻ ചില നിർദേശങ്ങൾ

1. ഗ്രാമത്തിന്റെ പാരമ്പര്യം, ചരിത്രം, സ്ഥാപനങ്ങൾ, ശീലങ്ങൾ എന്നിവയെക്കുറിച്ചുള്ള പഠനം.
2. നാടൻപാട്ടുകൾ, നാടോടിക്കഥകൾ, ജനകീയകലാരൂപങ്ങൾ എന്നിവയിൽ ഗവേഷണപഠനങ്ങൾ
3. കലാപരമായ കൈവേലത്തരങ്ങളുടെ പുനരുദ്ധാരണവും പരിഷ്കരണവും
4. ഗ്രാമവിദ്യാഭ്യാസത്തിൽ ഭജനകൾ, കീർത്തനങ്ങൾ, നാടകങ്ങൾ എന്നിവയുടെ പ്രയോഗം.
5. ജാതിവർഗഭേദങ്ങൾക്കതീതമായി ഗ്രാമജീവിതത്തെ ഐക്യസുദൃഢമാക്കാൻ ഗ്രാമോത്സവങ്ങളും മതപരമായ വിശിഷ്ടാവസരങ്ങളുടെ ആഘോഷങ്ങളും സംഘടിപ്പിക്കൽ. ആഘോഷങ്ങളിൽ നാനാജാതിമതക്കാരെ ഒരുമിച്ചണിനിരത്തി സർവജനസന്തുഷ്ടിയും മൈത്രിയും വളർത്തണം.
6. ഗ്രാമവ്യവസായങ്ങൾക്കാവശ്യമായ അസംസ്കൃത വസ്തുക്കൾ - പരുത്തി, രോമം, ലോഹം തുടങ്ങിയവ - ശേഖരിക്കലും വിതരണം ചെയ്യലും
7. ഉൽപന്നങ്ങളുടെ വിപണനം
8. മിച്ചമുള്ളതു കൊടുത്ത് പോരാതെ വരുന്ന വിഭവങ്ങൾ വാങ്ങൽ
9. പരസ്പരാശ്രിത സഹകരണയൂണിറ്റുകളായി പ്രധാന ഗ്രാമവ്യവസായങ്ങളെ സംഘടിപ്പിക്കൽ. ഇങ്ങനെയായാൽ ലാഭചേതങ്ങളുടെ നീതിയുക്തമായ വിതരണം ജനങ്ങൾക്കിടയിൽ സാധ്യമാകും. ലഭ്യമായ മനുഷ്യാധ്വാനം മുഴുവൻ പ്രയോജനപ്പെടുത്താൻ കഴിയണം. ഭാഗികമോ പൂർണമോ ആയ തൊഴിൽരാഹിത്യം ആർക്കുമുണ്ടാകരുത്.
10. ഗ്രാമത്തിലെ തൊഴിലാളികൾക്ക് ഗുണകരമായ മട്ടിൽ കൂടുതൽ പരിശീലനം നേടാൻ അത്യാധുനിക സങ്കേതങ്ങളിൽ നിപുണരായവരുടെ സേവനം ലഭ്യമാക്കണം. വേണ്ടിവരുന്ന ചെലവ് സർക്കാർ വഹിക്കണം.
11. ഓരോ തുറയിലും പ്രത്യേകപരിശീലനം നേടിയ സഹകരണ പരിശോധകന്മാർ വേണം.

12. ലഭ്യമായ വിവരങ്ങളും മാർഗനിർദേശങ്ങളും ഗ്രാമങ്ങൾക്കും ഗ്രാമീണർക്കും നൽകൽ
13. ഗ്രാമീണവായനശാലകൾ, പഠനകേന്ദ്രങ്ങൾ, മ്യൂസിയങ്ങൾ എന്നിവ സ്ഥാപിക്കൽ
14. നാടൻ നൃത്തങ്ങൾക്കും കളികൾ, വിനോദയാത്രകൾ തുടങ്ങിയ പുറം പരിപാടികൾക്കും സൗകര്യമേർപ്പെടുത്തൽ

പുതിയ സമൂഹത്തിലെ പൗരനായി പരിവർത്തിക്കാൻ വ്യക്തികൾക്കു പ്രചോദനം നൽകുന്ന സമുന്നതമായൊരു മൂല്യസങ്കല്പത്തിന് ഗ്രാമങ്ങളിൽ പ്രതിഷ്ഠ നൽകും മട്ടിൽ സൃഷ്ടിപരമായിരിക്കണം ഗ്രാമസംസ്കാരത്തിന്റെ പുനസ്സംഘാടനം.

11. ഒരു പൈലറ്റ് പരിപാടി

സുസ്ഥിരതയുടെ സമ്പദ്വ്യവസ്ഥയിലെത്തിച്ചേരാൻ ജീവിതത്തിന്റെ നാനാതലങ്ങളിൽ എന്തെന്തു വ്യതിയാനങ്ങളും ക്രമീകരണങ്ങളും വേണമെന്നാണ് പ്രധാനമായും നാം ഇതുവരെയെല്ലാം പരിശോധിച്ചത്. ഇതുവരെ പറഞ്ഞുവന്ന കാര്യങ്ങൾക്കനുസൃതമായി തെരഞ്ഞെടുക്കപ്പെട്ട പരീക്ഷണ പ്രദേശങ്ങളിൽ എല്ലാതരം പ്രവർത്തനങ്ങളും സംഘടിപ്പിക്കണം. ഇതിനു കർമസമിതികൾ രൂപീകരിക്കാം. സ്വന്തം കാര്യങ്ങൾ പരാശ്രയമില്ലാതെ നിർവഹിക്കാൻ പോന്ന സ്ഥാപനങ്ങൾ എന്ന നിലയിലായിരിക്കണം അവയുടെ രൂപീകരണം. പൊതുവായൊരു പ്രവർത്തനക്രമത്തെ ആധാരമാക്കുന്ന അത്തരം സ്ഥാപനങ്ങളെ ജനസേവാസംഘങ്ങളെന്നു വിളിക്കാം. ഇത്തരം സംഘങ്ങൾ പൂർണമായും പ്രവർത്തനക്ഷമമാകുമ്പോൾ ഭരണപക്ഷത്തിന് ഒരു “എതിർപക്ഷ”മായി പ്രവർത്തിക്കാനും ഭരണകൂടപ്രവർത്തനത്തിന്റെ ഗതി നിയന്ത്രിക്കാനും അവയ്ക്കു കഴിയും.

മത്സരാധിഷ്ഠിതമായ ഒരു സമ്പദ്വ്യവസ്ഥയിൽ ഗവൺമെന്റിന്റെ കൃത്യനിർവഹണവിഭാഗം പ്രതിപക്ഷ വിമർശനത്തിനും നിയന്ത്രണത്തിനും വിധേയമാകുന്നുണ്ട്. പക്ഷേ, അഹിംസാധിഷ്ഠിതമായ ഒരു സാമ്പത്തിക ക്രമത്തിൽ ഇത്തരമൊരു പ്രതിപക്ഷപ്രവർത്തനത്തിനു സ്ഥാനമില്ല. നമ്മുടെ ശ്രമം നാമേറ്റെടുക്കുന്ന പ്രവർത്തനങ്ങളിലേക്ക് സർക്കാരിന്റെ ശ്രദ്ധയാകർഷിക്കുകയും അവരുടെ പദ്ധതികളുടെ നടത്തിപ്പിൽ നമ്മുടെ പ്രവർത്തനശൈലി അനുശീലിപ്പിക്കുകയുമാണ്. ഇത്തരം സംഘങ്ങൾ പല കേന്ദ്രങ്ങളിലായി തുടങ്ങാം. സർക്കാരിന് അവഗണിക്കാനൊക്കാത്ത ശക്തികേന്ദ്രങ്ങളായിത്തീരും അവ. ആയതിനാൽ ദേശീയ പരിപാടികളിൽ നിർണായകസ്വാധീനം ചെലുത്താൻ ജനസേവാസംഘങ്ങളുടെ നയങ്ങൾക്കു കഴിയും.

സംഘത്തിന്റെ രൂപശില്പം താഴെ പറയുന്ന മട്ടിലാകുന്നതു കൊള്ളാം.

മന്ത്രിസഭ

ഒരു ഒമ്പതംഗ മന്ത്രിസഭയായിരിക്കണം സംഘത്തിനു വേണ്ടത്. പ്രസിഡണ്ടിനും സെക്രട്ടറിക്കും പുറേയുള്ള മറ്റേഴുപേർ ആരോഗ്യം, വിദ്യാഭ്യാസം, സാമ്പത്തിക കാര്യങ്ങൾ, രാഷ്ട്രീയക്രമം, സാമൂഹിക മേഖല, പ്രസിദ്ധീകരണം തുടങ്ങിയ വിവിധ വകുപ്പുകൾ കൈകാര്യം ചെയ്യുന്ന സഞ്ചാലകരായിരിക്കും.

സഞ്ചാലകസഭ

വകുപ്പുനയം സഞ്ചാലകസഭ നിർണയിക്കും. വകുപ്പുകളോടു ബന്ധപ്പെട്ട സഞ്ചാലകർക്കാണ് കാര്യങ്ങളുടെ നടത്തിപ്പു ചുമതല. ഓരോ വകുപ്പിലുമുള്ള പ്രവർത്തനങ്ങൾക്ക് അതതു മേഖലകളിൽ പ്രത്യേക വൈദഗ്ധ്യം നേടിയവരെ സഞ്ചാലകസഭകളിൽ ഉൾപ്പെടുത്തിയിരിക്കണം.

ഉദാഹരണത്തിന് ആരോഗ്യവകുപ്പിൽ പോഷകാഹാരം, ശിശുക്ഷേമം, പൊതജനക്ഷേമം, ശുചിത്വം തുടങ്ങിയവയ്ക്കൊക്കെ മന്ത്രിമാരുണ്ടാവും. ഓരോ വകുപ്പിനും ഓരോ മന്ത്രിസഭ. മന്ത്രിസഭായോഗങ്ങളിൽ ആധ്യക്ഷ്യം വഹിക്കുക സഞ്ചാലകരായിരിക്കും.

മന്ത്രിക്കമ്മിറ്റി

മന്ത്രിമാരുടെ കൗൺസിലുകളെ സഹായിക്കാൻ സംസ്ഥാനതലത്തിലും പ്രാദേശിക തലത്തിലും നിന്നുള്ള പ്രതിനിധികളടങ്ങുന്ന വിദഗ്ധ കമ്മിറ്റികളുണ്ടാവും. പോഷകാഹാരക്കമ്മിറ്റിയിൽ ആ വിഭാഗത്തിന്റെ ചുമതലയുള്ള മന്ത്രിയും പ്രാദേശിക സംസ്ഥാനതലങ്ങളിലെ ജനസേവാസംഘങ്ങളിൽനിന്നുള്ള പോഷകാഹാരവിദഗ്ധന്മാരുണ്ടാകും. അവർക്ക് അനുഭവങ്ങൾ കൈമാറാം.

പല ഇടങ്ങളിലായി ഇത്തരം സംഘങ്ങൾ പ്രവർത്തിക്കും. അങ്ങനെ ജൈവികമായ ഐക്യത്തോടെ രാജ്യം മുഴുവൻ പ്രവർത്തനം നടത്തുന്ന അനേകം സംഘങ്ങളുണ്ടാവും.

സഞ്ചാലകരുടെ പാർലിമെന്റ്

കേന്ദ്ര ജനസേവാസംഘത്തിന്റെ മന്ത്രിസഭ വേണ്ടപ്പോഴൊക്കെ സഞ്ചാലകരുടെ പാർലിമെന്റു വിളിച്ചുകൂട്ടി നയപരമായ പ്രശ്നങ്ങൾ ചർച്ചചെയ്യും.

സ്വന്തം കൃത്യപഥത്തിൽ താൻ നേടിയ അനുഭവം അതേ കൃത്യത്തിലേർപ്പെട്ട അന്യരുമായി പങ്കിടാൻ സാങ്കേതിക വിദഗ്ധരുടെ അസംബ്ലി ചേരും.

വിദ്യാഭ്യാസം

വിദ്യാഭ്യാസത്തിന് അടിസ്ഥാനപൂർവതലം, അടിസ്ഥാനതലം, അടിസ്ഥാനോത്തരതലം എന്നീ മൂന്നു തലങ്ങളുണ്ടായിരിക്കും. മൂന്നാം

തലത്തിൽ സർവകലാശാലനിലവാരത്തിലുള്ള വിദഗ്ധതൊഴിൽ പരിശീലനത്തിനും ഗവേഷണത്തിനും സൗകര്യമുണ്ടായിരിക്കും. തലിമി സംഘം, ഹിന്ദുസ്ഥാനി പ്രചാർ, വിദ്യാപീഠം എന്നീ സ്ഥാപനങ്ങൾ ഓരോ തലത്തിന്റെയും ചുമതല വഹിക്കുന്നു. നിർമാണപരിപാടിയുടെ വിവിധ ഘട്ടങ്ങളിലേക്കുള്ള തൊഴിൽസേനയെ റിക്രൂട്ട് ചെയ്ത് പരിശീലിപ്പിക്കുന്ന വിദ്യാപീഠങ്ങളെ പോഷിപ്പിക്കുന്നത് തലിമി സംഘങ്ങളായിരിക്കും.

സാമ്പത്തിക മേഖല

കൃഷി, ഗ്രാമവ്യവസായം, വിവിധോദ്ദേശ്യ സഹകരണസംഘം എന്നിവയുടെ വകുപ്പുകളും രാഷ്ട്രീയവിഭാഗവും പ്രചാരണവിഭാഗവും ചേർന്നതാണ് സാമ്പത്തികമേഖല.

കൃഷി

തൊഴിലും സ്വയംപര്യാപ്തതയുമായി ബന്ധപ്പെടുന്ന പ്രശ്നങ്ങളാണ് കൃഷിവകുപ്പു കൈകാര്യം ചെയ്യുന്നത്. നാണ്യവിളകൾ തൊഴിലിനോടും ഭക്ഷ്യവിളകൾ സ്വയംപര്യാപ്തതയോടും ബന്ധപ്പെടുന്നു.

മൃഗസംരക്ഷണം

ആടുമാടുവളർത്തലാണ് പ്രധാന ഏർപ്പാട്. പട്ടുനൂൽപ്പുഴുവളർത്തൽ, മത്സ്യക്കൃഷി, ക്ഷീരോൽപാദനവിതരണം, ചർമസംസ്കരണം, എല്ലുപൊടിക്കൽ, ചക്കരനിർമാണം എന്നിങ്ങനെ സാമ്പത്തിക മേഖലയുമായടുപ്പമുള്ള ഏർപ്പാടുകളും ഇതിൽപ്പെടും.

ഗ്രാമവ്യവസായം

പ്രധാനവ്യവസായം ഭക്ഷ്യസംസ്കരണം. ഇതു കൃഷിവകുപ്പുമായി സഹകരിച്ചു ചെയ്യാനുള്ളതാണ്. സോപ്പ്, കടലാസ്, മൺപാത്രങ്ങൾ, ചർമോൽപന്നങ്ങൾ തുടങ്ങിയ നിത്യോപയോഗ വസ്തുക്കളുടെ നിർമിതിയും ഈ വകുപ്പു കൈകാര്യം ചെയ്യുന്നു.

വിവിധോദ്ദേശ്യസംഘങ്ങൾ

ഉൽപാദകരേയും ഉപഭോക്താക്കളെയും കൂട്ടിയിണക്കുന്ന കണ്ണികളാണ് ഈ സംഘങ്ങൾ. വിതരണച്ചുമതല അവരുടേതാണ്. അസംസ്കൃതവിഭവങ്ങൾ ശേഖരിച്ചു ഉൽപാദകർക്കെത്തിക്കുന്നതും നിർമിത വസ്തുക്കൾ വിപണനം ചെയ്യുന്നതും അവർതന്നെ. സാമ്പത്തിക സഹായത്തെക്കാൾ കൂടുതലായി നിർവഹണപരമായ പിന്തുണയാണ് സംഘങ്ങൾ ഉൽപാദകർക്കു നൽകേണ്ടത്.

രാഷ്ട്രീയവിഭാഗം

ജനകീയമായ ഉൽപാദന പ്രവർത്തനങ്ങളെ ഭരണത്തോടു ബന്ധിപ്പിക്കുകയെന്നതാണ് ഈ വിഭാഗത്തിന്റെ ലക്ഷ്യം. ഇവരുടെ സെക്രട്ടറി

സർക്കാർ വിവരങ്ങൾ ജനങ്ങൾക്കും ജനപ്രശ്നങ്ങൾ സർക്കാരിനു മെത്തിച്ചുകൊടുക്കുന്ന ദൂതനാണ്. ജനങ്ങളുടെ താത്പര്യസംരക്ഷണം മുൻനിറുത്തി പ്രധാന വ്യവസായങ്ങൾ നിയന്ത്രിക്കാനും ദേശീയ സേവനപ്രവർത്തനങ്ങൾ മെച്ചപ്പെടുത്താനും അയാൾ സംസ്ഥാന-കേന്ദ്ര സർക്കാരുകളുമായി ബന്ധപ്പെടുന്നു.

ഈ വകുപ്പിന്റെ മറ്റൊരു വിഭാഗം പ്രചാരണത്തിന്റെ ചുമതല യേൽക്കുന്നു. ജനങ്ങൾക്കുപകാരപ്പെടുന്ന വസ്തുതകളുടെയും അനുഭവങ്ങളുടെയും ഗവേഷണവിവരങ്ങളുടെയും പ്രചാരണമാണ് ഇവരുടെ കൃത്യം. പ്രസിദ്ധീകരണവിഭാഗവുമായി ഇവർക്കടുത്ത ബന്ധമുണ്ട്.

രാഷ്ട്രീയമേഖല

ഗ്രാമപ്പഞ്ചായത്തുകൾ തുടങ്ങിയ രാഷ്ട്രീയഘടകങ്ങളുടെ സംഘാടനം, സംസ്ഥാന-കേന്ദ്ര സർക്കാരുകളുമായി ബന്ധപ്പെടൽ, സാമ്പത്തിക പ്രവർത്തനങ്ങൾ നിരീക്ഷിക്കൽ എന്നിവയാണ് ഈ മേഖലയുടെ കർത്തവ്യങ്ങൾ

സാമൂഹികമേഖല

ഇതിലുൾപ്പെടുന്ന വകുപ്പുകൾ: 1. സാമൂഹികമായ ഐക്യദാർഢ്യം. 2. ഹരിജനങ്ങളുടെയും പിന്നോക്കവിഭാഗങ്ങളുടെയും ഉന്നമനം. 3. കൃഷിപ്പണിക്കാരെയും മറ്റു തൊഴിൽക്കാരെയും സംഘടിപ്പിക്കൽ. 4. ദേശീയ പ്രവർത്തനങ്ങൾക്കായി യുവാക്കളെയും സന്നദ്ധസേവകരെയും പരിശീലിപ്പിക്കൽ. 5. വനിതകളുടെ അവശതാനിവാരണം

പ്രസിദ്ധീകരണം

പുസ്തകപ്രസിദ്ധീകരണം (പാഠപുസ്തകങ്ങളും റഫറൻസ് ഗ്രന്ഥങ്ങളുമുൾപ്പെടെ) ആനുകാലികങ്ങൾ എന്നിവയുടെ ചുമതല പ്രസിദ്ധീകരണ വിഭാഗത്തിനാണ്. നവജീവൻ ട്രസ്റ്റിന് ഈ തുറയിൽ വലിയ സേവനം നൽകാനാവും. ഹരിജൻ പത്രികയെ 'ജനസേവക'നാക്കി ഗാന്ധിസന്ദേശങ്ങൾ ജനങ്ങളിലെത്തിക്കാം.

ഉപസംഹാരം

ഇതൊരു വൻ പരിപാടിയായിത്തോന്നാം. എന്നാൽ നിർവഹണം ലളിതമാണ്. ഇരുപത്തയ്യായിരം മുതൽ മുപ്പതിനായിരംവരെ ജനസംഖ്യയുള്ള പതിനഞ്ചിരുപതു ഗ്രാമങ്ങളെ കേന്ദ്രീകരിച്ച് ജനസേവക സംഘങ്ങളുടെ പ്രവർത്തനം ഏകീകരിക്കണം. ഈ ഏകീകൃത പ്രവർത്തനങ്ങളുടെ പാഠങ്ങൾ ജനങ്ങളുടെ പഠനപരിപാടിയായിത്തീരുമെന്നു മാത്രമല്ല സർക്കാരിനും പ്രവർത്തന മാതൃകകൾ നൽകുകയും ചെയ്യും. അചിരേണ ജനകോടികൾക്കു പൂർണസ്വരാജിന്റെ ഫലമനുഭവിക്കാൻ സംഗതിവരും.

ജനസേവകപ്രതിജ്ഞ

1. ഗ്രാമങ്ങളിലെ അവശജനങ്ങൾക്കു ആശ്വാസം നൽകുകയെന്ന ലക്ഷ്യം നേടാൻ എന്റെ ക്രിയാശേഷിയും വൈഭവങ്ങളും പരമാവധി പ്രയോജനപ്പെടുത്തുമെന്നുംജ ജനസേവാസംഘത്തിന്റെ ചട്ടങ്ങളും നിയമങ്ങളും വായിച്ചുമനസ്സിലാക്കി അതിലംഗമായിച്ചേരുമെന്നും ഞാൻ പ്രതിജ്ഞ ചെയ്യുന്നു.
2. എന്റെ പരമാവധി കഴിവുപയോഗിച്ച് സംഘത്തിന്റെ സമുന്നതാദർശങ്ങൾക്കൊത്തു ഞാൻ ജീവിക്കും.
3. സന്മനസ്സുള്ള ആരിൽനിന്നും കൃത്യനിർവഹണത്തിനുതകുന്ന ഏതു സഹായവും സഹകരണവും സ്വീകരിക്കും.
4. സംഘത്തിനു വേണമെന്നു തോന്നുമ്പോഴും അതിന്റെ നിർദേശപ്രകാരവുമല്ലാതെ രാഷ്ട്രീയ പ്രവർത്തനത്തിൽ ഞാനേർപ്പെടുകയില്ല.
5. ഞാൻ നൂറ്റ നൂലുകൊണ്ടുണ്ടാക്കിയ ഖാദിവസ്ത്രമേ ഞാൻ ധരിക്കൂ. ഗ്രാമനിർമിതികളാണ് ഞാനുപയോഗിക്കുക. ലഹരി പദാർഥങ്ങൾ തൊടുകയില്ല.

അസ്പൃശ്യതയുടെ ഏതു രൂപത്തോടും എനിക്കു ബന്ധമുണ്ടായിരിക്കുകയില്ല. സമുദായങ്ങളുടെ സാഹോദര്യത്തിൽ ഞാൻ വിശ്വസിക്കുന്നു. മതങ്ങളെയെല്ലാം ഞാൻ ബഹുമാനിക്കുന്നു. ലിംഗവംശവിശ്വാസങ്ങൾക്കതീതമായി അവസരതുല്യതയും ആദരവും എല്ലാവർക്കും ലഭിക്കണം.

ഒപ്പ്

പൊതുകാര്യങ്ങളിൽ ആളുകൾക്കാവേശം പകർന്നുകൊണ്ട് രാജ്യം മുഴുവൻ ജനസേവാസംഘങ്ങൾ പ്രവർത്തിക്കണം. ദേശീയതലത്തിൽ വമ്പിച്ച ചുമതലകൾ ഏറ്റെടുത്താൽ കരുത്തുള്ള രാഷ്ട്രതന്ത്രജ്ഞരെ പരിശീലിപ്പിച്ചു വളർത്തുന്ന കളരികളാകണം അവ.

അഹിംസയിലും സത്യത്തിലും അധിഷ്ഠിതമായ ഇത്തരമൊരു സംവിധാനം രാജ്യം സ്വീകരിക്കുന്നതുവരെ രാഷ്ട്രീയ സാമൂഹിക സാമ്പത്തിക ജീവിതത്തിൽ സ്ഥിരമായ നിലനിൽപു നേടാനാവുമെന്ന് ആശിക്കരുത്. രാഷ്ട്രീയമായി ഭയാനകമായ തകിടം മറികളിലേക്കല്ലാതെ മത്സരാധിഷ്ഠിതവും കേന്ദ്രീകൃതവുമായ ഇന്നത്തെ ഉൽപാദനവ്യവസ്ഥ നമ്മെ മറ്റെങ്ങുമെത്തിക്കില്ല. പൗരന്മാരെ ക്ഷേമത്തിലും രാഷ്ട്രങ്ങളെ ശാന്തിയിലുമെത്തിക്കുന്ന പുരോഗതി കൈവരണമെങ്കിൽ അത്തരം കുഴപ്പങ്ങൾ ഒഴിവാക്കുകതന്നെ വേണം.

കൈയൂക്കിനു കാര്യം നേടാനാകാത്ത, ചതിയും ചൂഷണവും വിലപോകാത്ത ഇങ്ങനെയൊരവസ്ഥയിലല്ലാതെ പാവങ്ങൾക്കു കരപറ്റാൻ

അവസരങ്ങളോ സാധാരണക്കാർക്കു നീതിയോ ലഭിക്കാൻ പോകുന്നില്ല. തെറ്റായ മാർഗങ്ങളിലൂടെ നേടിയതിനെല്ലാം തിളക്കം നഷ്ടപ്പെടുത്തുന്ന ആ സമൂഹം, സ്ഥിരസ്ഥിതി നേടുന്ന ഒരു സമുന്നത സംസ്കൃതിയിലേക്ക്, കാട്ടുനീതിയിൽനിന്നും മനഷ്യനീതിയിലേക്ക് വളർന്നുവരും. ഈ നേട്ടം കൈവരിക്കാൻ ആത്മനിയന്ത്രണവും സ്വാശ്രിതത്വവും വേണം. വേണ്ടത്ര അളവിൽ ഇതെല്ലാം സിദ്ധിക്കുമെന്നും അങ്ങനെ "സുസ്ഥിരതയുടെ സമ്പദ്‌വ്യവസ്ഥ"യിൽ നമുക്കെത്തിച്ചേരാമെന്നും ആശിക്കുക.

രണ്ട്

സ്വരാജ്യം ജനങ്ങൾക്ക്

ജയപ്രകാശ് നാരായണൻ

മുഖവുര

കുറച്ചുകാലം മുമ്പ് ഞാൻ എന്റെ സുഹൃത്തുക്കൾക്കിടയിൽ "*ഇന്ത്യൻ രാഷ്ട്രീയത്തിന്റെ പുനർനിർമാണം*" എന്ന പേരിലൊരു പ്രബന്ധം വിതരണം ചെയ്തിരുന്നു. അതിനെ ആധാരമാക്കി ഇന്ത്യക്കകത്തും പുറത്തും കുറെയധികം സെമിനാറുകളും സിമ്പോസിയങ്ങളും നടക്കുകയുണ്ടായി. ഒട്ടനവധി സുഹൃത്തുക്കൾ, ഇന്ത്യക്കാരും വിദേശികളും, വിമർശനങ്ങളും നിർദേശങ്ങളും അയച്ചു തന്നിരുന്നു. അവയിൽ ചിലവ *ഭൂദാൻ വീക്കിലി*യിൽ പ്രസിദ്ധീകരിച്ചിട്ടുണ്ട്.

ആ പ്രബന്ധം മുഴുവനായും പ്രസിദ്ധീകരിക്കപ്പെടുകയുണ്ടായില്ലെങ്കിലും അതിന്റെ പല ഭാഗങ്ങളും അഭിപ്രായങ്ങളും പല പത്രങ്ങളിലും അച്ചടിച്ചുവരികയുണ്ടായി. സെമിനാറുകളും സ്വകാര്യവിമർശനങ്ങളും എന്നെ സംബന്ധിച്ചിടത്തോളം ഒട്ടേറെ വിലപിടിച്ചവയാണ്. അവ മുഴുവനും വായിച്ച് സ്വാംശീകരിക്കാൻ എനിക്കിതേവരേ കഴിഞ്ഞില്ലെങ്കിലും.

എന്റെ മുഖ്യ വാദഗതിയിൽ എന്തെങ്കിലും മാറ്റം വരുത്തണമെന്ന് തോന്നിയിട്ടില്ലെങ്കിലും പല കാര്യങ്ങളിലും എന്റെ ആശയങ്ങളിൽ മാറ്റം വന്നിട്ടുണ്ട്, വ്യക്തത കൈവന്നിട്ടുണ്ട്. അവതരണരീതിയിൽ കാര്യമായ മാറ്റം വരുത്തണമെന്നും ബോധ്യം വന്നിട്ടുണ്ട്. ഒരുപാട് കാര്യങ്ങൾ കുറച്ചു വാക്കുകളിൽ പറയാൻ ശ്രമിച്ചത് അവിവേകമായിപ്പോയി എന്ന് എനിക്ക്

ബോധ്യമായി. അനാവശ്യമായ തെറ്റിദ്ധാരണകൾക്ക് അത് വഴി വെച്ചു.

എന്നാണ് ആ പ്രബന്ധം പുതിയ രൂപത്തിൽ പ്രസിദ്ധീകരിക്കാനാകുക എന്നു പറയാൻ പറ്റില്ല. ഒഴിവാക്കാനാകാത്ത മറ്റു പണികൾ ആണ് കാരണം. ബഹുജനപ്രസ്ഥാനങ്ങൾക്ക് മുൻഗണന കൊടുക്കാതെ വയ്യ. അതിനിടയ്ക്ക് സമയം കിട്ടുന്നുമില്ല. എന്നിരുന്നാലും എന്റെ പ്രബന്ധത്തിന്റെ കാതലായ ആശയങ്ങൾ അടിയന്തരമായും പൊതുജനസമക്ഷം അവതരിപ്പിക്കേണ്ടതിന്റെ ആവശ്യം ബോധ്യപ്പെട്ടതിനാൽ അവ മാത്രം - ഇന്ത്യയിലെ രാഷ്ട്രീയസംവിധാനങ്ങളും പരിഷ്കരണവും പുനർനിർമാണവും - ഇവിടെ അവതരിപ്പിക്കുകയാണ്. ഈ സ്ഥാപനങ്ങൾ കൂടുതൽ ജനാധിപത്യപരവും കാര്യക്ഷമവും സ്ഥായിയും അർഥവത്തും ആക്കേണ്ടതുണ്ട്. ദാർശനികവും സാമൂഹികവും സാമ്പത്തികവുമായ വശങ്ങളെപ്പറ്റി കാര്യമായി ഒന്നും ഇതിൽ പറയുന്നില്ല. അവശ്യം വേണ്ടിവരുന്ന സന്ദർഭങ്ങളിൽ അവയെ സ്പർശിക്കുക മാത്രമേ ചെയ്യുന്നുള്ളൂ. പക്ഷേ, ഒരു കാര്യം ശരിയാണ്. ഒരു രാജ്യത്തിന്റെ രാഷ്ട്രീയഘടന ആ സമൂഹത്തിന്റെ മൊത്തം ഘടനയുടെ, ജനങ്ങളുടെ ജീവിതരീതിയുടെയും ചിന്തകളുടെയും ഭാഗം മാത്രമാണ്.

വിഷയത്തിലേക്കു കടക്കുന്നതിനു മുമ്പേ രണ്ടു ചെറിയ പ്രസ്താവനകൾ നടത്തട്ടെ. ആദ്യത്തേത് എന്റെ വിമർശകരിലെ ഒരു വിഭാഗത്തോടുള്ളതാണ്. അവരുടെ വിമർശനത്തിന്റെ കുന്തമുന ഞാൻ ജനാധിപത്യത്തിന്റെ ശത്രുവാണ് എന്നതാണ്. ആഴത്തിലും പരപ്പിലും ഇന്ത്യൻ ജനാധിപത്യത്തെ ശക്തിപ്പെടുത്തുകയാണ് എന്ന വ്യാജേന ഞാനതിനെ തകർക്കുകയാണ് എന്നാണ് അവരുടെ ആരോപണം. ദുരുദ്ദേശ്യവും കാപട്യവും ആരോപിച്ചുകൊണ്ടു തുടങ്ങുന്ന ഒരു വിമർശനത്തെ എങ്ങനെ നേരിടണമെന്ന് എനിക്ക് അറിയില്ല. ഒരു കാര്യം ഊന്നിപ്പറയാൻ മാത്രം ഈ സന്ദർഭം ഉപയോഗിക്കുന്നു: മാനവസ്വാതന്ത്ര്യത്തിലും ജനാധിപത്യ സാമൂഹികക്രമത്തിലും ഉള്ള എന്റെ വിശ്വാസം അചഞ്ചലമാണ്. അക്കാര്യത്തിൽ ആർക്കും ഒരു തെറ്റിദ്ധാരണയും വേണ്ട. ഏതാനും വർഷങ്ങൾക്കുമുമ്പ് *സോഷ്യലിസ*

ത്തിൽ നിന്ന് സർവോദയത്തിലേക്ക് എന്ന പുസ്തകത്തിൽ പറഞ്ഞിരുന്നപോലെ,

ì സ്വാതന്ത്ര്യമെന്നത് എന്റെ ജീവിതവ്രതമാണ്. അന്നത്തിനുവേണ്ടിയോ അധികാരത്തിനുവേണ്ടിയോ, സമ്പത്തിനോ,

സുരക്ഷയ്ക്കോ, രാജ്യത്തിന്റെ പ്രശസ്തിക്കോ മറ്റെന്തിനും വേണ്ടിയോ അത് ബലികഴിക്കാൻ ഞാൻ തയ്യാറല്ല.Î

അതെ, അന്നും ഇന്നും എന്നും ഞാൻ ജനാധിപത്യത്തിൽ മുറുകെപ്പിടിക്കുന്നു.

ഞാൻ മുന്നോട്ടുവച്ച ചിന്തകളിലേക്ക് അടിസ്ഥാനപരവും ഗണ്യവുമായ സംഭാവനകൾ നൽകിയിട്ടുള്ള അന്തരിച്ച എം.എൻ. റോയിയെപ്പറ്റി ഒന്നും പറഞ്ഞില്ല എന്നതാണ് രണ്ടാമത്തെ വിമർശനം. എനിക്ക് ശക്തമായ പിന്തുണ ലഭിക്കുമായിരുന്ന പല വൃത്തങ്ങളിലും ഇത് ഗുരുതരമായ തെറ്റിദ്ധാരണയ്ക്ക് ഇടയാക്കിയിട്ടുണ്ട്. എന്നെ നന്നായി അറിയുന്ന സുഹൃത്തുക്കൾക്ക് - അവർ ഒട്ടേറെയുണ്ട് - ഒക്കെ അറിയാവുന്ന ഒരു കാര്യമാണ്, എന്റെ ചിന്തകൾ രൂപം കൊള്ളുന്നതിൽ എം. എൻ. റോയിക്കുള്ള പങ്ക് എത്ര വലുതാണെന്ന്. പല കാര്യങ്ങളിലും ഞാൻ അദ്ദേഹത്തോട് യോജിച്ചില്ലെങ്കിൽ പോലും.

രാഷ്ട്രീയചിന്തയിലേക്ക് മൗലികമായ എന്തെങ്കിലും സംഭാവന നൽകിയിട്ടുണ്ടെന്ന് ഒരിക്കലും ഞാൻ അവകാശപ്പെടുന്നില്ല. റോയിയോടും മറ്റനേകം പേരോടും ഞാൻ കടപ്പെട്ടിരിക്കുന്നു. പ്രത്യേകിച്ചും ഗാന്ധിജിയോട്. അതേസമയം ഒരു കാര്യം വ്യക്തമാക്കട്ടെ: ഈ പ്രബന്ധത്തിലോ, ആദ്യത്തെ പ്രബന്ധത്തിലോ ഉന്നയിച്ചിട്ടുള്ള അഭിപ്രായങ്ങൾക്കും ആശയങ്ങൾക്കും ഞാൻ, ഞാൻ മാത്രമാണ് ഉത്തരവാദി.

1. തല കുത്തനെ നിർത്തിയ പിരമിഡ്

സ്വരാജ്യം മേലേനിന്ന്

ഇന്ത്യയിലെ ഭരണഘടനാ നിർമാണസഭ "ജനങ്ങളുടെ പേരിൽ" ഒരു തീരുമാനമെടുക്കുകയുണ്ടായി:

a) ഇന്ത്യയെ പരമാധികാരമുള്ള ഒരു ജനാധിപത്യ റിപ്പബ്ലിക് ആക്കും;

b) അതിലെ എല്ലാ പൗരന്മാർക്കും സാമൂഹികവും സാമ്പത്തികവും രാഷ്ട്രീയവും ആയ നീതി ഉറപ്പാക്കും; ചിന്തിക്കാനും പറയാനും വിശ്വസിക്കാനും ആരാധിക്കാനുമുള്ള സ്വാതന്ത്ര്യം ഉറപ്പുവരുത്തും;

c) എല്ലാ ജനങ്ങളിലും സാഹോദര്യബോധം വളർത്തും. വ്യക്തികളുടെ ആത്മാഭിമാനവും ദേശീയ ഐക്യവും ഉറപ്പാക്കും.

ഈ ലക്ഷ്യങ്ങൾ ജനാധിപത്യത്തെക്കുറിച്ച് ആവേശം പകരുന്ന ഒരു ചിത്രമാണ് നൽകുന്നത്. ഒപ്പം വെല്ലുവിളികളുടെയും. ഈ ചിത്രത്തെ മൂർത്തമായ യാഥാർഥ്യമാക്കുന്നതിനു വേണ്ടിയാണ് ഭരണഘടനാ നിർമാണസഭ ഇന്നത്തെ ഭരണഘടനയ്ക്ക് രൂപം നൽകുകയും അംഗീകരിക്കുകയും ചെയ്തത്. കാലാകാലങ്ങളിൽ അതിനു ഭേദഗതികൾ വരുത്തിയിട്ടുണ്ട്. ഇന്നും അത് സ്വാതന്ത്ര്യത്തിന്റെയും ജനാധിപത്യത്തിന്റെയും നെടുംകോട്ടയായി നിലകൊള്ളുന്നു.

മിക്ക അയൽ രാജ്യങ്ങളും ഒന്നല്ലെങ്കിൽ മറ്റൊരു തരത്തിലുള്ള ഏകാധിപത്യത്തെ ആശ്ലേഷിച്ചപ്പോൾ ഇന്ത്യയിലെ ജനങ്ങൾ ബോധപൂർവം ജനാധിപത്യം തെരഞ്ഞെടുത്തു എന്നത് അഭിമാനിക്കാവുന്ന ഒന്നാണ്. ജനങ്ങളുടെ സാംസ്കാരികവും ആത്മീയവും ആയ പക്വതയുടെ തെളിവാണിത്.

ഇതെല്ലാം അംഗീകരിക്കവേ തന്നെ, കഴിഞ്ഞ ഒരു പതിറ്റാണ്ടു കാലത്തെ ജനാധിപത്യത്തിന്റെ അനുഭവങ്ങൾ ഒന്നു വിലയിരുത്തുന്നത് നന്നായിരിക്കും. ഏഷ്യയിലെയും ആഫ്രിക്കയിലെയും മറ്റു രാജ്യങ്ങളുടെയും ഏറെ പാരമ്പര്യമുള്ള പാശ്ചാത്യജനാധിപത്യങ്ങളുടെയും അനുഭവത്തിന്റെ വെളിച്ചത്തിലായിരിക്കണം ഇതു നടത്തേണ്ടത്.

ഭരണഘടന അംഗീകരിച്ച ശേഷമുള്ള പത്തു കൊല്ലക്കാലത്തെ അനുഭവത്തിൽ ഏറ്റവും പ്രകടമായി മുഴച്ചുനിൽക്കുന്ന ഒരു കാര്യമുണ്ട്:

രാജ്യത്തെ ഇരുപതു കോടി വോട്ടർമാർക്ക് തങ്ങൾ പുറംതള്ളപ്പെട്ടവരായി തോന്നുന്നു. ശരിയാണ്, രണ്ടു പൊതുതെരഞ്ഞെടുപ്പുകളിൽ വോട്ടു ചെയ്യാനുള്ള സന്ദർഭം അവർക്ക് ലഭിച്ചിട്ടുണ്ട്. ഈ ക്ഷണിക സമ്പർക്കങ്ങൾ ഒഴിച്ചാൽ അവർക്ക് ജനാധിപത്യവുമായി മറ്റൊരു ബന്ധവും ഉണ്ടായിട്ടില്ല. നാട്ടുമ്പുറത്തുകാരുടെ ഇടയിൽനിന്നുപോലും കേൾക്കാവുന്ന ഒരു സ്വരമുണ്ട്: *സ്വരാജ്യം* വന്നെങ്കിലും അത് തങ്ങൾക്ക് കിട്ടിയിട്ടില്ല. ബ്രിട്ടീഷുകാർ ഭരിച്ചിരുന്ന കാലത്തെ അതേപോലെയും, അതേ ആളുകളും തന്നെയാണ് തങ്ങളെ ഭരിക്കുന്നത് എന്ന് അവർ പരാതിപ്പെടുന്നു. തങ്ങളുടെ ഗ്രാമത്തിൽപോലും തങ്ങൾക്ക് ഒരു അധികാരവുമില്ല; ഏറ്റവും താഴെക്കിടയിലുള്ള സർക്കാരുദ്യോഗസ്ഥനുപോലും തങ്ങളോട് ഒരു ഉത്തരവാദിത്വവുമില്ല. അവർ ജനങ്ങളുടെ മേൽ കുതിര കയറുന്നു; പണ്ടത്തെപ്പോലെതന്നെ കൈക്കൂലി വാങ്ങുന്നു. ജനങ്ങൾക്ക് *സ്വരാജ്യം* അനുഭവവേദ്യമായിട്ടില്ല എന്ന സത്യം അംഗീകരിക്കണം. സമൂഹത്തിന്റെ ഉപരിതലത്തിലുള്ള ഇടത്തരക്കാരുടെ ഒരു നേർത്ത പാളിക്കു മാത്രമേ, അതിൽതന്നെ നേരിട്ട് രാഷ്ട്രീയപ്രവർത്തനങ്ങളിൽ ഏർപ്പെട്ടിരിക്കുന്നവർക്കുമാത്രമേ നമ്മുടെ ജനാധിപത്യത്തിന്റെ നടത്തിപ്പിൽ എന്തെങ്കിലും പങ്കുള്ളൂ.

ഈ അവസ്ഥാവിശേഷത്തിന്റെ ഫലമെന്താണ്? നമ്മുടെ ജനാധിപത്യത്തിന്റെ അടിത്തറ വളരെ സങ്കുചിതമാണ്. ഒരു പിരമിഡ് തലതിരിച്ച് വെച്ചപോലെയാണത്. അതിനെ കീഴ്മേൽ മറിക്കണം; വിശാലമായ അടിത്തറമേൽ സ്ഥാപിക്കണം. അതാണ് ചെയ്യേണ്ടത്. എല്ലാ ഇന്ത്യൻ പൗരനും വോട്ടധികാരമുണ്ട് എന്നതുകൊണ്ട് ഈ പിരമിഡിന്റെ അടിത്തറ വിശാലമാകുന്നില്ല. ഒറ്റപ്പെട്ട, വേറിട്ടുനിൽക്കുന്ന കോടിക്കണക്കിന് വോട്ടർമാർ ഒരു മണൽ കൂമ്പാരംപോലെയാണ്, അതിന്റെ മേൽ ഒരു സൗധവും പണിതുയർത്താൻ പറ്റില്ല. ഒന്നുകിൽ സിമന്റ് ചേർത്ത് അതിനെ ഇഷ്ടികകളാക്കണം. അല്ലെങ്കിൽ നാലുവശവും കോൺക്രീറ്റ് ഭിത്തികൾ ഉണ്ടായിരിക്കണം. എങ്കിൽ മാത്രമേ കല്ലുകൊണ്ടുള്ള അസ്തിവാരം പോലെ ആവുള്ളൂ. അതിനാൽ നമ്മുടെ സമൂഹത്തിന്, രാഷ്ട്രത്തിന് സ്ഥിരത ലഭിക്കണമെങ്കിൽ അടിത്തറയുടെ വിസ്താരം കൂട്ടുകയും മേൽഭാഗങ്ങളെ കീഴ്ഭാഗങ്ങളുമായി വേണ്ടവിധം ഇണക്കിച്ചേർക്കുകയും വേണം. ജനാധിപത്യത്തിന്റെ അടിത്തറയ്ക്ക് വേണ്ടത്ര ഉറപ്പുണ്ടെങ്കിൽ അധികാരമോഹികൾക്ക് അത് മറിച്ചിടാൻ എളുപ്പമായിരിക്കില്ല. ചരിത്രാവശിഷ്ടങ്ങളുടെ നാടാണ് നമ്മുടേത്. ഒരു സൗധം മറിഞ്ഞുവീണാൽ എന്തു സംഭവിക്കുമെന്ന് അവ സന്ദർശിച്ചാൽ മനസ്സിലാകും. ആദ്യം താഴെ വീഴുന്നത് മേൽക്കൂരയാണ്, പിന്നെ ചുമരുകൾ. ആദ്യം മുകളിലെ നിലകൾ, പിന്നെ താഴത്തെ നിലകൾ, അസ്തിവാരങ്ങൾ അവിടെത്തന്നെ കിടക്കും ആയിരത്താണ്ടുകളോളം. ഒരു സൗധം, എത്ര വലുതുമായിക്കൊള്ളട്ടെ, ദീർഘകാലം നിലനിൽക്കണമെങ്കിൽ അതിന്റെ അടിത്തറയും അടിഭാഗങ്ങളും ഉറപ്പുള്ളതായിരിക്കണം.

എഷ്യയിലെയും ആഫ്രിക്കയിലെയും പല രാജ്യങ്ങളും പാശ്ചാത്യ ജനാധിപത്യത്തിന്റെ ബാഹ്യരൂപങ്ങൾ സ്വീകരിച്ചിട്ടുണ്ട്. അതായത്, സാർവത്രികവോട്ടവകാശം, പരസ്പരം മത്സരിക്കുന്ന ഒട്ടനവധി രാഷ്ട്രീയ പ്പാർട്ടികൾ, തെരഞ്ഞെടുക്കപ്പെട്ട ഒരു പാർലിമെന്റ്, അതിനോട് ഉത്തര വാദപ്പെട്ട ഒരു ഗവൺമെന്റ് മുതലായവയെല്ലാം ഉണ്ട്. അതായത് ഇന്ത്യ യിലെന്നപോലെ അവിടങ്ങളിലും ഒറ്റപ്പെട്ട വോട്ടർമാരുടെ ഒരു കൂട്ട മാണുള്ളത്. അതിന്റെ മേലാണ് മുകളിലെ ഗവൺമെന്റ് എന്ന നില പണി തിരിക്കുന്നത്. ഇത്തരത്തിലുള്ള ഒരു ജനാധിപത്യത്തോട് ജനങ്ങൾക്ക് കാര്യമായ കൂറൊന്നും ഉണ്ടായിരിക്കില്ല. അത് സ്വാഭാവികമാണ്. ഒരു ചെറിയ തള്ളുമതി, അത് മറിഞ്ഞു വീഴും. ജനക്കൂട്ടം നിസ്സഹായമായി നോക്കിനിൽക്കും. മറിഞ്ഞ് വീണ ജനാധിപത്യം അഴിമതി നിറഞ്ഞതും കാര്യക്ഷമമല്ലാത്തതും, ആഹാരം, തൊഴിൽ മുതലായ പൊള്ളുന്ന പ്രശ്ന ങ്ങൾക്ക് പരിഹാരം കാണുന്നതിൽ പരാജയപ്പെട്ടതും ആയിരുന്നെങ്കിൽ ഈ തകർച്ചയെ ജനങ്ങൾ സ്വാഗതം ചെയ്തെന്നുപോലും വന്നേക്കാം. ജനാധിപത്യമെന്ന അമൂർത്ത ആശയമല്ല നമ്മളെപ്പോലുള്ള ജനാധിപത്യ ചിന്തകരെ ആവേശം കൊള്ളിക്കുന്നത്. ജനങ്ങളുടെ ക്ഷേമത്തിലൂടെ പ്രകടമാകുന്ന അതിന്റെ മൂർത്തമായ ഫലങ്ങൾ, വ്യക്തമായ താത്പര്യ ങ്ങൾ, അതിന്റെ പ്രവർത്തനത്തിലുള്ള പങ്കാളിത്തം എന്നിവയൊക്കെ യാണ് എല്ലായിടത്തേയും ജനങ്ങൾക്ക്, ജനാധിപത്യത്തോടും അതിന്റെ പ്രക്രിയകളോടുമുള്ള സമീപനത്തെ സ്വാധീനിക്കുന്നത്.

ആഫ്രിക്കയിലെയും ഏഷ്യയിലെയും, മാത്രമല്ല മറ്റു ഭൂഖണ്ഡ ങ്ങളിലെയും നിരവധി രാജ്യങ്ങളുടെ അനുഭവങ്ങളിൽനിന്ന് പഠിക്കാതി രിക്കുന്നത് അവിവേകമായിരിക്കും. നമ്മുടെ രാജ്യത്തെ ജനാധിപത്യം തകിടം മറിക്കപ്പെടുമെന്ന ഭീതിയൊന്നും ഇപ്പോൾ ഇല്ല. പക്ഷേ, മറ്റു രാജ്യങ്ങളിൽ ജനാധിപത്യത്തിനു വിനയായിത്തീർന്ന അതേ തകരാറു കൾ ഇവിടെയും നിലനിൽക്കുന്നു എന്ന വസ്തുത മറക്കരുത്. ഇനിയും അവശേഷിക്കുന്ന, എല്ലാവരും ആദരിക്കുന്ന, ദേശീയനേതാക്കൾ കൂടി മൺമറഞ്ഞുപോകുമ്പോൾ ഈ ഭീഷണി തല ഉയർത്താൻ ഏറെ സാധ്യതയുണ്ട്.

പാശ്ചാത്യരാജ്യങ്ങളിലെ പക്വതയാർന്ന ജനാധിപത്യങ്ങൾ ഇത്രയും കേന്ദ്രീകൃതമല്ല; പല തരത്തിലുമുള്ള വിശാലമായ പശ്ചാത്തല സംവിധാനങ്ങൾ അവയ്ക്കു കൂടുതൽ സ്ഥിരത നൽകുന്നു. പക്ഷേ, അവിടങ്ങളിലും ഭരണവും തീരുമാനങ്ങൾ എടുക്കാനുള്ള അധികാരവും ഒരു ന്യൂനപക്ഷത്തിന്റെ കൈകളിൽ ഒതുങ്ങിനിൽക്കുന്നു. ശാസ്ത്ര സാങ്കേതികവിദ്യകൾ വികസിക്കുകയും സമ്പദ്‌വ്യവസ്ഥ കൂടുതൽ കൂടുതൽ സങ്കീർണമായിത്തീരുകയും ചെയ്യുന്നതോടെ ഭരണത്തിന്റെ ചുമതല എണ്ണത്തിൽ കുറഞ്ഞുകുറഞ്ഞുവരുന്ന ഒരു കൂട്ടം കൈകളിൽ കേന്ദ്രീകരിക്കപ്പെടുന്നു. സാമ്പത്തികവും രാഷ്ട്രീയവും ആയ ശക്തി

ഇങ്ങനെ കുറഞ്ഞുവരുന്ന കരങ്ങളിൽ - അവ സ്വകാര്യ വ്യക്തികളുടെ താകാം, സർക്കാർ ഉദ്യോഗസ്ഥന്മാരുടേതാകാം, അവരിൽ - കേന്ദ്രീകരിക്കപ്പെടുമ്പോൾ, ജനാധിപത്യം അതിവേഗത്തിൽ, ഉള്ളിലൊന്നുമില്ലാത്ത പുറംതോടു മാത്രമായിത്തീരും.

പാശ്ചാത്യ ജനാധിപത്യങ്ങൾ അവയുടെ ആഭ്യന്തര പ്രശ്നങ്ങൾക്ക് പരിഹാരം കണ്ടു എന്നു വന്നേക്കാം. പക്ഷേ, ഒരു കാര്യം മനസ്സിലാക്കണം. പാശ്ചാത്യജനാധിപത്യവും പരിമിതമാണ്, വളരെ പരിമിതമാണ്. ശരിയാണ്, അവയ്ക്ക് ജനങ്ങളുടെ സമ്മതി ഉണ്ട്; സമാധാനപരമായി തങ്ങളുടെ ഗവൺമെന്റുകളെ മാറ്റാൻ അവർക്ക് കഴിഞ്ഞേക്കും. പക്ഷേ, അതുമാത്രം പോര. അവരുടെ അനുഭവങ്ങളിൽനിന്ന് പഠിക്കണം. ജനാധിപത്യസങ്കല്പത്തിന്റെ ആഴവും പരപ്പും കൂട്ടണം. ജനങ്ങളുടെ അംഗീകാരം എന്ന സങ്കല്പത്തിനുപുറമെ ജനങ്ങളുടെ പങ്കാളിത്തം എന്നതിലേക്ക് കടക്കണം.

അപ്പോൾ ഒരു കാര്യം വ്യക്തമാണ്. ഭരണം നടത്തുന്നത് ദില്ലിയിൽ നിന്നോ ഏതാനും സംസ്ഥാനതലസ്ഥാനങ്ങളിൽനിന്നോ മാത്രമാണെങ്കിൽ കോടിക്കണക്കിനു വരുന്ന വോട്ടർമാർക്ക് അതിൽ പങ്കാളികളാകാൻ കഴിയില്ല. ജനങ്ങൾക്ക് ഗവൺമെന്റിൽ പങ്കെടുക്കാൻ കഴിയണമെങ്കിൽ അതിനെ ജനങ്ങളുടെ അടുക്കലേക്ക്, കഴിയുന്നത്ര അടുക്കലേക്ക്, കൊണ്ടുവരണം. ഇതിനാകട്ടെ വളരെ ആഴത്തിലുള്ള, രാഷ്ട്രീയവും സാമ്പത്തികവുമായ, വികേന്ദ്രീകരണം ആവശ്യമായി വരും.

പാശ്ചാത്യരാജ്യങ്ങളിൽ ശക്തവും സജീവവും ആയ തദ്ദേശസ്വയംഭരണ സംവിധാനങ്ങളുണ്ട്. ഇത് സ്വാഗതാർഹം തന്നെ. പക്ഷേ, തദ്ദേശസ്വയംഭരണ സ്ഥാപനങ്ങൾ കൊണ്ടു മാത്രം പങ്കാളിത്ത ജനാധിപത്യത്തിന്റെ ലക്ഷ്യങ്ങൾ നിറവേറ്റാൻ പറ്റില്ല. പടിഞ്ഞാറിൽ മോശമല്ലാത്ത തദ്ദേശസ്വയംഭരണ സംവിധാനമുണ്ടെങ്കിലും കേന്ദ്രഗവൺമെന്റു തന്നെയാണ് സർവശക്തം. മർമപ്രധാനങ്ങളായ എല്ലാ തീരുമാനങ്ങളും എടുക്കുന്നത് കേന്ദ്രഗവൺമെന്റാണ്. എന്റെ മനസ്സിലുള്ള പങ്കാളിത്തജനാധിപത്യമേ അല്ല ഇത്. എന്റെ മനസ്സിലുള്ളത്, ഗാന്ധിജി പലപ്പോഴും ഊന്നിപ്പറയാറുള്ളതുപോലെ, താഴെനിന്ന് മേലോട്ടുള്ള ഗവൺമെന്റ് തലങ്ങളിലേക്ക് പോകുന്ന മുറയ്ക്ക് അവയുടെ ഉത്തരവാദിത്വങ്ങളും അധികാരങ്ങളും കുറഞ്ഞു കുറഞ്ഞുവരുന്ന ഒന്നാണ്. തലകുത്തനെ നിൽക്കുന്ന പിരമിഡിന്റെ ഉപമയിലേക്ക് തിരിച്ചുപോകാം. മുകൾഭാഗത്ത് ഇപ്പോഴുള്ള വിശാലമായ ഭാഗങ്ങൾ അറുത്തുമുറിച്ച് താഴോട്ടുകൊണ്ടുവന്ന് അവിടത്തെ വീതി കൂട്ടണം. ഒരു യഥാർഥ പിരമിഡിന്റെ ആകൃതി അതിനു കൈവരുത്തണം. താഴത്ത് പരന്നതും മുകളറ്റം കൂർത്തതും. അങ്ങനെ വരുമ്പോൾ ഓരോ തലത്തിലും, ആ തലത്തിൽ ചെയ്യാവുന്ന കാര്യങ്ങൾ ചെയ്യാൻ ജനങ്ങൾക്ക് പൂർണമായി സാധ്യമാകുന്നു. അപ്പോഴാണ് സ്വരാജ്യം കൈവരുന്നതായി ജനങ്ങൾക്കു തോന്നുക. അപ്പോൾ അവർക്ക് ജനാധിപത്യത്തിൽ യഥാർഥ താത്പര്യം ഉണ്ടാകും.

ഒരു കാര്യം ശ്രദ്ധേയമാണ്. ഒരു ഏകാധിപതി പാശ്ചാത്യരാജ്യങ്ങളിലെ തരത്തിലുള്ള ജനാധിപത്യത്തെ മറിച്ചിടുന്നതുതന്നെ അടിത്തട്ടിൽ നിന്ന് മേലോട്ട് പടുത്തുയർത്തുന്ന യഥാർഥജനാധിപത്യത്തിന്റെ പേരു പറഞ്ഞായിരിക്കും. ഇതിന്റെ ഏറ്റവും പുതിയ ഉദാഹരണമാണ് നേപ്പാളിലെ മഹേന്ദ്ര രാജാവ്. ചിലപ്പോൾ ഈ അവകാശവാദത്തിൽ ആത്മാർഥതയുടെ അംശങ്ങൾ ഉണ്ടായേക്കാം. എന്നാൽ ഏറിയ പങ്കും ജനങ്ങളെ പറ്റിക്കാനാണ്. ആകട്ടെ. പക്ഷേ, എന്തിനാണ് ഇത്തരത്തിലുള്ള തന്ത്രം? എന്തിനാണ് നിലവിലുള്ളതിനെ എതിർക്കുന്നത്? കാരണം സ്വയം വ്യക്തമാണ്. അടിത്തട്ടിൽ വേണ്ടത്ര ജനാധിപത്യ സംവിധാനങ്ങളില്ലാതെ തലകീഴായി നിൽക്കുന്ന പാശ്ചാത്യരീതിയിലുള്ള ജനാധിപത്യം എളുപ്പത്തിൽ മറിച്ചിടാം. ഏകാധിപതികൾ ഒന്നല്ലെങ്കിൽ മറ്റൊരു തരത്തിലുള്ള ജനാധിപത്യത്തെപ്പറ്റി പറയുന്നതിനു കാരണം, ജനങ്ങൾക്ക് അത് എളുപ്പത്തിൽ മനസ്സിലാകും എന്നതുകൊണ്ടാണ്. അത്തരത്തിലുള്ള ജനാധിപത്യത്തിൽ, രാഷ്ട്രീയക്കാരുടെ പാവകളായി മാറാതെ, സ്വന്തമായ തീരുമാനങ്ങൾ എടുക്കാൻ കഴിഞ്ഞേക്കുമെന്ന വ്യാമോഹമാണ് ഏകാധിപതികൾക്ക് പിന്തുണ നൽകാൻ അവരെ പ്രേരിപ്പിക്കുന്നത്.

ജനാധിപത്യത്തിൽ ആത്മാർഥമായി വിശ്വസിക്കുന്ന ഏകാധിപതികൾ തങ്ങൾ പറഞ്ഞതരത്തിലുള്ള പുതിയ ജനാധിപത്യം കെട്ടിപ്പടുക്കാൻ ആത്മാർഥമായി ശ്രമിക്കുകയും ചെയ്തേക്കും. യു.എ.ആർ മുതൽ നേപ്പാൾ വരെയുള്ള രാജ്യങ്ങളിൽ ഭരണം കയ്യാളിയ ഏകാധിപതികൾ തങ്ങളുടെ വാഗ്ദാനങ്ങൾ നിറവേറ്റുമോ, ആത്യന്തികമായി ജനങ്ങൾക്കും അവരുടെ ജനാധിപത്യസ്ഥാപനങ്ങൾക്കും അധികാരം കൈമാറുമോ എന്നത് കണ്ടുതന്നെ അറിയണം. യുഎആറിൽ നാഷണൽ യൂണിയൻ രൂപീകരിച്ചതും പാക്കിസ്താനിൽ അടിസ്ഥാന ജനാധിപത്യം നടപ്പാക്കിയതും ഈ ദിശയിലുള്ള നീക്കങ്ങളായിരിക്കാം. പക്ഷേ ഈ രാജ്യങ്ങളെല്ലാം ഇന്നും ഏതുതരത്തിലുള്ള ജനാധിപത്യത്തിൽനിന്നും ബഹുദൂരെയാണ്. ഇത് അസാധാരണമായ ഒരു പ്രതിഭാസമാണ്. ഒരേ ശ്വാസത്തിൽ തന്നെ വിരുദ്ധങ്ങളായ രണ്ടു മുദ്രാവാക്യങ്ങൾ ഉയർത്തുന്നു: "ജനാധിപത്യം മരിച്ചു", "ജനാധിപത്യം നീണാൾ വാഴട്ടെ!"

സാമ്പത്തികവും രാഷ്ട്രീയവുമായ വികേന്ദ്രീകരണവും താഴെതട്ടുകളിലുള്ള ഗവൺമെന്റുകളുടെ ശാക്തീകരണവും രാഷ്ട്രത്തെയും അതിന്റെ ഐക്യത്തെയും ദുർബലപ്പെടുത്തുമെന്നു ഭയപ്പെടുന്നവരുണ്ട്. രാജ്യത്തിനകത്ത് പലതരത്തിലുമുള്ള ഛിദ്രവാസനകളും പ്രാദേശികതയും ഭാഷാഭിമാനവും മറ്റു സംഘർഷങ്ങളും ഉണ്ടെന്ന വസ്തുത ഈ ഭയത്തിന് ആക്കം കൂട്ടുന്നു. എന്നാൽ സംഗതി നേരെ തിരിച്ചാണ്. വിഭിന്നങ്ങളായ സമൂഹങ്ങൾ ഓരോന്നിനും തങ്ങളുടെ ദൈനംദിനകാര്യങ്ങൾ നടത്തുന്നതിനും തങ്ങളുടെ സവിശേഷതകൾ വളർത്തുന്നതിനും

പൂർണമായ സ്വാതന്ത്ര്യം ഉണ്ടെന്നു വരുമ്പോൾ പരസ്പരമുള്ള അവിശ്വാസവും ശത്രുതയും അകലുകയും രാജ്യത്തിന്റെ ഐക്യം ശക്തിപ്പെടുകയുമാണ് ചെയ്യുക. എല്ലാ അധികാരങ്ങളും സ്വന്തം കയ്യിലൊതുക്കിയ, സർവശക്തമായ ഒരു കേന്ദ്രം വാസ്തവത്തിൽ പുറമേക്കു മാത്രമേ ശക്തമാകുന്നുള്ളൂ. ആന്തരികമായി അത് സംഘർഷഭരിതമായിരിക്കും. ഛിന്നഭിന്നമാകാനുള്ള സാധ്യത സദാ ഉണ്ടായിരിക്കും. അത്തരത്തിലുള്ള ശക്തമായ കേന്ദ്രം പതുക്കെപ്പതുക്കെ ജനാധിപത്യത്തിൽനിന്ന് അകലുന്നതാണ്, ഏകാധിപത്യപരമായിത്തീരുന്നതാണ്. കേന്ദ്രീകൃതമായ ഇന്ത്യക്കുവേണ്ടി വാദിക്കുന്നവരെല്ലാം പ്രായേണ ഫാഷിസ്റ്റ് പ്രവണതകൾ പ്രകടിപ്പിക്കുന്നു എന്നത് യാദൃച്ഛികമല്ല.

താഴെ തലങ്ങളിൽ ചെയ്യാൻ പറ്റുന്ന കാര്യങ്ങളെല്ലാം ആ തലങ്ങളിൽ തന്നെ ചെയ്യുകയും അതിനുള്ള അധികാരം അവർക്കു ഉണ്ടാവുകയും കേന്ദ്രതലത്തിൽ മാത്രം ചെയ്യാൻ പറ്റുന്ന കാര്യങ്ങളിൽ മാത്രമായി കേന്ദ്രത്തിന്റെ അധികാരങ്ങൾ പരിമിതപ്പെടുത്തുകയും ചെയ്യുന്നത് കേന്ദ്രത്തെ ദുർബലപ്പെടുത്തലല്ല. ശക്തങ്ങളായ കീഴ്ത്തലങ്ങളുടെ മുഴുവൻ പിൻബലവും അതിനുണ്ടായിരിക്കും. ഓരോ തലത്തിലും ലഭ്യമായ കഴിവുകളുടെ പ്രശ്നം മാത്രമാണിത്. ഓരോ തലത്തിലും തിരഞ്ഞെടുക്കപ്പെട്ടവർ അവർക്കു ചെയ്യാൻ കഴിവുള്ളതെല്ലാം ചെയ്യുന്നു. തങ്ങളുടെ തലത്തിൽ ചെയ്യാൻ പറ്റാത്ത പലതും ഉണ്ടെന്ന് അവർ തിരിച്ചറിയുകയും അതേ തലത്തിലുള്ള മറ്റു ഘടകങ്ങളുമായി കൂട്ടുചേർന്ന്, തങ്ങളേക്കാൾ കഴിവുള്ള മറ്റൊരു തലം സൃഷ്ടിക്കുകയും ചെയ്യുന്നു. ആനുഷംഗികമായി പറയട്ടെ - വലിയ വലിയ രാഷ്ട്രങ്ങൾപോലും പലതും തങ്ങൾക്ക് ഒറ്റയ്ക്കൊറ്റയ്ക്ക് ചെയ്യാൻ പറ്റില്ല എന്ന് തിരിച്ചറിയുകയും ആഗോളതലത്തിൽതന്നെ ജനങ്ങൾ ഒന്നിച്ചുചേരണമെന്ന അഭിപ്രായം വളരുകയും ചെയ്യുന്ന കാലമാണിത്. ഈ കഴിവാണ് കേന്ദ്രത്തിന് അതിന്റെ ശക്തി നൽകുന്നത്. താഴെത്തട്ടിലുള്ള ഗവൺമെന്റുകൾ തങ്ങൾക്ക് ചില ചില കാര്യങ്ങൾ വേണ്ടത്ര നന്നായി ചെയ്യാൻ പറ്റില്ലെന്നു തിരിച്ചറിയുകയും അതിനു കഴിവുള്ള ഒരു കേന്ദ്രത്തെ ഉണ്ടാക്കുകയും അതിന് ആവശ്യമായ അധികാരങ്ങൾ നൽകുകയും ചെയ്യുന്നു. പ്രതിരോധം, വിദേശബന്ധങ്ങൾ, അന്തർസംസ്ഥാനബന്ധങ്ങൾ, നാണയവ്യവസ്ഥ, കയറ്റുമതി-ഇറക്കുമതി നിയന്ത്രണങ്ങൾ, ദേശീയ ഐക്യം കാത്തുസൂക്ഷിക്കൽ മുതലായവ കേന്ദ്രത്തിനു *മാത്രം* ചെയ്യാൻ പറ്റുന്ന കാര്യങ്ങളാണ്. ഇത്രയും അധികാരങ്ങളുള്ള ഒരു കേന്ദ്രഗവൺമെന്റിനെ എങ്ങനെയാണ് ദുർബലം എന്നു വിളിക്കുക? മറ്റൊട്ടനവധി വിഷയങ്ങൾ അതിന്റെ കീഴിലല്ല എന്നത് പ്രശ്നമല്ല. അങ്ങനെയുള്ള ഒരു ഗവൺമെന്റ് ശക്തവും ചിട്ടയുള്ളതും ഫലപ്രദവും ആയിരിക്കും. മറിച്ച്, ഇന്നത്തെപ്പോലെ, എല്ലാ മേഖലകളിലും കയ്യിടുന്ന, വൃഥാസ്ഥൂലമായ ഒരു ഗവൺമെന്റ് പുറമേക്ക്, ശക്തമാണ് എന്ന പ്രതീതി ജനിപ്പിച്ചേക്കാമെങ്കിലും വാസ്തവത്തിൽ

ദുർബലവും ചുറുചുറുക്കില്ലാത്തതും കാര്യക്ഷമതയില്ലാത്തതും ആയിരിക്കും.

കേന്ദ്രഗവൺമെന്റ് കൈകാര്യം ചെയ്യുന്ന വിഷയങ്ങളുടെ ലിസ്റ്റിന്റെ നീളത്തെ ആശ്രയിച്ചല്ല അതിന്റെ ശക്തി കിടക്കുന്നത്. മറിച്ച്, വൈകാരികോദ്ഗ്രഥനം, പൊതുവായ അനുഭവങ്ങളും അഭിലാഷങ്ങളും, ദേശീയ മൂല്യങ്ങൾ, പരസ്പരസൗമനസ്യം, വിട്ടുവീഴ്ചയ്ക്കുള്ള സന്നദ്ധത, എല്ലാറ്റിലും ഉപരിയായി ദേശീയ നേതാക്കളുടെ വിശാലമനസ്കതയും വിവേകവും. ഇങ്ങനെ നേരിട്ട് കാണാൻ പറ്റാത്ത കാര്യങ്ങളിലാണ് കേന്ദ്ര ഗവൺമെന്റിന്റെയും രാഷ്ട്രത്തിന്റെയും ശക്തി കുടികൊള്ളുന്നത്.

2. പഞ്ചായത്തിരാജ്

സ്വരാജ്യം താഴെനിന്ന്

ഏകാധിപത്യത്തിന്റേതായ ഒരു അന്തരീക്ഷത്തിൽ, ജനാധിപത്യം എന്ന ചെടിക്ക്, അത് ഏതു തരത്തിൽപെട്ടതെങ്കിലും ആകട്ടെ, വളരാനും പുഷ്ടി പ്രാപിക്കാനും കഴിയുമോ? സംശയമാണ്. എന്നാൽ, ഭാഗ്യമെന്നു പറയട്ടെ, നമ്മുടെ രാജ്യത്ത് നിലനിൽക്കുന്ന, അപൂർണമാണെങ്കിലും ജനാധിപത്യത്തിന്റേതായ ഒരു സാഹചര്യത്തിൽ അതിനു പുനർകല്പന ചെയ്യാനും, വിപുലീകരിക്കാനും അതിന്റെ ആഴം കൂട്ടാനും സാധ്യമായേക്കും. ഈ അവസരം നഷ്ടപ്പെടുത്തരുത്. ഇപ്പോൾ തന്നെ ജനാധിപത്യത്തിന്റെ പുനർനിർമാണപ്രവർത്തനം ആരംഭിക്കുക, ഉള്ള സമയം കൊണ്ട്, അതിനെ ശക്തമാക്കുക, അർഥവത്താക്കുക - ഇതാണ് എനിക്കു പറയാനുള്ളത്.

നമ്മുടെ രാജ്യത്ത് പഞ്ചായത്തിരാജിന്റെ രൂപത്തിൽ, അല്ലെങ്കിൽ തുടക്കത്തിൽ പറഞ്ഞിരുന്നപോലെ "ജനാധിപത്യവികേന്ദ്രീകരണ"ത്തിന്റെ രൂപത്തിൽ പങ്കാളിത്തജനാധിപത്യത്തിനുള്ള അസ്തിവാരമിടാൻ കഴിഞ്ഞു എന്ന കാര്യം ആശ്വാസപ്രദം തന്നെയാണ്. ഈ പരീക്ഷണത്തിന് തുടക്കം കുറിച്ചത് ബലവന്ത് റായ് മേത്തയാണ്. കേന്ദ്രത്തിലെ സാമൂഹികവികസന മന്ത്രിയായ എസ്.കെ. ഡേയുടെ അശ്രാന്തപരിശ്രമവും അതിനു പ്രധാനമന്ത്രി നൽകിയ ശക്തമായ പിന്തുണയുമാണ് പല പ്രതിബന്ധങ്ങളുണ്ടായിട്ടും ഈ പരിപാടി മുന്നോട്ടുകൊണ്ടുപോയത്. കോൺഗ്രസ് പാർട്ടി, പഞ്ചായത്തിരാജ് എന്ന സങ്കല്പം അംഗീകരിച്ചിരിക്കുന്നു, പല സംസ്ഥാനങ്ങളിലും അത് നടപ്പാക്കിയിട്ടുണ്ട്. ഏതാനും വർഷങ്ങൾക്കുള്ളിൽ മറ്റു സംസ്ഥാനങ്ങളിലും നടപ്പാക്കുന്നതായിരിക്കും.

കഴിഞ്ഞ ഏതാനും മാസങ്ങളിലായി പഞ്ചായത്തിരാജിനെക്കുറിച്ച് ഒട്ടേറെ എഴുതപ്പെട്ടിട്ടുണ്ട്. അതിനാൽ കൂടുതൽ വിസ്തരിക്കേണ്ട ആവശ്യമില്ല. ഏതാനും ചില കാര്യങ്ങൾ മാത്രം. ഒരു കാര്യം ശ്രദ്ധിക്കുക. പഞ്ചായത്ത്രാജിനുള്ള മുൻകൈ ഉയർന്നുവന്നത് ഞാൻ നേരത്തെ പറഞ്ഞതരത്തിൽ ജനാധിപത്യത്തിന് കൂടുതൽ വിശാലമായ ജനകീയ

അടിത്തറ നൽകണം എന്ന രാഷ്ട്രീയലക്ഷ്യത്തോടെയായിരുന്നില്ല. മറിച്ച് ഗവൺമെന്റിന്റെ സാമ്പത്തിക വികസനപരിപാടികളിൽ ജനങ്ങളുടെ സഹകരണം നേടുക എന്ന ലക്ഷ്യത്തോടെ ആയിരുന്നു. പരിമിതമായ ഈ ലക്ഷ്യത്തോടെയാണ് ഈ പരീക്ഷണം ആരംഭിച്ചത് എന്നതിനാൽ അതിന്റെ വമ്പിച്ച രാഷ്ട്രീയ സാധ്യതകളെക്കുറിച്ച് സാധാരണ ജനങ്ങൾക്കോ, രാഷ്ട്രീയപ്പാർട്ടികൾക്കുപോലുമോ ബോധമുണ്ടായിരുന്നില്ല. എന്നാൽ ഒരു കാര്യം വ്യക്തമായിരുന്നു. ഈ പരീക്ഷണത്തിന്റെ ദിശ, ജനാധിപത്യത്തിന്റെ ആഴവും പരപ്പും വർധിപ്പിക്കുന്ന ഒന്നായിരുന്നു. പക്ഷേ, ഇത് സ്വയം വ്യക്തമായിരുന്നില്ല. നടപടിക്രമങ്ങളിൽ മാറ്റം വരുത്തുക, അവ ലഘൂകരിക്കുക എന്നതല്ല ഇതിന്റെ ലക്ഷ്യം. മറിച്ച് ആഴത്തിലുള്ള ഒരു രാഷ്ട്രീയവിപ്ലവം ആണ് ലക്ഷ്യമിടുന്നത്. ജനങ്ങൾക്ക് സ്വരാജ്യം ലഭ്യമാക്കുക എന്നതാണ് ലക്ഷ്യം. ഇത് ജനങ്ങളെ പഠിപ്പിക്കേണ്ടിയിരിക്കുന്നു. ഡിപ്പാർട്ട്മെന്റൽ ഉദ്യോഗസ്ഥന്മാർക്ക് ഇതിനു കഴിയില്ല. ജനകീയ നേതാക്കൾതന്നെ മുൻകൈ എടുക്കണം. പാർട്ടിയും പ്രത്യയശാസ്ത്രവും എന്തുതന്നെയും ആയിക്കൊള്ളട്ടെ. സാമൂഹികപ്രവർത്തകരും ധാർമിക-ബൗദ്ധിക നേതാക്കളും മുൻകൈ എടുക്കണം. **പഞ്ചായത്തി രാജ് യഥാർഥ പങ്കാളിത്ത ജനാധിപത്യമായി വളരണമെങ്കിൽ ചില ഉപാധികൾ തൃപ്തിപ്പെടുത്തേണ്ടതുണ്ട്.**

ഒന്ന്: പൗരബോധനം. **വിശാലമായ അർഥത്തിലുള്ള പൗരബോധനം ഇതിന് ഒഴിച്ചുകൂടാനാകാത്തതാണ്.** ഈ വിദ്യാഭ്യാസം നൽകാൻ ഏറ്റവും പറ്റിയത്, രാഷ്ട്രീയാധികാരത്തിൽ താത്പര്യമില്ലാതെ സാമൂഹികസേവനത്തിലും ഗ്രാമീണവികസനത്തിലും ഏർപ്പെട്ടിരിക്കുന്ന സന്നദ്ധസംഘടനകളും പ്രവർത്തകരുമാണ്. രാഷ്ട്രീയപ്പാർട്ടികൾക്കും ഗണ്യമായ സംഭാവന നൽകാൻ കഴിയും. പക്ഷേ, ഒരു കാര്യം, സങ്കുചിത രാഷ്ട്രീയത്തിൽനിന്ന് സ്വതന്ത്രമായി വേണം ഇതിനെ സമീപിക്കാൻ. ഇതിനുവേണ്ടി മാത്രമായിതന്നെ അവരെല്ലാംകൂടി ഒരു പൊതുസംവിധാനം ഉണ്ടാക്കുന്നത് നന്നായിരിക്കും. ഗവൺമെന്റ് ഉദ്യോഗസ്ഥന്മാർക്കും ഏജൻസികൾക്കും കൂടി ഇതിലേക്കു സംഭാവന നൽകാവുന്നതാണ്; അതുപോലെ സ്കൂളുകൾ, ലൈബ്രറികൾ, സഹകരണസംഘങ്ങൾ മുതലായവയ്ക്കും പ്രധാനമായ പങ്കു വഹിക്കാൻ കഴിയുന്നതാണ്. മറ്റൊരു കാര്യവും കൂടി ആലോചിക്കാവുന്നതാണ്. വോട്ടർമാരെ പഠിപ്പിക്കാൻ മാത്രമായി "അഖിലേന്ത്യാ വോട്ടർ സംഘം" എന്ന പേരിൽ കക്ഷിരഹിതമായ ഒരു സംഘടന ഉണ്ടാക്കിക്കൂടെ? കേന്ദ്രത്തിലെ സാമൂഹിക വികസനമന്ത്രാലയം, അഖിലേന്ത്യാ പഞ്ചായത്ത് പരിഷത്ത്, സംസ്ഥാന തലങ്ങളിലുള്ള തദ്ദേശസ്വയംഭരണസംഘടനകൾ, സർവസേവാസംഘം, അഖിലേന്ത്യാതലത്തിലുള്ള മറ്റു ഗ്രാമവികസനസംഘങ്ങൾ - ഇവർ എല്ലാവരും കൂടിച്ചേർന്ന് വോട്ടർവിദ്യാഭ്യാസത്തിനായി ഒരു കേന്ദ്രം ഉണ്ടാക്കുന്നതും ആലോചിക്കാം. പ്രസിദ്ധീകരണം, പഠനം, സർവേകൾ മുതലായവ നടത്തുന്നതിൽ സഹായിക്കാൻ ഈ കേന്ദ്രത്തിനു കഴിയുന്നതാണ്.

രണ്ടാമതായി ഒരു കാര്യം കൂടി എടുത്തുപറയേണ്ടതുണ്ട്. പഞ്ചായത്തി രാജ് വിജയപ്രദമാകണമെങ്കിൽ സംഘടിത രാഷ്ട്രീയപ്പാർട്ടികൾ അധികാരം കയ്യാളാനുള്ള ചവിട്ടുപടികളായി അതിനെ ഉപയോഗിക്കില്ല എന്ന് ഉറപ്പുവരുത്തണം. സാധാരണ ജനങ്ങളുടെ അവബോധം വളരുന്ന മുറയ്ക്ക്, അധികാരമോഹികളായ രാഷ്ട്രീയക്കാരുടെ ചതുരംഗക്കളിയിലെ കരുക്കൾ എന്ന അവസ്ഥയിൽനിന്നും അവർക്ക് മോചനം ലഭിക്കുന്നതാണ്. എന്നാൽ തുടക്കത്തിൽ രാഷ്ട്രീയപാർട്ടികൾ കടുത്ത ആത്മസംയമനം പാലിക്കേണ്ടതുണ്ട്. തങ്ങൾ ആർക്കുവേണ്ടിയാണോ നിലകൊള്ളുന്നത് അവരുടെ താത്പര്യങ്ങൾക്ക് അതാവശ്യമാണ്. പഞ്ചായത്ത് തെരഞ്ഞെടുപ്പുകളിൽ പാർട്ടിയുടെ പേരിൽ സ്ഥാനാർഥികളെ നിർത്തരുത്; തെരഞ്ഞെടുക്കപ്പെട്ട അംഗങ്ങളുടെമേൽ താന്താങ്ങളുടെ രാഷ്ട്രീയപ്പാർട്ടികളിൽ ചേരാൻ സമ്മർദം ചെലുത്തരുത്, ജനാധിപത്യ സംവിധാനങ്ങളെ തങ്ങളുടെ നിയന്ത്രണത്തിൽ കൊണ്ടുവരാൻ ശ്രമിക്കരുത്. ഈ സംവിധാനങ്ങളുടെ ആരോഗ്യപരമായ പ്രവർത്തനത്തിനും **ജനാധിപത്യം വളർത്തുന്നതിൽ ജനങ്ങൾക്ക് ബോധപൂർവം പ്രവർത്തിക്കാൻ അവസരം നൽകുന്നതിനും ജനാധിപത്യസംവിധാനങ്ങളെ പൂർണമായും ജനങ്ങളുടെ നിയന്ത്രണത്തിന് വിട്ടുകൊടുക്കുന്നതാണ് നല്ലത്.** പാർട്ടികൾ ഇടപെടാതിരിക്കുന്നതാണ് നല്ലത്. എന്നാൽ ജനങ്ങൾക്ക് വിദ്യാഭ്യാസം നൽകുന്നതിൽ പാർട്ടികൾക്ക് സജീവമായി പ്രവർത്തിക്കാം. വ്യത്യസ്തങ്ങളായ ആശയങ്ങളും നയങ്ങളുമൊക്കെ അവരുടെ മുമ്പിൽ അവതരിപ്പിക്കാം. രാഷ്ട്രീയപ്പാർട്ടി നേതാക്കൾ സത്യസന്ധമായി ഇത്തരമൊരു ധാരണയിൽ എത്തുകയാണെങ്കിൽ ഈ ലക്ഷ്യം നേടാവുന്നതേയുള്ളൂ.[2]

മൂന്നാമതായി, **അധികാരവികേന്ദ്രീകരണം യഥാർഥമായിരിക്കണം, വെറും കാട്ടിക്കൂട്ടൽ മാത്രമാകരുത്.** ഉള്ളു പൊള്ളയായ, വെറും പുറംതോടു മാത്രമായ ഒരു പഞ്ചായത്തിരാജ് ഘടന ഉണ്ടാക്കാം. ആത്മാവില്ലാത്ത ശരീരംപോലെ ആയിരിക്കും അത്. പ്രസവത്തിനു മുമ്പ് തന്നെ മരിച്ച കുട്ടി, ചാപിള്ള. ഇവിടെ ആത്മാർഥതയും ഭാവനയും ധൈര്യവും ഒക്കെ വേണം. **ജനങ്ങളെ വിശ്വസിക്കണം**. അല്പസ്വല്പം വിദ്യാഭ്യാസം ലഭിച്ച നമ്മെപ്പോലുള്ളവർക്ക് ഒരു ശീലമുണ്ട്: സാധാരണ ജനങ്ങളുടെ അറിവിലും കഴിവിലും നമുക്ക് വിശ്വാസം കുറവാണ്. **ഒരധികാരവും കൈവിടാതെതന്നെ അധികാരവികേന്ദ്രീകരണത്തെപ്പറ്റി സംസാരിക്കുന്നതിൽ നാം വിദഗ്ധരാണ്.** ശരിക്കും ഉത്തരവാദിത്വം നൽകിയാലല്ലാതെ ഒരാൾക്കും ഉത്തരവാദിത്വങ്ങൾ നിറവേറ്റാൻ കഴിയുന്നതല്ല. അധികാരം കൈവിടാൻ ഇഷ്ടമില്ലാത്തതുകൊണ്ടോ ജനങ്ങളുടെ കഴിവിൽ വിശ്വാസമില്ലാത്തതുകൊണ്ടോ അവരെ ഉത്തരവാദിത്വം എല്പിക്കാൻ മടി കാണിക്കുമ്പോൾ, ജനങ്ങൾക്കിടയിൽ വ്യാപകമായ തോതിൽ ഉത്തരവാദിത്വരാഹിത്യം പരക്കും. ഇപ്പോൾതന്നെ അത് സംഭവിച്ചിട്ടുണ്ട്. തങ്ങളുടെ പ്രശ്നങ്ങൾക്ക് സ്വയം പരിഹാരം കാണാൻ ശ്രമിക്കാതെ

അവർ നേതാക്കളുടെ അവതാരത്തിനായി കാത്തിരിക്കും. ഇത്തരം സാഹചര്യങ്ങളിലാണ് സ്വേച്ഛാധിപതികൾ ജനിക്കുന്നത്. ജനാധിപത്യം വിജയിക്കണമെങ്കിൽ ജനങ്ങളെ അതിനു തയ്യാറാക്കണം, ഉത്തരവാദിത്വങ്ങൾ ഏൽപിക്കണം.

പഞ്ചായത്തിരാജിൽ അധികാരത്തിന്റെ മൂന്നു തലങ്ങൾ ഉണ്ട്. ഗ്രാമപ്പഞ്ചായത്ത്, ബ്ലോക്ക് പഞ്ചായത്ത് സമിതി, ജില്ലാ പരിഷത്ത്. ഓരോ തലത്തിലും തങ്ങൾക്കു ചെയ്യാൻ കഴിയുന്നതൊക്കെയും ചെയ്യാൻ ജനങ്ങൾക്ക് സന്ദർഭമുണ്ടാക്കണം. ബ്രിട്ടീഷ് ഭരണത്തിൻ കീഴിൽ കലക്ടറും ഡിസ്ട്രിക്ട് മജിസ്ട്രേറ്റുമാണ് ആണിക്കല്ലുകൾ. ഇന്നും അതങ്ങനെ തന്നെയാണ്. പഞ്ചായത്തുകൾക്ക് അധികാരം ശരിക്കും കൈമാറിയാൽ ഡിസ്ട്രിക്ട് മജിസ്ടേറ്റ് ഇല്ലാതാകണം. അല്ലെങ്കിൽ സംസ്ഥാന ഗവൺമെന്റിന്റെ ജില്ലാതലത്തിലുള്ള പ്രതിനിധി എന്ന റോളിൽ മാത്രം. ഗവർണർ സംസ്ഥാനത്തിലുള്ള കേന്ദ്രത്തിന്റെ പ്രതിനിധി ആയിരിക്കുന്നപോലെ. പഞ്ചായത്തിരാജ് നേരത്തെ നടപ്പാക്കിയ രാജസ്ഥാനിൽപോലും ഇതിന്റെ അടുത്തൊന്നും എത്തിയിട്ടില്ല. ശരിയാണ്, അതിന് കുറച്ചു സമയം പിടിക്കും. പക്ഷേ, അങ്ങനെയൊരു ലക്ഷ്യം തന്നെയുണ്ടോ?

നാലാമതായി, തദ്ദേശഗവൺമെന്റിന്റെ ഓരോ തലത്തിനും അതിന്റേതായ ധനാഗമമാർഗങ്ങൾ ഉണ്ടായിരിക്കണം. **വിഭവങ്ങളുടെമേലുള്ള നിയന്ത്രണം സംസ്ഥാനഗവൺമെന്റിന്റെ കൈകളിലാണെങ്കിൽ അധികാരവികേന്ദ്രീകരണം പേരിനു മാത്രമായിരിക്കും.** അധികാരങ്ങളുടെയും ചുമതലകളുടെയും വികേന്ദ്രീകരണത്തേക്കാൾ മോശമാണ് ധനാഗമമാർഗങ്ങളിലെ വികേന്ദ്രീകരണം. ആരാണ് പണം കൊടുക്കുന്നത് അയാൾ ആയിരിക്കും അതുകൊണ്ട് എന്തു ചെയ്യണം എന്നു തീരുമാനിക്കുക. ഗ്രാമപ്പഞ്ചായത്തിനും പഞ്ചായത്ത് സമിതിക്കും ആദ്യം തന്നെ വിട്ടുകൊടുക്കാവുന്ന ഒന്നാണ് ഭൂനികുതി - അത് നിസ്സാരമാണെങ്കിൽ പോലും. സംസ്ഥാനഗവൺമെന്റ് നികുതിപിരിച്ചെടുത്ത് ഓരോ പഞ്ചായത്തിനും വീതം വെച്ചുകൊടുക്കുന്ന രീതി അവസാനിപ്പിക്കണം. ഭൂനികുതി മുഴുവനും പിരിച്ചെടുക്കാൻ പഞ്ചായത്തുകൾക്ക് അധികാരം വേണം. ദരിദ്രമായ പഞ്ചായത്തുകളെയും ബ്ലോക്കുകളെയും സഹായിക്കാനായി പ്രത്യേക ഫണ്ട് ഉണ്ടായിരിക്കണം. മറ്റു ധനാഗമമാർഗങ്ങളെപ്പറ്റിയും ആലോചിക്കണം. പഞ്ചായത്തുകൾക്ക് ആത്മവിശ്വാസത്തോടുകൂടി പ്രവർത്തിക്കാൻ തനത് ഫണ്ടുകൾ ഉണ്ടായേ തീരൂ. അതേ സമയം വികസനപ്രവർത്തനങ്ങൾക്കായി കേന്ദ്ര-സംസ്ഥാനഫണ്ടുകൾ വേണ്ടിവരുംതാനും.

അഞ്ചാമതായി, കഴിയുന്നത്ര വേഗത്തിൽ, **പഞ്ചായത്ത്തലത്തിൽ പണിയെടുക്കുന്ന എല്ലാ സർക്കാർ ജീവനക്കാരുടെയും മേൽ പഞ്ചായത്തിനു നിയന്ത്രണം ഉണ്ടാക്കണം**. അവർ പൂർണമായും

പഞ്ചായത്തിനോട് ഉത്തരവാദപ്പെട്ടിരിക്കണം. ജീവനക്കാരെ റിക്രൂട്ടു ചെയ്യുന്നതിലും പഞ്ചായത്തിന് പങ്കാളിത്തമുണ്ടായിരിക്കുന്നത് നന്ന്. അതേസമയം ജീവനക്കാർക്ക് നീതിയും തൊഴിൽ സുരക്ഷയും ഉറപ്പു വരുത്തുകയും അവരുടെ ഉത്തരവാദിത്വങ്ങൾ നിറവേറ്റുന്നതിൽ അനാശാസ്യമായ ഇടപെടലുകൾ ഉണ്ടാകില്ലെന്ന് ഉറപ്പുവരുത്തുകയും വേണം.

ആറാമതായി, പഞ്ചായത്തിരാജിന്റെ ത്രിതല ഘടനയിൽ ഏറ്റവും താഴത്തെ തലമായ ഗ്രാമപ്പഞ്ചായത്ത് ആണ്, അടിസ്ഥാനപരമായി ട്ടുള്ളത്. ഈ ഗ്രാമപ്പഞ്ചായത്തിന്റെ ശക്തിയേയും ഊർജസ്വലതയേയും ജനാധിപത്യസ്വഭാവത്തെയും ആശ്രയിച്ചിരിക്കും മുഴുവൻ ഘടന യുടെയും ശക്തിയും ഊർജസ്വലതയും ജനാധിപത്യ സ്വഭാവവും. ഇവിടെ ജനങ്ങളുടെ പങ്കാളിത്തം ആണ് ജനാധിപത്യത്തിന്റെ യഥാർഥ മാനദണ്ഡം. ഇത് ആവർത്തിച്ചുപറയാൻ ആഗ്രഹിക്കുന്നു. **ഗ്രാമതലത്തി ലാണ് പരമാവധി പൂർണമായ പങ്കാളിത്തം സാധ്യമാകുന്നത്. അവിടെ മാത്രമേ പ്രത്യക്ഷ ജനാധിപത്യം ഫലപ്രദമായി നടപ്പിലാക്കാൻ കഴിയൂ.**

ഗ്രാമതലത്തിൽ നിയമാനുസൃതമായ അധികാരങ്ങളോടുകൂടിയ ഒരേ യൊരു സംവിധാനം ഗ്രാമപ്പഞ്ചായത്തായിരിക്കെ ജനങ്ങളുടെ കടമ, ഇടയ്ക്കിടയ്ക്ക് വരുന്ന തെരഞ്ഞെടുപ്പുകളിൽ വോട്ടുചെയ്യുക മാത്രമാ ണെങ്കിൽ, ഗ്രാമത്തിന്റെ മാനേജ്മെന്റിൽ അവർക്ക് ഒരു പങ്കുമില്ലെങ്കിൽ ഈ ജനാധിപത്യം ഒന്നിനും കൊള്ളാത്തതായിത്തീരും. അപ്പോൾ പഞ്ചാ യത്തി രാജ് സങ്കല്പം തന്നെ അർഥശൂന്യമായിത്തീരുന്നതാണ്. ഗ്രാമ ത്തിന്റെ എല്ലാ കാര്യങ്ങളിലും സമൂഹം സജീവമായി പങ്കെടുത്താൽ മാത്രമേ ഗ്രാമപ്പഞ്ചായത്ത് ശക്തമാകൂ, ഊർജസ്വലമാകൂ, നിലനിൽക്കൂ.

പഞ്ചായത്തിരാജ് നിയമം വരുന്നതിനു മുമ്പെയും ഇവിടെ ഗ്രാമപ്പഞ്ചാ യത്തുകൾ ഉണ്ടായിരുന്നു; പക്ഷേ, അന്നവ ഗ്രാമീണ ജനാധിപത്യ സ്ഥാപനങ്ങളായിരുന്നില്ല; അവ സംസ്ഥാന ഗവൺമെന്റുകളുടെ, പല പ്പോഴും ഗവൺമെന്റ് ഉദ്യോഗസ്ഥരുടെ ഏജന്റുകൾ മാത്രം ആയിരുന്നു. ഇപ്പോൾ, പഞ്ചായത്തി രാജ് വന്നതിനു ശേഷവും ഗ്രാമപ്പഞ്ചായത്തു കളുടെ അധികാരവും ശക്തിയും വിഭവങ്ങളും ജനങ്ങളിൽനിന്നല്ല ലഭി ക്കുന്നതെങ്കിൽ, അവ മുന്നെപ്പോലെതന്നെ സർക്കാരിന്റെയും സർക്കാർ ഉദ്യോഗസ്ഥന്മാരുടെയും കയ്യിൽ ഗ്രാമത്തിലെ ജനങ്ങളെ കൈകാര്യം ചെയ്യാനുള്ള ഉപകരണങ്ങൾ മാത്രമായി തുടരും. അത്തരത്തിലുള്ള ഒരു പഞ്ചായത്ത് താഴെനിന്ന് കെട്ടിപ്പൊക്കുന്ന ഒരു ജനാധിപത്യസ്ഥാപനം ആയിരിക്കില്ല, മറിച്ച് മേലേനിന്നുള്ള ഉദ്യോഗസ്ഥഭരണത്തിന്റെ തുടർച്ച മാത്രമായിരിക്കും.

അതിനാൽ, ജനാധിപത്യത്തിന് ശരിയായ ഒരു അടിത്തറ നൽകണ മെങ്കിൽ, അതിന്റെ നടത്തിപ്പിൽ ജനങ്ങളുടെ തുടർച്ചയായ പങ്കാളിത്തം

ഉറപ്പുവരുത്തണമെങ്കിൽ പഞ്ചായത്തിനും താഴെ പോകേണ്ടിയിരിക്കുന്നു. പ്രായപൂർത്തിവന്ന മുഴുവൻ ജനങ്ങൾക്കും പങ്കെടുക്കാൻ പറ്റുന്ന, നിയമാനുസൃതമായ ഒരു സംവിധാനം, ഗ്രാമസഭ എന്നൊന്ന് ഉണ്ടാകേണ്ടിയിരിക്കുന്നു. ഈ ഗ്രാമസഭയുടെ നിർവാഹകസമിതിയായി പഞ്ചായത്ത് മാറണം. ഓരോരോ പ്രത്യേക പ്രവർത്തനങ്ങൾ നടത്തുന്നതിന് ആവശ്യമായ കമ്മിറ്റികളും സംഘങ്ങളും അതിനുണ്ടാക്കാവുന്നതാണ്.

ഇതിനുള്ള ശ്രമം ഇപ്പോൾ നടക്കുന്നുണ്ട്. പക്ഷേ, ജനങ്ങളുടെ കഴിവിലും നന്മയിലും വിശ്വസിക്കാൻ എന്തോ പ്രയാസമുള്ളപോലെ തോന്നുന്നു. ഗ്രാമസഭകൾക്ക് രൂപം നൽകുന്നുണ്ട്. പക്ഷേ, അവ പ്രവർത്തിക്കുന്നില്ല. പഞ്ചായത്ത്, പലപ്പോഴും പ്രസിഡന്റ്, എല്ലാ അധികാരങ്ങളും തട്ടിയെടുക്കുന്നു. സ്വാഭാവികമായും ജനങ്ങൾ താത്പര്യമെടുക്കാതാകുന്നു. ഗ്രാമസഭകൾ ഇടയ്ക്കിടയ്ക്ക് കൂടണം. ചുരുങ്ങിയത് മൂന്നു മാസത്തിലൊരിക്കലെങ്കിലും, ബഡ്ജറ്റ് അടക്കമുള്ള എല്ലാ കാര്യങ്ങളും ചർച്ചചെയ്യണം. അഭിപ്രായങ്ങൾ അറിയാൻ വേണ്ടി മാത്രമല്ല, അംഗീകാരവും അനുവാദവും നേടാൻ വേണ്ടികൂടിയാണത്.

അങ്ങനെ മാത്രമേ ജനങ്ങൾ തങ്ങളുടെ ഉത്തരവാദിത്വങ്ങളെപ്പറ്റിയും സാധ്യതകളെപ്പറ്റിയും ബോധവത്തുക്കളാകൂ. ഗ്രാമപ്പഞ്ചായത്തുകൾ സർക്കാരിന്റെയും ഉദ്യോഗസ്ഥന്മാരുടെയും ഗ്രാമത്തിൽതന്നെയുള്ള സ്ഥാപിതതാത്പര്യങ്ങളുടെയും കയ്യിലെ ഉപകരണമല്ലാതായിത്തീരൂ, ജനങ്ങളുടെ ഇച്ഛ നടപ്പാക്കുന്ന സ്ഥാപനങ്ങളായിത്തീരൂ. ഇതെല്ലാം നടപ്പാകുമ്പോൾ, മഹത്തായ **ജനാധിപത്യസൗധത്തിന്റെ ഏറ്റവും താഴത്തെ നില, ഗ്രാമസഭയായിരിക്കും, ഗ്രാമപ്പഞ്ചായത്തായിരിക്കില്ല.** അത് ഏറ്റവും ഉറപ്പുള്ളതും സ്ഥിരതയുള്ളതുമായ അസ്തിവാരം ചമയ്ക്കും.

ഇന്ത്യയിലെ ജനാധിപത്യം ശക്തിപ്പെടുത്താനും ജനങ്ങളെ സ്വയം ഭരിക്കുന്നതിന് പ്രാപ്തരാക്കാനും ആഗ്രഹിക്കുന്ന എല്ലാവരും ഒത്തൊരുമിച്ച് ജനങ്ങളിൽ ഇതിനുവേണ്ട സാമൂഹികബോധം ഉണർത്താനും കർമകുശലതയും ധാർമികതയും വളർത്താനും പ്രയത്നിക്കേണ്ടതാണ്. രാജ്യത്തെ എല്ലാ ജനാധിപത്യപാർട്ടികൾക്കും ശരിക്കും ഉത്തേജനം നൽകുന്ന ഒരു വെല്ലുവിളിയാണിത്. അധികാരത്തിന്റെ പങ്കു പറ്റാനുള്ള കടിപിടിയിൽനിന്ന് അവർക്ക് ഇതിനായി സമയം കിട്ടുമെങ്കിൽ. സർക്കാർ തലത്തിലും അല്ലാതെയും നടത്തുന്ന എല്ലാ ബോധന-പരിശീലനപരിപാടികളും ഈ ലക്ഷ്യം വച്ചുകൊണ്ടുള്ളതായിരിക്കണം.

ചില സംസ്ഥാനങ്ങളിൽ പഞ്ചായത്ത് ഭരണസമിതിയിലേക്ക് ചില പ്രത്യേക വിഭാഗങ്ങളെ പ്രതിനിധീകരിക്കാനായി അംഗങ്ങളെ നാമനിർദേശം ചെയ്യുന്നതിനുള്ള അധികാരം പഞ്ചായത്ത് പ്രസിഡന്റിന് നൽകിയിട്ടുണ്ട്. അതത് ജനവിഭാഗങ്ങളിലെ താത്പര്യഗ്രൂപ്പുകളോ അല്ലെങ്കിൽ മറ്റേതെങ്കിലും രീതിയിലോ, പഞ്ചായത്ത് മുഴുവനോ ആയിരിക്കണം ഈ നാമനിർദേശം നടത്തുന്നത് എന്ന് നിയമത്തിൽ ഭേദഗതി ചെയ്യണം.

കുറെ ശിങ്കിടികളുടെ പിൻബലത്തോടെ ഒരു സ്വേച്ഛാധിപതിയാകാൻ പ്രസിഡന്റുമാരെ ഒരിക്കലും പ്രോത്സാഹിപ്പിച്ചുകൂട.

ഗ്രാമപ്പഞ്ചായത്തുകളിലേക്കുള്ള തെരഞ്ഞെടുപ്പുകൾ കഴിയുന്നത്ര മത്സരം കൂടാതെ ഏകകണ്ഠമായി നടക്കണം എന്നാണ് എന്റെ ശക്ത മായ അഭിപ്രായം. പലരും ഈ അഭിപ്രായത്തെ രൂക്ഷമായി എതിർ ക്കുന്നു. ചിലർ പതുക്കെപ്പതുക്കെയാണെങ്കിലും അതിനോട് യോജിക്കാൻ തുടങ്ങിയിരിക്കുന്നു. എന്നെ സംബന്ധിച്ചിടത്തോളമാകട്ടെ, കൂടുതൽ ചിന്തിക്കുന്തോറും മറ്റുള്ളവരുമായി കൂടുതൽ സംസാരിക്കുന്തോറും ഗ്രാമ പ്പഞ്ചായത്തുകളുടെ പ്രവർത്തനത്തെപ്പറ്റി കൂടുതൽ പഠിക്കുന്തോറും ഈ അഭിപ്രായം കൂടുതൽ ശക്തിപ്പെട്ടുവരികയാണ് ചെയ്യുന്നത്. പഞ്ചായത്തി രാജ് സംവിധാനം വിജയിക്കണമെങ്കിൽ ഗ്രാമപ്പഞ്ചായത്തിലേക്കു തെര ഞ്ഞെടുപ്പു മത്സരങ്ങൾ കഴിവതും ഒഴിവാക്കേണ്ടതാണ്. ഇന്ന് ഗ്രാമങ്ങൾ ജാതിയുടെയും വർഗത്തിന്റെയും അടിസ്ഥാനത്തിലും കുടുംബക്കൂട്ടു കെട്ടുകളുടെ അടിസ്ഥാനത്തിലുമായി ഏറെ വിഭക്തമാണ്. ഗ്രാമത്തിൽ കൂട്ടായ ഇച്ഛാശക്തി എന്നൊന്നില്ല. അതേസമയം ഗ്രാമങ്ങൾ നേരിടുന്ന പ്രശ്നങ്ങൾ പരിഹരിക്കാൻ ഏകീകൃതവും കൂട്ടായും ഉള്ള പ്രയത്നം ആവശ്യമാണുതാനും. സമൂഹം എന്ന ബോധം ഉണ്ടായാൽ മാത്രമേ സാമൂഹിക വികസനം സാധ്യമാകൂ. തെരഞ്ഞെടുപ്പുമത്സരങ്ങൾ ഈ കൂട്ടായ്മയ്ക്ക് ഇടംകോലിടാനായി മാത്രമേ ഉപകരിക്കൂ. സ്വയം ഭരിക്കാൻ കഴിയണമെങ്കിൽ, പൊതുനന്മയ്ക്കുവേണ്ടി കൂട്ടായി പ്രവർത്തിക്കാൻ കഴി യണമെന്ന് ജനങ്ങൾ മനസ്സിലാക്കണം. ഏതെങ്കിലും ഒരു ഏകാധിപതി യുടെ കല്പന പ്രകാരമല്ല ഇത്. സ്വയം ഭരിക്കുന്നതിനും വ്യക്തിപരവും സാമൂഹികവുമായി പുരോഗമിക്കുന്നതിനും മറ്റു മാർഗമില്ല എന്ന നഗ്ന സത്യം അവർ തിരിച്ചറിയണം. പരസ്പരം ചേരിതിരിഞ്ഞ് അങ്കം വെട്ടി ക്കൊണ്ടുള്ള 'സ്വയം ഭരണം' സ്വയംഭരണമായിരിക്കില്ല, സ്വയം നാശം മാത്രമായിരിക്കും. ഗ്രാമം എന്നത് എല്ലാവരും അന്യോന്യം നിത്യേന കാണുന്ന ഒരു സമൂഹമാണ്; തങ്ങളുടെ സങ്കടങ്ങളും സന്തോഷങ്ങളും പങ്കുവെയ്ക്കാൻ ഭൗതികമായി നിർബന്ധിതമാകുന്ന ഒരു സമൂഹമാണ്. ഈ ഗ്രാമം, ഞാൻ നേരത്തെ പറഞ്ഞപോലെ, ഇന്ന് വിഘടിതമായ ഒരു സമൂഹമാണ്. ജനാധിപത്യം അതിനെ കൂടുതൽ വിഘടിപ്പിക്കുന്നതിന് കാരണമാകരുത്. പഞ്ചായത്തിരാജിന്റെ പേരിൽ കോഴിപ്പോരിനുള്ള കള ങ്ങളാക്കി ഗ്രാമങ്ങളെ മാറ്റരുത് എന്ന അഭിപ്രായം പല ഭാഗത്തുനിന്നും ഉയർന്നുവരുന്നുണ്ട്. തെരഞ്ഞെടുപ്പുകൾ ഇതിനകം തന്നെ എന്തെന്നി ല്ലാത്ത സംഘർഷങ്ങൾ സൃഷ്ടിച്ചിട്ടുണ്ട്. പഞ്ചായത്തുകൾക്ക് ഒന്നും ചെയ്യാൻ പറ്റാത്ത അവസ്ഥ വന്നിരിക്കുന്നു. ഈ അവസ്ഥ തുടരുകയാ ണെങ്കിൽ, ജനാധിപത്യപരമായ പഞ്ചായത്തുകൾ പരാജയമായിരുന്നു എന്നും പരാജയപ്പെടാൻ വിധിക്കപ്പെട്ടവയായിരുന്നു എന്നും ജനങ്ങൾ വിശ്വസിക്കാൻ തുടങ്ങും. സർക്കാർ ഉദ്യോഗസ്ഥന്മാരുടെ കീഴിൽ മേലേ നിന്ന് കെട്ടിയേല്പിക്കുന്ന പഞ്ചായത്തിരാജിനെ ജനങ്ങൾ സ്വാഗതം

ചെയ്യാൻ തുടങ്ങും. നമ്മുടെ രാജ്യത്ത് ജനാധിപത്യത്തിനേല്ക്കുന്ന കനത്ത ആഘാതമായിരിക്കും അത്. ആദ്യത്തെ അധ്യായത്തിൽ വിവരിച്ച സാഹചര്യങ്ങളുടെ പശ്ചാത്തലത്തിൽ, ഇത് തുറന്ന സ്വേച്ഛാധിപത്യത്തിലേക്ക് വഴിതെളിച്ചേക്കാം.

ഈ കാഴ്ചപ്പാടിന് എതിരായ വ്യാപകമായി ഉന്നയിക്കപ്പെടുന്ന ഒരു വാദവുമുണ്ട്: ഇപ്പോഴെ വിരുദ്ധ താത്പര്യങ്ങളുടെ അടിസ്ഥാനത്തിൽ വിഘടിച്ചുനിൽക്കുന്ന ഗ്രാമസമൂഹങ്ങളിൽ പഞ്ചായത്തുകളിലേക്ക് മത്സരം കൂടാതെയുള്ള തെരഞ്ഞെടുപ്പുകൾ അസാധ്യമാണ്! ഗ്രാമസമൂഹം ഇന്ന് വിഘടിതമായാണ് നിലകൊള്ളുന്നത് *എന്നതിനാൽ തന്നെയാണ്* തെരഞ്ഞെടുപ്പുമത്സരങ്ങൾ ഒഴിവാക്കി, സമൂഹപുനർനിർമാണത്തിനും വികസനത്തിനും വേണ്ടി മുഴുവൻ സമൂഹത്തെയും ഒറ്റക്കെട്ടായി നിന്ന് പ്രവർത്തിപ്പിക്കാൻ വഴിയൊരുക്കണമെന്നാണ് ഞാൻ പറയുന്നത്.

തെരഞ്ഞെടുപ്പ് ഒഴിവാക്കാൻ പറ്റില്ല എന്ന വാദം വീണ്ടും വീണ്ടും ആവർത്തിക്കപ്പെടുന്നതുകൊണ്ട്, ഒന്നുകൂടി ആഴത്തിൽ അത് പരിശോധിക്കാം. ശരിയാണ്, ഗ്രാമത്തിൽ പരസ്പരവിരുദ്ധങ്ങളായ താത്പര്യങ്ങൾ ഉണ്ട്. പക്ഷേ, ഗ്രാമസമൂഹത്തിൽ മൗലികമായ സാമൂഹിക-സാമ്പത്തിക പരിവർത്തനങ്ങൾ വരുത്താൻ പഞ്ചായത്തിനെക്കൊണ്ട് ആവില്ല. ഭൂപ്രഭുത്വം ഇല്ലാതാക്കാൻ അതിനു കഴിയില്ല; കുടിയായ്മ വ്യവസ്ഥ മാറ്റാൻ അതിനു പറ്റില്ല; ഭൂമി പുനർവിതരണം ചെയ്യാൻ അതിനു പറ്റില്ല. പലിശനിരക്കും കടക്കെണികളും നിയന്ത്രിക്കുന്ന നിയമനിർമാണം നടത്താൻ അതിനെക്കൊണ്ടാവില്ല; അങ്ങനെയുള്ള ഒന്നും ചെയ്യാൻ അതിനു പറ്റില്ല. അസംബ്ലികളിലേക്കും പാർലിമെന്റിലേക്കും ഉള്ള തെരഞ്ഞെടുപ്പുകളിൽ ഗ്രാമസമൂഹത്തിനുള്ളിലെ ഈ ചേരിതിരിവുകൾ പ്രധാനമായിരിക്കാം. എന്നാൽ പഞ്ചായത്തിലേക്കുള്ള തെരഞ്ഞെടുപ്പിൽ അവ അപ്രസക്തങ്ങളാണ്. ഗ്രാമത്തിലെ സാമൂഹിക-സാമ്പത്തിക വിജയങ്ങൾക്കുള്ള ശരിയായ പരിഹാരം: (a) അവശ്യം ആവശ്യമായ സാമ്പത്തിക-സാമൂഹികനിയമനിർമാണം ഉടൻ നടത്തുക; (b) നിലവിലുള്ള നിയമങ്ങൾ കർശനമായി നടപ്പാക്കുക. (c) മർമപ്രധാനമായതും എന്നാൽ അവഗണിക്കപ്പെട്ടതുമായ ബഹുജനവിദ്യാഭ്യാസം ശക്തിപ്പെടുത്തുക എന്നിവയാണ്. അല്ലാതെ, തെരഞ്ഞെടുപ്പു മത്സരങ്ങളിലൂടെ നിലവിലുള്ള അനൈക്യവും സംഘർഷവും മൂർച്ഛിപ്പിക്കുകയല്ല വേണ്ടത്.

ഇവിടെ ഒരു കാര്യം വീണ്ടും വീണ്ടും ഊന്നിപ്പറയുവാൻ ഞാൻ ആഗ്രഹിക്കുന്നു; ഒരു ഗ്രാമത്തെയും അതിലെ രാഷ്ട്രീയ-സാമ്പത്തിക സംവിധാനങ്ങളെയും കൂടുതൽ സുഘടിതവും ഫലപ്രദവും ആക്കാൻ വേണ്ടി എടുക്കേണ്ട ആദ്യത്തെ ചുവട് ആ ഗ്രാമത്തിലെ മുഴുവൻ പൊതുഭൂമിയും ഗ്രാമസഭയ്ക്ക് കീഴിൽ കൊണ്ടുവരിക എന്നതാണ്. അപ്പോൾ ഓരോ പൗരനും ഗ്രാമത്തിന്റേതായ ഭൂസ്വത്തിൽ തുല്യമായ

അവകാശം ഉണ്ടായിരിക്കും. അത് സമൂഹത്തിലെ ഓരോ അംഗത്തിന്റെയും മൊത്തം സമൂഹത്തിന്റെയും ഉന്നമനത്തിനായി തുല്യാവകാശത്തോടെ ഉപയോഗിക്കാം; നമ്മുടെ രാജ്യത്തിലേതുപോലായ ഒരു സാഹചര്യത്തിൽ, ആളോഹരി ലഭ്യമായ ഭൂമി കുറഞ്ഞതായിരിക്കെ, ഉപജീവനത്തിനായി ഭൂമിയെ ആശ്രയിക്കുന്നവരുടെ എണ്ണം വലുതായിരിക്കെ, ത്വരിതഗതിയിൽ നഗരവത്കരണം നടക്കുന്നുണ്ടെങ്കിലും ഗ്രാമപ്രദേശങ്ങളിലെ അസ്സൽ ജനസംഖ്യ വർധിച്ചുകൊണ്ടിരിക്കെ, തലമുറകൾ പിന്നിടുമ്പോൾ ലഭ്യമായ ഭൂമി തുടർച്ചയായി തുണ്ടുവത്കരിക്കപ്പെടുമെന്നിരിക്കെ, ബിനാമി രീതികൾ വളരവേ, ഭൂമിയെ സംബന്ധിച്ചുള്ള തർക്കങ്ങളും നിയമത്തിന്റെ നൂലാമാലകളും കൂടുതൽ കൂടുതൽ സങ്കീർണമായിക്കൊണ്ടിരിക്കെ, കള്ളക്കേസുകളും കള്ളസാക്ഷികളും മറ്റും നിത്യസംഭവങ്ങായി മാറിക്കൊണ്ടിരിക്കെ, മിനിമം ഇത്രയും നടന്നേ തീരൂ: പൊതുഭൂമി മുഴുവനും പൊതു സ്വത്തായി മാറിയേ ഒക്കൂ; അവയുടെ മേൽ ഗ്രാമസഭയ്ക്ക് അധികാരമുണ്ടായേ പറ്റൂ. വിനോബാജിയുടെ ഭൂദാൻ -ഗ്രാമദാൻ പ്രസ്ഥാനം, ഭാഗ്യവശാൽ, ഇതിന് നല്ലൊരു പശ്ചാത്തലം ഒരുക്കിക്കൊണ്ടിരിക്കയാണ്.

പഞ്ചായത്തിനെപ്പറ്റിയുള്ള ചർച്ചയിലേക്കു തന്നെ തിരിച്ചുവരാം. ഒരു പഞ്ചായത്തിന്റെ കടമകൾ, ഉത്തരവാദിത്വങ്ങൾ എന്തൊക്കെയാണ്? പഞ്ചായത്തിന്റെ വികസനത്തിനു വേണ്ടിയുള്ള പരിപാടികൾക്ക് രൂപം നൽകുകയും ഗ്രാമസഭയുടെ അംഗീകാരത്തോടുകൂടി അവ നടപ്പാക്കുകയും എന്നതാണ് പ്രഥമവും പ്രധാനവും ആയത്. ഗ്രൂപ്പു തിരിഞ്ഞ് പരസ്പരം പോരടിക്കുന്ന ഒരു അവസ്ഥയാണോ, അതോ, ഐക്യത്തോടെ പ്രശ്നങ്ങളെ നേരിടുന്ന ഒരു അവസ്ഥയാണോ ഏതാണ് ഇതിന് നല്ലത്? അതാണ് ചോദ്യം. ഇതിൽ സംശയത്തിനവസരമില്ല. ഇവിടെ ആശ്ചര്യകരവും അതേ സമയം ദുഃഖകരവുമായ ഒരു കാര്യം, ചില ആളുകൾ ഒരു ശ്വാസത്തിൽ, തങ്ങളുടെ ജീവിതം മെച്ചപ്പെടുത്താനായി ഒത്തൊരുമിച്ചു പ്രവർത്തിക്കാൻ ജനങ്ങളോട് ആവശ്യപ്പെടുകയും അടുത്ത ശ്വാസത്തിൽ അതിനായി തന്നെ ചേരി തിരിഞ്ഞ് പരസ്പരം പോരടിക്കാൻ ആവശ്യപ്പെടുകയും ചെയ്യുന്നു എന്നതാണ്.

ചിലപ്പോൾ മറ്റൊരു വാദം കേൾക്കാറുണ്ട്: മത്സരം കൂടാതെ തെരഞ്ഞെടുപ്പു നടത്തുകയാണെങ്കിൽ, ഗ്രാമത്തിലെ പരമ്പരാഗത പ്രമാണിമാർ തന്നെ ആയിരിക്കും. എപ്പോഴും അധികാരം കയ്യാളുക എന്ന്. ഇത് സംഭവിച്ചേക്കാം. സംഭവിക്കാറുമുണ്ട്. പക്ഷേ, മത്സരം നടന്നാലും ഇതു തന്നെ സംഭവിക്കാം, സംഭവിക്കുന്നുമുണ്ട്. അധീശത്വത്തിനുള്ള പരിഹാരം തെരഞ്ഞെടുപ്പല്ല, മറിച്ച് ഭാവനാപൂർണമായ സാമൂഹിക-സാമ്പത്തിക പരിഷ്കാരങ്ങളും ബഹുജനവിദ്യാഭ്യാസവും ബോധവത്കരണവും ആണ്.

ഒരു പ്രധാന കാര്യം കൂടി ഊന്നിപ്പറയേണ്ടതുണ്ട്. ഒരു ഗ്രാമപ്പഞ്ചായത്തിന് അതിന്റെ ധാർമികമായ ഉത്തരവാദിത്വങ്ങൾ നിറവേറ്റണമെങ്കിൽ,

സമൂഹത്തിലെ ദുർബലവിഭാഗങ്ങൾക്ക് മിനിമം സാമൂഹികസുരക്ഷയും ക്ഷേമവും ഉറപ്പുവരുത്തേണ്ടതുണ്ട്. ഗ്രാമീണ സമൂഹത്തിന്റെ സാമൂഹിക-സാമ്പത്തിക ഘടനയിൽ മാറ്റം വരുത്താൻ വേണ്ട നിയമങ്ങൾ ഉണ്ടാക്കാൻ പഞ്ചായത്തുകൾക്കു സാധ്യമല്ല എന്നിരിക്കെ, ഈ കടമ നിർവഹിക്കാൻ പഞ്ചായത്തുകളുടെ കൈവശം ഒരു ഉപകരണമേ ഉള്ളൂ. സമൂഹത്തിലെ പ്രബലവിഭാഗങ്ങളുടെ സഹകരണവും സന്മനസ്സും നേടി അവരുടെ സമ്പത്തിന്റെയും കഴിവുകളുടെയും സമയത്തിന്റെയും ഒരു ഭാഗം അത്രതന്നെ ഭാഗ്യവാന്മാരല്ലാത്ത അയൽക്കാരുമായി പങ്കിടാൻ അവരെ പ്രേരിപ്പിക്കുക എന്നത്. ഗ്രാമതലത്തിൽ മറ്റേതൊരു സമീപനവും ദോഷകരവും സ്വയം പരാജയപ്പെടുത്തുന്നതും ആയിരിക്കും മത്സരത്തിലൂടെ പിന്നോക്ക വിഭാഗങ്ങൾ പഞ്ചായത്തിന്റെ ഭരണാധികാരം കയ്യാളിയിട്ടും തോല്പിക്കപ്പെട്ട സമ്പന്ന വിഭാഗങ്ങളുടെ നിസ്സഹകരണവും എതിർപ്പും കാരണം ലക്ഷ്യം നേടാൻ കഴിയാതെ പോയ സന്ദർഭങ്ങൾ ധാരാളമാണ്. **ഗ്രാമതലത്തിൽ വർഗസംഘർഷത്തിന്റേതായ സമീപനം, ദുർബല വിഭാഗത്തെ സംബന്ധിച്ചിടത്തോളം ഗുണത്തേക്കാളേറെ ദോഷമാണ് ചെയ്യുക.**

അങ്ങനെ, എന്തുകൊണ്ടു നോക്കിയാലും ഗ്രാമപ്പഞ്ചായത്തുകളിലേക്കുള്ള തെരഞ്ഞെടുപ്പിൽ മത്സരങ്ങൾ ഒഴിവാക്കുന്നതാണ് നല്ലത് എന്ന നിഗമനത്തിൽ നാം എത്തിച്ചേരുന്നു. ഇതെങ്ങനെ നടപ്പാക്കാം എന്നതാണ് പ്രശ്നം. പല പല നിർദേശങ്ങൾ മുന്നോട്ടുവെക്കപ്പെട്ടിട്ടുണ്ട്, പല പരീക്ഷണങ്ങളും നടത്തിയിട്ടുണ്ട്. പ്രത്യേകിച്ചും യു.എൻ. ധേബാർ സൗരാഷ്ട്രയിൽ മുഖ്യമന്ത്രി ആയിരുന്ന കാലത്ത്. തത്ത്വത്തിൽ അംഗീകരിക്കുകയാണെങ്കിൽ പ്രയോഗത്തിൽ വരുത്താൻ വലിയ പ്രയാസമൊന്നും കാണില്ല. പക്ഷേ, പലുരടെയും മനസ്സിൽ ഉറച്ചുപോയ ഒരു വിശ്വാസമുണ്ട്. തിരഞ്ഞെടുപ്പിൽ മത്സരമില്ലെങ്കിൽ ജനാധിപത്യമില്ല! ഈ അനക്കമില്ലാത്ത, അമൂർത്തമായ, അചേതനമായ കാഴ്ചപ്പാടാണ് ഇത് നടപ്പാക്കുന്നതിന് തടസ്സമായി നിൽക്കുന്നത്. പക്ഷേ ഇതിനൊരു പരിഹാരം കണ്ടില്ലെങ്കിൽ പഞ്ചായത്ത്‌രാജ് സംവിധാനം ഒരിക്കലും വിജയിക്കുകയില്ല.

തിരഞ്ഞെടുപ്പു മത്സരങ്ങൾ ഇല്ലെങ്കിൽ ഗ്രാമങ്ങളിൽ തങ്ങൾക്ക് ഒന്നും ചെയ്യാനില്ല എന്ന് രാജ്യത്തെ രാഷ്ട്രീയപ്പാർട്ടികൾക്ക് തോന്നാനിടയുണ്ട്. ഒട്ടുംതന്നെ അങ്ങനെയല്ല. അവർക്ക് വളരെയധികം സർഗാത്മകമായ കാര്യങ്ങൾ ചെയ്യാനുണ്ട്. പഞ്ചായത്ത് തെരഞ്ഞെടുപ്പുകൾ എതിരുകളില്ലാതെ നടത്തുന്നതാണ് ഗ്രാമത്തിന്റെ താത്പര്യങ്ങൾക്ക് നല്ലത് എന്നവർക്ക് തോന്നുകയാണെങ്കിൽ, ജനങ്ങളെ അത് ബോധ്യപ്പെടുത്തുകയും അതിനായി അവരെ പ്രേരിപ്പിക്കുകയും ചെയ്യുക എന്നതുതന്നെ അത്യന്തം സർഗാത്മകമായ ഒരു വെല്ലുവിളിയാണ്. വ്യക്തിഗതമായ അഭിലാഷങ്ങൾ മാറ്റിവയ്ക്കുകയാണെങ്കിൽ പാർട്ടികൾക്ക് ഇതത്ര

പ്രയാസമുള്ള കാര്യമായിരിക്കില്ല. കാരണം ഗ്രാമത്തിൽ നടക്കേണ്ട പ്രവർത്തനങ്ങളെ പാർട്ടികളുടെ രാഷ്ട്രീയവ്യത്യാസങ്ങൾ ഒരു നിലയ്ക്കും ബാധിക്കുന്നതല്ല.

ഇവിടെ ഒരു അടിക്കുറിപ്പ് ചേർക്കേണ്ടതുണ്ട്. പട്ടണങ്ങളെയും നഗരങ്ങളെയും ഈ പുതിയ ജനാധിപത്യസങ്കല്പത്തിൽ ഒഴിവാക്കിയിരിക്കുന്നു എന്ന പ്രതീതി മുകളിലെ ചർച്ച ഉണ്ടാക്കിയേക്കാം. കാരണം നമ്മൾ ഗ്രാമസഭകളെക്കുറിച്ചു മാത്രമേ പറഞ്ഞുള്ളൂ. നഗരസഭകളെപ്പറ്റി ഒന്നും പറഞ്ഞില്ല. എന്നാൽ, സംഗതി അങ്ങനെയല്ല. അത് പഞ്ചായത്തിരാജ് സങ്കല്പത്തിനും പങ്കാളിത്ത ജനാധിപത്യത്തിനും വിരുദ്ധമായിരിക്കും. ശരിയാണ്, ഇന്ന് പഞ്ചായത്തിരാജ് ഗ്രാമപ്രദേശത്തിനു മാത്രമാണ് ബാധകമായിട്ടുള്ളത്. പക്ഷേ അത് വളർന്നു വികസിക്കുന്ന മുറയ്ക്ക് നഗരങ്ങളടക്കം രാഷ്ട്രത്തെ മുഴുവനും ഉൾക്കൊള്ളുന്നതാണ്. നഗരങ്ങളിലും ജനാധിപത്യസംവിധാനങ്ങൾ ശക്തിപ്പെടും. 'ഗ്രാമം' എന്നതുകൊണ്ട് ഇവിടെ അർഥമാക്കുന്നത് ഒരു പ്രാഥമിക സമൂഹത്തെയാണ്, പരസ്പരബന്ധിതമായ ഒരു ചെറുകൂട്ടായ്മയേയാണ് - ഗ്രാമപ്രദേശത്തായാലും ശരി, നഗരപ്രദേശത്തായാലും ശരി. വൻപട്ടണങ്ങളും നഗരങ്ങളും 'പ്രാഥമിക സമൂഹങ്ങൾ' അല്ല. പക്ഷേ അവയെ നിരവധി ചെറു ചെറു സമൂഹങ്ങൾ - കൂട്ടായ്മകൾ - ആയി വിഭജിക്കാവുന്നതാണ്. വടക്കൻ സംസ്ഥാനങ്ങളിൽ ഒരു മൊഹല്ല, ഒരു തെരുവ്, ഒരു ബസ്തി അത്തരമൊരു പ്രദേശമാണ്. അങ്ങനെ വൻ നഗരങ്ങളെപ്പോലും ഒട്ടനവധി പ്രാഥമിക നഗരസമൂഹങ്ങളുടെ അല്ലെങ്കിൽ കമ്യൂണുകളുടെ ഫെഡറേഷനുകളായി കണക്കാക്കാവുന്നതാണ്. ഉദാഹരണത്തിന് യുഗോസ്ലോവിയയിലെ നഗരങ്ങൾ ഇത്തരത്തിലാണ് വിഭാവനം ചെയ്യപ്പെട്ടിട്ടുള്ളത്. ഓരോ കമ്യൂണിനും- അത് പൂർണമായും നഗരസ്വഭാവമുള്ളതാകാം, അല്ലെങ്കിൽ ഭാഗികമായി നഗരവും ഭാഗികമായി ഗ്രാമീണവും ആകാം - അതിന്റേതായി സ്വയംഭരണ രാഷ്ട്രീയസംവിധാനങ്ങൾ ഉണ്ട്. അത്തരത്തിലുള്ള മറ്റു കമ്യൂണുകളുമായി കൂട്ടിയിണക്കി, ഒരു നഗരം അല്ലങ്കിൽ ഗ്രാഗര ഡിസ്ട്രിക്ട് രൂപപ്പെടുത്തുന്നു. നഗരങ്ങളിൽപോലും കേന്ദ്രീകൃതഭരണസമ്പ്രദായം നിലനിർത്തുകയെന്നത് പഞ്ചായത്തിരാജിന്റെ സത്തയ്ക്ക് വിരുദ്ധമാണ്. കേന്ദ്രീകൃത സംവിധാനത്തിൽ, നഗരത്തിന്റെ നടത്തിപ്പുകാര്യങ്ങളിൽ പൗരന്മാർക്ക് പങ്കെടുക്കാനുള്ള അവസരങ്ങൾ ഇല്ലാതെ പോകുന്നു. മുനിസിപ്പൽ നിയമങ്ങളിൽ വേണ്ട മാറ്റങ്ങൾ വരുത്തി അതിൽ പഞ്ചായത്തിരാജിന്റെ, അഥവാ പങ്കാളിത്ത ജനാധിപത്യത്തിന്റെ, സത്ത ഉൾച്ചേർക്കാൻ പ്രയാസമൊന്നും കാണില്ല.

ഏഴാമതായി **പഞ്ചായത്തിരാജിന്റെ ദൈനംദിന പ്രവർത്തനങ്ങളിൽ സംസ്ഥാനഗവൺമെന്റ് ഇടപെടരുത്.** സംസ്ഥാനനിയമനിർമാണത്തിലൂടെയാണ് പഞ്ചായത്തിരാജിന് രൂപം നൽകുന്നതെന്നത് ശരിതന്നെ. അത് ന്യായവും ശരിയും ആണുതാനും. നിയമം നടപ്പാക്കാൻ

സഹായിക്കുന്ന റൂളുകളും ഉണ്ടാക്കണം. പക്ഷേ, അവ പഞ്ചായത്തിരാജിന്റെ സത്തയ്ക്ക് വിരുദ്ധമാകരുത് എന്നു മാത്രം. പല പ്രധാന കാര്യങ്ങളിലും നിയമത്തിൽ വളരെ അസ്പഷ്ടതകൾ കണ്ടെന്നു വരാം. അതിനാൽ നിർവഹണ വിഭാഗം രൂപപ്പെടുത്തുന്ന റുളുകൾക്ക് പലപ്പോഴും ആക്ടുകളെക്കാൾ പ്രാധാന്യം കൈവന്നേക്കാം. നിയമനിർമാണ സഭ പ്രത്യേകം ശ്രദ്ധിക്കേണ്ട ഒരു കാര്യമാണിത്.

ഇവിടെ ഞാൻ പറയാൻ ആഗ്രഹിക്കുന്നത് ഇതാണ്: 'നിയമനിർമാണ സഭ ആക്ട് പാസ്സാക്കുകയും നിർവഹണവിഭാഗം റൂളുകൾ ഉണ്ടാക്കുകയും ചെയ്താൽ പഞ്ചായത്തിരാജ് സ്ഥാപനങ്ങളുടെ പിന്നീടുള്ള പ്രവർത്തനങ്ങൾ നിയന്ത്രിക്കാൻ, പബ്ലിക് സർവീസ് കമ്മീഷൻ പോലെയോ, തെരഞ്ഞെടുപ്പുകമ്മീഷൻ പോലെയോ, യൂണിവേഴ്സിറ്റി ഗ്രാന്റ് കമ്മീഷൻ പോലെയോ ഉള്ള ഒരു സ്വയം ഭരണ സ്ഥാപനം രൂപീകരിക്കുന്നത് നന്നായിരിക്കും.'

പാർലമെന്ററി വ്യവസ്ഥയിലുള്ള എല്ലാ ഗവൺമെന്റുകളെയും പോലെ സംസ്ഥാനഗവൺമെന്റുകളും പാർട്ടി അടിസ്ഥാനത്തിലുള്ള ഗവൺമെന്റുകളായിരിക്കും. അനർഹമായ പക്ഷപാതിത്വമൊന്നും ആരോപിച്ചില്ലെങ്കിൽപോലും ഒരു കാര്യം അംഗീകരിക്കേണ്ടിയിരിക്കുന്നു: അവർ എന്തെങ്കിലും ഒന്നു ചെയ്യുമ്പോൾ അത് തങ്ങളുടെ പാർട്ടിയെ എങ്ങനെ ബാധിക്കുമെന്ന് ഒരു നിമിഷം ചിന്തിച്ചുപോകും. അത് സ്വാഭാവികം മാത്രമാണ്. അങ്ങനെ ചെയ്തില്ലെങ്കിൽ അവർ അമാനുഷികരായിരിക്കണം. പക്ഷേ പാർട്ടിയുടെ താത്പര്യവും ജനങ്ങളുടെ താൽപര്യവും ഒന്നായിരിക്കണമെന്നില്ല. പഞ്ചായത്തിരാജ് സ്ഥാപനങ്ങൾ പിടിച്ചെടുക്കുകയോ നിയന്ത്രിക്കുകയോ ചെയ്യുകയെന്നത് ഒരു പാർട്ടിയുടെ താത്പര്യമായിരിക്കാം. എന്നാൽ പഞ്ചായത്തിരാജിന്റെ ആരോഗ്യത്തിനും വികാസത്തിനും അധികാരത്തിനായി പാർട്ടികൾ നടത്തുന്ന വടംവലികളിൽ അവ കരുക്കളായി മാറാതിരിക്കുകയാണ് നല്ലത്. പൊതുപ്രവർത്തനങ്ങൾക്ക് ധാർമികച്യുതി വന്നുകൊണ്ടിരിക്കുന്ന ഇന്നത്തെ സാഹചര്യത്തിൽ ഗവൺമെന്റോ, ബന്ധപ്പെട്ട മന്ത്രിയോ, പഞ്ചായത്തിന്റെ കാര്യങ്ങളിൽ ഇടപെടുന്നത്, പലപ്പോഴും പാർട്ടിയുടെ താത്പര്യത്തിനുവേണ്ടി പോലുമായിരിക്കില്ല, ഒരു ഗ്രൂപ്പിന്റെ താത്പര്യങ്ങൾക്കോ സ്വന്തം വ്യക്തിഗത താത്പര്യങ്ങൾക്കോ മാത്രം വേണ്ടിയുമാകാം. ഡിസ്ട്രിക്ട് ബോർഡുകളും മുൻസിപ്പാലിറ്റികളും പക്ഷപാതിത്വപരമായി പിരിച്ചുവിടുകയും അവയിലേക്കുള്ള തെരഞ്ഞെടുപ്പുകൾ അകാരണമായി നീട്ടിക്കൊണ്ടുപോകുകയും ചെയ്യുന്നതായി പ്രതിപക്ഷപാർട്ടികളിൽനിന്ന് ആരോപണങ്ങൾ ഉയർന്നുവരാറുണ്ട്. ഈ സ്ഥാപനങ്ങളുടെ നടത്തിപ്പിൽ മറ്റു പല തരത്തിലുമുള്ള ഇടപെടലുകൾ നടത്തുന്നതായും ആരോപണങ്ങൾ ഉയർത്തപ്പെട്ടിട്ടുണ്ട്.

ഇവിടെ മറ്റൊരു വശം കൂടിയുണ്ട്. അധികാരത്തിലുള്ളവർക്ക് അത് കൈവിടാൻ മടിയാണ് എന്നത് ഒരു വാസ്തവം മാത്രമാണ്. സംസ്ഥാന

തലത്തെ ഇന്നത്തെ അധികാരഘടനയിൽ രണ്ടു പങ്കാളികൾ ഉണ്ട്. ഒന്ന്, മന്ത്രിമാരും അവരുടെ ശിങ്കിടികളും. മറ്റേത് ഉന്നതാധികാരവൃന്ദം രണ്ടു കൂട്ടർക്കും ഈ ദൗർബല്യമുണ്ട്. വാക്കിൽ അധികാരങ്ങൾ വിട്ടു കൊടുക്കും, പക്ഷേ പ്രവൃത്തിയിൽ അവയെ മുറുകെപ്പിടിക്കും.

ഇക്കാരണങ്ങളാൽ പഞ്ചായത്തിരാജ് സ്ഥാപനങ്ങളുടെ രൂപീകരണത്തിൽ സഹായിക്കാനും മാർഗനിർദേശം നൽകാനും മേൽനോട്ടം വഹിക്കാനുമായി സങ്കുചിതരാഷ്ട്രീയത്തിന് കീഴ്പെടാത്ത ഒരു സ്വയംഭരണ സ്ഥാപനം ഉണ്ടാക്കുന്നതും അതിന്റെ നേതൃത്വം സിവിൽ സർവീസിൽ പെടാത്ത ഒരാളെ ഏല്പിക്കുന്നതും നന്നായിരിക്കും. ഈ അവസാനം പറഞ്ഞതിന് ഒരു കാരണമുണ്ട്. സിവിൽ സർവീസിൽപെട്ടവർ ഗവൺമെന്റിന്റെ സ്വാധീനത്തിനു വിധേയരാണ്. മാത്രമല്ല, പഞ്ചായത്ത് രാജ് സ്ഥാപനങ്ങളിലെ ജീവനക്കാരോട് (ജനങ്ങളോടല്ല!) അവർ പക്ഷപാതിത്വം കാണിക്കുന്നതുമായിരിക്കും. ഇവിടെ നിർദേശിക്കുന്ന പഞ്ചായത്തിരാജ് കമ്മീഷന്റെ ചുമതലകൾ ഇവയായിരിക്കും: വ്യത്യസ്ത പഞ്ചായത്തിരാജ് സ്ഥാപനങ്ങൾ രൂപീകരിക്കുകയും അവയുടെ പ്രവർത്തനങ്ങൾ നിയമാനുസൃതമാണെന്ന് ഉറപ്പുവരുത്തുകയും ചെയ്യുക, സംസ്ഥാനത്തിൽനിന്നും കേന്ദ്രത്തിൽനിന്നും അനുവദിക്കുന്ന ഫണ്ടുകൾ യഥാസമയം അവയ്ക്ക് കിട്ടുമെന്നും അവ ഉപയോഗിക്കപ്പെടുമെന്നും ഉറപ്പാക്കുക; മേൽ ഘടകങ്ങൾ താഴത്തെ ഘടകങ്ങളുടെ മേൽ കുതിര കയറാതെ സൂക്ഷിക്കുക; ഉദ്യോഗസ്ഥന്മാർ ജനാധിപത്യനിയന്ത്രണത്തിന് വിധേയമായി പ്രവർത്തിക്കുമെന്ന് ഉറപ്പുവരുത്തുക; അതേ സമയം അവരുടെ ന്യായമായ താത്പര്യങ്ങൾ സംരക്ഷിക്കുകയും ചെയ്യുക; നിയമവിരുദ്ധമായി പ്രവർത്തിക്കുന്ന ജനപ്രതിനിധികളെയും ഉദ്യോഗസ്ഥരെയും നിലയ്ക്ക് നിരത്തുകയും വേണ്ടിവന്നാൽ അവരുടെ മേൽ അച്ചടക്ക നടപടികൾ സ്വീകരിക്കുകയും ചെയ്യുക. പഞ്ചായത്ത് കമ്മീഷന്റെ കടമകൾ നിയന്ത്രണാത്മകം മാത്രമായിരിക്കില്ല, സർഗാത്മകവും കൂടി ആയിരിക്കും. വിവിധ സ്ഥാപനങ്ങളെയും വ്യക്തികളെയും കൂടുതൽ ഫലപ്രദമായും കാര്യക്ഷമമായും പ്രവർത്തിക്കാൻ സഹായിക്കണം. അങ്ങനെ പഞ്ചായത്ത് രാജ് ശക്തവും കഴിവുറ്റതും സ്വാവലംബിയും ആയിത്തീരണം.

എം.പിയായ ശ്രീ എൻ.ജി. രംഗയാണ് ലോകസഭയിൽ ഈ നിർദേശം ആദ്യമായി വച്ചത്. രംഗ പ്രതിപക്ഷ നേതാവാണ് എന്നതുകൊണ്ട് അതിന്റെ പ്രാധാന്യം അംഗീകരിക്കപ്പെടാതെ പോകില്ലെന്നും അംഗീകരിക്കുന്നതിനു തടസ്സമാകില്ലെന്നും ഞാൻ ആശിക്കുന്നു.

പഞ്ചായത്തിരാജിന്റെ പ്രവർത്തനത്തെക്കുറിച്ചുള്ള ഈ ചർച്ച അവസാനിപ്പിക്കുന്നതിനു മുമ്പ് അതിന്നെതിരായി ഉന്നയിക്കുന്ന രണ്ടു വിമർശനങ്ങൾകൂടി സ്പർശിക്കപ്പെടേണ്ടതുണ്ട്. ഗ്രാമീണർ അജ്ഞരും വളരെ പിന്നിൽ നിൽക്കുന്നവരും ആണ്, അവർക്ക് സ്വയം ഭരിക്കാൻ ആകില്ല എന്നതാണ് ഒന്ന്. കഴിഞ്ഞ നിരവധി നൂറ്റാണ്ടുകളായി നിലനിന്നിരുന്ന

സാമൂഹികവ്യവസ്ഥ ചില കാര്യങ്ങളിൽ ഗ്രാമീണരെ ഏറെ പിന്നോക്കം തള്ളിയിരുന്നു എന്നത് ശരിയാണ്. പക്ഷേ, അവർ വരേണ്യനഗരവാസികളേക്കാൾ ധാർമികമായി പിന്നിലല്ല; ബൗദ്ധികമായി കഴിവില്ലാത്തവരുമല്ല. അവർക്ക് സ്വയം ഭരിക്കാനുള്ള കഴിവില്ലെന്നു പറഞ്ഞ് സ്വയംഭരണത്തിനുള്ള അവരുടെ അവകാശം നിഷേധിക്കുന്നത് ജനാധിപത്യവിരുദ്ധമാണ്, അനീതിയാണ്. നമ്മെ ഭരിച്ചിരുന്ന വിദേശികൾ ഇന്ത്യക്ക് സ്വാതന്ത്ര്യം നിഷേധിക്കാനായി നമ്മെപ്പററി പറഞ്ഞിരുന്നതും ഇതുതന്നെയാണ്. ഇതിനുള്ള മറുപടി അന്നേ നൽകിയിട്ടുള്ളതാണ്. "നല്ല" ഗവൺമെന്റ് ഒരിക്കലും "സ്വയം" ഭരണത്തിന് പകരമാകില്ല.

മാത്രമല്ല, ഇത്തരം അബദ്ധവാദങ്ങൾ വിളമ്പുന്നവർ കുറച്ചുകൂടി വിനയാന്വിതരാകണം. ഒരു നിമിഷം ചിന്തിച്ചാൽ മതി. പിന്നണിയിൽ നിൽക്കുന്ന ഗ്രാമീണജനത തിരിഞ്ഞുനിന്ന് അഹംഭാവികളായ നഗരപ്രമാണിമാരോട് ചോദിക്കുന്നു: ഇന്ത്യാരാജ്യത്തിന്റെ കാര്യങ്ങൾ കൂടുതൽ മെച്ചപ്പെട്ട രീതിയിലും വിജയകരമായും ആണോ നിങ്ങൾ കൈകാര്യം ചെയ്യുന്നത്?

പഞ്ചായത്തിരാജ് നടപ്പാക്കുമ്പോൾ ലഭ്യമാകുന്ന അധികാരവും വിഭവങ്ങളും തുടക്കം മുതൽക്കു തന്നെ ഏറ്റവും ഫലവത്തായ രീതിയിൽ ഉപയോഗിക്കാൻ ഗ്രാമീണർക്ക് കഴിയുമെന്നൊന്നും ഞാൻ അവകാശപ്പെടുന്നില്ല. അവർക്ക് തെറ്റുകൾ പറ്റും. സംശയമില്ല. ഒന്നാമതായി, ഉത്തരവാദിത്വം ഏറ്റെടുത്ത് പ്രവർത്തിക്കുന്നതിലൂടെ മാത്രമേ സ്വയംഭരണത്തിന് ആവശ്യമായ കഴിവുകളും നൈപുണികളും ആർജിക്കാൻ കഴിയൂ. രണ്ടാമതായി പിന്നോക്കാവസ്ഥയ്ക്കുള്ള പരിഹാരം അവരുടെ ന്യായമായ പരമാധികാരങ്ങൾ നിഷേധിക്കലല്ല, മറിച്ച് കഴിയുന്നത്ര വേഗത്തിൽ അവരുടെ അറിവും കഴിവും വർധിപ്പിക്കുന്നതിന് സഹായിക്കലാണ്. ഈ ഉത്തരവാദിത്വം ഏറ്റെടുക്കാൻ തയ്യാറില്ലാത്തവരാണ് ഗ്രാമീണരുടെ പിന്നോക്കാവസ്ഥയെക്കുറിച്ച് പുലമ്പുന്നത്.

മറ്റൊരു കൂട്ടർ പഞ്ചായത്തിരാജിനെ എതിർക്കുന്നത് വേറൊരു ദിശയിൽനിന്നാണ്: ഇന്ത്യൻ ഗ്രാമീണ സമൂഹം ഏറെ യാഥാസ്ഥിതികമാണ്, സമ്പന്നരായ പ്രഭുക്കൾ ആധിപത്യം വഹിക്കുന്നതാണ്. അതിനാൽ ഗ്രാമതല ജനാധിപത്യം യാഥാസ്ഥിതികവും അസ്വതന്ത്രവും ആയിരിക്കും. പരമ്പരാഗതമായി ആധിപത്യം വഹിക്കുന്ന വർഗങ്ങൾ പഞ്ചായത്ത് രാജിനെ തങ്ങളുടെ ആധിപത്യം ഉറപ്പിക്കുന്നതിനും ശക്തിപ്പെടുത്തുന്നതിനും ഉപയോഗിക്കും എന്നവർ ഭയപ്പെടുന്നു. ഈ ഭയത്തിന് കുറെയൊക്കെ അടിസ്ഥാനമുണ്ടുതാനും. പക്ഷേ, പ്രതിവിധി, വീണ്ടും, ജനങ്ങളെ അവിശ്വസിക്കലല്ല, ജനാധിപത്യത്തിന്റെ അതിരുകൾ പരിമിതപ്പെടുത്തലല്ല. ഇവിടെയും മുഖ്യ പരിഹാരം സമൂഹത്തിന്റെ വിദ്യാഭ്യാസമാണ്. അതു കൂടാതെ വിപ്ലവപരമായ ഒരു മാറ്റവും സാധ്യമല്ല. ബഹുജനവിദ്യാഭ്യാസത്തിനായി ഫലപ്രദവും ഊർജസ്വലവും ആയ ഒരു

ക്യാമ്പെയിൻ നടത്താതെ മേലെനിന്ന് എത്ര പുരോഗമനപരമായ നിയമ നിർമാണം നടത്തിയിട്ടും ഒരു കാര്യവുമില്ല. പഞ്ചായത്ത് രാജിന്റെ ഘട നയിൽതന്നെ ഇത്തരം "ഉറപ്പുകൾ ഉൾചേർക്കുക"യെന്നതാണ് മറ്റൊരു പരിഹാരം. സമൂഹത്തിലെ പിന്നാക്കം നിൽക്കുന്നവരെയും ദുർബല രെയും ഉയർത്തിക്കൊണ്ടുവരികയെന്നത് നേതൃത്വം നൽകുന്നവരുടെ ഒഴിയാനാകാത്ത കടമയാക്കി മാറ്റുക എന്നതാണ്.

ഒരു മുന്നറിയിപ്പോടെ ഈ അധ്യായം അവസാനിപ്പിക്കട്ടെ. സ്വയം ഭരിക്കാനായി ജനങ്ങൾക്ക് അധികാരവും സന്ദർഭവും നൽകാൻ മടിക്കു കയാണെങ്കിൽ, രാജ്യത്തിന്റെയാകെയുള്ള ജനാധിപത്യഘടന തകരു ന്നതിലേക്ക് അത് നയിക്കും; രാജ്യം അധോഗതിയിലാകും. സ്വയം നശിക്കും. അല്ലെങ്കിൽ എന്തെങ്കിലും തരത്തിലുള്ള സ്വേച്ഛാധിപത്യത്തി ലേക്ക് വഴുതിവീഴും.

3. സാമ്പത്തിക പിരമിഡും പഞ്ചായത്തിരാജിന്റെ അർത്ഥശാസ്ത്രവും

മുൻ അധ്യായത്തിൽ ചർച്ചചെയ്തത് രാഷ്ട്രീയ കാര്യങ്ങൾ ആയി രുന്നു. എന്നാൽ, രാഷ്ട്രീയത്തിൽ മാത്രമല്ല സമൂഹത്തിന് തലകുത്തനെ നിർത്തിയ പിരമിഡിന്റെ സ്വഭാവമുള്ളത്. സാമ്പത്തിക ഘടനയും അതേ ചിത്രം തന്നെയാണ് നൽകുന്നത് - സ്വകാര്യമേഖലയിലും പൊതുമേഖല യിലും രണ്ടിലും. ഇത് വളരെ പ്രധാനമാണ്. രാഷ്ട്രീയവും സാമ്പത്തി കവും വേറിട്ടുനിൽക്കുന്നവയല്ല. ഒരേ സമൂഹത്തിന്റെ, വേർപെടുത്താ നാകാത്ത രണ്ടു ഭാഗങ്ങളാണവ. അതിനാൽ കുറച്ചെങ്കിലും ചിന്തിക്കാൻ തയ്യാറുള്ളവർക്ക് ഒരു കാര്യം മനസ്സിലാകും. **സാമ്പത്തിക ഘടനയെ കീഴ്മേൽ മറിക്കാതെ രാഷ്ട്രീയഘടനയിൽ മാത്രമായി മാറ്റങ്ങൾ വരു ത്താൻ, കുത്തനെ നിർത്തിയ പിരമിഡിനെ കീഴ്മേൽ മറിക്കാൻ പറ്റില്ല എന്നത്.** മറ്റുവാക്കുകളിൽ പറഞ്ഞാൽ, സാമ്പത്തികവികേന്ദ്രീകരണം കൂടാതെ രാഷ്ട്രീയവികേന്ദ്രീകരണം സാധ്യമല്ല എന്ന്.

രാജ്യത്തിലെ വികസനപദ്ധതികൾ നടപ്പാക്കുന്നതിനും ജനങ്ങളുടെ വ്യാപകമായ പങ്കാളിത്തം ഉറപ്പാക്കുന്നതിനും വേണ്ടിയാണ് പഞ്ചായത്തി രാജ് സങ്കല്പം പൊന്തിവന്നത്. അതിനാൽ രാഷ്ട്രീയ മണ്ഡലത്തിലെ വികേന്ദ്രീകരണവും അധികാരക്കൈമാറ്റവും മാത്രമേ പരിഗണിക്കുകയു ണ്ടായുള്ളൂ, സാമ്പത്തികവശം പൂർണമായും അവഗണിക്കപ്പെടുകയാണു ണ്ടായത്. ഈയിടെ മാത്രമാണ് പഞ്ചായത്തിരാജിന്റെ പ്രണേതാക്കൾ, സാമ്പത്തികവികേന്ദ്രീകരണം കൂടാതെയുള്ള രാഷ്ട്രീയവികേന്ദ്രീകരണം ഏട്ടിലെ പശുവായി അവശേഷിക്കുകയുള്ളൂ എന്ന് മനസ്സിലാക്കാൻ തുട ങ്ങിയത്. ഗാന്ധിയൻ - സർവോദയ-പ്രസ്ഥാനം വളരെക്കാലമായി ഇത് പറഞ്ഞുകൊണ്ടിരുന്നെങ്കിലും അടുത്തകാലത്ത് മാത്രമാണ് സമൂഹം അത് ശ്രദ്ധിക്കാൻ തുടങ്ങിയത്. പക്ഷേ, ഇന്നത്തെ ശാസ്ത്ര-സാങ്കേതിക

യുഗത്തിൽ, ഇന്ത്യയുടെ നിലവിലുള്ള സാഹചര്യത്തിൽ, എങ്ങനെയാണ് വികേന്ദ്രീകൃത സമ്പദ് വ്യവസ്ഥകൾ കെട്ടിപ്പടുക്കുക? ആർക്കും വ്യക്തമായ ധാരണയില്ല. ഖാദിയേയും ഗ്രാമവ്യവസായങ്ങളെയും മാത്രം ആശ്രയിച്ചുകൊണ്ട് ഇത് സാധിക്കുന്നതല്ല.

ഇന്ത്യ ഒരു ജനാധിപത്യ-സോഷ്യലിസ്റ്റ് സമൂഹം കെട്ടിപ്പടുക്കുന്നതിനാണ് ശ്രമിക്കുന്നത്. എങ്ങനെയിരിക്കും ആ സമൂഹം എന്നതിനെപ്പറ്റി ആർക്കും വ്യക്തതയില്ലെങ്കിൽപോലും ഇത് ആശ്വാസപ്രദമാണ്. ഒരു കാര്യം വ്യക്തം. ജനാധിപത്യത്തോടും സോഷ്യലിസ്റ്റ് മൂല്യങ്ങളോടും പ്രതിബദ്ധതയുള്ള ഒന്നായിരിക്കണം അത്. ഉൽപാദന-വിതരണ ഉപാധികൾ ദേശസാൽക്കരിക്കുകയാണെങ്കിൽ അതിനു പിന്നാലെ *സാമ്പത്തിക ജനാധിപത്യം* താനേ വളർന്നുകൊള്ളും എന്ന് സോഷ്യലിസ്റ്റുകാർ ഒരു കാലത്ത് വിശ്വസിച്ചിരുന്നു. പക്ഷേ, സർവാധിപത്യത്തിൽ അധിഷ്ഠിതമായ കമ്യൂണിസത്തിന്റെ ഇതഃപര്യന്തമുള്ള അനുഭവം തെളിയിക്കുന്നത് മറ്റൊന്നാണ്. ഉൽപാദനവിതരണ ഉപാധികൾ പൂർണമായും ദേശസാൽക്കരിച്ചിട്ടും അത് സാമ്പത്തിക ജനാധിപത്യത്തിലേക്കു നയിച്ചില്ല. മറിച്ച് കൂടുതൽ കടുത്ത സാമ്പത്തിക സ്വേച്ഛാധിപത്യത്തിലേക്കും പുതിയ രൂപത്തിലുള്ള ചൂഷണത്തിലേക്കും അസമത്വത്തിലേക്കുമാണ് അത് നയിച്ചത്. അതിനാൽ ജനാധിപത്യ വിശ്വാസികളായ സോഷ്യലിസ്റ്റുകാർ, അവരിൽ ചിലരെങ്കിലും ഒരു കാര്യം മനസ്സിലാക്കാൻ തുടങ്ങിയിരിക്കുന്നു. **സാമ്പത്തിക ജനാധിപത്യം എന്ന സങ്കല്പം ശക്തിപ്പെടുത്തണമെങ്കിൽ, ദേശസാൽക്കരണം എന്ന പഴയ മന്ത്രം ഉരുവിട്ടതുകൊണ്ടു മാത്രം കാര്യമില്ല, സമൂഹത്തിലെ സാമ്പത്തിക പ്രവർത്തനങ്ങളും സ്ഥാപനങ്ങളും വികേന്ദ്രീകരിക്കുന്നതിനുള്ള മാർഗങ്ങൾ ആരായുക തന്നെ വേണം.** പക്ഷേ, ഇങ്ങനെയൊരാവശ്യം തിരിച്ചറിഞ്ഞിട്ടുണ്ട് എന്നതല്ലാതെ, പരിഹാരത്തെപ്പറ്റി കൂടുതൽ ആലോചനയൊന്നും നടന്നിട്ടില്ല എന്ന കാര്യം സമ്മതിച്ചേ പറ്റൂ. അതിനെപ്പറ്റി കൂടുതൽ ചർച്ചചെയ്യാനുള്ള സന്ദർഭമല്ല ഇതെങ്കിലും നമ്മുടെ രാജ്യത്ത് ഇന്നു നിലവിലുള്ള സാഹചര്യത്തിൽ ഒരു വികേന്ദ്രീകൃത സമ്പദ്‌വ്യവസ്ഥയ്ക്ക് ഉണ്ടായിരിക്കേണ്ട നിബന്ധനകളും സവിശേഷതകളും സൂചിപ്പിക്കേണ്ടിയിരിക്കുന്നു.

ഒന്നാമതായി, അത്തരം ഒരു സമ്പദ്‌വ്യവസ്ഥ ചെറിയ യന്ത്രങ്ങളെയും കൂടുതൽ അധ്വാനത്തെയും ആശ്രയിക്കുന്ന ഒന്നായിരിക്കണം. അതേ സമയം ഈ ചെറിയ യന്ത്രങ്ങൾ തുടർച്ചയായി മെച്ചപ്പെടുത്താനും അവയുടെ ദക്ഷതയും ഉൽപാദനക്ഷമതയും തുടർച്ചയായി വർധിപ്പിക്കാനും ആസൂത്രിതവും സ്ഥിരവും ആയ പ്രയത്നം വേണം താനും. വില കൂടുകയുമരുത്, അതിനാവശ്യമായ ഗവേഷണം ആസൂത്രണം ചെയ്യണം. പ്രോത്സാഹിപ്പിക്കപ്പെടണം. വേണ്ടിടങ്ങളിൽ വിദ്യുച്ഛക്തി ഉപയോഗിക്കണം. അതേസമയം സമ്പദ്‌വ്യവസ്ഥയുടെ സമഗ്രവും ഉദ്ഗ്രഥിതവുമായ ചിത്രം മനസ്സിൽ എപ്പോഴും ഉണ്ടായിരിക്കുകയും

വേണം; ചെലവ്, ഉൽപാദനം, ഉപഭോഗം തൊഴിലവസരം എന്നിവയിൽ പൊരുത്തക്കേടുകൾ ഉണ്ടാകാതെ സൂക്ഷിക്കണം.

രണ്ടാമതായി, ഒരു വികേന്ദ്രീകൃത സമ്പദ്‌വ്യവസ്ഥയിൽ, തദ്ദേശീയവും പ്രാദേശികവുമായ ആവശ്യങ്ങൾ തൃപ്തിപ്പെടുത്തുന്നതിനായി തദ്ദേശീയവും പ്രാദേശികവും ആയി ലഭ്യമായ മുഴുവൻ മാനുഷിക-ഭൗതിക വിഭവങ്ങളും ഉപയോഗിക്കുക എന്നതായിരിക്കണം കേന്ദ്ര മുദ്രാവാക്യം. വ്യത്യസ്ത സാധനങ്ങളുടെ ഉൽപാദനത്തിനും ഉപഭോഗത്തിനും വ്യത്യസ്ത പ്രദേശങ്ങളായിരിക്കും സാമ്പത്തിക യൂണിറ്റുകളായി കണക്കാക്കപ്പെടുക. ചിലവ ഗ്രാമതല വ്യവസായങ്ങളായിരിക്കും; ചിലവ ബ്ലോക് തലത്തിലായിരിക്കും, മറ്റു ചിലവ ജില്ലാതലത്തിലോ സംസ്ഥാനതലത്തിലോ യൂണിയൻ തലത്തിൽ തന്നെയോ ആയിരിക്കും. ചില സ്റ്റേറ്റ് യൂണിറ്റുകളും എല്ലാ യണിയൻതല വ്യവസായങ്ങളും വൻകിട ആയിരിക്കും ഒരു പ്രദേശത്തുണ്ടാകുന്ന മിച്ചം മറ്റു പ്രദേശങ്ങളുമായി കൈമാറുന്നതായിരിക്കും. അതേ സമയം ഓരോ വ്യവസായത്തിന്റെയും ഉൽപന്നങ്ങൾ, അതുമായി ബന്ധപ്പെട്ട പ്രദേശത്തിനകത്തു തന്നെ പരമാവധി ഉപയോഗിക്കപ്പെടുമെന്ന് ഉറപ്പുവരുത്താനും ശ്രമിക്കും. ഇത്തരത്തിലുള്ള ചെറുകിട വ്യവസായവത്കരണം സാധ്യമാക്കുന്നതിന് അനുയോജ്യമായ സാമ്പത്തിക നടപടികൾ കൈക്കൊള്ളേണ്ടിവരും. മാത്രമല്ല, സമ്പദ്‌വ്യവസ്ഥയുടെ ഈ മേഖലയുടെ ആരോഗ്യപൂർവകമായ വളർച്ചയ്ക്കും സ്ഥിരതയ്ക്കും അവയെ, വൻകിട സ്ഥാപനങ്ങളിൽനിന്ന് *സംരക്ഷിക്കുകയും* വേണം.

മൂന്നാമതായി, ആളോഹരി ലഭ്യമായ ഭൂവിസ്തീർണം കുറവായിരിക്കുകയും ജനസംഖ്യ വർധിച്ചുകൊണ്ടിരിക്കുകയും ചെയ്യുന്ന സാഹചര്യത്തിൽ ഗ്രാമീണ ജനത, കാർഷിക മേഖലയിൽ എന്തഭിവൃദ്ധി ഉണ്ടായാലും ശരി, ഭൂമിയെ മാത്രം ആശ്രയിക്കുകയാണെങ്കിൽ തുടർച്ചയായി ദരിദ്രവത്കരിക്കപ്പെടുമെന്നതിൽ സംശയമില്ല. അതിനാൽ മേൽപറഞ്ഞ തരത്തിലുള്ള വ്യവസായവത്കരണം കൃഷിയുമായി അഭേദ്യബന്ധം പുലർത്തണം. **ഓരോ ഗ്രാമവും ചുരുങ്ങിയപക്ഷം ഏതാനും ഗ്രാമങ്ങളുടെ കൂട്ടങ്ങളെങ്കിലും കാർഷിക-വ്യാവസായിക സമൂഹങ്ങളായി മാറണം. ഇവിടെ കാർഷിക-വ്യാവസായികം എന്ന പദംകൊണ്ട് ഉദ്ദേശിക്കുന്നത് കാർഷികോൽപന്നങ്ങൾ സംസ്കരിക്കുന്ന വ്യവസായങ്ങൾ മാത്രമല്ല. കൃഷിയേയും വ്യവസായത്തെയും ജൈവികമായി കൂട്ടിയിണക്കുക എന്നതാണ്.** ഉദാഹരണത്തിന് ഒരു കാർഷിക-വ്യാവസായിക സമൂഹത്തിൽ, ഗോതമ്പ്, നെല്ല്, കരിമ്പ്, പഴങ്ങൾ, പച്ചക്കറികൾ, പരുത്തി മുതലായവ സംസ്കരിക്കുന്നതിനു പുറമേ, ആ പ്രദേശത്തിനാവശ്യമായ റേഡിയോ നിർമാണം, സൈക്കിളിന്റെ ഭാഗങ്ങൾ, ചെറുചക്രങ്ങൾ, വൈദ്യുതി ഉപകരണങ്ങൾ തുടങ്ങിയ വ്യവസായങ്ങളും ഉൾപ്പെടുന്നതാണ്. ഇങ്ങനെയുള്ള ഒരു വികസനസമീപനം ഗ്രാമ

പ്രദേശങ്ങൾക്കും നഗരങ്ങൾക്കും ഇടയിൽ വളർന്നു വരുന്ന വിടവ് കുറയ്ക്കാനും നഗരവത്കരണത്തിന്റെ കെടുതികൾ ശമിപ്പിക്കാനും ഉതകുന്നതാണ്.

നാലാമതായി, സ്വകാര്യ മേഖലയിൽ ഉള്ളതായാലും ശരി പൊതു മേഖലയിൽ ഉള്ളതായാലും ശരി, വികേന്ദ്രീകൃത വ്യവസായങ്ങളുടെ സംഘടനാസമ്പ്രദായം കേന്ദ്രീകൃതവ്യവസായങ്ങളുടേതിൽനിന്ന് വ്യത്യസ്തമായിരിക്കും. വികേന്ദ്രീകൃത വ്യവസായങ്ങൾ മിക്കവാറും തൊഴിലാളിയുടെ തന്നെയോ സഹകരണാടിസ്ഥാനത്തിലുള്ളതോ ആയിരിക്കും. അതിനാൽ ഈ മേഖലയിൽ ഉദ്യോഗസ്ഥമേധാവിത്വം ഉണ്ടായിരിക്കില്ല, ചൂഷണവും ഉണ്ടായിരിക്കില്ല. മാത്രമല്ല, അത് കൂടുതൽ സമത്വപൂർണവും ആയിരിക്കും - സ്വകാര്യമേഖലയിലും പൊതുമേഖലയിലും.

അഞ്ചാമതായി, പഞ്ചായത്തിരാജിന്റെ രാഷ്ട്രീയസംവിധാനങ്ങൾ ഇത്തരത്തിലുള്ള സാമ്പത്തികവികാസത്തിൽ പ്രധാനമായ ഒരു പങ്കു വഹിക്കേണ്ടതുണ്ട്. ഇതെങ്ങനെ സാധിക്കും എന്ന് അന്വേഷിച്ചു കണ്ടുപിടിക്കേണ്ടിയിരിക്കുന്നു.

ചില പൊതുകാര്യങ്ങൾ കൂടി പറഞ്ഞുകൊണ്ട് ഈ അധ്യായം അവസാനിപ്പിക്കാം. *ആദ്യമായി* ഒരു കാര്യം വ്യക്തമാക്കട്ടെ: പരമ്പരാഗത ഉൽപാദനരീതികൾ നിലനിർത്തുക എന്നത് എന്റെ ലക്ഷ്യമേ അല്ല. എന്റെ കാര്യത്തിൽ ആധുനികവും പരമ്പരാഗതവും തമ്മിലുള്ള തർക്കം തികച്ചും അപ്രസക്തമാണ്. ഏറ്റവും ആധുനികമായ ഒരു സമ്പദ്വ്യവസ്ഥയാണ് ഞാൻ നിർദേശിക്കുന്നത്. ഒരിടത്തും ഇല്ലാത്ത, മുമ്പൊരിക്കലും ഉണ്ടായിട്ടില്ലാത്ത, തികച്ചും പുതുതായ തരത്തിലുള്ള സമ്പദ്വ്യവസ്ഥ. പ്രകൃതിശാസ്ത്രങ്ങളും സാമൂഹികശാസ്ത്രങ്ങളും പരമാവധി ഉപയോഗിച്ചുകൊണ്ടുള്ള ഒരു സമ്പദ്വ്യവസ്ഥ. മറ്റു വാക്കുകളിൽ പറഞ്ഞാൽ പുതിയൊരു യന്ത്രസാങ്കേതികവിദ്യയും പുതിയൊരു സാമൂഹിക-സാമ്പത്തിക സാങ്കേതികവിദ്യയും സൃഷ്ടിക്കേണ്ടിയിരിക്കുന്നു. അത്യന്തം കേന്ദ്രീകൃതമായ പാശ്ചാത്യ-ജാപ്പനീസ്-സമ്പദ്വ്യവസ്ഥകളിലും ഒരു തരത്തിലുള്ള വികേന്ദ്രീകരണമുണ്ട്. ഞാൻ ഉദ്ദേശിക്കുന്നത് അതല്ല. അവിടങ്ങളിലെ വികേന്ദ്രീകരണം കേന്ദ്രീകരണത്തിന് കീഴ്പെട്ടതാണ്, അതിന്റെ ഒരു രൂപം മാത്രമാണ്. മറിച്ച്, എന്നെ സംബന്ധിച്ചിടത്തോളം സമ്പദ് വ്യവസ്ഥയുടെ പ്രമുഖ രൂപം വികേന്ദ്രീകൃതമാണ്. ഒഴിവാക്കാനാകാത്ത സന്ദർഭങ്ങളിൽ മാത്രമേ കേന്ദ്രീകൃതരൂപങ്ങൾ ഉണ്ടായിരിക്കൂ. രണ്ടും തമ്മിൽ ഒരു സന്തുലനം ഉണ്ടായിരിക്കും. എന്നാൽ വികേന്ദ്രീകൃത മേഖല കേന്ദ്രീകൃത മേഖലയുടെ ഒരു അനുബന്ധം മാത്രമായിരിക്കില്ല.

രണ്ടാമതായി മറ്റൊരു കാര്യം കൂടി ഓർക്കണം. ഞാൻ ആവശ്യപ്പെടുന്ന രീതിയിലുള്ള വികേന്ദ്രീകരണം അത് കൂടുതൽ ജനാധിപത്യപരമാണ് എന്നതുകൊണ്ടു മാത്രമല്ല അഭികാമ്യമാകുന്നത്. ജന

സാമാന്യത്തിന് അത് ഉടൻ നേട്ടമുണ്ടാക്കും എന്നത് അത്രതന്നെയോ കൂടുതലോ പ്രധാനമാണ്. അത് വൻതോതിൽ തൊഴിലവസരങ്ങൾ സൃഷ്ടിക്കുന്നു, സമ്പത്തിന്റെ ഉൽപാദന നീതി തന്നെ അതിന്റെ വ്യാപകമായ വിതരണം സാധ്യമാക്കുന്നു, സാധാരണ ഉപഭോക്താക്കൾക്ക് ലഭ്യമാക്കുന്നു. കേന്ദ്രീകൃത മേഖലയിൽ അതിന്റെ നേട്ടങ്ങൾ വളരെ പതുക്കെ മാത്രമാണ് മുകളിൽനിന്ന് താഴോട്ട് കിനിഞ്ഞിറങ്ങുന്നത്. പാശ്ചാത്യനാടുകളിൽ ഇതിന് ഒരു നൂറ്റാണ്ടിലധികം കാലം എടുത്തു. ഇന്ത്യയെപ്പോലുള്ള ഒരു രാജ്യത്ത്, ഇത്രയും ദാരിദ്ര്യമുള്ള ഒരു രാജ്യത്ത്, അവശ്യവസ്തുക്കൾക്കുപോലും ദൗർലഭ്യമുള്ള ഒരു രാജ്യത്ത്, തൊഴിലില്ലായ്മയും അർധതൊഴിലില്ലായ്മയും മുറ്റിനിൽക്കുന്ന ഒരു രാജ്യത്ത്, വികേന്ദ്രീകൃതമായ ഒരു സമ്പദ്‌വ്യവസ്ഥയാണ് അടിയന്തിരമായ ആവശ്യം. അല്ലാതെ കേന്ദ്രീകൃതമായ ഒന്നല്ല. - സാമ്പത്തികവികസനത്തിന്റെ ലക്ഷ്യം ജനങ്ങളുടെ *ക്ഷേമം* ആണെങ്കിൽ.

മൂന്നാമതായി **മുകളിൽ പറഞ്ഞ തരത്തിലുള്ള ഒരു സമ്പദ്‌വ്യവസ്ഥ സൃഷ്ടിക്കാൻ, ഗ്രാമീണ വിദ്യാഭ്യാസത്തിൽ മൗലികമായ മാറ്റങ്ങൾ വരുത്തിയേ തീരൂ. ഈ ലക്ഷ്യം നേടണമെങ്കിൽ ഗ്രാമീണ വിദ്യാഭ്യാസം പുസ്തകങ്ങളിൽ ഒതുങ്ങുന്നതായിരിക്കരുത്. അത് പ്രായോഗികമാകണം, സാങ്കേതികമാകണം, കാർഷികവിദ്യകൾക്ക് പ്രത്യേക ഊന്നൽ നൽകുന്നതാകണം. നേരത്തെ പറഞ്ഞ ഗവേഷണത്തിന്റെയും ആസൂത്രണത്തിന്റെയും ഭാഗമായിരിക്കണം ഈ വിദ്യാഭ്യാസ പരിഷ്കരണം.** മുതിർന്നവർക്ക് വൻതോതിൽ *പ്രായോഗിക* വിദ്യാഭ്യാസം നൽകുന്നത് ഗ്രാമീണ വിദ്യാഭ്യാസത്തിന്റെ ഒരു പ്രധാന ഭാഗമായിരിക്കണം. അത്തരത്തിലുള്ള വിദ്യാഭ്യാസം ദുർഘടം പിടിച്ച മറ്റൊരു ചോദ്യത്തിനും ഉത്തരം നൽകിയേക്കാം: വികേന്ദ്രീകൃതമായ സമ്പദ്‌വ്യവസ്ഥ വികസിപ്പിച്ചുകൊണ്ടുവരാൻ ആവശ്യമായ സംരംഭകരെ എങ്ങനെ, എവിടെനിന്ന് വാർത്തെടുക്കാം എന്ന ചോദ്യത്തിനുള്ള ഉത്തരം!

അവസാനമായി, ഇന്ന് രാജ്യത്ത് അസാധാരണമായ ഒരു അവസ്ഥയാണുള്ളത്. വിദേശസഹായത്തോടെ നടത്തുന്ന വൻകിട വികസനപ്രവർത്തനങ്ങൾ ആണ് ഇന്നത്തെ ഫാഷൻ. കേന്ദ്രത്തിന്റെ കൈവശം വൻ വിഭവശേഖരം കുമിഞ്ഞുകൂടും. അവ സംസ്ഥാനങ്ങൾക്കിടയിൽ വിതരണം ചെയ്യും. ഈ സാഹചര്യത്തിൽ കേന്ദ്രം സർവശക്തമായിത്തീരും. സംസ്ഥാനങ്ങളടക്കം താഴെയുള്ളവരെയല്ലാം പിച്ചക്കാരായി തരം താഴ്ത്തപ്പെടും. ഇത് ജനാധിപത്യത്തിന്റെ കടയ്ക്കൽ കത്തിവയ്ക്കുന്നതായിരിക്കും. വിദേശസഹായം സൃഷ്ടിക്കുന്ന സങ്കീർണതകൾ പരിശോധിക്കാൻ ഈ അവസരത്തിൽ തുനിയുന്നില്ല. അത് സാമ്പത്തിക മേഖലയെ മാത്രമല്ല ദേശീയ ജനജീവിതത്തിന്റെ എല്ലാ വശങ്ങളെയും സാരമായി ബാധിക്കുന്നതാണ്. കേന്ദ്രീകൃത മേഖലയെ അപേക്ഷിച്ച്

വികേന്ദ്രീകൃത സാമ്പത്തിക വികസനത്തിന് വിദേശസഹായത്തിന്റെയും കേന്ദ്രഗവൺമെന്റിന്റെയും മേലുള്ള ആശ്രിതത്വം കുറവായിരിക്കുമെന്ന മെച്ചം കൂടിയുണ്ട്. മൂന്ന് കാരണങ്ങളാണിതിനുള്ളത്. (a) സന്നദ്ധ അധ്വാനത്തിന്റെ അളവ് താരതമ്യേന കൂടുതലായിരിക്കും (b) ചെറുകിട സമ്പാദ്യങ്ങളുടെ കൂടുതൽ വലിയൊരു ഭാഗത്തെ അത് ആകർഷിക്കുകയും ഉപയോഗിക്കുകയും ചെയ്യും. (c) മേൽനോട്ടച്ചെലവുകൾ, ട്രാൻസ്പോർട്ട് ച്ചെലവുകൾ, മറ്റു സാമൂഹികച്ചെലവുകൾ എന്നിവ താരതമ്യേന കുറയാതിരിക്കും. അങ്ങനെ ഈ അർഥത്തിലും വികേന്ദ്രീകൃത സമ്പദ് വ്യവസ്ഥ കൂടുതൽ ജനാധിപത്യപരമായിരിക്കും.

4. കീഴ്മേൽ മറിയുന്ന പിരമിഡ് അഥവാ ജനാധിപത്യത്തിന്റെ സാക്ഷാത്ക്കാരം

പഞ്ചായത്തിരാജിന് രൂപം കൊടുക്കാനുള്ള ശ്രമം, കൂടുതൽ സ്ഥിരവും ജനകീയവും തൃപ്തികരവും ആയ ജനാധിപത്യത്തിന്റെ ദിശയിലുള്ള ഒരു ചുവട് ആണ്. ശരിയായ വിധത്തിൽ മുന്നോട്ടുപോയാൽ ജനങ്ങളിലേക്ക് *സ്വരാജ്യം* എത്തിക്കുന്നതിൽ അത് വിജയിച്ചേക്കാം. പക്ഷേ, ജനാധിപത്യസൗധത്തെ അടിത്തറമുതൽ പണിതുയർത്താൻ അതുമാത്രം പോരാ. ശരിയാണ്, ഇന്നത്തെ സ്ഥിതി വെച്ചുനോക്കുമ്പോൾ അതിന്റെ അസ്തിവാരത്തിന് വലുപ്പം കുറവാണ്. ജില്ലാതലം വരെ മാത്രമേ അത് എത്തുന്നുള്ളൂ. സംസ്ഥാന-കേന്ദ്രതലങ്ങളിൽ തികച്ചും വ്യത്യസ്തമായ ഒരു ഘടയാണുള്ളത്. അവയെ താങ്ങുന്ന ഒരു അസ്തിവാരവുമില്ല - ഒരു മണൽ കൂമ്പാരം മാത്രം - ഒറ്റപ്പെട്ട വോട്ടർമാരുടെ ഒരു കൂമ്പാരം. എണ്ണയും വെള്ളവും പോലെ ഒരിക്കലും പരസ്പരം ഇണങ്ങാത്ത ജനാധിപത്യത്തിന്റെ രണ്ടു തത്ത്വങ്ങളുടെ ഒരു മിശ്രിതം മാത്രമാണത്. ഇവ തമ്മിലുള്ള വ്യത്യാസം ഇങ്ങനെ സംഗ്രഹിക്കാം:

ഒറ്റപ്പെട്ട വോട്ടർമാരെ ആശ്രയിക്കുന്ന ഒരു സംവിധാനത്തിൽ മുകൾത്തട്ടിൽ അധികാരങ്ങൾ കേന്ദ്രീകരിക്കാനുള്ള ശക്തമായ പ്രവണതയുണ്ട്; മറിച്ച് വികേന്ദ്രീകൃത സംവിധാനത്തിൽ അധികാരവും വികേന്ദ്രീകരിക്കപ്പെടുന്നു, വിതരിതമായിത്തീരുന്നു; ആദ്യത്തേതിൽ ശക്തമായ ഒരു ചെറു സംഘം വരേണ്യരുടെ നേതൃത്വത്തിലുള്ള സംഘടിത രാഷ്ട്രീയപ്പാർട്ടികൾ നിർണായക പങ്കു വഹിക്കുന്നു. രണ്ടാമത്തേതിൽ താഴെ നിന്നുള്ള ചെറു സമൂഹങ്ങളും അവയുടെ പ്രതിനിധികളും ആണ് നിർണായകമായ സ്വാധീനം ചെലുത്തുന്നത്. ആദ്യത്തേതിൽ, വീണ്ടും, അസംഘടിതരായ വോട്ടർമാരാൽ തെരഞ്ഞെടുക്കപ്പെട്ട പ്രതിനിധികളുടെ മേൽ അവരെ തെരഞ്ഞെടുത്തവർക്ക് ഒരു നിയന്ത്രണവും ഉണ്ടായിരിക്കുന്നതല്ല. രണ്ടാമത്തേതിൽ തെരഞ്ഞെടുക്കുന്നവർക്ക് തെരഞ്ഞെടുക്കപ്പെടുന്ന പ്രതിനിധികളുടെ മേൽ തുടർച്ചയായ സ്വാധീനം ചെലുത്താൻ കഴിയും; ആദ്യത്തേതിൽ ജനപങ്കാളിത്തം എന്നത് വോട്ടുചെയ്യുന്നതിൽ

മാത്രമായി പരിമിതപ്പെട്ടിരിക്കുന്നു. രണ്ടാമത്തേതിൽ ഗ്രാമസഭകളിലൂടെ മുഴുവൻ ജനങ്ങളും എല്ലാ കാര്യങ്ങളിലും പങ്കാളികളാകുന്നു; ആദ്യത്തേതിൽ തെരഞ്ഞെടുപ്പുകൾ അത്യന്തം ചെലവേറിയതാണ്, രണ്ടാമത്തേതിൽ മറിച്ചും. ആദ്യത്തേതിൽ വൻതോതിലുള്ള പ്രചാരണവും അനാരോഗ്യകരങ്ങളായ വൈകാരികസംഘട്ടനങ്ങളും വേണ്ടിവരുന്നു. രണ്ടാമത്തേതിൽ ഈ ദോഷങ്ങൾ പരമാവധി കുറഞ്ഞുകിട്ടുന്നു. ആദ്യത്തേതിൽ തങ്ങളുടെ മുമ്പിൽ അവതരിപ്പിക്കപ്പെടുന്ന പ്രശ്നങ്ങൾ മനസ്സിലാക്കാൻ വോട്ടർമാർക്ക് കഴിഞ്ഞെന്നു വരില്ല. രണ്ടാമത്തേതിലാകട്ടെ ഓരോ തലത്തിലുമുള്ള വോട്ടർമാർ, തങ്ങൾ കൈകാര്യം ചെയ്യേണ്ട പ്രശ്നങ്ങളെപ്പറ്റി തികച്ചും ബോധവാന്മാരാണ്.

മുകളിൽ പറഞ്ഞ വ്യത്യാസങ്ങൾ കുറച്ചുകൂടി വിശദമായി പരിശോധിക്കുന്നത് നന്നായിരിക്കും. ഒറ്റപ്പെട്ട വോട്ടർമാരെ അടിസ്ഥാനമാക്കിയിട്ടുള്ള അജൈവജനാധിപത്യത്തിൽ അധികാരങ്ങൾ മുകൾത്തട്ടിൽ കേന്ദ്രീകരിക്കപ്പെടുന്ന പ്രശ്നം പരിശോധിക്കാം. ഇത് മർമപ്രധാനമായ ഒരു കാര്യമാണ്. പക്ഷേ, നിർഭാഗ്യവശാൽ അതിന്റെ പ്രാധാന്യം ആരും മനസ്സിലാക്കുന്നില്ല. ഇത്തരത്തിലുള്ള ജനാധിപത്യത്തിൽ അധികാരത്തെ ജനങ്ങളിലേക്ക് ഇറക്കിക്കൊണ്ടുവരാൻ ശ്രമിക്കുന്ന ഒരു ശക്തിയുമില്ല. വോട്ടർമാരുടെ എണ്ണം ലക്ഷക്കണക്കിനും കോടിക്കണക്കിനും വരും. പക്ഷേ, അധികാരത്തിന്റെ മേലോട്ടുള്ള ഗതി തടയാൻ അവർക്കൊരു സംഘടനയുമില്ല. ശരിയാണ്, രാഷ്ട്രീയപ്പാർട്ടികളുണ്ട്. അവയുടെ അംഗങ്ങളുടെ എണ്ണം ലക്ഷക്കണക്കിന് വരും താനും. എന്നാൽ ഏറ്റവും ജനാധിപത്യപരമായ പാർട്ടികളിൽ പോലും അധികാരം നേതാക്കളുടേതായ ചെറുഗ്രൂപ്പുകളിൽ കേന്ദ്രീകരിക്കപ്പെടുന്നതായാണ് കാണുന്നത്. ഇത്തരത്തിലുള്ള ജനാധിപത്യത്തെ സ്വാധീനിക്കുന്ന പല പ്രത്യേക താത്പര്യങ്ങളും - മുഖ്യമായും സാമ്പത്തികതാത്പര്യങ്ങൾ - ഉണ്ട്. പക്ഷേ, അവയും നിയന്ത്രിക്കുന്നത് സങ്കുചിതമായ അധികാരകേന്ദ്രങ്ങളായിരിക്കും. രാഷ്ട്രീയകേന്ദ്രീകരണത്തെ സഹായിക്കുകയും പ്രോത്സാഹിപ്പിക്കുകയും ചെയ്യുന്ന സാമ്പത്തിക കേന്ദ്രീകരണത്തെപ്പറ്റി നേരത്തെ തന്നെ പരാമർശിച്ചിട്ടുള്ളതാണ്. ഇത്തരത്തിലുള്ള ജനാധിപത്യത്തിന്റെ അടിത്തറ വികസിപ്പിക്കാൻ സഹായകമായ സംവിധാനങ്ങളാണ് ട്രേഡ് യൂണിയനുകൾ, സഹകരണസംഘങ്ങൾ മുതലായ സംഘടനകൾ. പക്ഷേ, അവയും പൂർണമായും ജനാധിപത്യപരമല്ല; തലക്കനം, അതികേന്ദ്രീകരണം മുതലായ രോഗങ്ങൾ അവയേയും ബാധിച്ചിരിക്കുന്നു. മാധ്യമങ്ങൾക്ക് അധികാരകേന്ദ്രങ്ങളുടെമേൽ കുറെയൊക്കെ സ്വാധീനമുണ്ട്. പക്ഷേ, മാധ്യമങ്ങളും ജനങ്ങളും ഒന്നല്ലല്ലോ.

തങ്ങളുടെ പ്രതിനിധികളുടെമേൽ വോട്ടർമാർക്കുള്ള നിയന്ത്രണത്തിന്റെ കാര്യമെടുക്കാം. തങ്ങളെ പ്രതിനിധാനം ചെയ്യാനായി ജനങ്ങൾ തെരഞ്ഞെടുത്തവരുടെമേൽ എന്തെങ്കിലും നിയന്ത്രണം ചെലുത്താൻ

ഇന്നവർക്ക് ഒരു മാർഗവുമില്ല, ഒരു സംവിധാനവും ഇല്ല. അവർ തങ്ങളെ തൃപ്തിപ്പെടുത്തുന്നില്ലെങ്കിൽ അടുത്ത തവണ അയാളെ തെരഞ്ഞെടുക്കാതിരിക്കാം. പക്ഷേ അത് വളരെ വൈകി ലഭിക്കുന്നതും ഫലപ്രദമല്ലാത്തതും ആയ നിയന്ത്രണമാണ്. ജനപ്രതിനിധികൾ രാഷ്ട്രീയപ്പാർട്ടികളിലെ അംഗങ്ങളായിരിക്കാം, ഈ പാർട്ടികൾ അവരുടെ മേൽ നിയന്ത്രണങ്ങൾ ഏർപ്പെടുത്തുന്നുണ്ടായിരിക്കാം. പക്ഷേ, പാർട്ടിയുടെ നിയന്ത്രണവും വോട്ടർമാരുടെ നിയന്ത്രണവും തമ്മിൽ കടലും കടലാടിയും തമ്മിലുള്ള ബന്ധമേയുള്ളൂ.

ഇതെല്ലാം കൂടി, ഇത്തരത്തിൽ പെട്ട ജനാധിപത്യത്തെ വെറും ഒരു മതിഭ്രമം മാത്രമാക്കി ചുരുക്കുന്നു. ജൈവികമായ പങ്കാളിത്ത ജനാധിപത്യത്തിൽ കാര്യങ്ങൾ തുലോം വ്യത്യസ്തമാണ്. ഗ്രാമസഭമുതൽ ലോകസഭ വരെ നീണ്ടുകിടക്കുന്ന ഒട്ടനവധി തലങ്ങളിലായാണ് ഈ ജനാധിപത്യം വിന്യസിക്കപ്പെട്ടിട്ടുള്ളത്. ഓരോ തലത്തിനും അതിന്റേതായ സുനിശ്ചിത അധികാരങ്ങളും കടമകളും വിഭവസ്രോതസ്സുകളും ഉണ്ട്. ഇവിടെ അധികാരം വിതരിതമായിത്തന്നെ നിലകൊള്ളുന്നതാണ്. മേലേ തലങ്ങളിലെ പ്രതിനിധികൾ കീഴെതലങ്ങളിൽനിന്ന് തെരഞ്ഞെടുക്കപ്പെടുന്നവരാകയാൽ അധികാരത്തിന്റെ പ്രയോഗം, മുകളിൽനിന്ന് താഴോട്ടാകുന്നതിനുപകരം താഴെനിന്ന് മേലോട്ടാകാൻ കൂടുതൽ സാധ്യതയുമുണ്ട്. ഉയർന്നതലത്തിലുള്ള പ്രതിനിധികൾ സദാ താഴെ തലത്തിലുള്ളവരുടെ നിരീക്ഷണത്തിൻ കീഴിലായിരിക്കും, അതിനാൽ അവരുടെ നിയന്ത്രണത്തിന് വിധേയരുമായിരിക്കും. ഒരു തലവും അരൂപികളായ കുറെ വ്യക്തികളുടെ കൂട്ടം ആയിരിക്കില്ല. സുഘടിതമായ, നിയമസാധുതയുള്ള സംവിധാനങ്ങളായിരിക്കും. സുനിശ്ചിതമായ, കൂട്ടായ അധികാരങ്ങളും കടമകളും ഉണ്ടായിരിക്കും.

രണ്ടു തരത്തിലും പെട്ട ജനാധിപത്യങ്ങൾ തമ്മിലുള്ള വ്യത്യാസങ്ങൾ മനസ്സിലാക്കാൻ ഇത്രയും മതിയാകും. പഞ്ചായത്തിരാജ് സംവിധാനം ജില്ലാതലം വരെയുള്ളൂ എങ്കിൽ, അതിനു മുകളിൽ പാർട്ടി രാജിന്നാണ് പരമാധികാരം എങ്കിൽ, തങ്ങളെ ചതിച്ചതായി ജനങ്ങൾക്കു തോന്നുന്നതായിരിക്കും. തങ്ങൾക്ക് അധികാരം വിട്ടുതരാൻ രാഷ്ട്രീയക്കാർക്ക് മടിയാണ് എന്ന നിഗമനത്തിലേക്കായിരിക്കും, യുക്തിരഹിതമായ ഈ അവസ്ഥ ജനങ്ങളെ കൊണ്ടുചെന്നെത്തിക്കുക. അധികാരം ഡൽഹിയിലും സംസ്ഥാനതലസ്ഥാനങ്ങളിലും തന്നെയാണ് നിലകൊള്ളുന്നതെന്നും തങ്ങൾക്കു തന്നിട്ടുള്ളത് യഥാർഥ സാധനമല്ലെന്നും പാലിനു പകരം മൈദ കലക്കിയ വെള്ളമാണ് തന്നിരിക്കുന്നതെന്നും ജനങ്ങൾ കരുതും. അത് ശരിയാണുതാനും. ഇത്തരത്തിലുള്ള മോഹഭംഗം ആപത്കരമായ അവസ്ഥയിലേക്ക് നയിച്ചേക്കാം. അതിനാൽ പഞ്ചായത്തിരാജ് സംവിധാനം ജില്ലാതലം വരെ എത്തിച്ച് അവസാനിപ്പിക്കരുത്.

ലോകസഭാതലം വരെ അത് എത്തിക്കണം. ഉടനടി പറ്റിയില്ലെങ്കിലും അതായിരിക്കണം വ്യക്തമായ ലക്ഷ്യം.

നമ്മുടെ ഇന്നത്തെ തെരഞ്ഞെടുപ്പു രീതിയുടെ പല പോരായ്മകളും, പ്രധാനമന്ത്രിയടക്കം രാജ്യത്തെ രാഷ്ട്രീയനേതാക്കളെല്ലാം ചൂണ്ടിക്കാണിച്ചിട്ടുള്ളതാണ്. ഏറ്റവും അടുത്തകാലത്ത് അത് ചെയ്തത് കോൺഗ്രസ് പ്രസിഡന്റ് ആയ സഞ്ജീവറെഡ്ഡിയാണ് - ഭവനഗറിൽ വെച്ച്. പ്രത്യക്ഷ ജനാധിപത്യവും പരോക്ഷ ജനാധിപത്യവും - ഏത് വേണം എന്ന രീതിയിൽ ചർച്ച വരുമ്പോൾ ഇന്നത്തെ രീതിയിലുള്ള പരോക്ഷ ജനാധിപത്യത്തിന്റെ പോരായ്മകൾ എല്ലാവരും എടുത്തുപറയാറുണ്ട് - ഏറെ പണച്ചെലവ്, ജാതീയതയുടെ അതിപ്രസരം, പ്രാദേശികത്വങ്ങൾ - അങ്ങനെ പലതും.

ഇങ്ങനെ പറയുന്നതിൽ തെറ്റില്ല. പക്ഷേ മൗലികമായ കാര്യം അതല്ല. ജനങ്ങളെ തൃപ്തിപ്പെടുത്തുന്ന യഥാർഥ ജനാധിപത്യത്തിൽ, അവർക്ക് കൂടുതൽ ഭരണപങ്കാളിത്തം ലഭിക്കണം. മറ്റു വാക്കുകളിൽ പറഞ്ഞാൽ, കീഴ്തലങ്ങളിലേക്കുള്ള അധികാരസംക്രമണവും ഭരണത്തിന്റെ വികേന്ദ്രീകരണവും ആണ് യഥാർഥ പ്രശ്നം. അധികാരം കീഴ്തലങ്ങൾക്ക് കൈമാറാനും ഭരണം വികേന്ദ്രീകരിക്കാനും ചില മുൻഉപാധികളും തൃപ്തിപ്പെടുത്തേണ്ടതുണ്ട്.

(a) സംസ്ഥാനതലത്തിലും താഴെയും സ്വയംഭരണത്തിനുള്ള സ്ഥാപനങ്ങളും ഗവൺമെന്റുകളും ഉണ്ടായിരിക്കണം.

(b) ഗവൺമെന്റിന്റെ വിവിധ തലങ്ങൾ തമ്മിലുള്ള ബന്ധം ജൈവികമായിരിക്കണം. മുകളിലെ തലങ്ങൾ അവയുടെ ശക്തി ആർജിക്കുന്നത് കീഴ്തലങ്ങളിൽ നിന്നായിരിക്കും; രാജ്യത്തെ പ്രായപൂർത്തിയെത്തിയ എല്ലാവരും അടങ്ങുന്ന ഗ്രാമസഭകളുടെ അതിവിശാലമായ അടിത്തറമേലായിരിക്കും ഭരണസംവിധാനമാകെ നിലകൊള്ളുന്നത്.

ഏതൊരു പദ്ധതിയിലും തെറ്റുകളും കുറവുകളും ദുഷിപ്പുകളും കാണും. പഞ്ചായത്തിരാജിലും അഥവാ പങ്കാളിത്ത ജനാധിപത്യത്തിലും ദുഷിപ്പുകൾ കാണും. പക്ഷേ സംവിധാനമാകെ കൂടുതൽ ജനാധിപത്യപരമാകയാൽ ദുഷിപ്പുകൾ കൂടുതൽ വേഗം നീക്കപ്പെടുന്നതാണ്. ഗ്രാമപ്പഞ്ചായത്തിലേക്കുള്ള തെരഞ്ഞെടുപ്പ്, മത്സരം കൂടാതെ നടത്തുകയാണെങ്കിൽ പല ദുഷിപ്പുകളും മുളയിൽതന്നെ നുള്ളിക്കളയപ്പെടുന്നതാണ്.

അപ്പോൾ അവശേഷിക്കുന്ന ചോദ്യം ഇതാണ്; പഞ്ചായത്തിരാജ് സംവിധാനത്തെ മുകൾതലങ്ങളിലേക്ക് എങ്ങനെ വ്യാപിപ്പിക്കാം? ഓരോ കീഴ്തലവും അതിന്റെ തൊട്ടു മുകളിലുള്ള തലത്തെ തെരഞ്ഞെടുക്കുകയെന്ന ആശയം തികച്ചും യുക്തിസഹമാണ് - അതായത് ഗ്രാമപ്പഞ്ചായത്തുകൾ പഞ്ചായത്ത് സമിതിയെ തെരഞ്ഞെടുക്കുന്നു; ഈ സമിതികൾ ജില്ലാ പരിഷത്തിനെ തെരഞ്ഞെടുക്കുന്നു; ജില്ലാ പരിഷത്തുകൾ

സംസ്ഥാനനിയമസഭയേയും നിമസഭകൾ ലോകസഭയേയും. ഇതാണ് ഞാൻ ആദ്യം നിർദേശിച്ചിരുന്നത്. പക്ഷേ, ഒന്നുകൂടി ആലോചിച്ചപ്പോൾ ഇതത്ര ശരിയാകില്ലെന്നു തോന്നി. മുഖ്യമായി രണ്ടു എതിർപ്പുകൾ ഉയർന്നുവരാൻ ഇടയുണ്ട്. ഇത് പ്രാദേശിക വികാരങ്ങളെ ശക്തിപ്പെടുത്തും. വ്യക്തികൾക്കും കീഴ്ഘടകങ്ങൾക്കും സംസ്ഥാന-കേന്ദ്ര ഭരണങ്ങളിൽ ഒരു പങ്കുമില്ല എന്ന തോന്നൽ ഉണ്ടാക്കിയേക്കാം. അവയുടെ നടത്തിപ്പിൽ ഒരു ഉത്തരവാദിത്വവും തോന്നാതിരിക്കാം. രണ്ടാമതായി, ഏറ്റവും താഴത്തെ തലം കഴിഞ്ഞാൽ ബാക്കിയെല്ലാ തലങ്ങളിലും വോട്ടർമാരുടെ എണ്ണം വളരെ പരിമിതമാകയാൽ പണം കൊടുത്ത് അവരെ ദുഷിപ്പിക്കാൻ കൂടുതൽ എളുപ്പമായിരിക്കും.

ഇന്നത്തെ രീതിയുടെ മേലും ഇതേ ആരോപണങ്ങൾ ഉന്നയിക്കാവുന്നതാണ്. നിർദേശിക്കപ്പെട്ട രീതിയിലെ പോരായ്മകൾ നികത്തുന്നതിന് ഈ എതിർവാദങ്ങൾ തടസ്സമാകേണ്ടതില്ല. കാലഹരണപ്പെട്ടതും കൂടുതൽ പോരായ്മകൾ ഉള്ളതും ആയ ഇന്നത്തെ സമ്പ്രദായത്തിന്മേൽ കടിച്ചുതൂങ്ങുകയല്ല പരിഹാരം. **ലോകസഭയിലേക്കും സംസ്ഥാന നിയമസഭയിലേക്കും തെരഞ്ഞെടുപ്പുകൾ നടത്താൻ മറ്റൊരു നടപടിക്രമം ഞാൻ നിർദേശിക്കുകയാണ്. ജനാധിപത്യഘടനയുടെ ജൈവിക സ്വഭാവത്തിനു കോട്ടം തട്ടാതെതന്നെ മേൽ ഉന്നയിച്ച പോരായ്മകൾ നികത്താൻ ഇത് പര്യാപ്തമാകുമെന്ന് ഞാൻ കരുതുന്നു. ഒരു മണ്ഡലത്തിലുള്ള (നിയമസഭയാകാം, ലോകസഭയാകാം) ഓരോ ഗ്രാമസഭയും സഭ ചേർന്ന് രണ്ടു പ്രതിനിധികളെ തെരഞ്ഞെടുക്കുന്നു. തെരഞ്ഞെടുപ്പ് (വോട്ടർ) കൗൺസിലിലേക്കുള്ള അംഗങ്ങളാണിവർ.** അതിന് ഒരു രീതിയും നിർദേശിക്കുന്നു. ഗ്രാമസഭയുടെ പൂർണയോഗം വിളിച്ചുചേർക്കുന്നു. അവിടെവച്ച് തെരഞ്ഞെടുപ്പു കൗൺസിലിലേക്കുള്ള പ്രതിനിധികളുടെ നാമനിർദേശങ്ങൾ ക്ഷണിക്കുന്നു. നിർദേശിക്കാനും പിൻതാങ്ങാനും ആളുകൾ ഉണ്ടായിരിക്കണം. അങ്ങനെ നാമനിർദേശം ചെയ്യപ്പെട്ടവരുടെ പേരുകൾ ഒരു ബോർഡിൽ വലിയ അക്ഷരത്തിൽ എഴുതുന്നു. ഓരോ പേരും വിളിച്ച് അയാളെ പിൻതാങ്ങുന്നവരോട് കൈപൊക്കി വോട്ടുചെയ്യാൻ പറയുന്നു. വോട്ടുകൾ പേരിന്റെ നേരെ എഴുതുന്നു. ഏറ്റവും കുറവ് വോട്ടുകിട്ടിയ ആളുടെ പേർ മായ്ച്ചുകളയുന്നു. വീണ്ടും വോട്ടിങ്ങ് നടത്തുന്നു. കുറവു വോട്ടു കിട്ടിയ പേർ വെട്ടിക്കളയുന്നു. അവസാനം രണ്ടു പേരുകൾ മാത്രം അവശേഷിക്കുന്നതുവരെ ഈ പ്രക്രിയ തുടരുന്നു. തുടക്കത്തിൽ തന്നെ രണ്ടു പേരുകളെ ഉണ്ടായിരുന്നുള്ളൂ എങ്കിൽ അവർ തെരഞ്ഞുക്കപ്പെട്ടവരായിത്തീരുന്നു. ഈ രീതി പഠിച്ചെടുക്കാൻ വലിയ വിഷമമൊന്നും കാണില്ല. യോഗങ്ങൾ നടത്തുക, ബഡ്ജറ്റ് അവതരിപ്പിക്കുക, പാസ്സാക്കുക, കൂട്ടായി മറ്റു തീരുമാനങ്ങൾ എടുക്കുക മുതലായ കാര്യങ്ങളിൽ അനുഭവപരിചയം ഉണ്ടാകുന്നതോടെ ഇത് എളുപ്പമായ ഒരു പ്രക്രിയ ആയിത്തീരുന്നു. പഞ്ചായത്ത്

പ്രസിഡന്റിന്റെ മേൽനോട്ടത്തിൽ ഏതാനും റിഹേഴ്സലുകൾ നടത്തുകയും ആകാം.

അടുത്ത പടിയായി തെരഞ്ഞെടുപ്പു കൗൺസിലുകൾ **അവയുടെ യോഗങ്ങൾ ചേരണം. ഓരോ നിയമസഭാമണ്ഡലത്തിലും പെട്ട ഗ്രാമസഭകളുടെ പ്രതിനിധികൾ ആയിരിക്കും അതിന്റെ കൗൺസിൽ. അതുപോലെ തന്നെ ലോകസഭയ്ക്കും. ഈ കൗൺസിലിൽ ആർക്കും പേരുകൾ നിർദേശിക്കാം. മറ്റൊരാൾ പിന്താങ്ങണം. അതിലും ഒരു പ്രാഥമിക വോട്ടിങ്ങ് നടത്താം. അതിൽ ഒരു മിനിമം വോട്ട് – 30 ശതമാനമോ മറ്റോ – കിട്ടുന്നവരെ മാത്രമേ സ്ഥാനാർഥികളായി അംഗീകരിക്കുകയുള്ളൂ.**

ജനാധിപത്യം യഥാർഥമാകണമെങ്കിൽ അതിന്റെ പ്രക്രിയകൾ ആളുകളെ ഭിന്നിപ്പിക്കുന്നതാകരുത്, പരമാവധി യോജിപ്പിക്കുന്നതാകണം. തെരഞ്ഞെടുപ്പു കൗൺസിലുകളിൽ ഓരോ സീറ്റിനും ഒരു സ്ഥാനാർഥി മാത്രമേ ഉണ്ടാകൂ എന്ന അവസ്ഥയിൽ എത്താൻ അവരെ പരമാവധി പ്രേരിപ്പിക്കണം, ആവശ്യമായ വിദ്യാഭ്യാസം നൽകണം. ആത്യന്തികമായി, സ്ഥാനാർഥികൾ എത്രയായാലും ഒരു മണ്ഡലത്തിൽനിന്ന് ഒരാളെ മാത്രമേ തെരഞ്ഞെടുക്കാൻ കഴിയൂ. തെരഞ്ഞെടുപ്പിൽ അയാൾക്ക് എതിരായി വോട്ടുചെയ്തവർ കാണുമെങ്കിലും ജയിച്ചു കഴിഞ്ഞാൽ അയാൾ അവരെയും കൂടി പ്രതിനിധാനം ചെയ്യുന്നു എന്നാണ് ജനാധിപത്യസിദ്ധാന്തം പറയുന്നത്. ഈ യുക്തിരാഹിത്യവും അനാവശ്യമായ ആവേശവും ഊർജത്തിന്റെയും ധനത്തിന്റെയും വൃഥാവ്യയവും ഒക്കെ ഒഴിവാക്കാൻ കഴിയും, ഏകകണ്ഠമായ ഒരാളെ നാമനിർദേശം ചെയ്യാൻ കഴിഞ്ഞിരുന്നെങ്കിൽ. എന്നാൽ, പലപ്പോഴും ഇത് സാധ്യമാകില്ല. അപ്പോൾ തെരഞ്ഞെടുപ്പ് ആവശ്യമായി വരുന്നു. അതിനുള്ള ഒരു രീതി താഴെ കൊടുക്കുന്നു. തെരഞ്ഞെടുപ്പു കൗൺസിൽ അംഗീകരിച്ച് എല്ലാ സ്ഥാനാർഥികളുടെ പേരും അടങ്ങുന്ന ലിസ്റ്റ്, മണ്ഡലത്തിലെ ഗ്രാമസഭകൾക്ക് അയയ്ക്കുന്നു. ഓരോ ഗ്രാമസഭയും പൊതുയോഗം ചേർന്ന് ഓരോ സ്ഥാനാർഥിക്കു വേണ്ടി വോട്ടെടുപ്പു നടത്തുന്നു. അതിനു ശേഷം താഴെ കൊടുക്കുന്ന രണ്ടു രീതികളിൽ ഒന്ന് സ്വീകരിക്കാം.

(i) ഓരോ ഗ്രാമസഭയിലും ഏറ്റവും അധികം വോട്ടുകിട്ടിയ സ്ഥാനാർഥിയാണ് പ്രതിനിധി. ഏറ്റവും അധികം ഗ്രാമസഭകളുടെ അംഗീകാരം ലഭിച്ച ആളായിരിക്കും ആത്യന്തികമായി ആ മണ്ഡലത്തെ പ്രതിനിധാനം ചെയ്യുന്നത്.

(ii) മറ്റൊരു തരത്തിലും ആകാം; ഓരോ ഗ്രാമസഭയിലും ഓരോ സ്ഥാനാർഥിക്കും ലഭിച്ച വോട്ടുകൾ രേഖപ്പെടുത്തുന്നു. എല്ലാ ഗ്രാമസഭകളിലും ഓരോരുത്തർക്കും ലഭിച്ച വോട്ടുകൾ കൂട്ടുന്നു. ഏറ്റവും അധികം വോട്ടു ലഭിച്ച ആളായിരിക്കും ആ മണ്ഡലത്തിൽനിന്നുള്ള പ്രതിനിധി.

ഈ തെരഞ്ഞെടുപ്പു രീതി, പല അഭികാമ്യഫലങ്ങളും തരുന്നതായി കാണാം. ഒന്നാമതായി, ഇത് ജനാധിപത്യസൗധത്തിന്റെ മുകളിലെ നിലകളെ ഏറ്റവും താഴത്തെ നിലകളുമായി നേരിട്ട് ബന്ധിപ്പിക്കുന്നു. ഇത് ഗ്രാമസഭകൾക്ക് അന്തസ്സും അർഥവും ശക്തിയും നൽകുന്നു; അവയെ പ്രാദേശികതയുടെ ചെളിക്കുണ്ടിൽനിന്ന് പിടിച്ചുയർത്തുന്നു. രണ്ടാമതായി ഓരോ പൗരനും, ജനാധിപത്യത്തിലെ പരമോന്നത സ്ഥാനങ്ങൾ രൂപപ്പെടുത്തുന്നതിൽ നേരിട്ട് പങ്കാളിയാകാൻ ഒരവസരം നൽകുന്നു. ഗ്രാമസഭയിലൂടെയും തെരഞ്ഞെടുപ്പു കൗൺസിലിലൂടെയും സംഘടിതമായ രീതിയിലാണ് ഇത് നടക്കുന്നത് എന്നതും പ്രധാനമാണ്. തങ്ങൾ തെരഞ്ഞെടുത്ത പ്രതിനിധികളുടെ മേൽ തങ്ങൾക്ക് അധികാരമുണ്ടെന്ന് ഓരോരുത്തർക്കും ബോധ്യമാകുന്നു. മണൽത്തരികൾ ഇപ്പോൾ ഒറ്റയ്ക്കൊറ്റയ്ക്കല്ല, കൂടിച്ചേർന്ന കല്ലിഷ്ടികകൾ ആയി മാറിയിരിക്കുന്നു. കല്ലിഷ്ടികകളുടെ അടിത്തറമേൽ പണിത ഒരു സൗധം മണലിന്മേൽ പണിത ഒരു സൗധത്തിൽനിന്ന് തുലോം വ്യത്യസ്തമാണ്.

5. പരിവർത്തന കാലഘട്ടവും അടുത്ത തിരഞ്ഞെടുപ്പുകളും

നേരത്തെ ചൂണ്ടിക്കാണിച്ചപോലെ ജനാധിപത്യസംവിധാനത്തിന്റെ താഴെത്തലങ്ങൾ രൂപപ്പെട്ടുവരികയാണ്. പ്രധാനമന്ത്രിയുടെയും എസ്.കെ ഡാങ്കെയുടെയും മുൻകൈ അതിൽ കാണാം. കോൺഗ്രസിന്റെ ഇക്കഴിഞ്ഞ പൂർണ സമ്മേളനത്തിൽ അത് അംഗീകരിച്ചിട്ടുണ്ട്. ഈ സംവിധാനത്തെ മുകൾത്തലങ്ങളിലേക്ക് നീട്ടാൻ കാലമെടുക്കും. അതിനിടയ്ക്ക് അടുത്ത കൊല്ലം മൂന്നാം പൊതുതിരഞ്ഞെടുപ്പു നടക്കുകയാണ്. താഴെനിന്ന് മോലോട്ട് ആണ് ജനാധിപത്യം കെട്ടിപ്പടുക്കേണ്ടത് എന്നു വിശ്വസിക്കുന്നവർ വരാൻ പോകുന്ന തെരഞ്ഞെടുപ്പിൽ തങ്ങളുടെ ആശയങ്ങൾ എങ്ങനെ പ്രകടിപ്പിക്കും? പഞ്ചായത്തി രാജ് സംവിധാനത്തെ മുകളറ്റം വരെ എത്തിക്കാൻ ഇടക്കാലത്ത് എന്തെന്ത് നടപടികൾ സ്വീകരിക്കാം?

തിരഞ്ഞെടുപ്പുകാലം തീവ്രമായ രാഷ്ട്രീയപ്രവർത്തനങ്ങളുടെയും ബഹുജനവിദ്യാഭ്യാസത്തിന്റെയും കാലമാണ്. അതിനാൽ തിരഞ്ഞെടുപ്പു പ്രചാരണങ്ങളിൽ ഈ ആശയങ്ങൾ കഴിയുന്നത്ര മുന്നോട്ടുവയ്ക്കണം എന്നതിൽ സംശയമില്ല. വരാൻ പോകുന്ന പാർലിമെന്റിനെയും ബഹുജനാഭിപ്രായത്തെ ശേഷിക്കുന്ന ഏറ്റവും ഉയർന്ന രണ്ടു തലങ്ങൾ കൂടി പഞ്ചായത്തിരാജ് സംവിധാനത്തിൽ ഉൾചേർക്കാൻ വേണ്ട ഭരണഘടനാഭേദഗതികൾ വരുത്താൻ, അങ്ങനെ ആശയപരമായി തയ്യാറാക്കാം. അതിനാൽ ഈ ആശയങ്ങളോട് യോജിക്കുന്ന എല്ലാ പാർട്ടികളും എല്ലാ വ്യക്തികളും ഇതിനനുകൂലമായ പൊതുജനാഭിപ്രായം വളർത്തുന്നതിനുവേണ്ടി ഏകോപിതമായ പ്രവർത്തനം നടത്തണം. ഇതിനായി രാഷ്ട്രീയ പ്രാർട്ടികളുടെ പ്രതിനിധികളും സർവസേവാസംഘം പോലുള്ള സന്നദ്ധ

സംഘടനകളുടെ പ്രതിനിധികളും ഒരുമിച്ചുകൂടി ഒരു അഭിപ്രായസമന്വയത്തിൽ എത്തിച്ചേരണം. അങ്ങനെ പൊതുവിൽ അംഗീകരിച്ച നിർദേശങ്ങൾ ജനങ്ങൾക്ക്, വിശിഷ്യ വോട്ടർമാർക്കു, മുമ്പാകെ വെക്കണം. മാധ്യമങ്ങളുടെ പിന്തുണയും ആവശ്യമാണ്. അവരാണ് പൊതുജനാഭിപ്രായരൂപീകരണത്തിന്റെ ചുക്കാൻ പിടിക്കുന്നത്. ചർച്ചകളും വിശദീകരണങ്ങളും തുടർച്ചയായും ബോധപൂർവവും നടത്തേണ്ട കാര്യങ്ങളാണ്. ജനങ്ങളെ സദാ പ്രേരിപ്പിച്ചുകൊണ്ടിരിക്കണം.

വിദ്യാഭ്യാസ ക്യാമ്പെയിൻ പഞ്ചായത്തിരാജുമായി ബന്ധപ്പെട്ട എല്ലാ ആശയങ്ങളും ഉൾക്കൊള്ളുന്നതായിരിക്കണം. പക്ഷേ, തെരഞ്ഞെടുപ്പു സമയത്തെ ക്യാമ്പെയിനിൽ, അവയിൽ ഒന്നിൽ ഊന്നാൻ ഞാൻ ആഗ്രഹിക്കുന്നു. അതിന് തെരഞ്ഞെടുപ്പുമായി നേരിട്ടു ബന്ധമുണ്ട്. മറ്റുള്ളവ ആസന്നമായ തെരഞ്ഞെടുപ്പുമായി ബന്ധമില്ലാത്തവയാണെന്ന് സാധാരണക്കാർക്കു തോന്നിയേക്കാം. അതിതാണ്: വോട്ടർമാരുടെ കൗൺസിൽ കൂടി സ്ഥാനാർഥികളെ തെരഞ്ഞെടുക്കുന്ന രീതി.

പാർട്ടികൾ സ്ഥാനാർഥികളെ നിശ്ചയിക്കുന്ന രീതി വോട്ടർമാരുടെ അഭിപ്രായങ്ങളെ അവഗണിക്കലാണ്, അത് ജനാധിപത്യത്തെ ദുഷിപ്പിക്കുന്നു എന്ന് ഞാൻ എന്റെ ആദ്യ പ്രബന്ധത്തിൽ ചൂണ്ടിക്കാണിച്ചിരുന്നു. അങ്ങനെയുള്ള ഒരു സമ്പ്രദായത്തിൽ പാർട്ടി ടിക്കറ്റ് കിട്ടാനായി സ്ഥാനമോഹികൾ പാർട്ടി നേതാക്കളെ പ്രീണിപ്പിക്കാൻ ശ്രമിക്കുന്നത് സ്വാഭാവികം മാത്രമാണെന്നു ഞാൻ ചൂണ്ടിക്കാണിച്ചിരുന്നു. ഇത് വീണ്ടും കേന്ദ്രീകരണം ആഗ്രഹിക്കുന്ന ശക്തികളെ സഹായിക്കുന്നു, അധികാരം കേന്ദ്രീകരിക്കപ്പെടുന്നു, ജനാധിപത്യം ദുർബലപ്പെടുന്നു. **അതിനാൽ ജനങ്ങൾ, അതായത് വോട്ടർമാർ, തന്നെ തങ്ങളുടെ സ്ഥാനാർഥികളെ നിശ്ചയിക്കുന്ന ഒരു രീതി രൂപപ്പെടുത്തിയെടുക്കണം എന്നു ഞാൻ നിർദേശിച്ചിരുന്നു.** ഇത് അധികാരത്തെ താഴോട്ട്, ജനങ്ങളിലേക്ക് വലിക്കുന്നു; ജനാധിപത്യത്തിന്റെ പ്രധാന പ്രകിയയിൽ പങ്കെടുക്കാൻ അവർക്ക് അവസരം നൽകുന്നു; തെരഞ്ഞെടുപ്പുകൾ അവരെ സംബന്ധിച്ചിടത്തോളം കൂടുതൽ സാർഥകമായിത്തീരുന്നു. ഇന്നത്തെ സമ്പ്രദായത്തിൽ സ്ഥാനാർഥികൾ “പാർട്ടി” സ്ഥാനാർഥികൾ ആണ്, ജനങ്ങളുടെ മേൽ അടിച്ചേല്പിക്കപ്പെട്ടവരാണ്. ഞാൻ നിർദേശിച്ച രീതിയിൽ അവർ ജനങ്ങളുടെ സ്ഥാനാർഥികളായിരിക്കും. ജനാധിപത്യത്തോടുള്ള ജനങ്ങളുടെ സമീപനത്തിൽ ഇത് വൻ വ്യത്യാസം വരുത്തുന്നു.

ഈ ആശയം വരുന്ന പൊതുതിരഞ്ഞെടുപ്പിൽ മുന്നോട്ടുവയ്ക്കണം. അത് പ്രധാനമാണെന്നു ഞാൻ കരുതുന്നു. തെരഞ്ഞെടുപ്പുമായി നേരിട്ടു ബന്ധമുള്ള കാര്യമാകയാൽ ജനങ്ങൾ അത് കൂടുതൽ ശ്രദ്ധിച്ചെന്നു വരും. പ്രചാരണംകൊണ്ട് മാത്രം തൃപ്തിപ്പെട്ടുകൂടാ. കഴിയാവുന്നത്ര സന്ദർഭങ്ങളിൽ അത് പ്രയോഗിച്ചു നോക്കുകയും വേണം. ഏതാനും മണ്ഡലങ്ങളിൽ മാത്രമേ ഇത് സാധ്യമായി എന്നു വരൂ. പക്ഷേ, അതിൽനിന്ന് ലഭിക്കുന്ന അനുഭവങ്ങൾ അമൂല്യങ്ങളായിരിക്കും.

സ്ഥാനാർഥികളെ നിശ്ചയിക്കുന്നതിനുള്ള തെരഞ്ഞെടുപ്പു കൗൺസിലുകൾ രൂപീകരിക്കാനുള്ള ഒരു രീതി മുൻ അധ്യായത്തിൽ ഞാൻ വിവരിച്ചിരുന്നു. വരാൻ പോകുന്ന പൊതു തെരഞ്ഞെടുപ്പിന് മുമ്പ് രാജ്യത്താകെ നിയമാനുസൃതമായ ഗ്രാമസഭകൾ രൂപീകരിക്കപ്പെടണമെന്നില്ല. തെരഞ്ഞെടുപ്പ് കൗൺസിലുകൾ എല്ലായിടത്തും രൂപീകരിക്കാൻ പറ്റിയെന്നു വരില്ല. ചില മണ്ഡലങ്ങളിൽ മുഴുവൻ പ്രദേശത്തും ഗ്രാമസഭകൾ രൂപപ്പെട്ടിരിക്കും. അവിടെ, ജനങ്ങൾ ആഗ്രഹിക്കുന്നുവെങ്കിൽ, മുൻ അധ്യായത്തിൽ പറഞ്ഞ നടപടിക്രമം സ്വീകരിക്കാവുന്നതാണ്. ഗ്രാമസഭകൾ ഔദ്യോഗികമായി രൂപീകരിച്ചിട്ടില്ലാത്ത മണ്ഡലങ്ങളിലും മുൻപറഞ്ഞ രീതിയിൽ **അഡ്ഹോക് വോട്ടർ കൗൺസിലുകൾ രൂപീകരിക്കാവുന്നതാണ്.** ഒരു മണ്ഡലത്തെ, നിരവധി ചെറു പ്രദേശങ്ങളായി വിഭജിക്കാം. **ഓരോ പ്രദേശത്തും വോട്ടർമാരുടെ യോഗം ചേരാം. അവിടെ വച്ച് രണ്ടോ കൂടുതലോ ഡെലിഗേറ്റുകളെ തെരഞ്ഞെടുക്കാം. ഈ ഡെലിഗേറ്റുകൾ കൂടിച്ചേരുമ്പോൾ വോട്ടർ കൗൺസിലുകളായി. അവർ, മുൻ അധ്യായത്തിൽ പറഞ്ഞ രീതിയിൽ, പറ്റുമെങ്കിൽ ഒരു സ്ഥാനാർഥിയെ തെരഞ്ഞെടുക്കട്ടെ. അതിനു പറ്റിയില്ലെങ്കിൽ രണ്ടോ, മൂന്നോ ആകട്ടെ. വോട്ടർ കൗൺസിലിലേക്കുള്ള ഡെലിഗേറ്റുകളുടെ തെരഞ്ഞെടുപ്പിലും ഈ രീതി ബാധകമാണ്.**

പൊതു തെരഞ്ഞെടുപ്പിന്റെ സന്ദർഭത്തിൽ ഒരു നിർദേശം കൂടി മുന്നോട്ടുവയ്ക്കാൻ ഞാൻ ആഗ്രഹിക്കുന്നു. വാസ്തവത്തിൽ അത് വിനോബാജിയുടെ നിർദേശമാണ്. അദ്ദേഹം അതിന് വലിയ പ്രാധാന്യം കല്പിക്കുന്നു. തെരഞ്ഞെടുപ്പുകാലത്ത് മത്സരിക്കുന്ന സ്ഥാനാർഥികൾ പ്രചാരണത്തിനായി വേറെ വേറെ യോഗങ്ങൾ നടത്താറുണ്ട്. അപ്പോൾ, ഓരോരുത്തരും എതിരാളിയെ തെറ്റായി ചിത്രീകരിക്കും, ചീത്ത പറയും, കള്ളം പറയും - ഇതൊക്കെ പതിവാണ്. ജാതി-മത വികാരങ്ങൾ ആളിക്കത്തിക്കാനും ഈ സന്ദർഭം ഉപയോഗിക്കുന്നു. ഇതെല്ലാം പൊതുജീവിതത്തെ മലീമസമാക്കുന്നു, ജനാധിപത്യപ്രക്രിയകളുടെ മാന്യത നശിപ്പിക്കുന്നു. മാത്രമല്ല, വോട്ടർമാരെ തെറ്റിദ്ധരിപ്പിക്കുന്നു, ആശയക്കുഴപ്പത്തിലാക്കുന്നു. സമചിത്തതയോടെ തീരുമാനങ്ങൾ എടുക്കാൻ അവർക്ക് കഴിയാതെ വരുന്നു. മാത്രമല്ല ചെലവു കൂടുന്നതിനും കാരണമാകുന്നു. നിർദേശം ഇതാണ്. സ്ഥാനാർഥികൾ ഒരേ വേദിയിൽ വരുന്നു, തങ്ങളുടെ പരിപാടികൾ അവതരിപ്പിക്കുന്നു. എതിരാളിയുടെ സാന്നിധ്യത്തിൽ വച്ചുതന്നെ വിമർശനങ്ങൾ ഉന്നയിക്കുന്നു. മുകളിൽ പറഞ്ഞ പല ദോഷങ്ങളും, ഗണ്യമായ അളവിൽ കുറയ്ക്കാനെങ്കിലും ഇത് ഉപകരിക്കും. ഓരോ സ്ഥാനാർഥിക്കും തുല്യ സമയം നൽകാം. പ്രസംഗങ്ങൾക്കു ശേഷം ശ്രോതാക്കൾക്ക് അവരോട് ചോദ്യങ്ങൾ ചോദിക്കാം.

ഒന്നോ രണ്ടോ വിധത്തിൽ ഈ രീതിക്കു തുടക്കം കുറിക്കാം. ബന്ധപ്പെട്ട പാർട്ടികൾക്കും സ്ഥാനാർഥികൾക്കും - അവർ പാർട്ടി

സ്ഥാനാർഥികളോ ജനങ്ങളുടെ സ്ഥാനാർഥികളോ സ്വതന്ത്രസ്ഥാനാർഥികളോ ആകാം - ഇത് സമ്മതമായിരിക്കണം. അല്ലെങ്കിൽ ഒരു മണ്ഡലത്തിലെ വോട്ടർമാർ സ്വയം തീരുമാനമെടുത്ത് എല്ലാ സ്ഥാനാർഥികളെയും ഒരേ വേദിയിലേക്ക് ക്ഷണിക്കാം. ഇത്തരത്തിൽ കൂട്ടായി യോഗങ്ങൾ ചേരുകയാണെങ്കിൽ ഓരോരുത്തരുടെയും തെരഞ്ഞെടുപ്പു ചെലവ് ഗണ്യമായി കുറയുന്നതായിരിക്കും.

നമ്മുടെ ജനാധിപത്യത്തിന്റെ ആരോഗ്യത്തിലും ഗുണമേന്മയിലും താത്പര്യമുള്ള എല്ലാവരും ഇത്തരത്തിലുള്ള ഒരു തെരഞ്ഞെടുപ്പു പ്രചാരണരീതി രാജ്യമെമ്പാടും കഴിയുന്നത്ര വ്യാപകമായി നടപ്പാക്കാൻ ശ്രമിക്കേണ്ടതാണ്.

മേൽ പറഞ്ഞ രീതി ഒരു ഗ്രാമത്തിൽ മുമ്പു പരീക്ഷിച്ചുനോക്കിയിട്ടുണ്ട്. 1937ലെ തെരഞ്ഞെടുപ്പിൽ ബിഹാറിലെ പൂർണിയ ജില്ലയിലെ സമേലി ഗ്രാമത്തിൽ. ആ ഗ്രാമത്തിലെ ജനങ്ങൾ പ്രഖ്യാപിച്ചു; തങ്ങളുടെ ഗ്രാമത്തിന്റെ പരിധിക്കുള്ളിൽ, എല്ലാ സ്ഥാനാർഥികളും ഒരേ വേദിയിൽ വന്നാലല്ലാതെ ഒരൊറ്റ തെരഞ്ഞെടുപ്പു പ്രചാരണ യോഗവും അനുവദിക്കില്ല എന്ന്. സ്ഥാനാർഥികൾ അത് സമ്മതിച്ചു. ആ ഗ്രാമത്തിൽ ഒരൊറ്റ തെരഞ്ഞെടുപ്പു യോഗമേ വേണ്ടിവന്നുള്ളൂ. 1937ൽ സമേലിയിൽ ചെയ്തത് 1962ൽ എല്ലാ ഗ്രാമങ്ങളിലും ചെയ്യാവുന്നതേയുള്ളൂ.

ഇത്തരത്തിലുള്ള ആശയങ്ങൾക്ക് വേരോട്ടം കിട്ടണമെങ്കിൽ നഗരങ്ങൾകൂടി ഉൾക്കൊള്ളിക്കാൻ ശ്രദ്ധിക്കണം. അവിടെയും ആശയപ്രചാരണവും രാഷ്ട്രീയവിദ്യാഭ്യാസവും പരീക്ഷണങ്ങളും നടക്കണം. പ്രത്യേകിച്ചും, പഞ്ചായത്തിരാജിന്റെയും സാമൂഹികവികസനത്തിന്റെയും പരിപാടികളിൽനിന്ന് നഗരപ്രദേശങ്ങളെ പൂർണമായും ഒഴിവാക്കുന്ന ഇന്നത്തെ സാഹചര്യത്തിൽ.

പഞ്ചായത്തിരാജിന്റെ അതേ രീതിയിൽതന്നെ നഗരങ്ങളിലും സ്വയംഭരണം നടപ്പാക്കാം എന്നു ഞാൻ നേരത്തെ സൂചിപ്പിച്ചിട്ടുണ്ട്. അനതിവിദൂരവുമായ ഭാവിയിൽ തന്നെ മുനിസിപ്പൽ ആക്റ്റുകളിൽ ആവശ്യമായ ഭേദഗതികൾ വരുത്തുന്നതിനായി മൂർത്തമായ നടപടികൾ കൈക്കൊള്ളേണ്ടിയിരിക്കുന്നു. അഖിലേന്ത്യാ പഞ്ചായത്ത് പരിഷത്തിന്റെയും മുനിസിപ്പാലിറ്റികളുടെയും സമ്മേളനങ്ങളിൽ ഇതിനു തുടക്കം കുറിക്കാം.

അതിനു മുമ്പുതന്നെ, ഇന്നത്തെ നിയമങ്ങൾക്ക് അനുസൃതമായി, മേൽപറഞ്ഞ ആശയങ്ങൾ എങ്ങനെ നടപ്പാക്കാം എന്നു നോക്കാവുന്നതാണ്. പൗരമണ്ഡലത്തിൽ സങ്കുചിതപാർട്ടി താത്പര്യങ്ങൾ കടന്നുകൂടില്ലെന്ന് ഉറപ്പുവരുത്താൻ ജനങ്ങളും പാർട്ടികളും ശ്രമിക്കേണ്ടതാണ്. ഉദാഹരണത്തിന്, മുനിസിപ്പൽ തെരഞ്ഞെടുപ്പുകളിൽ സ്വന്തം സ്ഥാനാർഥികളെ നിർത്തില്ലെന്ന് പാർട്ടികൾക്ക് തീരുമാനമെടുക്കാം വോട്ടർമാരുടെ കൗൺസിലുകളുടെ സഹായത്തോടെ സ്ഥാനാർഥികളെ നിർണയിക്കാം

- നടേ പറഞ്ഞ രീതിയിൽ. അതേപോലെ, കഴിയുന്നത്ര മത്സരം ഒഴിവാക്കിക്കൊണ്ട് തെരഞ്ഞെടുപ്പുകൾ നടത്താം. തെരഞ്ഞെടുപ്പുപ്രക്രിയകൾ നിലനിൽക്കുന്ന അസമത്വങ്ങളും വിഭജനങ്ങളും സംഘർഷങ്ങളും മൂർച്ഛിപ്പിക്കാതെ നോക്കണം. സമൂഹികവികാരത്തിന്റെ അടിസ്ഥാനത്തിലും പൊതു നന്മയ്ക്കുവേണ്ടിയുള്ള പ്രവർത്തനങ്ങളിലൂടെയും നിലവിലുള്ള സംഘർഷങ്ങൾ ലഘൂകരിക്കാൻ ശ്രമിക്കാം.

ഈ ചെറുചർച്ച അവസാനിപ്പിക്കേണ്ട ഘട്ടം എത്തിയിരിക്കുന്നു. ഓരോ പൗരനും പങ്കെടുക്കാൻ കഴിയുന്ന ഒരു രാഷ്ട്രീയപരിപാടിയാണ് ഞാൻ ഈ ലഘുലേഖയിലൂടെ മുന്നോട്ടുവയ്ക്കാൻ ശ്രമിച്ചത്. അങ്ങനെ ഇന്ത്യൻ ജനാധിപത്യത്തെ, ആർക്കും തകർക്കാനാകാത്ത ഒരു കോട്ടയായി മാറ്റാം. ഇന്ന് രാജ്യത്തിലെ രാഷ്ട്രീയാന്തരീക്ഷം സംഘർഷം നിറഞ്ഞതാണ്, ഞരമ്പുരോഗബാധിതമാണ്, അസ്ഥിരമാണ്. രാജ്യത്തിന്റെ ഭാവി, മഹാന്മാരായ ഏതാനും നേതാക്കളുടെ കരങ്ങളിലാണ്. ഇത് വളരെ സന്ദിഗ്ധമായ ഒരു അവസ്ഥയാണ്. ഭവിഷ്യത്ത് ഭീകരമാണ്, രാജ്യമാകെ സ്തംഭിച്ചുപോയേക്കാം. രാജ്യത്തിന്റെ ഭാവി ജനങ്ങൾ സ്വന്തം കയ്യിലെടുക്കണം. അതു മാത്രമേ പ്രതിവിധിയുള്ളൂ. അവർ തങ്ങളുടെ ഇച്ഛയ്ക്കൊത്ത് രാജ്യത്തെ രൂപപ്പെടുത്തണം. ഇങ്ങനെയാണ് അവർക്കത് ചെയ്യാൻ കഴിയുക. ജനങ്ങൾ ഈ വെല്ലുവിളി ഏറ്റെടുക്കുമോ? അതിന് തയ്യാറായില്ലെങ്കിൽ അവരുടെ ഭാവി ഇരുണ്ടതായിരിക്കും എന്നു തോന്നുന്നു.[1]

മൂന്ന്

ഗാന്ധിയൻ പദ്ധതിയിലേക്ക് ഒരു സംഭാവന

ശ്രീമൻ നാരായൻ

മുഖവുര

1944-ൽ തന്നെ *ഗാന്ധിയൻ പദ്ധതി* പ്രസിദ്ധീകരിക്കാനുള്ള അപൂർവ സൗഭാഗ്യം എനിക്ക് ലഭിക്കുകയുണ്ടായി. അതിൽ മഹാത്മാഗാന്ധിയുടെ അമൂല്യമായ ഒരു ആമുഖവും ഉണ്ടായിരുന്നു. സ്വാതന്ത്ര്യത്തിനു ശേഷം ജനനേതാക്കൾ ഗാന്ധിജിയുടെ പേർ ഇടതടവില്ലാതെ ഉരുവിടാറുണ്ടെങ്കിലും ഒരു കാര്യം സമ്മതിച്ചേ തീരൂ. സാമ്പത്തികാസൂത്രണത്തെപ്പറ്റി ഗാന്ധിജിക്കുണ്ടായിരുന്ന ആശയങ്ങളും തത്ത്വങ്ങളും ഉറച്ച ബോധ്യത്തോടെ നടപ്പിൽ വരുത്താൻ ഒരു ഗവൺമെന്റും ഇതേവരെ ശ്രമിച്ചിട്ടില്ല. അങ്ങനെ നിരവധി പതിറ്റാണ്ടുകൾ നമുക്കു നഷ്ടമായി. പട്ടിണി, ദാരിദ്ര്യം, തൊഴിലില്ലായ്മ മുതലായ അടിസ്ഥാനപ്രശ്നങ്ങൾ ഇപ്പോഴും നമ്മെ തുറിച്ചുനോക്കിക്കൊണ്ടിരിക്കയാണ്.

ഇപ്പോൾ കേന്ദ്രത്തിലും പല സംസ്ഥാനങ്ങളിലും ജനതാ പാർട്ടിയുടെ നേതൃത്വത്തിലുള്ള ഗവൺമെന്റുകളാണുള്ളത്. ആറാം പദ്ധതി രൂപീകരിക്കാൻ സമയമായി. അവരെങ്കിലും ഗാന്ധിജിയുടെ ആദർശങ്ങളുടെ അടിസ്ഥാനത്തിലുള്ള ഒരു പദ്ധതിരൂപരേഖ പൂർണമനസ്സോടെ രൂപീകരിക്കുമെന്ന് ആശിക്കുന്നു. ലാളിത്യം, ദരിദ്രപക്ഷപാതിത്വം, രാഷ്ട്രീയ-സാമ്പത്തിക അധികാരങ്ങളുടെ വികേന്ദ്രീകരണം മുതലായ

ഗാന്ധിയൻ മൂല്യങ്ങളോട് ഉറച്ച പ്രതിബദ്ധതയുള്ളതാണ് ജനതാപാർട്ടി. അതിനാൽ ആറാം പഞ്ചവത്സരപദ്ധതി, പൂർണമായ അർഥത്തിൽ തന്നെ ഒരു ഗാന്ധിയൻ പദ്ധതി ആയിരിക്കണം.

കേന്ദ്ര ഗവൺമെന്റും പ്ലാനിങ്ങ് കമ്മീഷനും സംസ്ഥാന ഗവൺമെന്റുകളും ഇന്ത്യയുടെ ദീർഘകാല സാമ്പത്തിക വികസനപരിപ്രേക്ഷ്യത്തിന്റെ അടിസ്ഥാനത്തിൽ ആറാം പദ്ധതിക്കു രൂപംകൊടുത്തുകൊണ്ടിരിക്കുന്ന ഈ സന്ദർഭത്തിലാണ് ഞാൻ അടുത്ത കാലത്തായി എഴുതിയ, പ്രസിദ്ധീകരിച്ചതും അല്ലാത്തതുമായ, ലേഖനങ്ങൾ ഒരു പുസ്തകരൂപത്തിൽ ഇവിടെ പ്രസിദ്ധീകരിക്കുന്നത്. വരുംപതിറ്റാണ്ടുകളിലെ ഇന്ത്യയുടെ സാമ്പത്തിക വികസനപാത വെട്ടിത്തുറക്കുന്ന ഒരു പദ്ധതിചട്ടക്കൂടാണ് അവർ ഉണ്ടാക്കുന്നത്. ഈ പുസ്തകത്തിലുള്ള ആശയങ്ങളും നിർദേശങ്ങളും ഇക്കാര്യത്തിൽ ഗവൺമെന്റിന് ഉപകരിക്കും എന്ന് ഞാൻ ആത്മാർഥമായി വിശ്വസിക്കുന്നു.

ഗാന്ധിജി പഴയ മധ്യകാലത്തിന്റെ അവശിഷ്ടമല്ല, വരാനിരിക്കുന്ന ഭാവിയുടെ വഴികാട്ടിയാണ് എന്ന കാര്യത്തിൽ എനിക്ക് സംശയമേതും ഇല്ല. അദ്ദേഹം ഒരു പ്രായോഗിക ആദർശവാദി ആയിരുന്നു. ദേശീയ പ്രശ്നങ്ങൾക്ക് പരിഹാരം കാണാൻ യാഥാർഥ്യങ്ങൾ പൂർണമായും കണക്കിലെടുത്തുകൊണ്ട് തന്നാലാവുന്നവിധം പരിശ്രമിച്ച ആളാണ് അദ്ദേഹം. അദ്ദേഹത്തിന്റെ ആശയങ്ങൾ അദ്ദേഹത്തിന്റെ കാലത്ത് പ്രസക്തമായിരുന്നു. ഇന്നും പ്രസക്തമാണ്. നാളെയും അങ്ങനെ ആയിരിക്കും.

ന്യൂഡെൽഹി, 27-12-1977 **ശ്രീമൻ നാരായൻ**

1. ഗാന്ധിയൻ പദ്ധതിക്കു വേണ്ടി

ഇന്ത്യക്ക് സ്വാതന്ത്ര്യം കിട്ടിയിട്ട് മൂന്നു പതിറ്റാണ്ടായി. അത്രയും കാലമായി നമ്മൾ ഗാന്ധിജിയെ രാഷ്ട്രപിതാവ് എന്നു വിളിക്കാൻ തുടങ്ങിയിട്ട്. ഏതു സന്ദർഭത്തിലും രാഷ്ട്രീയപ്പാർട്ടികളും പൊതുസ്ഥാപനങ്ങളും ചൊല്ലുന്ന ഒരു മന്ത്രമാണത്. ഈയിടെ നടന്ന ലോകസഭാ തിരഞ്ഞെടുപ്പിൽ ജയിച്ച ജനതാപാർട്ടിയിലെ ഘടകകക്ഷികൾ രാജ്ഘട്ടിൽ ചെന്ന് ഒരു പാവനപ്രതിജ്ഞയെടുത്തു: "ഗാന്ധിജിയുടെ സ്വപ്നം വീണ്ടെടുക്കാനായി, ജനങ്ങളെ സേവിക്കാനും ഏറ്റവും ദുർബലരായവർക്ക് വേണ്ടിയും തങ്ങളുടെ കഴിവ് പരമാവധി ഉപയോഗിക്കും" അപ്രതീക്ഷിതവും അതേസമയം ആനന്ദം പകരുന്നതും ആയ ഒന്നാണിത്. "തങ്ങളുടെ വ്യക്തിജീവിതത്തിലും പൊതുജീവിതത്തിലും ലാളിത്യവും സത്യസന്ധതയും മുറുകെപ്പിടിക്കുമെന്നും" അവർ പ്രതിജ്ഞയെടുത്തു. തങ്ങൾ അധികാരത്തിൽ വരികയാണെങ്കിൽ, സാമ്പത്തികവും രാഷ്ട്രീയവും ആയ പൂർണ്ണ വികേന്ദ്രീകരണത്തിലും *അന്ത്യോദയ*ത്തിലും അധിഷ്ഠിതമായ "ഗാന്ധിയൻ സോഷ്യലിസ"ത്തിന്റെ അടിസ്ഥാനത്തിലായിരിക്കും രാഷ്ട്രത്തിന്റെ സാമ്പത്തിക വികസനം ആസൂത്രണം ചെയ്യുക എന്ന് ജനതാപാർട്ടി മുമ്പുതന്നെ ജനങ്ങളോട് പറഞ്ഞിരുന്നു. മഹാത്മാഗാന്ധിയുടെ സമാധിക്കുമുന്നിൽ നിന്നുകൊണ്ട് അവർ എടുത്ത ഈ പാവനപ്രതിജ്ഞ വാക്കിൽ മാത്രമല്ല പ്രവൃത്തിയിലും നിറവേറ്റുമെന്ന് ഞങ്ങൾ ആത്മാർഥമായി പ്രതീക്ഷിക്കുന്നു.

ഇന്ത്യയിലും വിദേശത്തും മഹാത്മാവിന്റെ നാമം ഏറെ ബഹുമാനത്തോടെയാണ് ഉച്ചരിക്കപ്പെടുന്നതെങ്കിലും ബുദ്ധിജീവികളും ചെറുപ്പക്കാരും ഗാന്ധിജിയുടെ വർത്തമാനകാലത്തെ പ്രസക്തിയെക്കുറിച്ചു സംശയാലുക്കളാണ്. ശാസ്ത്രത്തിന്റെയും സാങ്കേതികവിദ്യകളുടെതുമായ ആധുനിക യുഗത്തിന് യോജിച്ചതല്ല അദ്ദേഹത്തിന്റെ ആദർശങ്ങൾ എന്നും അതിനാൽ ദേശീയ സാമ്പത്തികാസൂത്രണത്തിന് അവ ഉപകരിക്കില്ല എന്നും അവർ കരുതുന്നു. പക്ഷേ, പാശ്ചാത്യലോകത്തിൽ മാറ്റത്തിന്റെ കാറ്റ് വീശാൻ തുടങ്ങിയിരിക്കുന്നു എന്നത് രസാവഹമാണ്. അടുത്തകാലത്തായി യൂറോപ്പിലും അമേരിക്കയിലുമായി ധാരാളം പ്രബന്ധങ്ങളും പുസ്തകങ്ങളും പ്രസിദ്ധീകരിക്കുന്നുണ്ട്. ഇന്നേക്കു മാത്രമല്ല, വിദൂരഭാവിയിലേക്കും ഗാന്ധിജിയുടെ ആശയങ്ങൾ പ്രസക്തമാണ് എന്ന് അവർ കരുതുന്നു. ജപ്പാനിലെ മെയ്ജിയോ സർവകലാശാലയിലെ

പ്രൊഫസർ മോറിമോത്തോ ഈയിടെ ഡൽഹിയിലെ ഗാന്ധി സ്മാരക നിധി കോളനിയിൽ വച്ച് എന്നെ കാണുകയുണ്ടായി. മഹാത്മാഗാന്ധിയെക്കുറിച്ച് ഒരു തീസിസ് എഴുതിക്കൊണ്ടിരിക്കയാണത്രെ. അദ്ദേഹത്തിന്റെ അഭിപ്രായത്തിൽ "ഗാന്ധിയുടെ ആശയങ്ങൾ അദ്ദേഹത്തിന്റെ കാലത്തിന് ഒരു നൂറ്റാണ്ട് മുമ്പിലായിരുന്നു." "ഇത് വെറുതെ പറയുന്നതല്ല, ആധുനിക ചിന്തയെ ഗാന്ധിയൻ ആശയങ്ങളുമായി ആഴത്തിൽ തട്ടിച്ചുനോക്കിയശേഷമാണ് പറയുന്നത്" - അദ്ദേഹം കൂട്ടിച്ചേർത്തു.

അമേരിക്കൻ *ന്യൂസ് വീക്കി*ന്റെ കോളം എഴുത്തുകാരനാണ് വരീന്ദ്ര തർസി വിത്താച്ചി. അടുത്തകാലത്തായി, പാശ്ചാത്യബുദ്ധിജീവികൾക്കിടയിൽ ഗാന്ധിജിയുടെ ചിന്തകൾക്ക് വർധിച്ചതോതിൽ അംഗീകാരം ലഭിക്കുന്നതായി ഒരു സെറ്റു ലേഖനങ്ങളിലൂടെ അദ്ദേഹം സമർഥിച്ചു. ഉദാഹരണത്തിന്, ഇന്നു നാം നേരിടുന്ന സാമ്പത്തികവും സാമൂഹികവുമായ നിരവധി പ്രശ്നങ്ങൾക്ക് പരിഹാരം കാണാൻ, "നമ്മുടെ ആർത്തി കുറച്ചുകൊണ്ടുവന്ന് ആവശ്യങ്ങൾ നിവർത്തിക്കുക" എന്ന ഗാന്ധിജിയുടെ നിർദേശത്തിന് പാശ്ചാത്യരുടെ ഇടയിൽ വർധമാനമായ തോതിൽ സ്വീകാര്യത ലഭിക്കുന്നുണ്ട്. "ഈ ഭൂമിയിൽ എല്ലാവരുടെയും ആവശ്യങ്ങൾ നിറവേറ്റാൻ വേണ്ട വിഭവങ്ങൾ ഉണ്ട്. ആർത്തി തൃപ്തിപ്പെടുത്താൻ കഴിയില്ല, എന്നത് ശരിയാണ്," വിത്താച്ചി എഴുതി. "*ക്ലബ്ബ് ഓഫ് റോ*"മിനു നൽകിയ മൂന്നാം റിപ്പോർട്ടിൽ തറപ്പിച്ചു പറയുന്നു: "ലോകമാകെ ഒരു 'ചേരി', ഏതാനും പേർക്ക് സമൃദ്ധി - ഇത് നിലനിൽക്കുന്നതല്ല."

വികസിതരാജ്യങ്ങൾ ഗുരുതരമായ ഊർജക്കമ്മി നേരിടുകയാണ്. അർജന്റീനയിൽ വച്ച് ഈയിടെ ചേർന്ന ഐക്യരാഷ്ട്ര സഭയിൽ ഇങ്ങനെ ഒരു അഭിപ്രായം ഉയർന്നുവന്നു. "ഒരു ലിറ്റർ വെള്ളത്തിന് ഒരു ലിറ്റർ എണ്ണയേക്കാൾ കൂടുതൽ വില വരുന്ന കാലം വിദൂരമല്ല."

ക്ലബ്ബ് ഓഫ് റോം റിപ്പോർട്ടിൽ പറഞ്ഞിട്ടുള്ള "വളർച്ചയുടെ പരിമിതി"യെ ലോകത്തിന്റെ വിവിധ ഭാഗത്തുനിന്നുള്ള ശാസ്ത്രജ്ഞരും സാമ്പത്തികവിദഗ്ധരും ചോദ്യം ചെയ്യുന്നുണ്ട് എന്നത് ശരിതന്നെ. ഹഡ്സൺ ഇൻസ്റ്റിറ്റ്യൂട്ടിന്റെ സ്ഥാപക ഡയറക്ടർ ആയ ഹെർമൻ കാൻ *അടുത്ത 200 വർഷങ്ങൾ* (The Next 200 Years) എന്ന തന്റെ പുസ്തകത്തിൽ എഴുതി: "ഭാവി അവിശ്വസനീയമാംവിധം ശുഭോദർക്കമാണ്. ലോകത്തെമ്പാടുമുള്ള ജനങ്ങൾ ധനികരായിരിക്കും. പ്രകൃതിശക്തികൾ അവരുടെ പൂർണവരുതിയിൽ ആയിത്തീരുന്നതാണ്." ശരിയാണ്, "ആത്യന്തികമായി കൽക്കരിയും പെട്രോളും തീരും, തൽസ്ഥാനത്ത് സൗരോർജവും ഭൂതാപവും ഉപയോഗിക്കേണ്ടിവരും" അവർ സമ്മതിച്ചു.

പുതിയ സംശയങ്ങൾ

ഏതാനും മാസം മുമ്പെ *ടൈം* മാഗസിനിൽ ഫ്രാങ്ക് ടിപ്പ്റ്റ് എഴുതി: ശാസ്ത്രത്തിന്റെ നേട്ടങ്ങൾ അദ്ഭുതത്തേക്കാളേറെ പുതിയ അവിശ്വാസങ്ങൾക്ക് വഴികൊടുത്തുകൊണ്ടിരിക്കയാണ്. "ശാസ്ത്രത്തിന്റെയും

സാങ്കേതികവിദ്യകളുടെയും അദ്ഭുതസ്വപ്നങ്ങൾ ഭീതിദ യാഥാർത്ഥ്യങ്ങളായി മാറിക്കൊണ്ടിരിക്കയാണെന്ന് സാധാരണക്കാർ കാണാൻ തുടങ്ങിയിരിക്കുന്നു." ശാസ്ത്രം നൽകിയ ദിവ്യസമ്മാനമായി കരുതിയിരുന്ന ആണവോർജത്തെ ഒരു വൻവിപത്ത് ആയി കാണാൻ തുടങ്ങിയിരിക്കുന്നു. സമൃദ്ധി നൽകാൻ കഴിയുന്ന അണുവിന് യുദ്ധവും നാശവും നൽകാൻ കഴിയും, റിയാക്ടറുകളുള്ള രാഷ്ട്രങ്ങൾക്ക് ബോംബുണ്ടാക്കാനും കഴിയും. "ഇന്നല്ലെങ്കിൽ നാളെ ഏതെങ്കിലും ഒരു രാജ്യം രാജ്യത്തെമ്പാടും സർവനാശിയായ ആണവവികിരണം വിതയ്ക്കുന്നതാണ്" എന്ന് യൂറോപ്പിലും അമേരിക്കയിലും അനവധിപേർ കരുതുന്നു.

യു.കെ.യിലെ ഡോ. ഷുമാഹ്ഹർ *ചെറുത് സുന്ദരം* എന്ന തന്റെ പുതിയ പുസ്തകത്തിൽ വേദനയോടെ എഴുതി: "ശാസ്ത്രത്തിനും സാങ്കേതികവിദ്യക്കും പുതിയൊരു ദിശാബോധം വേണം. അത് ജൈവവും മയത്തോടുകൂടിയതും അഹിംസാത്മകവും വടിവൊത്തതും സുന്ദരവും ആയിരിക്കണം. വിവേകം അതാവശ്യപ്പെടുന്നു." വൻതോതിലുള്ള ഉൽപാദനശാലകൾക്കു പകരം വൻതോതിൽ ചെറിയ ഉൽപാദനശാലകൾ ആണ് വേണ്ടത് എന്ന ഗാന്ധിയൻ സമീപനത്തെ അദ്ദേഹം പിന്താങ്ങുന്നു. മനുഷ്യത്വമുള്ള സാങ്കേതികവിദ്യകൾക്കും മനുഷ്യരെ പരിഗണിക്കുന്ന സാമ്പത്തികശാസ്ത്രത്തിനും വേണ്ടി അദ്ദേഹം വാദിക്കുന്നു. "മനുഷ്യൻ ചെറുതാണ് അതിനാൽ ചെറുത് സുന്ദരമാണ്. ഭീമമായത് ആത്മഹത്യാപരമാണ്." ലോസ് ആൻജലസിൽനിന്നു പ്രസിദ്ധീകരിക്കുന്ന *മാനസ്* എന്ന മാസികയുടെ പുതിയ ലക്കത്തിൽ പ്രൊഫസർ ഡയമണ്ട് എഴുതി: "ഉദ്യോഗസ്ഥവൃന്ദത്തെ താഴോട്ടു വിന്യസിക്കുക, പൊതു ഉടമാവകാശം സ്ഥാപിക്കുക, വൻകിട ഉൽപാദനത്തെ വികേന്ദ്രീകരിക്കുക." *മോചനവും ശാസ്ത്രത്തിന്റെ ലക്ഷ്യവും* (Liberation and Aims of Science) എന്ന പുസ്തകത്തിൽ സസ്സക്സ് സർവകലാശാലയിലെ ഡോ. ബ്രയാൻ ഈസ്‌ലി എഴുതി: "പ്രതാപം കാണിക്കാനുള്ള വൻകിട ടെക്നോളജി പ്രോജക്ടുകൾ ഉടൻ നിർത്തലാക്കണം. മനുഷ്യസ്നേഹത്തിന്റെയും പ്രകൃതി ബഹുമാനത്തിന്റെയും ചട്ടക്കൂടിനുള്ളിലുള്ള ഒരു ശാസ്ത്രം വളർത്തിയെടുക്കണം."

ഗാന്ധിജി യന്ത്രങ്ങൾക്കും ആധുനിക സാങ്കേതികവിദ്യക്കും അപ്പാടെ എതിരായിരുന്നുവെന്ന് പലരും കരുതുന്നു. അത് തെറ്റായ ധാരണയാണ്. എല്ലാവർക്കും ഗുണം ചെയ്യുന്ന ശാസ്ത്രത്തിന്റെ എല്ലാ നേട്ടങ്ങളെയും ഗാന്ധിജി വിലമതിച്ചിരുന്നു. കോടിക്കണക്കിന് ജനങ്ങളെ തൊഴിൽരഹിതരാക്കുന്ന സാങ്കേതികവിദ്യകളോടുള്ള ഭ്രാന്തുപിടിച്ച അഭിനിവേശത്തെയാണ് അദ്ദേഹം എതിർത്തിരുന്നത്. ഗാന്ധിജിയുടെ ഏറ്റവും ഉയർന്ന പരിഗണന മനുഷ്യനായിരുന്നു. പതിനായിരക്കണക്കിനു വരുന്ന ഗ്രാമങ്ങൾ വികസിപ്പിച്ചും പുറംലോകവുമായി സമാധാനപൂർവം സഹവർത്തിച്ചും ലളിതവും അതേ സമയം ഉത്കൃഷ്ടവും ആയ ഒരു

സ്വതന്ത്രഭാരതത്തെ ഗാന്ധിജി സ്വപ്നം കണ്ടു. അദ്ദേഹത്തിന്റെ കാഴ്ചപ്പാടിൽ ആവശ്യങ്ങൾ അന്തമില്ലാതെ പെരുകുന്നതല്ല, ബോധപൂർവം കുറയ്ക്കുന്നതാണ് യഥാർഥ സംസ്കാരം. അങ്ങനെ മാത്രമേ യഥാർഥമായ സന്തോഷവും ലഭിക്കൂ, സ്വയം സാക്ഷാത്കാരം സാധ്യമാകൂ.

പാരീസിലുള്ള OECDയുടെ വികസനകേന്ദ്രം അടുത്തകാലത്ത് അസാധാരണമായ ഒരു തീസീസ് പ്രസിദ്ധീകരിക്കുകയുണ്ടായി. *വികസനത്തിന്റെ പുനർനിർവചനത്തിനു വേണ്ടി* എന്നാണ് അതിന്റെ ശീർഷകം. ഇന്നത്തെ വികസനസങ്കല്പം തെറ്റായ ഒന്നാണ്. കൂടുതൽ വേഗത്തിലുള്ള വികസനത്തിന്റെ അനിവാര്യമായ അനന്തരഫലം മനുഷ്യരാശിയിലെ ധനികരും ദരിദ്രരും തമ്മിലുള്ള ശത്രുത വർധിപ്പിക്കൽ ആയിരിക്കും. നിർമാണത്തിനുള്ള സാങ്കേതികവിദ്യകളേക്കാൾ വേഗത്തിൽ നശീകരണത്തിനുള്ളവ വളർത്തൽ ആയിരിക്കും വൻതോതിൽ ഊർജം ആവശ്യമാക്കുന്ന കൂറ്റൻ യന്ത്രങ്ങളെ ആശ്രയിച്ചുകൊണ്ടുള്ള, വ്യവസായവത്കരണം ഒരു ഫ്രാങ്കിന്സ്റ്റൈൻ ഭൂതമാണ്. അതിന്റെ ചെയ്തികൾ, അതിന്റെ സ്രഷ്ടാക്കൾക്ക്, അതിന്റെ യജമാനന്മാരെന്നു കരുതുന്നവർക്കുപോലും വഴങ്ങുന്നതല്ല.

സാംസ്കാരിക സാമ്രാജ്യത്വത്തിന്നെതിരെ

റിപ്പോർട്ടിന്റെ എഡിറ്റർമാർ ഖണ്ഡിതമായിത്തന്നെ പറയുന്നു: "മനുഷ്യരെ പരസ്പരം അകറ്റുന്നതും പരസ്പരം ശത്രുക്കളാക്കുന്നതുമായ ഏതൊരു വികസനവും അർഥശൂന്യമാണ്." എല്ലാ രാജ്യങ്ങൾക്കും സാധുവായ ഒരു പൊതുവികസനമാതൃകയുണ്ടെന്നും അവർ അംഗീകരിക്കുന്നില്ല. "ഒരു ദേശത്തിനും ഒരു രാഷ്ട്രത്തിനും നേട്ടങ്ങളുടെ കുത്തക അവകാശപ്പെടാനോ നേതാവു ചമയാനോ അവകാശമില്ല. ഓരോ രാജ്യത്തിനും സ്വന്തം ലക്ഷ്യങ്ങൾ സാക്ഷാത്കരിക്കാൻ കഴിയണം. മൂലധന സഞ്ചയവും ഉൽപാദനവും വ്യത്യസ്തമായ രീതിയിൽ സംഘടിപ്പിക്കണം; വിഭവങ്ങളും സാങ്കേതികവിദ്യകളും പുനർവിതരണം ചെയ്യപ്പെടണം; എല്ലാതരത്തിലുള്ള സാമ്പത്തികസാമ്രാജ്യത്വവും അവസാനിപ്പിക്കണം ഇതാണ് വേണ്ടത്." പ്ാൾ മാർക് ഹെന്റി പറയുന്നു: "ധാർമികവും രാഷ്ട്രീയവും ആയ പരസ്പരകൂടിയാലോചനകളിലൂടെ മാത്രമേ പുതിയൊരു ലോകവ്യവസ്ഥ രൂപംകൊള്ളൂ. പരസ്പരം ശത്രുതയോടെ എതിരിട്ടുകൊണ്ടിരിക്കാൻ പറ്റില്ല. ഈ കാഴ്ചപ്പാടിൽനിന്നു മാത്രമേ പുതിയൊരു വികസനം ആരംഭിക്കാനാകൂ!!"

യുനസ്കോ പ്രസ് ഏതാനും മാസം മുമ്പ് പ്രസിദ്ധീകരിച്ച മറ്റൊരു പുസ്തകമാണ് *പുതിയൊരു ലോകത്തിനു വേണ്ട സംസ്കാരവും സമൂഹവും സാമ്പത്തികശാസ്ത്രവും*. അതിൽ പറയുന്നു:

"കൂടുതൽ സമത്വപൂർണമായ ഒരു സാമൂഹികവ്യവസ്ഥ കെട്ടിപ്പടുക്കാൻ സഹായിക്കുന്ന വിധത്തിൽ, കാര്യങ്ങൾ പുതിയ രീതിയിൽ കാണാനും പുതിയ പെരുമാറ്റരീതികളും കാഴ്ചപ്പാടുകളും സ്വീകരിക്കാനും തയ്യാറാകണം." ഈ റിപ്പോർട്ടിന്റെ എഡിറ്റർമാർ സാംസ്കാരിക

സാമ്രാജ്യത്വത്തെ ശക്തമായി അപലപിക്കുന്നു. “ഓരോ രാഷ്ട്രത്തിനും അതിന്റെ ചരിത്രത്തിനും പാരമ്പര്യത്തിനും അനുസരിച്ചും അത് വളർത്തിയെടുത്ത രാഷ്ട്രീയചട്ടക്കൂടിനുള്ളിലും അതിന്റെ തനതായ സംസ്കാരം വളർത്തുന്നതിനുള്ള അവകാശം മൗലികമാണ്” അവർ പറയുന്നു. “ഓരോ രാജ്യത്തിന്റെയും അതിരുകളെ ബഹുമാനിക്കുന്നതുപോലെ അതിന്റെ സാംസ്കാരിക തനിമയേയും ബഹുമാനിക്കണം. ഇത് എല്ലാ ജനങ്ങളുടെയും രാഷ്ട്രങ്ങളുടെയും കടമയാണ്” അദ്ദേഹം കൂട്ടിച്ചേർക്കുന്നു. സാങ്കേതികവിദ്യാ സാമ്രാജ്യത്വത്തെപ്പറ്റിയും അദ്ദേഹം പറയുന്നുണ്ട്. സ്വന്തം സാങ്കേതികവിദ്യ വികസിപ്പിക്കാത്ത ഒരു രാജ്യത്തിന് ഇറക്കുമതിചെയ്ത സാങ്കേതികവിദ്യകളെ സ്വാംശീകരിക്കാൻ കഴിയുന്നതല്ല. പരമ്പരാഗത അധ്വാനശേഷികളെ പുതിയ രീതികളിൽ ഉപയോഗിക്കാൻ കഴിയണം. വൈവിധ്യംകൊണ്ടുള്ള മെച്ചങ്ങൾ സാംസ്കാരികം മാത്രമല്ല, സാമ്പത്തികവും കൂടിയാണ്. വൈവിധ്യത്തെ വികസനത്തിനു തടസ്സമായി കാണരുത്.

സ്വാതന്ത്ര്യത്തിനു മുമ്പുള്ള കാലത്ത് ഗാന്ധിജി ആവർത്തിച്ചുപറഞ്ഞിരുന്നത് ഇതാണ്. ഗാന്ധിജി പറഞ്ഞു: “ആധുനികശാസ്ത്രത്തെ ഞാൻ ബഹുമാനിക്കുന്നു. പക്ഷേ, നമ്മുടെ പഴയശാസ്ത്രത്തെ പുതിയതിന്റെ വെളിച്ചത്തിൽ പരിശോധിക്കുകയും പുതുക്കുകയും ആണ് വേണ്ടത്.” അദ്ദേഹം തുടർന്നു: “ഇന്ത്യയും ഇന്ത്യയിലൂടെ ലോകമാകെത്തന്നെയും യഥാർഥ സ്വാതന്ത്ര്യം നേടണമെങ്കിൽ ഒരു കാര്യം തീർച്ചയാണ്. ഇന്നല്ലെങ്കിൽ നാളെ എല്ലാ ജനങ്ങളും ഗ്രാമങ്ങളിൽ ജീവിക്കേണ്ടിവരും. നഗരങ്ങളിലല്ല, കുടിലുകളിലാണ്, കൊട്ടാരങ്ങളിലല്ല.... ആത്മനിയന്ത്രണമില്ലാതെ ഒരാൾക്ക് സ്വയം രക്ഷിക്കാനാകില്ല. ഇന്ത്യ അതിന്റെ സത്തയ്ക്കും സാംസ്കാരിക പാരമ്പര്യങ്ങൾക്കും അനുസൃതമായ അതിന്റേതായ ഒരു സോഷ്യലിസം വളർത്തിയെടുക്കണം. പടിഞ്ഞാറിനെ അന്ധമായി അനുകരിക്കുന്നതിലൂടെ നമ്മൾ എവിടെയും എത്താൻ പോകുന്നില്ല.”

മറ്റു രാജ്യങ്ങളിൽനിന്ന് ഇന്ത്യക്ക് ഒന്നും പഠിക്കാനില്ല എന്നല്ല ഇതിന്നർഥം. “ഒരുപാട് കാര്യങ്ങൾ എഴുതാനുണ്ട്” ഗാന്ധിജി പറഞ്ഞു. പക്ഷേ, എല്ലാം തന്നെ ഇന്ത്യയിലെ കാര്യങ്ങളെപ്പറ്റിയാണ്. “എന്റെ വീടിന്റെ വാതിലുകളും ജനലുകളും കൊട്ടിയടയ്ക്കാൻ ഞാൻ ആഗ്രഹിക്കുന്നില്ല. എല്ലാ രാജ്യങ്ങളിൽനിന്നുമുള്ള സംസ്കാരങ്ങളുടെ മാരുതൻ എന്റെ വീട്ടിൽ സ്വതന്ത്രമായി വീശണം. പക്ഷേ, ആ കാറ്റിൽ അടിതെറ്റി പാറിപ്പോകാൻ ഞാൻ തയ്യാറല്ല.”

ലോകത്തെമ്പാടുമുള്ള സാമ്പത്തികശാസ്ത്രജ്ഞർ ഇന്നത്തെ അതിശീഘ്രമായ വളർച്ചയിൽ ഭയചകിതരാണ്. ഒരുതരം “വികസനഭീതി.” അവർ “ജീവിതഗുണത”യെപ്പറ്റി കൂടുതലായി സംസാരിക്കാൻ തുടങ്ങിയിരിക്കുന്നു. പാശ്ചാത്യവികസനമാതൃക അനുകരിച്ചുകൊണ്ട് ജപ്പാന് പത്തുകൊല്ലം കൊണ്ട് അതിന്റെ ദേശീയവരുമാനം ഇരട്ടിപ്പിക്കാം. പക്ഷേ, അതിനു പകരം അവർ പതുക്കെപ്പോകാൻ തീരുമാനിച്ചിരിക്കുന്നു. സ്വന്തം

പ്രകൃതിവിഭവങ്ങൾ സംരക്ഷിക്കാനും ദേശീയ ജീവിതത്തിൽ സ്വന്തം സാംസ്കാരികമൂല്യങ്ങൾ വളർത്താനും തീരുമാനിച്ചിരിക്കുന്നു. നിരവധി വർഷങ്ങൾക്കുമുമ്പേ ഒരു സവിശേഷ കാര്യത്തിലേക്ക് ഗാന്ധിജി നമ്മുടെ ശ്രദ്ധ ക്ഷണിച്ചിരുന്നു: "കോടികളുടെ ജീവിതനിലവാരം ഉയർത്തുക യെന്നത് അടിയന്തിരാവശ്യമാണ് എന്നാൽ അത്രതന്നെ ആവശ്യമാണ് ജീവിതത്തിന്റെ നിലവാരം ഉയർത്തുക എന്നതും. ഇതിൽ ഭൗതികമായ ഉപഭോഗസാമഗ്രികൾക്കു പുറമേ മാനവാസ്തിത്വത്തിന്റെ ധാർമികവും ആത്മീയവുമായ മൂല്യങ്ങളും ഉൾപ്പെടും."

ആരോഗ്യത്തിനുള്ള മാർഗം

1942ലെ ക്വിറ്റ് ഇന്ത്യാ സമരക്കാലത്ത് ഗാന്ധിജി ആഗാഖാൻ കൊട്ടാര ത്തിൽ തടവുകാരനായിരുന്നു. അക്കാലത്ത് സർവോദയദർശനത്തെ ക്കുറിച്ചുള്ള ഒരു തീസീസ് അല്ല അദ്ദേഹം എഴുതിയത്. പിന്നെയോ, *ആരോഗ്യത്തിലേക്കുള്ള മാർഗം* എന്ന ഒരു കൊച്ചു ലഘുലേഖ ആയി രുന്നു. രാഷ്ട്രത്തിന്റെ ആരോഗ്യം കാത്തുരക്ഷിക്കാനായി ലളിതമായ പ്രകൃതിചികിത്സാസമ്പ്രദായം പ്രചരിപ്പിക്കേണ്ടതിന്റെ കാര്യമായിരുന്നു അതിന്റെ ഉള്ളടക്കം. ശരീരത്തിന്റെ ആരോഗ്യം കാത്തുരക്ഷിക്കാൻ പഞ്ച ഭൂതങ്ങളെ - ഭൂമി, വെള്ളം, വായു, പ്രകാശം, ആകാശം എന്നിവയെ- യഥാവിധി ഉപയോഗിക്കണം. ആധുനിക വൈദ്യശാസ്ത്രത്തിലെ ഔഷധ ങ്ങൾ ഉപയോഗിക്കുന്നതിനോട് ഗാന്ധിജിക്ക് എതിർപ്പായിരുന്നു. അവ നമ്മുടെ ശരീരമാകുന്ന യന്ത്രത്തെ തിരുത്താനാകാത്തവിധം തകരാറി ലാക്കും, സംഖ്യയറ്റ കുഴപ്പങ്ങൾ സൃഷ്ടിക്കും - അദ്ദേഹം വാദിച്ചു. പ്രകൃതിദത്തമായ ചുറ്റുപാടിൽ ലളിതമായ ജീവിതം നയിക്കുകയും ഉദാത്തമായി ചിന്തിക്കുകയും ചെയ്യണമെന്ന് അദ്ദേഹം ഉപദേശിച്ചു. പാശ്ചാത്യരീതിയിലുള്ള വ്യവസായവത്കരണത്തിന് അദ്ദേഹം എതിരാ യിരുന്നു. അവ കോടിക്കണക്കിനാളുകളെ തൊഴിൽരഹിതരാക്കുന്നു, അന്തരീക്ഷത്തെ മലിനപ്പെടുത്തുന്നു.

കഴിഞ്ഞ ഏതാനും വർഷങ്ങളായി വികസിതരാജ്യങ്ങൾ ഗുരുതര മായ ജല-വായു മലിനീകരണം നേരിടുന്നുണ്ട്. വിഷമയമായ ഈ മലിനീകരണം തടയാൻ ലോകത്തെമ്പാടുമുള്ള പരിസ്ഥിതിശാസ്ത്രജ്ഞ ന്മാർ മാർഗങ്ങൾ അന്വേഷിച്ചുകൊണ്ടിരിക്കയാണ്. യോഗയ്ക്കും പ്രകൃതി ചികിത്സയ്ക്കും യൂറോപ്പിലും അമേരിക്കയിലും അടുത്ത കാലത്തായി പ്രചാരം കൂടിവരികയാണ്. പല രോഗങ്ങൾക്കും അവർ വിലപിടിച്ച ആധു നിക ഔഷധങ്ങൾക്കു പകരം ലളിതവും ചെലവുകുറഞ്ഞതുമായ ഗാർഹിക ഔഷധങ്ങൾ ഉപയോഗിക്കുന്നു. പാശ്ചാത്യരാജ്യങ്ങളിൽ യോഗാക്ലാസ്സുകൾക്ക് പ്രചാരം കൂടിവരുന്നു; പച്ചമരുന്നുകൾക്ക് ആവശ്യം കൂടിവരുന്നു. ഇതെല്ലാം ശുഭോദർക്കമാണ്.

തങ്ങളുടെ ദേശീയ ചികിത്സാസമ്പ്രദായങ്ങൾ പ്രോത്സാഹിപ്പിക്കണ മെന്ന് ലോകാരോഗ്യസംഘടന അടുത്തകാലത്ത് വികസ്വരരാജ്യങ്ങളെ

ഉപദേശിക്കുകയുണ്ടായി. അവ ലളിതവും ചെലവു കുറഞ്ഞതുമാണ്. അങ്ങനെ മാത്രമേ ജനസാമാന്യത്തിന് ആവശ്യമായ ആരോഗ്യസേവനം ഉറപ്പുവരുത്താനാകൂ. ഈയിടെ ഒരു ലണ്ടൻ ആശുപത്രിയിൽ ഓപ്പറേഷൻ കഴിഞ്ഞ ഒരു രോഗിയുടെ മുറിവ് പഴുക്കാൻ തുടങ്ങി. ആന്റിബയോട്ടിക്കുകൾ കൊടുത്തിട്ടും ഉണങ്ങാഞ്ഞപ്പോൾ പപ്പായത്തൊലി പതിച്ച് മുറിവ് ഉണക്കിയതായി രസകരമായ ഒരു റിപ്പോർട്ടുണ്ടായിരുന്നു. ഇത്തരം പ്രകൃതിചികിത്സകൾ ശാസ്ത്രീയമായ പഠനത്തിനു വിധേയമാക്കണം. അങ്ങനെ മാത്രമേ കൂടുതൽ ആളുകൾക്ക് അവ ഉപകരിക്കൂ.

സമൂഹത്തിലെ ഏറ്റവും ദരിദ്രരായവരെ മദ്യത്തിന്റെ അടിമത്തത്തിൽനിന്ന് രക്ഷപ്പെടുത്താനായി സമ്പൂർണ മദ്യനിരോധനം നടപ്പാക്കാൻ ഗാന്ധിജി ആഗ്രഹിച്ചിരുന്നു. മദ്യനിരോധനത്തിനെ ഒരു 'ഗാന്ധിയൻ കമ്പം' എന്ന് വിളിക്കുന്നത് ശരിയല്ല. മദ്യാസക്തിയിൽനിന്ന് മോചിപ്പിച്ചല്ലാതെ സമൂഹത്തിലെ ഏറ്റവും ദുർബലമായ വിഭാഗത്തിന്റെ ജീവിതനിലവാരം ഉയർത്താൻ കഴിയില്ലെന്ന് ഗാന്ധിജിക്ക് ഉറപ്പായിരുന്നു. ഇതിന് നിയമനിർമാണം വേണം, വിദ്യാഭ്യാസം നൽകണം, ശക്തമായ പ്രചാരണം നടത്തണം. യു.എസ്.എയും സോവിയറ്റ് യൂണിയനും അടക്കമുള്ള വികസിതരാജ്യങ്ങൾ ആൽക്കഹോളിസത്തിന്റെ ദോഷഫലങ്ങളെപ്പറ്റി ഏറെ വ്യാകുലചിത്തരാണ്. പല രാജ്യങ്ങളും പുകവലിയും ആരോഗ്യത്തിനു ഹാനികരമാണെന്നു കാണാൻ തുടങ്ങിയിരിക്കുന്നു; മദ്യത്തിന്റെയും സിഗരറ്റിന്റെയും പരസ്യങ്ങൾ നിരോധിച്ചിരിക്കുന്നു.

മർമപ്രധാനമായ പരിഷ്കാരങ്ങൾ

മദ്യത്തിൽ നിന്നു മോചനം നേടാതെ ദാരിദ്ര്യമെന്ന ദുർദേവതയെ ഓടിക്കാൻ കഴിയില്ല. മർമപ്രധാനമായ ഈ പരിഷ്കരണം നടത്തിയില്ലെങ്കിൽ അധ്വാനിക്കുന്ന മഹാഭൂരിപക്ഷം ജനങ്ങളുടെയും ജീവിതാവസ്ഥ മെച്ചപ്പെടുത്താനായുള്ള നമ്മുടെ എല്ലാ വൻ പദ്ധതികളും ജലരേഖകളായിത്തീരും, പാഴ്സ്വപ്നങ്ങളായിത്തീരും.

ഇന്ത്യൻ രാഷ്ട്രത്തിന് താൻ നൽകിയ ഏറ്റവും വിലപ്പെട്ട സമ്മാനം അടിസ്ഥാനവിദ്യാഭ്യാസം ആണെന്ന് ഗാന്ധിജി കരുതി. UNESCO ഡയറക്ടർ ജനറൽ ഉണ്ടാക്കിയ വിദ്യാഭ്യാസവികസനത്തിനായുള്ള സാർവദേശീയ കമ്മീഷൻ പ്രസിദ്ധീകരിച്ച *ആകാൻ പഠിക്കുക* (Learning to Be) എന്ന റിപ്പോർട്ടിൽ പ്രൈമറി-സെക്കണ്ടറി വിദ്യാഭ്യാസത്തെ "അടിസ്ഥാനവിദ്യാഭ്യാസം" എന്നു വിളിക്കണമെന്നു നിർദേശിച്ചു. ഗാന്ധിജിയുടെ മനസ്സിൽ, എല്ലാവരും 'ജനനം മുതൽ മരണം വരെ' പഠിക്കുന്നവരാണ്. പഠിക്കേണ്ടവരാണ്. ഒരു തുടർപ്രകിയ ആണത്. വിദ്യാഭ്യാസമെന്നത് ഒരു ആജീവനാന്ത പ്രക്രിയ ആണെന്നും സാർവദേശീയ കമ്മീഷൻ ശിപാർശചെയ്യുകയുണ്ടായി. ബോധനമെന്നത് ക്ലാസുമുറികളുടെ നാലുചുമരുകൾക്കുള്ളിൽ മാത്രം നടക്കേണ്ട ഒരു പ്രക്രിയ അല്ലെന്നും സമൂഹത്തിൽ നടക്കുന്ന എല്ലാതരം സാമൂഹിക-സാമ്പത്തിക

പ്രവർത്തനങ്ങളെയും അതിന് ഉപയോഗിക്കണമെന്നും കമ്മീഷൻ നിർദേശിക്കുകയുണ്ടായി.

വിദ്യാഭ്യാസ പരിഷ്കാരങ്ങളെക്കുറിച്ച് ഈയിടെ പ്രസിദ്ധീകരിച്ച ഒരു റിപ്പോർട്ടിൽ ഗ്രേറ്റ് ബ്രിട്ടനിലെ പ്രൊഫ. കാസ്സിൽ "വിദ്യാഭ്യാസ വ്യവസ്ഥയും ചുറ്റുമുള്ള സാമൂഹിക-സാമ്പത്തിക വ്യവസ്ഥയും തമ്മിലുള്ള പൊരുത്തക്കേടിലേക്ക്" ശ്രദ്ധ ക്ഷണിക്കുകയുണ്ടായി. വാർധാ മോഡൽ അടിസ്ഥാനവിദ്യാഭ്യാസം ഇന്ത്യൻ വിദ്യാഭ്യാസരംഗത്തെ ഏറ്റവും ആശാവഹമായ വികാസമാണെന്ന് അദ്ദേഹം ചൂണ്ടിക്കാട്ടി. "അത് വിജയിക്കാത്തതിനു കാരണം അത് വേണ്ടത്ര ഗൗരവത്തോടെ പരീക്ഷിച്ചിട്ടില്ല എന്നതാണ്, അല്ലാതെ പരീക്ഷിച്ച് പരാജയപ്പെട്ടതല്ല" - അദ്ദേഹം കൂട്ടിച്ചേർത്തു. സ്വാതന്ത്ര്യാനന്തര ഭാരതത്തിലെ വിദ്യാഭ്യാസ വികാസത്തിലെ ഏറ്റവും വലിയ ഒരു ദുരന്തമായിരുന്നു ഇത്.

വിദ്യാലയരഹിതസമൂഹം

ഡോ. ഇവാൻ ഇലിച്ച് ഒരു ചുവടുകൂടി മുന്നോട്ടുപോകുന്നു. നമുക്കു പരിചയമുള്ള ഇഷ്ടികയും മരവുംകൊണ്ട് തീർത്ത സ്കൂളുകൾ ഇല്ലാത്ത, അവ ഓർമമാത്രമായി മാറിയ ഒരു സമൂഹം. അതിൽ വീട്, കൃഷിയിടം, ഫാക്ടറി, വർക്ഷോപ്പ് - എല്ലാമെല്ലാം പഠനയിടങ്ങൾ ആണ്, ആജീവനാന്ത പ്രായോഗിക വിദ്യാഭ്യാസത്തിനുള്ള കേന്ദ്രസ്ഥാനങ്ങളാണ്. പ്രൊഫ. ഗുണ്ണാർ മിർഡിൽ തന്റെ വിശ്വപ്രസിദ്ധ ഗ്രന്ഥമായ "*ഏഷ്യൻ ഡ്രാമ*"യിൽ പറയുന്നു: "ഇന്ത്യയിലെ സ്കൂളുകളിൽ അവശ്യം ആവശ്യമായ പാഠ്യപദ്ധതി പരിഷ്കരണത്തിനും ബോധനരീതി പരിഷ്കരണത്തിനും ഏറ്റവും നല്ല മാതൃക അടിസ്ഥാന-വിദ്യാഭ്യാസം ആയിരിക്കും."

ആധുനിക വിദ്യാഭ്യാസത്തിന്റെ തലതൊട്ടപ്പനാണ് ഡോ. ജോൺ ഡ്യൂയി. അദ്ദേഹം ഒരിക്കൽ പറയുകയുണ്ടായി: ഗാന്ധിജിയുടെ അടിസ്ഥാന വിദ്യാഭ്യാസപദ്ധതി മറ്റെല്ലാറ്റിനേക്കാളും നിരവധി ചുവടുകൾ മുന്നിലാണ്. ആസൂത്രിതമായ രീതിയിൽ അത് പരീക്ഷിച്ചു നോക്കേണ്ടതാണ്.

ലക്ഷ്യം മാർഗത്തെ ന്യായീകരിക്കുന്നതല്ല

ലക്ഷ്യത്തിന്റെ പരിശുദ്ധിക്കെന്നപോലെ മാർഗത്തിന്റെ പരിശുദ്ധിക്കും ഗാന്ധിജി പ്രാധാന്യം കല്പിച്ചിരുന്നു. ലക്ഷ്യം മാർഗത്തെ സാധൂകരിക്കും എന്ന പഴയ സിദ്ധാന്തത്തോട് അദ്ദേഹം യോജിച്ചിരുന്നില്ല. അദ്ദേഹം ലക്ഷ്യത്തെ മരമായും മാർഗത്തെ വിത്തായും സങ്കല്പിച്ചു. വിത്തും മരവും തമ്മിലുള്ള അതേ ബന്ധമാണ് മാർഗവും ലക്ഷ്യവും തമ്മിലുള്ളത് എന്ന് അദ്ദേഹം വാദിച്ചു. പങ്കിലമായ മാർഗം പങ്കിലമായ ലക്ഷ്യത്തിലേക്കേ നയിക്കൂ. അസത്യത്തിൽ കൂടെ സത്യത്തിൽ എത്താൻ കഴിയില്ല. ഇത് വളരെ നീണ്ട വഴിയാണ് എന്നു തോന്നിയേക്കാം. എന്നാൽ വാസ്തവത്തിൽ അതാണ് ഏറ്റവും കുറിയത്.

മാർഗത്തിന്റെ പരിശുദ്ധിയെക്കുറിച്ചുള്ള ഗാന്ധിജിയുടെ വാശി, ഉദാത്തമായ ദർശനത്തിൽനിന്ന് ഉടലെടുത്തതല്ല, പ്രായോഗികാനുഭവത്തിൽ

നിന്നുള്ളതാണ്. കർമസിദ്ധാന്തം, കാര്യകാരണബന്ധം ശാസ്ത്രീയമാണ്. തെറ്റായ വഴി ശരിയായ ലക്ഷ്യത്തിൽ എത്തിക്കില്ല. രാഷ്ട്രീയചരിത്രവും ഇതേ നിഗമനത്തിലേക്ക് നമ്മെ നയിക്കുന്നു. അവിശുദ്ധവും അഴിമതി നിറഞ്ഞതുമായ രീതികൾ ദുരന്തത്തിലേക്കേ നയിക്കൂ.

സത്യഗ്രഹമെന്ന തന്ത്രം

മഹനീയ ലക്ഷ്യങ്ങൾ നേടുന്നതിന് വിശുദ്ധമായ മാർഗങ്ങൾതന്നെ വേണം എന്ന തത്ത്വത്തിൽനിന്നാണ് ധാർമികസമരമായ സത്യഗ്രഹം എന്ന അക്രമരഹിതപ്രതിരോധ തന്ത്രം രൂപംകൊള്ളുന്നത്. തന്റെ രാജ്യത്തിനു വേണ്ടി എന്തും ത്യജിക്കാൻ ഗാന്ധിജി തയ്യാറായിരുന്നപ്പോഴും സത്യത്തെയും അഹിംസയേയും കൈവെടിയാൻ അദ്ദേഹം തയ്യാറായിരുന്നില്ല. അക്രമത്തിലൂടെയും രക്തച്ചൊരിച്ചിലിലൂടെയുമാണ് ഇന്ത്യ സ്വാതന്ത്ര്യം കൈവരിക്കുന്നതെങ്കിൽ താമസിയാതെ അതേ രീതിയിൽ തന്നെ അതിന്റെ സ്വാതന്ത്ര്യം നഷ്ടപ്പെടുകയും ചെയ്യും എന്നതിൽ ഗാന്ധിജിക്ക് ഒരു സംശയവും ഉണ്ടായിരുന്നില്ല. തങ്ങളുടെ ന്യായമായ ലക്ഷ്യങ്ങൾ നേടുന്നതിൽ കലാപത്തിന്റെയും അക്രമത്തിന്റെയും രീതികൾ ഉപയോഗിക്കരുത് എന്ന് ഇന്ത്യയിലെ യുവാക്കളോട് ഗാന്ധിജി ആവർത്തിച്ചാവർത്തിച്ചു പറഞ്ഞിരുന്നു. *ഭാവിയുടെ അതിജീവനം* (Surviving the Future) എന്ന തന്റെ പുതിയ പുസ്തകത്തിൽ പ്രൊഫ. ആർനോൾഡ് ടോയൻബി ലോകത്തെമ്പാടുമുള്ള യുവാക്കളോട് അഭ്യർഥിച്ചു: "നിങ്ങളുടെ മാതാപിതാക്കളുടെ തലമുറയെ എതിർക്കുക; അവരുടെ തെറ്റായ ആശയങ്ങളെയും ആദർശങ്ങളെയും എതിർക്കുക; പക്ഷേ, വെറുപ്പോടുകൂടിയല്ല, മറിച്ച് *ഗാന്ധിയൻ രീതിയിൽ.*"

അമേരിക്കൻ നീഗ്രോ വംശജരുടെ അനിഷേധ്യനേതാവായ മാർട്ടിൻ ലൂഥർ കിങ് വെള്ളക്കാരുടെ മർദനങ്ങൾക്കെതിരായ സമരത്തിൽ അഹിംസയുടെ മാർഗമാണ് അവലംബിച്ചത്. സോവിയറ്റ് യൂണിയനിൽ വിമതബുദ്ധിജീവികളുടെ നേതാവായ സഖാറൊവ് "അഹിംസയാണ് കൂടുതൽ ശക്തമായ സമരായുധം" എന്ന് ഉദ്ഘോഷിച്ചു. ഐക്യരാഷ്ട്ര സഭയുടെ സെക്രട്ടറി ജനറൽ ആയിരുന്ന ഊതാന്ത് പ്രഖ്യാപിച്ചു: "ഗാന്ധിജിയുടെ ദർശനത്തിൽ അദ്ദേഹത്തിന്റെ രാജ്യത്തിനും കാലത്തിനും അതീതമായ പ്രസക്തിയും പ്രാധാന്യവുമുണ്ട്......" രാഷ്ട്രീയത്തിൽ യുദ്ധങ്ങളും ബലപ്രയോഗങ്ങളും തീർത്തും നിഷ്ഫലമാണെന്ന് ചരിത്രം ആവർത്തിച്ചാവർത്തിച്ച് തെളിയിച്ചിട്ടുണ്ട്. ഗാന്ധിജിയുടെ അഹിംസാസിദ്ധാന്തത്തെ അവഗണിക്കുന്നത്, എപ്പോഴായാലും നമുക്കും ലോകത്തിനാകെയും ദ്രോഹമേ ചെയ്യൂ.

ഗാന്ധിജി തന്റെ കാലത്ത് പറഞ്ഞ എല്ലാ ആശയങ്ങളോടും നമ്മൾ യോജിച്ചെന്നു വരില്ല. എന്നാൽ അദ്ദേഹത്തിന്റെ അടിസ്ഥാനപരമായ ആശയങ്ങളുടെ പ്രാധാന്യത്തെക്കുറിച്ച് ആഗോളതലത്തിൽതന്നെ തിരിച്ചറിവ് വളർന്നുവരികയാണ്; ഇന്ത്യ അദ്ദേഹത്തിന്റെ ആശയങ്ങളും മാർഗദർശനവും സർഗാത്മകമായ രീതിയിൽ സ്വീകരിക്കണം. കുറെ

കൊല്ലങ്ങൾക്കുമുമ്പ്, മഹാനായ ഫ്രഞ്ച് ചിന്തകൻ റൊമെയ്ൻ റോളങ് നിരീക്ഷിച്ചു: "ഒരു നിലയ്ക്ക് നോക്കിയാൽ ഗാന്ധിജി ഇന്നത്തെ ശാസ്ത്രത്തിന്റെയും ഏറെ മുന്നിൽ ആണ്. ഭാവിയിലെ പ്രശ്നങ്ങളെക്കുറിച്ച് വളരെ ശാസ്ത്രീയമായാണ് ചിന്തിച്ചത്. ഈ അർഥത്തിൽ അദ്ദേഹം അത്യന്താധുനികൻ ആണ്."

ഗാന്ധിജി പഴമയുടെ പ്രതീകമല്ല, സംശയമില്ല. ഇന്നും ഇനിയും ഏറെ ക്കാലത്തേക്കും - അദ്ദേഹം ഭാവിയുടെ വഴികാട്ടി ആയിരിക്കും. "ഗാന്ധിജിയെ ജീവനോടെ കുഴിച്ചുമൂടിയിരിക്കുന്നു" എന്നു പലരും അദ്ദേഹത്തിന്റെ അന്ത്യകാലത്ത് വിലപിച്ചിട്ടുണ്ട്. *ഹരിജ*നിൽ ഗാന്ധിജി തന്നെ 1941-ൽ എഴുതി: "എന്റെ വിശ്വാസം ജ്വലിച്ചുകൊണ്ടിരിക്കുന്ന കാലത്തോളം - ഞാൻ ഒറ്റയ്ക്കാണെങ്കിൽപോലും അത് ജ്വലിച്ചുകൊണ്ടിരിക്കും എന്ന് എനിക്ക് വിശ്വാസമുണ്ട് - കുഴിമാടത്തിലും ഞാൻ ജീവിക്കും, മാത്രമല്ല അവിടെനിന്ന് സംസാരിക്കുകയും ചെയ്യും." 1977 മാർച്ച് 23-ന് ജയപ്രകാശ് നാരായൺ ജനതാപാർട്ടി നേതാക്കൾക്ക് പാവനപ്രതിജ്ഞ ചൊല്ലിക്കൊടുക്കുന്നതു കേട്ടപ്പോൾ, ഗാന്ധി തന്റെ സമാധിയിൽനിന്ന് ശരിക്കും സംസാരിക്കുകയാണ് എന്ന് എനിക്കു തോന്നി.

ഗാന്ധിയൻ സോഷ്യലിസം

ഗാന്ധിയൻ സോഷ്യലിസത്തിന്റെ സത്ത എന്താണ്? സാമ്പത്തികാധികാരങ്ങളും രാഷ്ട്രീയാധികാരങ്ങളും വികേന്ദ്രീകരിക്കുക; വികസന പദ്ധതികൾ ജനങ്ങൾക്കു വേണ്ടി ജനങ്ങൾതന്നെ ഗ്രാമതലത്തിൽ രൂപപ്പെടുത്തുകയും നടപ്പാക്കുകയും ചെയ്യുക. സ്വയം സഹായവും സ്വാശ്രയത്വവും പ്രോത്സാഹിപ്പിക്കപ്പെടുന്നു; സമൂഹം സജീവമാകുന്നു; സർക്കാരിന്റെ പേരിലുള്ള ആശ്രിതത്വം കുറയുന്നു. ഗാന്ധിയൻ ആസൂത്രണം സമൂഹത്തിലെ ഏറ്റവും ദുർബലരായവരുടെ ജീവിതനിലവാരം ഉയർത്താൻ ശ്രമിക്കുന്നതോടൊപ്പം രാഷ്ട്രീയജീവിതത്തിലെ മാനവികവും ധാർമികവും ആയ മൂല്യങ്ങൾ ശക്തിപ്പെടുത്താനും ലക്ഷ്യമിടുന്നു. മിതവ്യയവും ലാളിത്യവും ആയിരിക്കും ഉടനീളം വഴികാണിക്കുക. 1944-ൽ ഞാൻ പ്രസിദ്ധീകരിച്ച *ഗാന്ധിയൻ പ്ലാൻ* എന്ന പുസ്തകത്തിന് ഗാന്ധിജി തന്നെ എഴുതിയ മുഖവുരയിൽ പറയുന്നു: "ലളിതജീവിതവും ഉയർന്ന ചിന്തയും" - വരുന്ന പതിറ്റാണ്ടുകാലത്തെ ദേശീയാസൂത്രണത്തിന്റെ അടിസ്ഥാന ലക്ഷ്യം ഇതായിരിക്കണം.

ഗാന്ധിയൻ പ്ലാൻ ഫലപ്രദമായി നടപ്പാക്കണമെങ്കിൽ ദേശീയതലത്തിൽ ജനങ്ങൾക്കിടയിൽ ഐക്യദാർഢ്യം ഉണ്ടായിരിക്കണം. വിവിധ ജനവിഭാഗങ്ങൾക്കിടയിൽ പരസ്പരബഹുമാനമുണ്ടായിരിക്കണം.

ഗാന്ധിയെ സംബന്ധിച്ചിടത്തോളം സെക്കുലർ ഭരണകൂടമെന്നാൽ മതമില്ലാത്ത ഒന്ന് എന്നായിരുന്നില്ല അർഥം. സർവമതങ്ങളോടുമുള്ള സമഭാവന എന്നതായിരുന്നു അർഥം. എല്ലാ മതങ്ങളിലെയും അടിസ്ഥാന തത്ത്വങ്ങളിലുള്ള തുല്യമായ വിശ്വാസം - അതാണ് സെക്കുലറിസത്തിന്റെ

സത്ത. നാനാമതാനുയായികളും നാനാ ഭാഷകൾ സംസാരിക്കുന്നവരുമടങ്ങുന്ന ഇന്ത്യയെപ്പോലുള്ള വലിയ ഒരു രാജ്യത്തിൽ ജനാധിപത്യത്തിലും ശരിയായ സെക്കുലറിസത്തിലും അധിഷ്ഠിതമായ ദേശീയ ഐക്യം അത്യധികം പ്രധാനമാണ്.

ആത്യന്തിക വിശകലനത്തിൽ, സ്വദേശിബോധത്തിന്റെ അടിസ്ഥാനത്തിലുള്ള ആത്മവിശ്വാസത്തിനുവേണ്ടിയാണ് ഗാന്ധിജി നിലകൊണ്ടിരുന്നത് എന്നു പറയാം. ഇന്ത്യാരാജ്യത്തിന്റെ സാമൂഹിക-സാമ്പത്തിക-രാഷ്ട്രീയ ജീവിതം ആസൂത്രണം ചെയ്യുമ്പോൾ പടിഞ്ഞാറിനെ അന്ധമായി അനുകരിക്കുന്നതിനുപകരം നമ്മുടെ സാംസ്കാരികപാരമ്പര്യത്തിലും ദേശീയഭാവിയിലുമുള്ള വിശ്വാസത്തെ തട്ടിയുണർത്തുകയും ജ്വലിപ്പിക്കുകയും ചെയ്യണം. രാഷ്ട്രപിതാവിന്റെ താഴെകൊടുത്ത ആപ്തവും പ്രവചനാത്മകവും ആയ വാചകം ഒരിക്കലും നമ്മൾ മറക്കരുത്: "നമുക്ക് നമ്മിൽ വിശ്വാസം ഉള്ളിടത്തോള കാലം, ഇന്ത്യയുടെ സ്ഥിതി ഭദ്രമായി തുടരും."

2. ആറാം പദ്ധതി: ഒരു ബ്ലൂപ്രിന്റ്

ക്വിറ്റ് ഇന്ത്യാ കലാപത്തിന്റെ ഫലമായി ഞാൻ ജയിലിലായിരുന്ന കാലത്ത്, 1943-ൽ, ബോംബെയിൽനിന്നുള്ള കുറെ വ്യവസായികൾ ഇന്ത്യയുടെ സാമ്പത്തിക വികസനത്തിനായി ഒരു 15 വർഷപദ്ധതി തയ്യാറാക്കിയതായി പത്രങ്ങളിൽ വായിച്ചു. ബോംബെ പ്ലാൻ എന്ന പേരിൽ പിൽക്കാലത്ത് അറിയപ്പെട്ട ഇത് എന്നെ അദ്ഭുതപ്പെടുത്തി - വേദനിപ്പിക്കുകയും ചെയ്തു. ഈ ബോംബെ വ്യവസായികൾ മഹാത്മാഗാന്ധിയേയും മറ്റു ദേശീയനേതാക്കളെയും എഴുതിത്തള്ളി. ഇന്ത്യ സ്വാതന്ത്ര്യത്തിനുവേണ്ടി ഒരു ജീവന്മരണ പോരാട്ടത്തിൽ ഏർപ്പെട്ടിരിക്കുന്ന ഈ സമയത്ത് ബ്രിട്ടീഷ് വ്യവസായികളുമായി ഒരു ദീർഘകാല കരാർ ഉണ്ടാക്കാൻ ശ്രമിക്കുക ആയിരുന്നു. അതിനു ബദലായി ഏറെത്താമസിയാതെ എം.എൻ. റോയ് തന്റെ പീപ്പിൾസ് പ്ലാൻ പ്രസിദ്ധീകരിച്ചെങ്കിലും അത് കാര്യമായി ആരും ശ്രദ്ധിച്ചില്ല. അതിനാൽ സ്വതന്ത്ര ഭാരതത്തിലെ സാമ്പത്തികാസൂത്രണത്തിന്റെ കാര്യത്തിൽ ഗാന്ധിജിക്കുണ്ടായിരുന്ന ആശയങ്ങളുടെ അടിത്തറമേൽ ഒരു ഗാന്ധിയൻ പ്ലാനിന്റെ രൂപരേഖ തയ്യാറാക്കാൻ ഞാൻ തീരുമാനിച്ചു. ഇക്കാര്യത്തിൽ പാശ്ചാത്യചിന്തയിലെ ആധുനിക പ്രവണതകളുമായി പരിചയപ്പെടാനായി സാമ്പത്തിക വളർച്ചയേയും വികസനത്തെയും പറ്റിയുള്ള ഏറ്റവും പുതിയ പുസ്തകങ്ങൾ വായിക്കാൻ ആരംഭിച്ചു. കോളേജ് ലൈബ്രറികളിൽനിന്ന് ആവശ്യമായ പുസ്തകങ്ങൾ കിട്ടാൻ, ഭാഗ്യത്തിന്, ജയിലർ സഹായിച്ചു. 1944 മാർച്ചിൽ ഞാൻ ജയിൽ മോചിതനായി. ഗാന്ധിജിയുടെ ലേഖനങ്ങൾ ഒരിക്കൽ കൂടി ശ്രദ്ധിച്ചു വായിച്ചശേഷം പ്ലാനിന്റെ ഒരു കരട് തയ്യാറാക്കി. രണ്ടുമാസം കഴിഞ്ഞ് ഗാന്ധിജി ജയിലിൽ നിന്നു പുറത്തുവന്നപ്പോൾ ഈ കരട് രൂപരേഖ അദ്ദേഹത്തെ കാണിച്ചു അംഗീകാരത്തിനായി. പുസ്തകം

പൂർണമായി എഴുതാൻ ഗാന്ധിജി എന്നെ പ്രോത്സാഹിപ്പിച്ചു. അദ്ദേഹത്തിന്റെ ലേഖനങ്ങളിൽ എനിക്ക് വേണ്ടത്ര വ്യക്തമാകാതിരുന്ന ചില സാമ്പത്തികവശങ്ങൾ ഉണ്ടായിരുന്നു. അദ്ദേഹവുമായി സംസാരിച്ച് അവയിൽ വ്യക്തത കൈവരുത്തി. ഏതാനും മാസമെടുത്തു *ഗാന്ധിയൻ പ്ലാനിന്റെ* കരട് തയ്യാറാക്കാൻ. 1944, സെപ്തംബറിൽ സേവാഗ്രാമിൽ പോയി അത് അദ്ദേഹത്തെ കാണിച്ചു. അത് മുഴുവൻ വായിച്ചശേഷം ഗാന്ധിജി ഒരു മുഖവുര എഴുതിത്തരികകൂടി ചെയ്തു. രാജ്യത്തെ ഇന്നത്തെ ദയനീയമായ അവസ്ഥയെപ്പറ്റി പഠിക്കാൻ ആഗ്രഹിക്കുന്ന എല്ലാവരും ഈ പുസ്തകം വായിക്കണം എന്ന് ഗാന്ധിജി എഴുതി. *ഗാന്ധിയൻ പ്ലാൻ* പ്രസിദ്ധീകരിക്കുന്ന സമയത്ത് ഗാന്ധിജിയല്ലാത്ത മറ്റു പ്രമുഖനേതാക്കൾ മുഴുവനും ജയിലിൽ ആയിരുന്നു. പുസ്തകം ഏറെ ജനശ്രദ്ധ ആകർഷിച്ചു. ഏതാനും മാസങ്ങൾക്കുള്ളിൽ മിക്കവാറും എല്ലാ ഇന്ത്യൻ ഭാഷകളിലേക്കും അത് തർജമ ചെയ്യപ്പെട്ടു.

സാമ്പത്തികരംഗത്തെ ഗാന്ധിജിയുടെ കാഴ്ചപ്പാടുകളെപ്പറ്റി അദ്ദേഹവുമായി നടന്ന ചർച്ചകളിൽനിന്ന്, ദേശീയ ആസൂത്രണത്തെപ്പറ്റിയുള്ള അദ്ദേഹത്തിന്റെ സമീപനത്തിലെ യുക്തിഭദ്രത എന്നെ അതിശയിപ്പിച്ചു. യന്ത്രങ്ങളുടെ ഉപയോഗത്തെപ്പറ്റിയുള്ള അഭിപ്രായം പ്രത്യേകിച്ച് എടുത്തുചോദിച്ചപ്പോൾ, സംശയത്തിനിടവരാത്ത ഭാഷയിൽ അദ്ദേഹം പറഞ്ഞു. ഇക്കാര്യത്തിൽ എനിക്ക് ഒരു കടുംപിടിത്തവും ഇല്ല. ഒരൊറ്റ കാര്യം മാത്രമേ ഞാൻ ആവശ്യപ്പെടുന്നുള്ളൂ; അധ്വാനിക്കാൻ കഴിവുള്ള ഓരോ ഇന്ത്യൻ പൗരനും അയാളുടെ ഉപജീവനത്തിനാവശ്യമായ തൊഴിൽ ലഭിക്കണം. അവരെ തൊഴിൽരഹിതരാക്കുന്നില്ലെങ്കിൽ വൈദ്യുതിയല്ല, ആണവഊർജം പോലും* ഉപയോഗിച്ചോളൂ. ഞാൻ അതിനെതിരായി ഒരു ചെറുവിരൽ പോലും ഉയർത്തില്ല. പക്ഷേ, നമ്മുടേതുപോലുള്ള, മൂലധനദൗർലഭ്യവും വൻജനസംഖ്യയും ഉള്ള, ഒരു രാജ്യത്ത് ഇത് സാധ്യമാകുമെന്ന് ഇപ്പോഴും എനിക്ക് വിശ്വാസമില്ല. അദ്ദേഹം തുടർന്നു. ഖാദിയും ഗ്രാമീണവ്യവസായങ്ങളും ഒഴിവാക്കി എല്ലാവർക്കും തൊഴിൽ നൽകാൻ ഗവൺമെന്റിനു കഴിയുമെങ്കിൽ ആ മേഖലയിലെ എല്ലാ സർഗാത്മകപരിപാടികളും അവസാനിപ്പിക്കാൻ ഞാൻ തയ്യാറാണ്. നമ്മുടേതുപോലുള്ള ഒരു വികസ്വരരാജ്യത്തിൽ യന്ത്രവത്കരണത്തോട് ഗാന്ധിജി എടുത്ത സമീപനത്തിൽ ഒരു ആധുനികസാമ്പത്തികശാസ്ത്രജ്ഞനും തെറ്റുകാണാൻ കഴിയില്ല. ഏതാനും വർഷങ്ങൾക്കുശേഷം ആചാര്യ വിനോബാജി ഒരു പടികൂടി മുന്നോട്ടുപോയി പറഞ്ഞു: "വൻകിട വ്യവസായങ്ങളിലൂടെ ഇന്ത്യയിലെ എല്ലാ പൗരന്മാർക്കും പൂർണ തൊഴിൽ നൽകാൻ കഴിയുമായിരുന്നെങ്കിൽ ഞാൻ ഒരു മനസ്സാക്ഷിക്കുത്തും കൂടാതെ ചർക്കകൾ എല്ലാം പൊളിച്ചു തീക്കൂട്ടി ഭക്ഷണം പാകം ചെയ്യുന്നതാണ്." ചെറുകിട ഗ്രാമീണ-കുടിൽവ്യവസായങ്ങളുടെ വലിയൊരു ശൃംഖല വളർത്തിക്കൊണ്ടുവരാതെ എല്ലാവർക്കും തൊഴിൽ എന്ന ലക്ഷ്യം നേടാനാകില്ലെന്ന്, പിൽക്കാലത്തെ അനുഭവങ്ങൾ സംശയംകൂടാതെ തെളിയിച്ചു.

മിനിമം ജീവിതനിലവാരം

ബോംബെ പ്ലാനിൽ, ആഹാരം, വസ്ത്രം, പാർപ്പിടം എന്നിവകളുടെ കാര്യത്തിൽ ഒരു മിനിമം നിലവാരം കല്പിച്ചിരുന്നു. അങ്ങനെ ഒന്ന് ഗാന്ധിയൻ പ്ലാനിലും ചേർക്കണ്ടേ എന്നു ഞാൻ ഗാന്ധിജിയോട് ചോദിച്ചു: "മറ്റു പ്ലാനുകളിൽ പറഞ്ഞതിനേക്കാൾ ഒട്ടും കുറവായിരിക്കില്ല എന്റെ മനസ്സിലുള്ള മിനിമം ജീവിതനിലവാരം." പക്ഷേ ഒരു കാര്യം, അദ്ദേഹം ഉറച്ച സ്വരത്തിൽ കൂട്ടിച്ചേർത്തു: "നിങ്ങൾ നിശ്ചയിക്കുന്ന മിനിമം ജീവിതനിലവാരം ഒരു വിവേചനവും കൂടാതെ എല്ലാ പൗരന്മാർക്കും ലഭ്യമാകണം, പ്രത്യേകിച്ചും ഏറ്റവും ദരിദ്രമായ വിഭാഗത്തിന്." സാമ്പത്തികത്തിൽ "ശരാശരി" കണക്കാക്കുന്നതിനെ അദ്ദേഹം ശക്തിയായി എതിർത്തു. ഒരു ചെറുപുഞ്ചിരിയോടെ ഗാന്ധിജി പറഞ്ഞു: പുഴയുടെ തീരത്തെ ശരാശരി ആഴം അളന്ന് പുഴ മുറിച്ചു കടക്കാൻ ശ്രമിച്ച് മുങ്ങിച്ചത്ത ആളുടെ കഥ പോലെയാണിത്. ആളോഹരി വരുമാനം ഇതുപോലെതന്നെയുള്ള മിഥ്യയാണ്. സമൂഹത്തിലെ ഓരോ വിഭാഗത്തിന്റെയും പ്രത്യേകിച്ചും ഏറ്റവും ദരിദ്രമായ വിഭാഗത്തിന്റെ, ആവശ്യങ്ങൾ തിരിച്ചറിഞ്ഞ് അവ തൃപ്തിപ്പെടുത്താൻ ശ്രമിക്കുകയാണ് ദേശീയ ആസൂത്രണം ചെയ്യേണ്ടത്.

ഗ്രാമപ്പഞ്ചായത്തുകൾ

ഒരു കൊല്ലത്തിനു ശേഷം, 1946 ജനുവരിയിൽ ഞാൻ *സ്വതന്ത്ര ഭാരതത്തിനു വേണ്ടി ഒരു ഗാന്ധിയൻ ഭരണഘടന* എന്ന പുസ്തകം പ്രസിദ്ധീകരിച്ചു. അതിനും ഗാന്ധിജി ഒരു മുഖവുര എഴുതി. അതിൽ, രാഷ്ട്രീയവികേന്ദ്രീകരണത്തിന്റെ അടിസ്ഥാനഘടകമായി ഞാൻ ഗ്രാമപ്പഞ്ചായത്തിനെയാണ് തിരഞ്ഞെടുത്തത്. ഇന്ത്യക്കുവേണ്ടി തയ്യാറാക്കപ്പെട്ട കരടു ഭരണഘടനയിൽ ഗ്രാമപ്പഞ്ചായത്തുകളെപ്പറ്റി ഒന്നും പറഞ്ഞിരുന്നില്ല. ഗുരുതരമായ ഈ അശ്രദ്ധ ഞാൻ ഗാന്ധിജിയുടെ ശ്രദ്ധയിൽ പെടുത്തി. അദ്ദേഹം *ഹരിജ*നിൽ ഒരു പ്രത്യേക ലേഖനം എഴുതി. നമ്മുടെ സ്വാതന്ത്ര്യം ജനങ്ങളുടെ ഇംഗിതത്തെ പ്രതിഫലിപ്പിക്കണമെങ്കിൽ അടിയന്തര ശ്രദ്ധ ആവശ്യപ്പെടുന്ന ഒരു പോരായ്മയാണിത്. പഞ്ചായത്തുകളുടെ അധികാരം എത്ര കണ്ടു കൂടുന്നുവോ അത്രകണ്ട് അത് ജനങ്ങൾക്ക് നല്ലത്. പഞ്ചായത്തുകൾ കാര്യക്ഷമവും ഫലപ്രദവും ആകണമെങ്കിലോ ജനങ്ങളുടെ വിദ്യാഭ്യാസനിലവാരം ഗണ്യമായി ഉയർത്തേണ്ടിയിരിക്കുന്നു. ജനാധികാരം വർധിക്കുന്നത് സൈനികമായല്ല, ധാർമികമായാണ്.

ഗ്രാമപ്രദേശങ്ങളിൽ ആഹാരം, വസ്ത്രം, പാർപ്പിടം എന്നിവയുടെ കാര്യത്തിൽ പ്രാദേശിക സ്വയംപര്യാപ്തത കൈവരിക്കണമെന്ന് ഗാന്ധിജി നിർബന്ധിച്ചു. ഇന്നത്തെ സാഹചര്യത്തിൽ അത്തരമൊരു സ്വയംപര്യാപ്തത അപ്രായോഗികവും ഒരുവേള അനഭിലഷണീയവുമാണെന്ന് ഞാൻ കരുതി. പക്ഷേ, തന്റെ സ്വയംപര്യാപ്തതാസങ്കല്പം ഒരു കടുംപിടിത്തമല്ലെന്നും ചില സാധനങ്ങളുടെ കാര്യത്തിൽ ഒരു കൂട്ടം

ഗ്രാമങ്ങളോ, ഒരു താലൂക്കോ, ഒരു ജില്ലയോ, ഒരു സംസ്ഥാനംതന്നെയോ ആയിരിക്കാം ഈ "പ്രദേശം" എന്നും അദ്ദേഹം വിശദീകരിച്ചു. അദ്ദേഹം ചിരിച്ചുകൊണ്ടു പറഞ്ഞു: "അല്പം ഭക്ഷണത്തിനു വേണ്ടി, ഉടുതുണിക്കു വേണ്ടി, തലചായ്ക്കാനൊരിടത്തിനു വേണ്ടി, ലോകത്തിന്റെ മറ്റേ അറ്റം വരെ പോകേണ്ട ഗതികേട് വരരുത്." സേവാഗ്രാമിൽ ലളിതവും ശാന്തവും ആയ ജീവിതം നയിച്ചുകൊണ്ടിരിക്കേതന്നെ മുഴുവൻ മാനവരാശിയോടും അനന്തമായ ജഗത്തിനോടും താദാത്മ്യം പ്രാപിക്കാൻ ഞാൻ ശ്രമിക്കുന്നു. *ഭാവിയെ അതിജീവിക്കാൻ* എന്ന തന്റെ പുസ്തകത്തിൽ പ്രൊഫ. ടോയൻബിയും ഈ രണ്ടു തലങ്ങളിലും, ഗ്രാമത്തിലും ലോകത്തിലും ഒരേസമയം നടക്കേണ്ട വികസനത്തെപ്പറ്റി പറയുന്നുണ്ട്. വിനോബാജിയും ശ്രമദാനത്തിലൂടെ *ജയ്ജഗത്* എന്ന തന്റെ ലക്ഷ്യം നേടാൻ ശ്രമിക്കുന്നു. രാജ്യത്തിന്റെ വിവിധ ഭാഗങ്ങളിലായി നടക്കുന്ന ഉപഭോഗവസ്തുക്കളുടെ ഉൽപാദനം, ഉപഭോഗം, വിതരണം എന്നിവയുടെ രീതിയെപ്പറ്റി ഗാന്ധിജിക്ക് ഉത്കണ്ഠയുണ്ടായിരുന്നു; സമൂഹത്തിലെ എല്ലാ വിഭാഗങ്ങൾക്കും അവ എങ്ങനെ ലഭ്യമാക്കാം? *ദ് ജർമൻ ഇക്കണോമിക് റിവ്യൂ* എന്ന ആനുകാലികത്തിൽ ഈയിടെ ഒട്ടേറെ പേർ എഴുതി: "വളർച്ചയേക്കാൾ പ്രധാനമാണ് വിതരണവും സമത്വവും." *ക്ലബ്ബ് ഓഫ് റോം* സംഘവും ജൈവവും തദ്ദേശീയവുമായ വികാസത്തിനു വേണ്ടി വാദിക്കുന്നു. കഴിഞ്ഞ കുറെകൊല്ലങ്ങളിലായി ഇന്ത്യയിലെ ആളോഹരി ഭക്ഷ്യധാന്യലഭ്യത ഗണ്യമായി വർധിച്ചിട്ടുണ്ട്. എന്നാൽ പിന്നോക്ക പ്രദേശങ്ങളിൽ ഇപ്പോഴും വ്യാപകമായ തോതിൽ കുപോഷണമുണ്ടെന്നത് യാഥാർഥ്യമാണ്. ഈ പ്രശ്നം പരിഹരിക്കാൻ ഭക്ഷ്യധാന്യങ്ങളുടെ കാര്യത്തിൽ പ്രാദേശികവും തദ്ദേശിയവും ആയ സ്വയംപര്യാപ്തത നേടുകയെ വഴിയുള്ളൂ. ഇല്ലെങ്കിൽ ട്രാൻസ്പോർട്ട് സൗകര്യങ്ങളെ അമിതമായി ആശ്രയിക്കേണ്ടിവരും.

പഞ്ചവത്സരപദ്ധതികൾ

സ്വാതന്ത്ര്യം ലഭിച്ച് ഏറെ താമസിയാതെ ഒരു പ്ലാനിങ്ങ് കമ്മീഷൻ രൂപീകരിക്കുന്നതിനെപ്പറ്റി പ്രധാനമന്ത്രി നെഹ്റു ചിന്തിക്കാൻ തുടങ്ങി. ജനാധിപത്യരാജ്യമായ ഇന്ത്യയുടെ, പ്രയാസമേറിയതും എന്നാൽ ഒഴിച്ചുകൂടാനാകാത്തതുമായ സാമ്പത്തികവികസനത്തിന് ഇതാവശ്യമായിരുന്നു. ഒന്നാം പഞ്ചവത്സരപദ്ധതിയുടെ രൂപരേഖ തയ്യാറാക്കാൻ തുടങ്ങിയപ്പോൾ ദേശീയാസൂത്രണത്തിന്റെ വിശാലലക്ഷ്യങ്ങളെപ്പറ്റി പ്ലാനിങ്ങ് കമ്മീഷൻ അംഗങ്ങളുമായി ചർച്ചചെയ്യാൻ വേണ്ടി നെഹ്റു, ആചാര്യ വിനോബ ഭാവെയെ ഡൽഹിയിലേക്ക് ക്ഷണിച്ചു. ഈ ചർച്ചാവേളയിൽ വിനോബാജി കമ്മീഷൻ അംഗങ്ങളുടെ ശ്രദ്ധ കാതലായ ഒരു കാര്യത്തിലേക്ക് ക്ഷണിച്ചു: ആസൂത്രണത്തിന്റെ അടിസ്ഥാനലക്ഷ്യം എല്ലാവർക്കും തൊഴിൽ നൽകുക എന്നതാകണം. ജനസംഖ്യാസ്ഫോടനം തടയുന്നത് ആവശ്യമാണെങ്കിലും അതിനായി കൃത്രിമമായ കുടുംബാസൂത്രണപദ്ധതികളല്ല വേണ്ടത്. മറിച്ച്, വിദ്യാഭ്യാസത്തിലൂടെയും

സാമൂഹികസമ്മർദ്ദത്തിലൂടെയും ആത്മനിയന്ത്രണത്തിന് അവരെ പ്രേരിപ്പിക്കുകയാണ് വേണ്ടത് എന്ന് വിനോബാജി വാദിച്ചു. അദ്ദേഹം മറ്റൊന്നു കൂടി ആവശ്യപ്പെട്ടു. ഭക്ഷ്യധാന്യ ഇറക്കുമതി നിർത്തലാക്കുന്നതിന് ഒരു തിയതി പ്രഖ്യാപിക്കണം; ഭക്ഷണത്തിന്റെ കാര്യത്തിലെങ്കിലും സ്വയം പര്യാപ്തത നേടുന്നതിന് ഒരു ദേശീയ ഇച്ഛാശക്തി വളർത്തണം. രാജ്യരക്ഷയുടെ ഒരു പ്രധാന ഘടകമാണ് ഭക്ഷ്യസ്വയംപര്യാപ്തത എന്ന് അദ്ദേഹം കരുതി.

ഒന്നാം പഞ്ചവത്സരപദ്ധതിരേഖയ്ക്ക് 650 പേജുണ്ടായിരുന്നു. അതിൽ ഒരിടത്തെങ്കിലും, ഒരിക്കലെങ്കിലും ഗാന്ധിജിയുടെ പേർ പറയുകയുണ്ടായില്ല എന്നത് സാർഥകമാണ്. 1956 ൽ പ്രസിദ്ധീകരിച്ച രണ്ടാം പദ്ധതിരേഖയിലും എവിടെയും രാജ്യത്തിന്റെ സാമ്പത്തികവികസനത്തെപ്പറ്റി ഗാന്ധിജിക്കുണ്ടായിരുന്ന ആശയങ്ങൾ പരാമർശിക്കപ്പെടുകപോലും ഉണ്ടായില്ല. 1958 ജൂലായിൽ പ്ലാനിങ്ങ് കമ്മീഷൻ അംഗമാകാൻ നെഹ്റു എന്നെ ക്ഷണിച്ചു. മൂന്നാം പദ്ധതിയുടെ കരട് രൂപരേഖ തയ്യാറാക്കുന്ന സമയമായിരുന്നു അത്. അവസാനരേഖയിൽ മഹാത്മാഗാന്ധിയുടെയും ആചാര്യ വിനോബാ ഭാവെയുടെയും പേരുകളും ഭൂദാൻ പ്രസ്ഥാനവും ഒക്കെ പരാമർശിക്കപ്പെടുകയെങ്കിലും ചെയ്തു എന്നതിൽ എനിക്ക് ചാരിതാർഥ്യമുണ്ട്. ഞങ്ങൾ ആവശ്യപ്പെട്ടതനുസരിച്ച്, ആസൂത്രിത വികസനത്തിന്റെ ലക്ഷ്യങ്ങൾ വ്യക്തമാക്കിക്കൊണ്ടുള്ള ഒന്നാം അധ്യായം നെഹ്റുതന്നെ എഴുതി. അതിൽ അദ്ദേഹം ഗാന്ധിജിയേയും ടാഗോറിനെയും എടുത്തു പറഞ്ഞിരുന്നു. അവർ രണ്ടുപേരും പറഞ്ഞത് "ഇന്ത്യയുടെ പ്രാചീനസംസ്കാരവും ചിന്തയും ആധുനിക ലോകവും ഉദ്ഗ്രഥിക്കപ്പെടണം" എന്നാണ്.

1964ന്റെ മധ്യത്തിൽ പ്രസിദ്ധീകരിച്ച *സോഷ്യലിസം ഇന്ത്യൻ ആസൂത്രണത്തിൽ* എന്ന എന്റെ പുസ്തകത്തിന് നെഹ്റു തന്നെ ഒരു അവതാരിക എഴുതുകയുണ്ടായി. അദ്ദേഹത്തിന്റെ മരണത്തിന് രണ്ടു ദിവസം മുമ്പേയാണ് അതെഴുതിക്കിട്ടിയത്. അതിൽ അദ്ദേഹം എഴുതി: "ആധുനിക സാങ്കേതികവിദ്യകൾ ഉപയോഗിച്ച് കാർഷികോൽപാദനവും വ്യവസായികോൽപാദനവും വർധിപ്പിക്കുകയെന്നത് ഇന്ത്യക്ക് ആവശ്യമാണ്. പക്ഷേ, അങ്ങനെ ചെയ്യുമ്പോഴും നമ്മുടെ അടിസ്ഥാനലക്ഷ്യം, "വ്യക്തികളുടെ ഗുണത വർധിപ്പിക്കുക, അതിനാധാരമായ *ധർമം* ശക്തിപ്പെടുത്തുക" ആണ് എന്ന കാര്യം മറക്കരുത്.

എല്ലാവർക്കും തൊഴിൽ

ഒന്നും രണ്ടും മൂന്നും പദ്ധതികളിൽ ഭാഗികവും പൂർണവുമായ തൊഴിലില്ലായ്മ ഗൗരവമേറിയ ഒരു പ്രശ്നമായി വീക്ഷിക്കപ്പെട്ടിരുന്നു. എന്നാൽ നാലാം പദ്ധതിയിൽ അതിന്മേലുള്ള വേവലാതി കുറഞ്ഞു. "ഗ്രാമങ്ങളിലെയും നഗരങ്ങളിലെയും തൊഴിലില്ലായ്മ കുറയ്ക്കാൻ പരമാവധി ശ്രമിക്കും" എന്ന ഒരു ഒഴുക്കൻ പ്രസ്താവന മാത്രമാണുണ്ടായിരുന്നത്.

അഞ്ചാം പദ്ധതി വേണ്ടവിധം ആരംഭിക്കാനേ പറ്റിയില്ല. അതിലും എളുപ്പ വഴികൾ നേടുക മാത്രമാണ് ഉണ്ടായത്. ദേശീയതല ആസൂത്രണത്തിൽ ഗാന്ധിയൻ ആദർശങ്ങളെ പിന്തുടരുന്നുവെന്ന്, നാലും അഞ്ചും പദ്ധതികൾ, പരോക്ഷമായിപ്പോലും അവകാശപ്പെട്ടിരുന്നില്ല. തന്റെ ജീവിതത്തിന്റെ സായാഹനത്തിലാണ് പണ്ഡിറ്റ് നെഹ്റു "ഭീമനിസ"ത്തിന്റെ വ്യർഥത മനസ്സിലാക്കിയതും ഗാന്ധിജി പറഞ്ഞ തരത്തിലുള്ള "ചെറുപദ്ധതികൾ"ക്കുവേണ്ടി വാദിക്കാൻ തുടങ്ങിയതും.

വികസനം എന്ന സങ്കല്പം

സാമ്പത്തികാസൂത്രണത്തെയും വികസനത്തെയും പറ്റിയുള്ള സങ്കല്പങ്ങളിൽ, കഴിഞ്ഞ ഏതാനും വർഷങ്ങൾക്കുള്ളിൽ മൗലികമായ മാറ്റങ്ങൾ വന്നിട്ടുണ്ട്. OECD ഇക്കൊല്ലം പ്രസിദ്ധീകരിച്ച "*വികസനം: ഒരു പുനർനിർവചനം*"എന്ന റിപ്പോർട്ടിൽ പറയുന്നു: "ഇടതടവില്ലാത്ത ഉപഭോഗവർധനവ് ലക്ഷ്യമാക്കിയിട്ടുള്ള വികസനമാതൃക മാനവജാതിയുടെ വികാസപരിണാമത്തിൽ ഒരു പ്രതിസന്ധി സൃഷ്ടിച്ചിരിക്കുന്നു." പടിഞ്ഞാറിന്റെ വിവേകത്തെ, വളർച്ചാഭ്രമത്തെ ലോകമെമ്പാടുമുള്ള സാമ്പത്തികശാസ്ത്രജ്ഞർ ചോദ്യം ചെയ്യാൻ തുടങ്ങിയിരിക്കുന്നു. *ഇക്കണോമിക്സ്* എന്ന ജർമൻ ആനുകാലികത്തിൽ പറയുന്നു: "വികസ്വര രാജ്യങ്ങൾ പാശ്ചാത്യവളർച്ചാമാതൃക സ്വീകരിക്കുകയും എങ്ങനെയും വ്യവസായവത്കരിക്കുക എന്ന നയം സ്വീകരിക്കുകയും കൃഷിയേയും ചെറുകിട വ്യവസായത്തെയും അവഗണിക്കുകയും ചെയ്തതിന്റെ തിക്തഫലങ്ങൾ കാണാൻ തുടങ്ങിയിട്ടുണ്ട്. വികേന്ദ്രീകൃതമായി തീരുമാനങ്ങൾ എടുത്തുകൊണ്ട് താഴെനിന്ന് മേലോട്ട് കെട്ടിപ്പടുക്കുന്ന ഒരു സാമൂഹിക വിപണിയുടെ മേന്മ അവർ തങ്ങളുടെ അനുഭവങ്ങളിൽനിന്ന് പഠിക്കാൻ തുടങ്ങിയിട്ടുണ്ട്."

1977 മെയിൽ ലണ്ടനിൽവെച്ച് ബ്രിട്ടീഷ് ഗവൺമെന്റ് വിളിച്ചുചേർത്ത ഏഴു രാജ്യങ്ങളുടെ ഉച്ചകോടി നിരീക്ഷിച്ചു: "പരമ്പരാഗതസാമ്പത്തിക സിദ്ധാന്തങ്ങൾക്ക് തുരുമ്പെടുത്തിരിക്കുന്നു; അവയെ ആശ്രയിക്കുന്നത് അപായകരമാണ്." തൊഴിലില്ലായ്മയും ഭാഗികമായ തൊഴിലില്ലായ്മയും പരിഹരിക്കുന്ന കാര്യത്തിൽ അവ തികച്ചും പരാജയപ്പെട്ടിരിക്കുന്നു. സമകാലീന വളർച്ചാമാതൃകയെ വീണ്ടും വീണ്ടും ആശ്രയിക്കാതെ, തൊഴിലില്ലായ്മാപ്രശ്നത്തെ ഒരു രോഗം എന്ന നിലയ്ക്ക് നേരെ ചൊവ്വെ നേരിടുകയാണ് അഭികാമ്യം. പ്രൊഫസർ ഗാൾബ്രെയ്ഥിന്റെ ഏറ്റവും പുതിയ പുസ്തകമാണ് *അനിശ്ചിതത്വത്തിന്റെ കാലം* (*The Age of Uncertainity*) അതിൽ അദ്ദേഹം പറയുന്നു: "പുതിയൊരു വികസനമാതൃക വേണം, നഗരഭൂമി പൊതുസ്വത്തായിരിക്കണം, ദരിദ്രവിഭാഗത്തിന് പണത്തിനു പുറമേ ആഹാരം, പാർപ്പിടം, ആരോഗ്യസേവനം, വിദ്യാഭ്യാസം എന്നിവ നേരിട്ട് ലഭ്യമാക്കണം." *അമേരിക്കൻ ന്യൂസ് വീക്ക്* മാസികയുടെ പംക്തിയെഴുത്തുകാരനായ വരീന്ദ്ര തർസി വിത്താച്ചി വർധിച്ചുവരുന്ന അധികാരകേന്ദ്രീകരണത്തെ ശക്തമായി അപലപിച്ചു.

ലോകവ്യാപകമായി അത് ദാരിദ്ര്യം സൃഷ്ടിക്കുന്നു. വികസ്വരരാജ്യങ്ങളിൽ അരക്ഷിതത്വം വളർത്തുന്നു. ലോകത്തെല്ലാവർക്കും "വേണ്ടത്ര ഭക്ഷണവും വസ്ത്രങ്ങളും പാർപ്പിടവും വിദ്യാഭ്യാസവും യാത്രാസൗകര്യങ്ങളും നൽകാൻ കഴിവുള്ള" ഒരു പുതിയ ടെക്നോളജിക്കുവേണ്ടി ആർനോൾഡ് ടോയൻബി ആവശ്യപ്പെടുന്നു, ബർട്രാൻഡ് റസ്സൽ തന്റെ ആത്മകഥയുടെ മൂന്നാം വോള്യത്തിൽ, "വ്യക്തികൾക്ക് സ്വതന്ത്രമായി വളരാൻ കഴിയുന്നതും, അനുകൂലസാഹചര്യങ്ങളില്ലാത്തതിനാൽ ആർത്തിക്കും അസൂയയ്ക്കും വെറുപ്പിനും വളരാൻ കഴിയാത്തതും ആയ ഒരു ഭാവിസമൂഹത്തെ സ്വപ്നം കാണുന്നു.

സാമ്പത്തികവളർച്ചയ്ക്ക് അമിതമായ പ്രാധാന്യം കൊടുക്കുന്നതിനു പകരം മനുഷ്യരുടെ ജീവിതഗുണതയ്ക്ക് പ്രാധാന്യം നൽകാൻ തുടങ്ങിയിരിക്കുന്നു. ലോകത്തിലെ സമുന്നതരായ പ്രകൃതിശാസ്ത്രജ്ഞരും സാമ്പത്തികശാസ്ത്രജ്ഞരും ചേർന്ന് ഏതാനും വർഷം മുമ്പ് പുറത്തിറക്കിയ *ക്ലബ്ബ് ഓഫ് റോം* റിപ്പോർട്ടിൽ പറയുന്നു: "ലോകജനസംഖ്യ, വ്യാവസായികോൽപാദനം, മാലിന്യോൽപാദനം, ഭക്ഷ്യോൽപാദനം, വിഭവശോഷണം എന്നിവയിൽ ഇന്നു കാണുന്ന പ്രവണത തുടരുകയാണെങ്കിൽ വരുന്ന നൂറു കൊല്ലത്തിനുള്ളിൽ, ഇനിയും വളരാൻ കഴിയാത്ത അവസ്ഥയിലെത്തും" ഇന്നത്തെ പ്രവണതകൾ മാറ്റാൻ കഴിയുമെന്ന് അവർ വിശ്വസിച്ചു. ഒരു പുതിയ ലോകസന്തുലനത്തിൽ ഭാവിയിൽ എത്തിച്ചേരും. ഈ ഭൂമിയിലെ എല്ലാ വ്യക്തികൾക്കും അവരുടെ അടിസ്ഥാന ആവശ്യങ്ങൾ തൃപ്തിപ്പെടുത്താൻ കഴിയും. മാത്രമല്ല, എല്ലാവർക്കും മനുഷ്യർ എന്ന നിലയ്ക്കുള്ള താന്താങ്ങളുടെ സാധ്യതകൾ പൂർണമായും സാക്ഷാത്കരിക്കാൻ വേണ്ട സാഹചര്യങ്ങൾ സൃഷ്ടിക്കാനും കഴിയും. ഈ വിഷയത്തെക്കുറിച്ച് പ്രബന്ധങ്ങളുടെയും പുസ്തകങ്ങളുടെയും ഒരു മഹാപ്രവാഹം തന്നെയുണ്ടായി.

നോബൽ സമ്മാനം നേടിയ സാമ്പത്തികശാസ്ത്രജ്ഞനാണ് വസ്സീലി ലിയൊൺത്യേവ്. "*ലോകസമ്പദ് വ്യവസ്ഥയുടെ ഭാവി*" എന്ന തന്റെ കമ്പ്യൂട്ടർ പഠനത്തിലൂടെ അദ്ദേഹം അവകാശപ്പെട്ടു: "ലോകജനസംഖ്യ എത്ര വർധിച്ചാലും അവർക്കാവശ്യമായ സ്ഥലം, ഭക്ഷണം, വിഭവങ്ങൾ എല്ലാം ഈ ഭൂമിയിൽ ഉണ്ട്." ഓക്സ്ഫോർഡ് സർവകലാശാലയിലെ ബക്കർമൻ വെൽവൂതാക *സമൃദ്ധി* എന്ന തന്റെ ലഘുലേഖയിൽ പറയുന്നു: "സമൂഹത്തിലെ ജനനനിരക്ക് നാടകീയമായി കുറയും. ജീവിതനിലവാരം ഗണ്യമായി ഉയരും വളർച്ചയ്ക്ക് കടിഞ്ഞാണിടുകയല്ല, ശരിയായ ദിശയിലേക്ക് അതിനെ നയിക്കുകയാണ് വേണ്ടത്." എന്നാൽ അറിയപ്പെട്ട സാമൂഹികവിമർശകനായ മാൽകം മഗ്ഗറിഡ്ജ് എഴുതി: "മനുഷ്യനെ ഭൗതികജീവിതത്തിൽ തളച്ചിടാനായി, ഒട്ടേറെ രക്തവും കണ്ണീരും ഒഴുക്കി, മനുഷ്യരെ ഉപഭോഗവർഗങ്ങളായി മാറ്റാനായി നടത്തിയ എല്ലാ ശ്രമങ്ങളും അതിഭീമമായി പരാജയപ്പെട്ടിരിക്കുന്നു. അതിൽ അദ്ഭുതപ്പെടാനില്ല. നാടുകടത്തപ്പെടുന്നതിനു മുമ്പേ, നോബൽ സമ്മാനിതനായ അലക്സാണ്ടർ സൾഷെനിത്സിൻ സോവിയറ്റ്

ഗവൺമെന്റിനെഴുതിയ ഒരു കത്ത് അദ്ദേഹം ഉദ്ധരിക്കുന്നുണ്ട്: “ഈ രാജ്യത്തിന്റെ പ്രശ്നം അതിന്റെ രാഷ്ട്രീയമോ സാമ്പത്തികമോ അല്ല, അതിന്റെ പ്രത്യയശാസ്ത്രമായ മാർക്സിയൻ ഭൗതികവാദമാണ്” 1977 മെയ് 21ലെ *ദ് എക്കണോമിസ്റ്റ്,* വാരിക, പരിസ്ഥിതിശാസ്ത്ര ജ്ഞർ മുന്നോട്ടുവച്ച ì *അതിജീവനത്തിനുള്ള ഒരു മാർഗരേഖ* ì *Blue print for Survival*î വിശദമായി ചർച്ചചെയ്തശേഷം ചേർക്കുന്നു. ì അവരുടെ മുന്നറിയിപ്പുകൾ ഗുണം ചെയ്തിട്ടുണ്ടെന്നു പറഞ്ഞേതീരൂ.î

കിനിഞ്ഞിറക്കുസിദ്ധാന്തം

മഹാത്മാഗാന്ധി ആവർത്തിച്ചാവർത്തിച്ചു പറഞ്ഞിട്ടുണ്ട്. ì ആവശ്യങ്ങൾ പെരുപ്പിക്കുന്നതല്ല, ബോധപൂർവം കുറച്ചുകൊണ്ടുവരുന്നതാണ് യഥാർഥ സംസ്കാരം.î കൂടുതൽ നല്ല ഭക്ഷണം, വസ്ത്രം, പാർപ്പിടം മുതലായവ ലഭ്യമാക്കിക്കൊണ്ട് ജീവിതനിലവാരം ഉയർത്തുന്നതല്ല ഗാന്ധിജി വിഭാവനം ചെയ്തത്. പിന്നെയോ, ഭൗതികസുഖങ്ങൾ വർധിപ്പിക്കുന്നതോടൊപ്പം കൂടുതൽ വിശിഷ്ടമായ ധാർമികവും സാംസ്കാരികവുമായ മൂല്യങ്ങൾകൂടി ലഭ്യമാക്കിക്കൊണ്ടുള്ള കൂടുതൽ ഉയർന്ന ജീവിതഗുണതയാണ് അദ്ദേഹം വിഭാവനം ചെയ്തത്. അതുകൊണ്ടാണ് പൂർണമായ സാമ്പത്തിക-രാഷ്ട്രീയവികേന്ദ്രീകരണത്തിനും ഗ്രാമകേന്ദ്രിതമായ ഉൽപാദനത്തിനും വേണ്ടി അദ്ദേഹം വാദിച്ചത്. ആസ്ഥാന സാമ്പത്തികവിദഗ്ധർ പറയുന്ന കിനിഞ്ഞിറക്ക് സിദ്ധാന്തം ഏറെ നഷ്ടമുണ്ടാക്കിയ ഒരു മിഥ്യയാണ് എന്ന് ആചാര്യവിനോബഭാവെയും പലതവണ പറഞ്ഞിട്ടുള്ളതാണ്. സാമ്പത്തികവികസനത്തിന്റെ നേട്ടങ്ങൾ ഗ്രാമങ്ങളിലെയും നഗരങ്ങളിലെയും ദരിദ്രരിലേക്ക് കിനിഞ്ഞിറങ്ങുന്ന ì കുഴൽî നിരവധി ദ്വാരങ്ങൾ നിറഞ്ഞതാണ്. അഴിമതിയും ഇടത്തട്ടുകാരുടെ ബാഹുല്യവുംകൊണ്ട് താഴത്തെത്തുന്നത് ചെറിയൊരു ശതമാനം മാത്രമായിരിക്കും. ദരിദ്രരുടെ സാമൂഹിക-സാമ്പത്തിക സ്ഥിതി മെച്ചപ്പെടുത്താൻ അവർക്ക് നേരിട്ടുതന്നെ സഹായം നൽകണം. തൊഴിലും മറ്റാനുകൂല്യങ്ങളും നൽകണം. വികസിതരാജ്യങ്ങളുടെ വികസനമാതൃക ഇന്ത്യയെപ്പോലുള്ള ഒരു ദരിദ്രരാജ്യത്തിന് യോജിച്ചതല്ല. സ്വദേശി പ്രസ്ഥാനത്തിന് പുതുജീവൻ നൽകാൻ ഗാന്ധിജി ആഗ്രഹിച്ചു. സ്വന്തം വിയർപ്പിലൂടെ, അവനവനെമാത്രം ആശ്രയിച്ചുകൊണ്ട് സ്വന്തം വിധി നിർണയിക്കാൻ ഇന്ത്യയിലെ ജനസാമാന്യത്തിനു കഴിയണം. ദൈനംദിന ജീവിതത്തിനു വേണ്ട സാധനങ്ങൾക്കുപോലും ജനങ്ങൾ ഗവൺമെന്റിനെ ആശ്രയിക്കേണ്ടിവരുന്ന അവസ്ഥ ഉണ്ടാകരുത് എന്ന് ഗാന്ധിജി ആഗ്രഹിച്ചു. അത്തരത്തിലുള്ള ആശ്രിതത്വം വ്യക്തികൾക്ക് ഉത്തരവാദിത്വബോധമുള്ള പൗരന്മാരായി വളരാനുള്ള സാധ്യതയെ തടസ്സപ്പെടുത്തുന്നു. ഏറ്റവും ചെറിയ കാര്യങ്ങൾക്കുപോലും ഗവൺമെന്റിനെ ആശ്രയിക്കുന്ന “സ്വരാജ്യം” വളരെ ദുർബലമായ ഒന്നുതന്നെ ആയിരിക്കും.

ഗാന്ധിയൻ കാഴ്ചപ്പാടിലുള്ള ദേശീയ ആസൂത്രണം ഇനിയും പരീക്ഷിച്ചുനോക്കിയിട്ടില്ല എന്നതാണ് സത്യം. കഴിഞ്ഞ 30 കൊല്ലമായി

ഗാന്ധിജിയെപ്പറ്റി "രാഷ്ട്രപിതാവ്" എന്ന് നാഴികയ്ക്കു നാല്പതുവട്ടം പറയാറുണ്ടെങ്കിലും അദ്ദേഹത്തിന്റെ സാമൂഹികസാമ്പത്തികാശയങ്ങൾക്ക് ഇന്ത്യൻ ആസൂത്രണത്തിൽ ഇടം കിട്ടുകയുണ്ടായില്ല.

കൃഷി

ഗാന്ധിജിയുടെ സങ്കല്പത്തിലുള്ള സാമ്പത്തികാസൂത്രണത്തിൽ കൃഷിക്ക് ഏറ്റവും ഉയർന്ന മുൻഗണന നൽകണമെന്ന് വ്യക്തമാണ്. മുൻ പഞ്ചവത്സരപദ്ധതികളിലും സാമ്പത്തികവികാസത്തിന്റെ അടിത്തറയാണ് കാർഷികപുരോഗതി എന്ന് പൊതുവായി പറയാറുണ്ടെങ്കിലും കൃഷി, ജലസേചനം, മൃഗപരിപാലനം, പാലുൽപാദനം, കാർഷികവ്യവസായങ്ങൾ എന്നീ മേഖലകളിൽ നടത്തിയിട്ടുള്ള നിക്ഷേപങ്ങൾ ആവശ്യത്തിന്റെ അടുത്തെങ്ങും എത്തിയിരുന്നില്ല. ഭൂപരിഷ്കരണവും അർധമനസ്സോടുകൂടിയാണ് നടത്തിയത്. അതിനാൽ കൃഷിക്കാർക്കും കർഷകത്തൊഴിലാളികൾക്കും വികസനത്തിന്റെ നേട്ടങ്ങൾ അന്യങ്ങളായി.

ജീവന്റെ അടിസ്ഥാന ആവശ്യമാണ് ഭക്ഷണം. ഏതൊരു രാജ്യവും എല്ലാ പ്രദേശത്തുമുള്ള അതിന്റെ ജനങ്ങളുടെ പോഷണത്തിനാവശ്യമായ ഭക്ഷ്യവസ്തുക്കൾ ഉൽപാദിപ്പിക്കേണ്ടത് അവശ്യം ആവശ്യമാണ്. അതിനാൽ, പയർവർഗങ്ങളും പരുക്കൻ ധാന്യങ്ങളും അടക്കമുള്ള ഭക്ഷ്യവസ്തുക്കളുടെ ഉൽപാദനത്തിൽ പ്രാദേശികമായി ഇന്നു നിലനിൽക്കുന്ന അന്തരങ്ങൾ ആസൂത്രിതമായി കുറച്ചുകൊണ്ടുവരണം. പല മേഖലകൾക്കും ഉപമേഖലകൾക്കും ആവശ്യമായ ഭക്ഷ്യധാന്യങ്ങൾ എത്തിക്കാൻ വ്യാപാരവും ട്രാൻസ്പോർട്ട് സൗകര്യങ്ങളും അപര്യാപ്തമായിരുന്നു എന്നാണ് അനുഭവം കാണിക്കുന്നത്. ഭക്ഷ്യധാന്യങ്ങൾക്കു പുറമേ, സന്തുലിതാഹാരത്തിന്റെ ഘടകങ്ങളായ പാൽ, പഴങ്ങൾ, പച്ചക്കറികൾ എന്നിവയും ആവശ്യമായ അളവിൽ ലഭ്യമാകണം.

ചെറുകിട ജലസേചനപദ്ധതികൾക്കു വളരെ കൂടുതൽ പ്രാധാന്യം നൽകേണ്ടതാണ്, പ്രത്യേകിച്ചും പിന്നോക്കപ്രദേശങ്ങളിൽ. മാത്രമല്ല, അടുത്ത അഞ്ചുവർഷത്തിനുള്ളിൽതന്നെ ഇന്ത്യയിലെ എല്ലാ ഗ്രാമങ്ങളിലും കുടിവെള്ളം ലഭ്യമാക്കണം. രാസവളങ്ങൾ വേണ്ടയളവിൽ കമ്പോസ്റ്റും പച്ചില വളങ്ങളുമായി നന്നായി കൂട്ടി യോജിപ്പിച്ചുവേണം പ്രയോഗിക്കാൻ. വൻതോതിലുള്ള യന്ത്രവത്കരണത്തിലേക്ക് പോകുന്നതിനുപകരം നിലവിലുള്ള പരമ്പരാഗത ഉപകരണങ്ങൾ മെച്ചപ്പെടുത്താൻ ശ്രമിക്കുകയാണ് വേണ്ടത്. ഗ്രാമപ്രദേശങ്ങളിലെ സർവീസ് സഹകരണസംഘങ്ങൾ, ഇടത്തരം കർഷകരെയും ദരിദ്രകർഷകരെയും ചേർത്തുകൊണ്ട് വിപുലപ്പെടുത്തണം. സഹകരണ കൃഷി പ്രോത്സാഹിപ്പിക്കണം. അതേ സമയം ഭൂമി ഒരുമിച്ചുചേർക്കാൻ ബലംപ്രയോഗിക്കരുതുതാനും. ഭക്ഷ്യോൽപാദനവും കാലിത്തീറ്റയുടെ ഉൽപാദനവും വർധിപ്പിക്കാൻ മിശ്ര കൃഷി ആസൂത്രണം ചെയ്യാം. ഓരോ പ്രദേശത്തെയും പ്രാഥമികാവശ്യങ്ങളുടെ കാര്യത്തിൽ കഴിയുന്നത്ര സ്വയം പര്യാപ്തമാക്കാനും അത്തരത്തിൽ ഗ്രാമാടിസ്ഥാനത്തിലോ, ഏതാനും

ഗ്രാമങ്ങൾ കൂടിച്ചേർന്നോ, പ്രവർത്തനങ്ങൾ ആസൂത്രണം ചെയ്യുന്നതിന് ആവശ്യമായ അധികാരങ്ങളും വിഭവങ്ങളും നൽകണം.

ഭൂരഹിതതൊഴിലാളികളെ കാര്യക്ഷമമായ തൊഴിലാളി സഹകരണ സംഘങ്ങളായി സംഘടിപ്പിക്കണം. അവർ കൃഷിപ്പണികൾക്കുപുറമേ കാർഷികസംസ്കരണവ്യവസായങ്ങളും സ്ഥാപിക്കും. അങ്ങനെ മാത്രമേ അധികം വരുന്ന അധ്വാനശക്തി ഉപയോഗിക്കാൻ കഴിയൂ. വിറകിന്റെയും കാർഷികോപകരണങ്ങളുടെയും പ്രാദേശിക ആവശ്യങ്ങൾ തൃപ്തിപ്പെടുത്താൻ വേണ്ട കാർഷികവനവത്കരണം പ്രോത്സാഹിപ്പിക്കപ്പെടണം. തദ്ദേശീയ ചികിത്സകളെയും പ്രകൃതിചികിത്സയേയും ആശ്രയിക്കണം. ഔഷധസസ്യങ്ങൾ നട്ടുവളർത്താൻ ജനങ്ങളെ പ്രേരിപ്പിക്കണം. ഗോബർ ഗ്യാസ് പ്ലാന്റുകൾ വൻതോതിൽ വ്യാപിപ്പിക്കണം. വളം, ഊർജം, വെളിച്ചം എന്നിവ നൽകാനും പരിസരശുചിത്വം മെച്ചപ്പെടുത്താനും ഇവ ഉപകരിക്കുന്നു.

മൃഗപരിപാലനം

ഉദ്ഗ്രഥിതഗ്രാമവികസനത്തിൽ ശാസ്ത്രീയമായ മൃഗപരിപാലനവും ഡയറിയും ആവശ്യമാണ്. ഇന്ത്യൻ സമ്പദ്വ്യവസ്ഥയുടെ നട്ടെല്ലാണ് കൃഷി. കൃഷിയുടെ നട്ടെല്ല് മൃഗപരിപാലനവും. ഇന്ത്യയിൽ, സമ്പദ്വ്യവസ്ഥയിലെ സമൃദ്ധിയുടെ പ്രതീകമാണ് പശു. അത് നമ്മെ പോഷിപ്പിക്കുന്ന പാൽ തരുന്നു, ഒപ്പം കൃഷിക്കാവശ്യമായ കാളകളെയും. അതിനാൽ ഇന്ത്യയുടെ എല്ലാ പ്രദേശങ്ങളിലും രണ്ടിനും പറ്റുന്ന മാടുവളർത്തൽ പ്രോത്സാഹിപ്പിക്കപ്പെടണം. പാലുൽപാദനം വർധിപ്പിക്കാനുള്ള അത്യാഗ്രഹത്തിൽ സങ്കരയിനം പശുക്കളിൽ ഊന്നൽ നൽകുമ്പോൾ ഭാരം വലിക്കുന്ന കാളകളെക്കൂടി വളർത്തിയെടുക്കാൻ മടിക്കരുത്. പുതിയ ഭൂമികളും തരിശിടങ്ങളും കൃഷിചെയ്യാൻ ട്രാക്ടറും മറ്റുപകരണങ്ങളും ആവശ്യമാകും. എന്നാൽ ബഹുഭൂരിപക്ഷം വരുന്ന ചെറുകിട കൃഷിക്കാർക്ക് അവരുടെ തുണ്ടുഭൂമികളിൽ കൃഷിചെയ്യാൻ കാളകളും പോത്തുകളും ആവശ്യമായി വരും - നിരവധി പതിറ്റാണ്ടു കാലത്തേക്ക്. ജപ്പാനിൽ പോലും പവർ ടില്ലറുകളുടെ സ്ഥാനത്തേക്ക് കാളകളും പശുക്കളും തിരിച്ചുവരികയാണ്. അതേപ്പറ്റി ചോദിച്ചപ്പോൾ ജപ്പാനിലെ കൃഷിക്കാർ പുഞ്ചിരിച്ചുകൊണ്ടു പറഞ്ഞു: ì യന്ത്രങ്ങൾ പാലുതരില്ല, വളവും തരില്ല. കടുംകൃഷി പ്രവർത്തനങ്ങൾ നടത്തുമ്പോൾ അവ ബ്രേക് ഡൗൺ ആവുകയുമില്ല.î

ഗ്രാമീണവ്യവസായങ്ങൾ

കൃഷിയും കാലിവളർത്തലും വികസിപ്പിക്കുന്നതോടൊപ്പം കാർഷികോൽപന്നങ്ങളെ അടിസ്ഥാനമാക്കിയുള്ള ഗ്രാമീണവ്യവസായങ്ങളും കുടിൽവ്യവസായങ്ങളും വളർന്നുവരണം. അങ്ങനെ മാത്രമേ മുഴുവൻ ജനങ്ങൾക്കും തൊഴിൽ നൽകാനും ഗ്രാമസമ്പദ്വ്യവസ്ഥ ശക്തിപ്പെടുത്താനും കഴിയൂ. പ്ലാനിങ് കമ്മീഷൻ രസാവഹമായ ഒരു കണക്കുകൂട്ടൽ

നടത്തി. ഒരാൾ തൊഴിലന്വേഷിച്ച് ഗ്രാമത്തിൽനിന്ന് നഗരത്തിലേക്ക് ചേക്കേറുകയാണെങ്കിൽ അയാൾക്ക് നിശ്ചിത വരുമാനുള്ള ഒരു ജോലിയും താമസം, യാത്ര, വെള്ളം, വൈദ്യുതി മുതലായവും ലഭ്യമാക്കുന്നതിനുവേണ്ട മൂലധന നിക്ഷേപം ഗ്രാമത്തിൽ വേണ്ടിവരുന്നതിന്റെ 50 മടങ്ങിലധികം വരുമത്രെ! അതിനാൽ ഗ്രാമങ്ങളിൽനിന്ന് നഗരങ്ങളിലേക്ക് പലായനം ചെയ്യാനുള്ള പ്രവണത തടയണം. ഗ്രാമത്തിൽ തന്നെ വ്യക്തിഗതമായോ, സഹകരണസംഘങ്ങളായോ, കാർഷികാനുബന്ധവ്യവസായങ്ങളുടെ ഒരു ശൃംഖലതന്നെ രൂപപ്പെടുത്തണം. ഈ ഗ്രാമീണവ്യവസായങ്ങളെ, വൻകിട വ്യവസായങ്ങളുടെ കഴുത്തറപ്പൻ മത്സരങ്ങളിൽനിന്ന് സംരക്ഷിക്കണം. ചില മേഖലകൾ ഗ്രാമവ്യവസായങ്ങൾക്കായി റിസർവ് ചെയ്യണം. ഒന്നും രണ്ടും പദ്ധതികളിൽ ഉണ്ടായിരുന്ന പൊതു ഉൽപാദനപരിപാടി പോലെ ഒന്ന്. ഉദാഹരണത്തിന് ഒരു നിശ്ചിതകൗണ്ടിനു തഴെയുള്ള നൂലുകൊണ്ടുണ്ടാക്കുന്ന പരുക്കൻ തുണികൾ ഖാദിക്കായി റിസർവു ചെയ്യാം. ചില തരത്തിലുള്ള ടെക്സ്റ്റൈൽ ഉൽപന്നങ്ങളും റിസർവ് ചെയ്യാം. എണ്ണയാട്ടൽ, ചെരുപ്പുണ്ടാക്കൽ മുതലായവയും അങ്ങനെ റിസർവു ചെയ്യാം. ശർക്കര, കടലാസ്, നെല്ലുകുത്ത്, പരിപ്പുണ്ടാക്കൽ മുതലായ ഗ്രാമീണ വ്യവസായങ്ങളും മത്സരത്തിൽനിന്ന് സംരക്ഷിക്കപ്പെടേണ്ടതുണ്ട്. ഗ്രാമീണ ഭവനങ്ങൾ നിർമിക്കാൻ ഇഷ്ടിക, ഓട് എന്നിവയുടെ ഉൽപാദനം വ്യാപകമായി പ്രോത്സാഹിപ്പിക്കപ്പെടണം.

ഇടനിലസാങ്കേതികവിദ്യകൾ

കാർഷികവ്യവസായങ്ങളിൽ കാലഹരണപ്പെട്ട സാങ്കേതികവിദ്യകൾ ഉപയോഗിക്കണമെന്ന് ഇതിന്നർഥമില്ല. ഗ്രാമീണ പണിക്കാരുടെ കഴിവുകൾ ഉയർത്താൻ ആധുനിക ശാസ്ത്രവും സാങ്കേതികവിദ്യയും ഉപയോഗിക്കുന്നതിൽ ഗാന്ധിജി തത്പരനായിരുന്നു. എന്നാൽ ഒട്ടേറെ മൂലധനം ആവശ്യമുള്ളതും തൊഴിലാളികളെ ആവശ്യമില്ലാത്തതുമായ യന്ത്രങ്ങൾ ഉപയോഗിച്ച് തൊഴിലില്ലായ്മ സൃഷ്ടിക്കുന്നതിനോട് ഗാന്ധിജിക്ക് എതിർപ്പായിരുന്നു. ലോകത്തെമ്പാടുമുള്ള പല പ്രശസ്ത സാമ്പത്തിക വിദഗ്ധരും വികസ്വരരാജ്യങ്ങളുടെ ആവശ്യങ്ങൾക്കു യോജിച്ച്, നാടിനു ചേർന്ന ഇടനില ടെക്നോളജികളെക്കുറിച്ച് സംസാരിക്കാൻ തുടങ്ങിയിട്ടുണ്ട്. ഉൽപാദനക്ഷമത വർധിപ്പിക്കുകയും വേണം, തൊഴിലില്ലായ്മ സൃഷ്ടിക്കുകയുമരുത്. ചെറുയന്ത്രങ്ങൾ സാമ്പത്തികമായി ഭദ്രമല്ല എന്ന് വിചാരിക്കേണ്ടതില്ല. യാന്ത്രിക ക്ഷമതയും സാമ്പത്തിക ക്ഷമതയും രണ്ടും രണ്ടാണ് - ഗാന്ധിജി വാദിച്ചു: ì കൂറ്റൻ യന്ത്രങ്ങളുടെ യാന്ത്രിക ക്ഷമത കൂടുതലായിരിക്കാം. പക്ഷേ, അവയുടെ സാമ്പത്തിക ക്ഷമത കുറഞ്ഞിരിക്കും, സാമൂഹികമായി ചെലവേറിയതും. തൊഴിലാളികളെ ഒഴിവാക്കുന്നതിനാൽ തൊഴിലില്ലായ്മയും കൂടുതൽ മോശമായ തൊഴിൽ അപര്യാപ്തതയും സൃഷ്ടിക്കുന്നു. അതിനാൽ ഒരു ദേശീയ നയം എന്ന നിലയ്ക്കുതന്നെ വാദിക്കാം. കാർഷികവ്യവസായങ്ങൾക്കും ഗവൺമെന്റ് സംരക്ഷണം നൽകേണ്ടതാണ്.ì

വൻകിട വ്യവസായങ്ങളെയും അടിസ്ഥാനവ്യവസായങ്ങളെയും ഗാന്ധിജി കണ്ണടച്ച് എതിർത്തിട്ടില്ല. എന്റെ *ഗാന്ധിയൻ പ്ലാനി*ൽ പല പ്രതിരോധ വ്യവസായങ്ങളും ഇന്ത്യൻ സമ്പദ്വ്യവസ്ഥ ശക്തിപ്പെടുത്താനാവശ്യമായ പല അടിസ്ഥാനവ്യവസായങ്ങളും ഞാൻ നിർദേശിച്ചിരുന്നു. അത്തരം വ്യവസായങ്ങൾ പൊതുഉടമയിൽ ആയിരിക്കണമെന്ന് ഗാന്ധിജി വാദിച്ചു. സ്വകാര്യ ഉടമയിൽ ആയാൽ അവ സാമ്പത്തികചൂഷണത്തിലേക്കു നയിക്കുമെന്ന് അദ്ദേഹം ഭയപ്പെട്ടിരുന്നു. ജനസാമാന്യത്തിന്റെ ദൈനംദിന ഉപഭോഗവസ്തുക്കൾ പൂർണമായും വികേന്ദ്രീകൃത-ഗ്രാമീണ മേഖലയിൽ തന്നെ ഉൽപാദിപ്പിക്കണമെന്നതിൽ ഗാന്ധിജി നിർബന്ധം പിടിച്ചിരുന്നു. ഈ മേഖലകളിൽ നിലവിലുള്ള വൻകിട ഫാക്ടറികൾ അടച്ചുപൂട്ടാൻ പറ്റിയെന്നു വരില്ല. പക്ഷേ, പുതിയവ ആരംഭിക്കാൻ ഗവൺമെന്റ് ഒരിക്കലും അനുവദിക്കരുത് എന്ന് അദ്ദേഹം വാദിച്ചു. ഭക്ഷ്യവസ്തുക്കൾ, ശർക്കര, ഭക്ഷ്യഎണ്ണ മുതലായ കാർഷികോൽപന്ന വ്യവസായങ്ങളും തുണി, കടലാസ്, തുകൽ സാധനങ്ങൾ മുതലായവയുടെ ഉൽപാദനവും ഒരു വശത്ത്. തദ്ദേശീയമായി അവയ്ക്കുള്ള ആവശ്യങ്ങൾ തൃപ്തിപ്പെടുത്തുന്നു. മറുവശത്ത്, ഗ്രാമത്തിലെ പാഴായിപ്പോകുന്ന അധ്വാനശക്തി ഉപയോഗപ്പെടുത്തുകയും ചെയ്യുന്നു.

അടിസ്ഥാനവിദ്യാഭ്യാസം

കൃഷി, മൃഗപരിപാലനം, ഡയറി, ഗ്രാമീണവ്യവസായങ്ങൾ എന്നിവയുടെ അടിസ്ഥാനത്തിലുള്ള ഒരു സമ്പദ്വ്യവസ്ഥ സ്ഥായിയായി നിലനിൽക്കണമെങ്കിൽ അതിനു യോജിച്ച തരത്തിലുള്ള മാനവിക വിഭവം വേണം. ഇന്നത്തെ വിദ്യാഭ്യാസത്തിൽ സമൂലമായ മാറ്റങ്ങൾ വരുത്തേണ്ടിവരും. ഗാന്ധിജി മുന്നോട്ടുവച്ച *ïനയീ താലിംî* ആറാം പഞ്ചവത്സരപദ്ധതിയുടെ അവിഭാജ്യഘടകമായിത്തീരണം. അടിസ്ഥാനവിദ്യാഭ്യാസമെന്നത് ì കുറച്ച് സാധാരണ വിദ്യാഭ്യാസവും കുറച്ച് പ്രവൃത്തിയുംî കൂടിച്ചേർന്നതല്ല. ഇത് മനസ്സിലാക്കുക. ഉൽപാദനപ്രവർത്തനത്തിലൂടെയുള്ള വിദ്യാഭ്യാസമാണത്. വളർച്ചയും വികസനവുമായി ബന്ധപ്പെട്ട ഉൽപാദനപ്രവർത്തനങ്ങളിലൂടെ എല്ലാതലത്തിലും ആവശ്യമായ പ്രായോഗികവും സൈദ്ധാന്തികവുമായ വിദ്യാഭ്യാസം നൽകാൻ കഴിയും. 1947 ഡിസംബറിൽ തന്റെ ഒരു പ്രാർഥനായോഗത്തിൽ ഗാന്ധിജി പറഞ്ഞു: ì *നയീ താലിം* ജീവിതം പ്രദാനം ചെയ്യുന്നതാണ്. വിദേശി ഗവൺമെന്റ് നൽകുന്ന വിദ്യാഭ്യാസം ജീവിതത്തെ നശിപ്പിക്കുന്നതാണ്.î അടിസ്ഥാനവിദ്യാഭ്യാസമെന്നത് ആജീവനാന്തമാണ്. അതിനു വൻ സാധ്യതകളാണുള്ളത് എന്ന് അനുഭവം കാണിക്കുന്നു. ഗർഭസ്ഥാവസ്ഥയിൽനിന്ന് മരണക്കിടക്കവരെ തുടർന്നുകൊണ്ടിരിക്കുന്ന ഒന്നാണത്. കെട്ടിടങ്ങൾക്കും മറ്റുമുള്ള മൂലധനച്ചെലവല്ലാതെ, അതിന് നടത്തിപ്പുചെലവുകൾ ഒന്നുമില്ല. തങ്ങൾ ഉണ്ടാക്കുന്നതാണ് അധ്യാപകരുടെ വരുമാനം. അത് ജീവിതകലയാണ്. ബോധനത്തിന്റെയും പഠനത്തിന്റെയും ഓരോ ചുവടിലും അധ്യാപകരും വിദ്യാർഥികളും എന്തെങ്കിലുമൊക്കെ ഉൽപാദിപ്പിക്കുന്നുണ്ടായിരിക്കും.

അടിസ്ഥാനവിദ്യാഭ്യാസത്തിന്റെ മൗലികതത്ത്വങ്ങൾ വിദ്യാഭ്യാസത്തിന്റെ എല്ലാ ഘട്ടങ്ങളിലും 10-ലും പ്ലസ്-2വിലും ഡിഗ്രിതലത്തിലുമൊക്കെ, ചേർക്കണം. വിദ്യാഭ്യാസം, സർഗാത്മകപ്രവർത്തനങ്ങളിലൂടെ, വരുംതലമുറയ്ക്ക് ആത്മവിശ്വാസവും സ്വയംപര്യാപ്തതയും നൽകണം. ഇല്ലെങ്കിൽ എല്ലാ വിദ്യാഭ്യാസപരിഷ്കാരങ്ങളും വൃഥാശ്രമങ്ങളായിത്തീരും.

ഗവൺമെന്റ് മേഖലയിലും സ്വകാര്യമേഖലയിലും രണ്ടിലും സർവകലാശാലാ ഡിഗ്രിയും ജോലിയും തമ്മിലുള്ള ബന്ധം വിച്ഛേദിക്കണം. നിലവിലുള്ള റിക്രൂട്ട്മെന്റ് നിയമങ്ങളിൽ അതിനാവശ്യമായ മാറ്റങ്ങൾ വരുത്തണം. അങ്ങനെ കോളേജുകളിലേക്കും സർവകലാശാലകളിലേക്കുമുള്ള തള്ളിക്കയറ്റം നിയന്ത്രിക്കാം, രണ്ടുംകൊല്ലത്തെ സാങ്കേതികവും തൊഴിൽബന്ധിതവുമായ വിദ്യാഭ്യാസം ലഭിച്ച ഭൂരിപക്ഷം പേർക്കും നേരത്തെതന്നെ ജീവിതം ആരംഭിക്കാൻ കഴിയുമാറാകണം.

തുടക്കം മുതൽക്കേ കുട്ടികളിൽ ആത്മീയവും ധാർമികവുമായ മൂല്യങ്ങൾ ഉറപ്പിക്കാൻ വേണ്ടി പൊതുവായ ധാർമിക-മതപഠനങ്ങൾ നിർബന്ധമാക്കണം. ആവശ്യമായ പാഠ്യപദ്ധതികൾക്ക് രൂപംനൽകണം. യഥാർഥ സെക്കുലറിസം മതനിഷേധമല്ല. സർവമത സമഭാവനയാണ് അത് അർഥമാക്കുന്നത്. ഇന്ത്യൻ സംസ്കാരത്തിന്റെ സങ്കലിത സ്വഭാവത്തിന്റേതായ അന്തരീക്ഷം എല്ലാ വിദ്യാഭ്യാസസ്ഥാപനങ്ങളിലും സൃഷ്ടിക്കണം.

അടിയന്തര നടപടിയായി ഇന്ത്യയിലൊട്ടാകെ സമ്പൂർണ മദ്യനിരോധനം നടപ്പാക്കണം. ഇത് ഞാൻ എടുത്തു പറയേണ്ട ആവശ്യമില്ല. ജനങ്ങളെ, പ്രത്യേകിച്ചും ദരിദ്രവിഭാഗങ്ങളെ, മദ്യത്തിന്റെ അടിമത്തത്തിൽനിന്ന് നിർബന്ധപൂർവം മോചിപ്പിച്ചുകൊണ്ടല്ലാതെ ഗ്രാമങ്ങളിലെയും പട്ടണങ്ങളിലെയും ദരിദ്രരുടെ ജീവിതത്തിൽ ഒരു പുരോഗതിയും ഉണ്ടാക്കാൻ പറ്റുന്നതല്ല. ആറാം പദ്ധതിക്കുവേണ്ട ധനവിഭവങ്ങൾ കണക്കാക്കുമ്പോൾ മദ്യവില്പനയിൽനിന്നു കിട്ടുന്ന എക്സൈസ് നികുതി കണക്കിൽ കൂട്ടരുത് എന്നാണ് എന്റെ ഉറച്ച അഭിപ്രായം. കൂടുതൽ വലിയ പദ്ധതി വേണം. അതിനു കൂടുതൽ പണം വേണം. അത് ലഭിക്കാനായി കൂടുതൽ മദ്യഷോപ്പുകൾ ആരംഭിക്കണം! ഇത് ആസൂത്രിതവികസനത്തെ അപഹസിക്കുന്ന ഒരു പ്രക്രിയയാണ്.

ഗ്രാമത്തിലെ പാർപ്പിടങ്ങൾ

ആഹാരവും വസ്ത്രവും കഴിഞ്ഞാൽ ജനങ്ങളെ സംബന്ധിച്ചിടത്തോളം ഏറ്റവും പ്രധാനമായതാണ് പാർപ്പിടം. നമ്മുടെ മുൻ പദ്ധതികളിൽ, നഗരപ്രദേശത്തെ ഇടത്തരക്കാർക്കും താഴെ ഇടത്തരക്കാർക്കും ഭവനങ്ങൾ നിർമിക്കുന്നതിനു പല പരിപാടികളുമുണ്ടായിരുന്നു. എന്നാൽ ഗ്രാമപ്രദേശത്തെ പാർപ്പിടപ്രശ്നങ്ങൾ ഗൗരവത്തോടെ ആരും ഇതുവരെ പരിശോധിച്ചിട്ടില്ല. അതിനാൽ ഗ്രാമപ്രദേശങ്ങളിൽ, തദ്ദേശീയമായി ലഭിക്കുന്ന പദാർഥങ്ങൾ ഉപയോഗിച്ചുകൊണ്ട് ഉറപ്പുള്ളതും ചെലവു

കുറഞ്ഞതുമായ പാർപ്പിടങ്ങൾ നിർമിക്കാൻ, വരും പദ്ധതിയിൽ, അതിബൃഹത്തായ ഒരു പരിപാടി ഉണ്ടായിരിക്കണം. സേവാഗ്രാം ആശ്രമത്തിന്റെ കെട്ടിടങ്ങൾ കെട്ടുവാൻ, ഉപയോഗിക്കുന്ന തടിയും ഇഷ്ടികയും ഓടും അർധവിദഗ്ധതൊഴിലും ഒക്കെ തദ്ദേശീയമായിരിക്കണം എന്ന് ഗാന്ധിജി നിർബന്ധിച്ചു. അടുക്കളയിൽ ഭക്ഷണം പാകംചെയ്യുമ്പോൾ വൃഥാവിൽ പോകുന്ന താപത്തിന്റെ അളവു കുറയ്ക്കാൻ പുതിയ തരം അടുപ്പു അഭികല്പനചെയ്യേണ്ടിയിരിക്കുന്നു. ഹരിജനങ്ങളുടെയും ആദിവാസികളുടെയും പാർപ്പിടാവശ്യങ്ങൾ തൃപ്തിപ്പെടുത്താൻ പ്രത്യേക പരിപാടികൾ വേണ്ടിവരും. ഒരു മാതൃകാ ഗ്രാമത്തെക്കുറിച്ച് ഗാന്ധിജിക്കുണ്ടായിരുന്ന സ്വപ്നം അദ്ദേഹത്തിൽനിന്നു തന്നെ ഞാൻ ഉദ്ധരിക്കട്ടെ:

ഒരു ആദർശ ഇന്ത്യൻ ഗ്രാമത്തിന്റെ നിർമിതി, പൂർണമായ വൃത്തി വരുത്താൻ (സാനിറ്റേഷൻ) കഴിയുന്നതായിരിക്കണം. അതിലെ കുടിലുകളിൽ ധാരാളം കാറ്റും വെളിച്ചവും ഉണ്ടായിരിക്കും. അഞ്ചു നാഴിക ചുറ്റുവട്ടത്തിനുള്ളിൽ കിട്ടുന്ന സാധനങ്ങൾ ഉപയോഗിച്ചായിരിക്കണം നിർമാണം. വീട്ടാവശ്യത്തിനുള്ള പച്ചക്കറികൾ കൃഷിചെയ്യാനും പശുക്കളെ കെട്ടാനും വേണ്ടത്ര മുറ്റം ഉണ്ടായിരിക്കും. ഗ്രാമത്തിലെ റോഡുകളിലും തെരുവുകളിലും പൊടിശ്ശല്യം കഴിയുന്നത്ര കുറഞ്ഞിരിക്കണം. എല്ലാവർക്കും ഉപയോഗിക്കാൻ പറ്റുന്ന, കിണറുകൾ ആവശ്യത്തിനനുസരിച്ച് ഓരോ ഗ്രാമത്തിലും ഉണ്ടായിരിക്കുന്നതാണ്. എല്ലാവർക്കും വേണ്ട ആരാധനാസ്ഥലങ്ങളും പൊതുയോഗത്തിനു വേണ്ട സ്ഥലവും എല്ലാവരുടെയും ആടുമാടുകൾക്ക് മേയാൻ വേണ്ട പുൽമേടുകളും ഉണ്ടായിരിക്കും. സഹകരണാടിസ്ഥാനത്തിൽ പ്രവർത്തിക്കുന്ന ഡയറി, പ്രൈമറി സ്കൂൾ, സെക്കണ്ടറി സ്കൂൾ, വൊക്കേഷണൽ വിദ്യാലയം, എന്നിവ ആയിരിക്കും ഗ്രാമത്തിന്റെ കേന്ദ്ര സ്ഥാനം. തർക്കങ്ങൾ ഒത്തുതീർപ്പാക്കാനും സംവിധാനമുണ്ടായിരിക്കും. ഗ്രാമത്തിനാവശ്യമായ ഭക്ഷ്യധാന്യങ്ങൾ, പച്ചക്കറികൾ, പഴങ്ങൾ എന്നിവ ഗ്രാമത്തിൽതന്നെ ഉണ്ടാക്കും. വസ്ത്രത്തിനാവശ്യമായ ഖദറും. ഇതാണ് എന്റെ മനസ്സിലുള്ള മാതൃകാഗ്രാമം.

ട്രാൻസ്പോർട്ടിന്റെ കാര്യത്തിൽ ഗ്രാമീണ റോഡുകൾക്കും ഫീഡർ റോഡുകൾക്കും ആസൂത്രണത്തിൽ ഏറ്റവും ഉയർന്ന മുൻഗണന നൽകണം. ഗ്രാമപ്രദേശങ്ങളിൽ ട്രാൻസ്പോർട്ട് മാത്രം പോര. ഉൽപാദനം വർധിക്കണം. വിപണനസൗകര്യങ്ങളും വർധിക്കണം. പ്രത്യേകിച്ചു വളരെ ഉള്ളിൽ കിടക്കുന്ന ഗ്രാമങ്ങളിൽ ഇന്നും പ്രധാന കടത്തു ഉപാധി കാളവണ്ടിയാണ്. യുഗയുഗാന്തരങ്ങളായി നിലനിൽക്കുന്ന കാളവണ്ടി. അത് മെച്ചപ്പെടുത്തേണ്ടിയിരിക്കുന്നു. കൂടുതൽ നല്ല കാളവണ്ടി വേണ്ടിയിരിക്കുന്നു. അതിനായുള്ള ഗവേഷണവികസനപ്രവർത്തനം നടത്തേണ്ടിയിരിക്കുന്നു. ഷിപ്പിങ്ങ്-ട്രാൻസ്പോർട്ട് മന്ത്രാലയം ഇതിനായി ഒരു സ്റ്റിയറിങ്ങ് ഗ്രൂപ്പിന് രൂപം കൊടുത്തിട്ടുള്ളതായി അറിയുന്നു. അത്രയും നല്ലത്. ഉൾനാടൻ ജലഗതാഗതവും പ്രധാനമാണ്. അത് കൂടുതൽ ലാഭകരവും. അധ്വാനം കുറയ്ക്കുന്നതുമാണ്.

തൊഴിലാളി ഒരു പങ്കാളി

കാർഷികോൽപാദനത്തിലും വ്യാവസായികോൽപാദനത്തിലും തൊഴിലാളിയെ ഒരു 'പങ്കാളി' എന്ന നിലയ്ക്കാണ് ഗാന്ധിജി കണ്ടിരുന്നത്. മുതലാളി-തൊഴിലാളി എന്ന തരത്തിലുള്ള ഇന്നത്തെ വേർതിരിവ് പതുക്കെപ്പതുക്കെ ഇല്ലാതാകണം. രണ്ടുപേരും തുല്യ പങ്കാളികളായി മാറണം. കൂലിവേലയുടെ സ്ഥാനത്ത് വർധിച്ച തോതിൽ സ്വയംതൊഴിൽ സമ്പ്രദായം വളർന്നു വരണം. ഗാന്ധിജിയുടെ 'ട്രസ്റ്റിഷിപ്പ്' സിദ്ധാന്തം മൂലധനത്തിനു മാത്രമല്ല അധ്വാനത്തിനും ബാധകമാണ്. വാസ്തവത്തിൽ ജീവിതത്തിന്റെ എല്ലാ വശങ്ങൾക്കും അത് ബാധകമാണ്. തൊഴിൽ ബന്ധങ്ങളിലും മാനേജ്മെന്റിലും അവകാശങ്ങൾക്കെന്നപോലെ കടമകൾക്കും തുല്യ പ്രാധാന്യം ഗാന്ധിജി കല്പിച്ചിരുന്നു. അപ്പോൾ വേതനത്തെ ഉൽപാദനത്തോട് ചിട്ടയായി ബന്ധിപ്പിക്കണം. ഉയർത്തിയ കൂലിയുടെ ഒരു ഭാഗം ഷെയറായും ബോണസ് ആയും നൽകണം. അങ്ങനെ പതുക്കെപ്പതുക്കെ തൊഴിലാളി ബിസിനസ്സിലും വ്യവസായത്തിലുമൊക്കെ തുല്യനായ ഒരു പങ്കാളി ആയി മാറുന്നു. സംരംഭത്തിന്റെ വിജയം അവരുടെ കൂടി വിജയമായി മാറുന്നു. ഉൽപാദനം വർധിപ്പിക്കുന്നത് അവരുടെ കൂടി താത്പര്യമായി മാറുന്നു.

ആസൂത്രണത്തിൽ ജനസംഖ്യാനിയന്ത്രണവും ഒരു പ്രധാന ഘടകമാണ്. അല്ലെങ്കിൽ ഉൽപാദനം വർധിച്ചാലും ആളുകൾക്ക് കിട്ടുന്നത് വർധിക്കുന്നതല്ല. പക്ഷേ, കുടുംബാസൂത്രണം നിർബന്ധിതമാകരുത്. സ്വയം തീരുമാനിക്കുന്നതാകണം. സൗഹൃദപൂർവമായ പ്രേരണയുടെ ഫലമായിരിക്കണം. ഒരു തരത്തിലുള്ള ബലപ്രയോഗവും നടത്തരുത്. ഭാവനാശൂന്യമായ നടപടികളിലൂടെ, ഇത്രയും ആവശ്യമായ ഒന്ന് നടപ്പാകാതെ പോകരുത്. ജനനനിയന്ത്രണ സൗകര്യങ്ങളെ യുവതി-യുവാക്കൾ ദുരുപയോഗപ്പെടുത്തുകയില്ലെന്നും ഉറപ്പുവരുത്തണം.

വിലനിയന്ത്രണം

ഏതൊരു ദേശീയാസൂത്രണത്തിലും വിലനിയന്ത്രണത്തിന് അതിയായ പ്രാധാന്യമുണ്ട്. ഇത് ലളിതമായ ഒരു കാര്യമല്ല. പല മേഖലകളിലും ദൃഢവും ശക്തവുമായ നടപടികൾ സ്വീകരിക്കേണ്ടിവരും. ജനങ്ങൾക്കാവശ്യമായ ഉപഭോഗവസ്തുക്കൾ മതിയായ അളവിൽ ഉൽപാദിപ്പിക്കപ്പെടും എന്ന് ഉറപ്പാക്കുകയാണ് ആദ്യം വേണ്ടത്. പണക്കാരുടെ സുഖഭോഗവസ്തുക്കൾ വർധിച്ച തോതിൽ ഉൽപാദിപ്പിക്കാനുള്ള പ്രവണത ഉറച്ച നടപടികളിലൂടെ തടയണം. അവശ്യ വസ്തുക്കളുടെ വിലക്കയറ്റം തടയാനായി ഭക്ഷ്യധാന്യങ്ങൾ, എണ്ണ, പഞ്ചസാര, തുണി, സിമന്റ്, കടലാസ്സ് മുതലായവയുടെ നല്ലൊരു ബഫർസ്റ്റോക്ക് ഉണ്ടാക്കാം. രാജ്യത്താകെ, ഗ്രാമങ്ങളിലും നഗരങ്ങളിലും, ജനങ്ങളുടെ താത്പര്യങ്ങൾ സംരക്ഷിക്കാനായി ശക്തമായ ഉപഭോക്തൃസഹകരണ പ്രസ്ഥാനം വളർത്തിക്കൊണ്ടുവരണം. ഗാർഹിക ലഘുസമ്പാദ്യ പദ്ധതി

ശക്തിപ്പെടുത്തുകയും അനാവശ്യച്ചെലവുകൾ കുറയ്ക്കുകയും ചെയ്യാം. അനാവശ്യമായ നിയന്ത്രണങ്ങൾ എടുത്തുകളയണം. അത്യാവശ്യം വേണ്ടതു മാത്രമേ നിലനിർത്തേണ്ടതുള്ളൂ. അവസാനമായി ഗവൺമെന്റിന്റെ ധനകാര്യനയങ്ങളിൽ സമൂലമായ മാറ്റങ്ങൾ വരുത്തേണ്ടതുണ്ട്. പണത്തിന്റെ വർധനാനിരക്ക് ശക്തമായി നിയന്ത്രിക്കേണ്ടതാണ്. സമ്പദ്‌വ്യവസ്ഥയിൽ മുൻഗണനാപ്രാധാന്യമുള്ള മേഖലകളിൽ ആവശ്യമായ ക്രെഡിറ്റ് സൗകര്യങ്ങൾ ഉണ്ടായിരിക്കണം. ഉൽപാദനക്ഷമമല്ലാത്തതും വ്യർഥവുമായ ചെലവുകളും ധൂർത്തും അങ്ങേയറ്റം കുറയ്ക്കണം. കടുത്ത തീരുമാനങ്ങൾ ആവശ്യമാണ്. അവ നടപ്പാക്കാനുള്ള ശക്തമായ രാഷ്ട്രീയ ഇച്ഛാശക്തിയും.

ഗാന്ധിജിയുടെ സ്വപ്നത്തിലെ ഇന്ത്യ

നമ്മുടെ രാഷ്ട്രപിതാവിന്റെ സ്വപ്നത്തിലുള്ള ഒരു പുതിയ ഇന്ത്യ കെട്ടിപ്പടുക്കാൻ അദ്ദേഹത്തിന്റെ വാക്കുകൾ മറക്കാതിരിക്കുക.

"ദരിദ്രരിൽ ദരിദ്രരായവർക്കുപോലും ഇത് തന്റെ രാജ്യമാണെന്നും അതിന്റെ സൃഷ്ടിയിൽ തനിക്കും നിർണായകമായ ഒരു പങ്കുണ്ടെന്നും തോന്നുന്ന ഒരിന്ത്യ; ഉച്ചനീചത്വങ്ങൾ ഇല്ലാത്ത ഒരിന്ത്യ, സർവജാതിമതസ്ഥരും സമഭാവനയോടുകൂടി വർത്തിക്കുന്ന ഒരിന്ത്യ - അങ്ങനെയുള്ള ഒരു ഇന്ത്യക്കുവേണ്ടിയാണ് ഞാൻ പ്രവർത്തിക്കുന്നത്. തൊട്ടുകൂടായ്മ, ലഹരിമരുന്നുകളുടെയും പാനീയങ്ങളുടെയും ഉപയോഗം മുതലായ ശാപങ്ങൾക്ക് ആ ഇന്ത്യയിൽ ഇടമുണ്ടായിരിക്കില്ല, അവിടെ സ്ത്രീകൾക്കും പുരുഷന്മാർക്കും തുല്യ അവകാശങ്ങൾ ഉണ്ടായിരിക്കും. മറ്റെല്ലാ രാജ്യങ്ങളുമായി സമാധാനത്തിലായിരിക്കും. ചൂഷണം ചെയ്യുകയോ ചെയ്യപ്പെടുകയോ ഉണ്ടായിരിക്കില്ല. അതിനാൽ ഊഹിക്കാവുന്നതിനേക്കാൾ ചെറിയ ഒരു പട്ടാളമേ നമുക്കുണ്ടായിരിക്കൂ. മൂകലക്ഷങ്ങളുടെ താത്പര്യങ്ങൾക്ക് വിരുദ്ധമല്ലാത്ത എല്ലാ താത്പര്യങ്ങളും പൂർണമായും ബഹുമാനിക്കപ്പെടും - വിദേശീയരുടേതായാലും സ്വദേശിയരുടേതായാലും വിദേശി-സ്വദേശി എന്ന വേർതിരിവിനെ ഞാൻ ഇഷ്ടപ്പെടുന്നില്ല. ഇതാണ് എന്റെ സ്വപ്നങ്ങളിലെ ഇന്ത്യ."

ഗാന്ധിജിയുടെ ആശയങ്ങൾ അദ്ദേഹത്തിന്റെ ജീവിതകാലത്ത് പ്രസക്തങ്ങളായിരുന്നു., ഇന്നും എറെ പ്രസക്തമാണ്. വരുംപതിറ്റാണ്ടുകളിലും അവ പ്രസക്തമായിത്തന്നെയിരിക്കും. അദ്ദേഹത്തോടുള്ള ബഹുമാനംകൊണ്ടോ, കടപ്പാടുകൊണ്ടോ അല്ല, പിന്നെയോ അവ അത്യന്തം പ്രായോഗികവും ശാസ്ത്രീയവും യുക്തിസഹവും ആണെന്നതുകൊണ്ട്. അതിനാൽ നമ്മുടെ സ്വന്തം താത്പര്യങ്ങൾ സംരക്ഷിക്കാനെങ്കിലും ഉറച്ച വിശ്വാസത്തോടെ ഗാന്ധിയൻ ചിന്തയിലേക്കു നീങ്ങുക. മധ്യകാലപ്പഴമയുടെ അവശിഷ്ടമല്ല, ശോഭായമാനമായ ഒരു ഭാവിയുടെ പ്രവാചകൻ ആണ് ഗാന്ധിജി. ഇന്ത്യക്കു മാത്രമല്ല - ലോകത്തിനാകെത്തന്നെ എന്ന് തിരിച്ചറിയുക.

നാല്

നാലാം ലോകം - നാളത്തെ ലോകം

എം.പി. പരമേശ്വരൻ

'മറ്റൊരു ലോക'ത്തെ, നാളത്തെ ലോകത്തെക്കുറിച്ച് ചർച്ചചെയ്യുമ്പോൾ പ്രത്യേകം ശ്രദ്ധിക്കേണ്ട ഒരു കാര്യമുണ്ട്. 'നാളെ എന്നത് ഒരു ആലങ്കാരിക പ്രയോഗമാണ്. ആസന്നഭാവി-ഏതാനും കൊല്ലങ്ങൾ-മുതൽ ദീർഘകാല ഭാവിയടക്കം-നൂറ്റാണ്ടുകളും സഹസ്രാബ്ദങ്ങളും-അതിന്റെ പരിധിയിൽ വരുന്നു. ആസന്നഭാവിയെക്കുറിച്ചുള്ള ധാരണകൾക്ക് കൂടുതൽ വ്യക്തത ഉണ്ടായിരിക്കും, കൂടുതൽ വസ്തുനിഷ്ഠത ഉണ്ടായിരിക്കും. അത് സൃഷ്ടിക്കുന്നതിന് മൂർത്തമായ കർമപരിപാടികൾ ഉണ്ടായിരിക്കും. വിദൂരഭാവിയെക്കുറിച്ചുള്ള വിചിന്തനങ്ങൾ ഏറിയപങ്കും ലക്ഷ്യപ്രഖ്യാപനങ്ങൾ മാത്രമായിരിക്കും. എന്നാൽ അവയ്ക്കും താത്ത്വികമായ ഒരടിത്തറയുണ്ട്, സൈദ്ധാന്തികമായ സാധ്യതയുമുണ്ട്. വരുംപേജുകളിൽ ആസന്നമായ ഭാവിലോകത്തെക്കുറിച്ചും വിദൂരഭാവിയിലെ ലോകത്തെക്കുറിച്ചും, രണ്ടിനെയും കുറിച്ചുമുള്ള വിചിന്തനങ്ങൾ കാണാം. അവയെ കൃത്യമായി വേർതിരിക്കാൻ പലപ്പോഴും കഴിയില്ല. കാരണം ആസന്നഭാവിയിൽ ചെയ്യുന്ന കൃത്യങ്ങൾ വിദൂരഭാവിയിലെ ലക്ഷ്യങ്ങൾക്ക് അനുഗുണമായിരിക്കണം.

നിലവിലുള്ള ലോകവ്യവസ്ഥയ്ക്കെതിരായ വിവിധങ്ങളായ പ്രസ്ഥാനങ്ങൾ-പരിസ്ഥിതി പ്രസ്ഥാനം, വനിതാവിമോചനപ്രസ്ഥാനം, സാമൂഹിക നീതിപ്രസ്ഥാനം, ലോകസമാധാനപ്രസ്ഥാനം എന്നിങ്ങനെ പലതും-ഉയർന്നു വരുന്നതു കാണാം. 2001ലും 2002ലും ബ്രസീലിലെ പോർതൊ അലെഗ്രയിൽവച്ചു നടന്ന വേൾഡ് സോഷ്യൽഫോറങ്ങൾ ഒന്നും രണ്ടും, നിയോ ലിബറൽ ആഗോളവത്കരണത്തിനെതിരായ ആയിരക്കണക്കിന് സംഘടനകളുടെയും വ്യക്തികളുടെയും പ്രസ്ഥാനങ്ങളുടെയും സാന്നിധ്യം കൊണ്ട് ശ്രദ്ധേയമായതും നാം കണ്ടു. അവരുടെ പൊതുവായ മുദ്രാവാക്യമാണ്: മറ്റൊരു ലോകം സാധ്യമാണ്. എന്നാൽ ഈ മറ്റൊരു ലോകത്തെക്കുറിച്ച് അവർക്കെല്ലാവർക്കും ഒരേ ധാരണയാണ് ഉള്ളത് എന്നു ധരിക്കേണ്ടതില്ല. ആയിരക്കണക്കിന് വ്യത്യസ്ത ധാരണകൾ ഉണ്ടായിരുന്നു

എന്നതാണ് വാസ്തവം. എന്നാൽ സമ്പദ്‌വ്യവസ്ഥ, രാഷ്ട്രീയവ്യവസ്ഥ, സംസ്കാരം എന്നിവയെക്കുറിച്ചെല്ലാം സമഗ്രമായ ധാരണയുണ്ടായിരുന്നവർ അത്ര അധികമൊന്നും വരില്ല.

1. മയപ്പെടുത്തിയ മുതലാളിത്തം

നാളത്തെ ലോകവും അടിസ്ഥാനപരമായി ഒരു മുതലാളിത്തലോകം തന്നെ ആയിരിക്കും, ആയിരിക്കണം എന്നു വിശ്വസിച്ചിരുന്നവരാണ് ഒരു വിഭാഗം. വർധിച്ച അസമത്വത്തിലേക്കും ഭീമമായ പ്രകൃതി ചൂഷണത്തിലേക്കും യുദ്ധത്തിലേക്കുമെല്ലാം നയിക്കുന്ന ഇന്നത്തെ മുതലാളിത്തത്തിന്റെ പൈശാചിക സ്വഭാവം മാറ്റി ഒരു തരത്തിലുള്ള സാത്വിക മുതലാളിത്തം സൃഷ്ടിക്കാമെന്നു വിശ്വസിക്കുന്നവരാണ് അവർ.

2. തെറ്റുതിരുത്തിയ സോഷ്യലിസം

ഭാവിലോകം സോഷ്യലിസത്തിന്റേതാണ് എന്നു വിശ്വസിക്കുന്ന മറ്റേ കൂട്ടർ. മാർക്സിസത്തിന്റെ പ്രയോഗത്തിൽ വന്ന പാളിച്ചകളാണ് കഴിഞ്ഞ നൂറ്റാണ്ടിലെ പരീക്ഷണങ്ങളുടെ പരാജയത്തിനു കാരണം എന്നവർ വാദിക്കുന്നു. എന്നാൽ പറ്റിയ തെറ്റുകൾ ഏതെന്ന് കൃത്യമായി നിർവചിക്കാൻ അവർക്കു കഴിയുന്നില്ല. ഉല്പാദന ശക്തികൾ വേണ്ടത്ര വളരുംമുമ്പേ സോഷ്യലിസം കെട്ടിപ്പടുക്കാൻ ശ്രമിച്ചതാണ് പരാജയ കാരണം എന്ന് ഒരു കൂട്ടർ. പാർട്ടികൾക്ക് വന്ന അപചയമാണ് കാരണമെന്ന് മറ്റൊരു കൂട്ടർ. കഴിഞ്ഞ നൂറ്റാണ്ടിൽ നടന്ന പരീക്ഷണം സോഷ്യലിസമേ ആയിരുന്നില്ല എന്നു ചിലർ. ഈ തെറ്റുകളൊക്കെ തിരുത്തി പുതിയൊരു സോഷ്യലിസ്റ്റ് പരീക്ഷണം സാധ്യമാണ് എന്നവർ കരുതുന്നു. കേന്ദ്രീകൃത ആസൂത്രണം, ഘനവ്യവസായങ്ങളുടെ പ്രാമാണ്യം, ശാസ്ത്രത്തിലും സാങ്കേതികവിദ്യയിലുമുള്ള അന്ധമായ വിശ്വാസം മുതലായവയിലൊന്നും ഇക്കൂട്ടർക്ക് വീണ്ടുവിചാരമില്ല.

3. പഴയകാലത്തേക്ക് (back to the past) തിരിച്ചുപോകാൻ ആഗ്രഹിക്കുന്നവർ

മേൽപറഞ്ഞ രണ്ടുകൂട്ടരേയും കഠിനമായി എതിർക്കുന്നവരാണ് മറ്റൊരു കൂട്ടർ. അവർ ശാസ്ത്രത്തേയും സാങ്കേതികവിദ്യകളെയും എതിർക്കുന്നു. നഗരങ്ങളെ വെറുക്കുന്നു. യന്ത്രങ്ങളെയും ആധുനിക ഉപകരണങ്ങളെയും നിഷേധിക്കുന്നു. പ്രകൃതിയിലേക്ക് തിരിച്ചു പോകാൻ അവർ ആഹ്വാനം ചെയ്യുന്നു. ഇതൊക്കെ പ്രയോഗത്തിൽ നടത്തിയ മഹാനായ ചിന്തകനായിരുന്നു ഗാന്ധിജിയുടെ ആത്മീയ ഗുരുക്കളിൽ ഒരാളായിരുന്ന ഹെന്റി ഡേവിഡ് തോറോ. അദ്ദേഹത്തെ അനുഗമിക്കാൻ പക്ഷേ ഇവർ തയ്യാറല്ല. ഇന്റർനെറ്റും ഇ-മെയിലും വേണ്ടെന്നുവെക്കാൻ അവർക്കു കഴിയുന്നില്ല.

4. ഉത്തരമുതലാളിത്തസമൂഹം

മുതലാളിത്തത്തെ എത്ര കുളിപ്പിച്ചാലും എത്ര നല്ല ഉടുപ്പിടുവിച്ചാലും അതിന്റെ വൈരൂപ്യം മാറുന്നതല്ല. 20-ാം നൂറ്റാണ്ടിലെ സോഷ്യലിസ്റ്റ് പരീക്ഷണങ്ങളിലും അടിസ്ഥാനപരമായി ചില പിശകുകൾ ഉണ്ടായിരുന്നു. പഴയകാലത്തേക്ക് തിരിച്ചുപോകുക അപ്രായോഗികമാണെന്ന് ആ മുദ്രാവാക്യം ഉന്നയിക്കുന്നവർക്കും അറിയാം. ഇവയിൽ നിന്നൊക്കെ വ്യത്യസ്തമായിരിക്കും പുതിയ ലോകം. അതിന്, ഒരു വേള, ഏറ്റവും കൂടുതൽ സാദൃശ്യമുള്ളത് 20-ാം നൂറ്റാണ്ടിലെ സോഷ്യലിസത്തിനോടാകാം. എന്നാൽ ഏറെ വ്യത്യാസങ്ങളുമുണ്ടാകാം. അതുകൊണ്ടുതന്നെ പലരും അതിനെ "സോഷ്യലിസ്റ്റ്" എന്നു വിളിക്കാൻ ആഗ്രഹിക്കുന്നില്ല. പകരം "ഉത്തരമുതലാളിത്ത സമൂഹം" (post capitalist society) എന്നാണ് വിളിക്കുന്നത്. ഒരുവേള ഒരു "ശാസ്ത്രീയ സോഷ്യലിസ്റ്റ്" സമൂഹത്തിന്റെ മുന്നോടിയായിരിക്കാം അത്. സോഷ്യലിസ്റ്റ് പരീക്ഷണങ്ങളിലേതിൽ നിന്നും മുതലാളിത്തത്തിന്റേതിൽനിന്നും തികച്ചും വ്യത്യസ്തമായ ഒരു സംസ്കാരമായിരിക്കും ആ സമൂഹത്തിനുണ്ടായിരിക്കുക, പ്രത്യേകിച്ചും പ്രകൃതിയോടുള്ള സമീപനത്തിലും സ്ത്രീകളോടുള്ള സമീപനത്തിലും വികസനത്തോടുള്ള സമീപനത്തിലും. അപ്രകാരമുള്ള ഒരു സമൂഹത്തിന്റെ ഒരു കാല്പനിക നഖചിത്രമാണ് ഇവിടെ വരയ്ക്കാൻ ശ്രമിക്കുന്നത്.

നവലോകം

സുപ്രസിദ്ധ സാമൂഹികശാസ്ത്രജ്ഞനായ എറിക് ഹോബ്സ്ബാം "The Age of the Extremes" എന്ന പേരിൽ ഇരുപതാം നൂറ്റാണ്ടിന്റെ ഒരു ലഘുചരിത്രം എഴുതിയിട്ടുണ്ട്. ആ പുസ്തകം അദ്ദേഹം അവസാനിപ്പിക്കുന്നത് ഇങ്ങനെയാണ്: "മാനവരാശി ഇന്ന് ഇവിടെ, ഇരുപതാം നൂറ്റാണ്ടിന്റെ അവസാനത്തിൽ എത്തിയിരിക്കുകയാണ്. ഏതെല്ലാം വഴികൾ താണ്ടിയാണ് ഇവിടെ എത്തിയിരിക്കുന്നത് എന്നതിനെകുറിച്ച് ഒരു ഏകദേശ ധാരണയുണ്ട്. ഇനി ഏത് വഴിയിലൂടെ മുന്നോട്ട് പോകണം? നാമിതുവരെ തുടർന്ന 'പുരോഗതി' യുടെ പാതതന്നെ തുടരാനാണ് ഭാവമെങ്കിൽ അത് അന്ധകാരത്തിലേക്കാണ് നമ്മെ നയിക്കുക, സർവനാശമായിരിക്കും ഫലം."

പുതിയ പാത വെട്ടിത്തുറക്കുക തന്നെ വേണം. കഴിഞ്ഞ നൂറ്റാണ്ടിൽ തന്നെ അതിനൊരു ശ്രമം നടന്നു. മഹത്തായ സോഷ്യലിസ്റ്റ് പരീക്ഷണം. പക്ഷേ ആ പാതയ്ക്ക് വഴിക്കുവെച്ച് എവിടെയൊക്കെയോ "വളവുകൾ" ഉണ്ടാവുകയും അറിയാതെത്തന്നെ വഴിമാറിപ്പോവുകയും അവസാനം പഴയ പാതയിൽതന്നെ എത്തിച്ചേരുകയും ചെയ്തു. സമ്പദ്‌വ്യവസ്ഥയാകുന്ന എൻജിൻ വെച്ചുകൊണ്ട് രാഷ്ട്രീയമാകുന്ന വാഹനം ഓടിച്ചപ്പോൾ, സംസ്കാരമാകുന്ന സ്റ്റിയറിങ്ങ് വീൽ അവഗണിക്കപ്പെട്ടതായിരിക്കാം വഴി തെറ്റാൻ കാരണം. പ്രശസ്ത മാർകിസ്റ്റ് ദാർശനികനും അർഥശാസ്ത്രജ്ഞനുമായ സമീർ അമീൻ പറയുന്ന പോലെ "ആധുനിക മുതലാളിത്ത

ലോകത്തിന് അതിന്റേതായ തനത് സംസ്കാരമുണ്ട്, മൂന്ന് പ്രധാനഘടക ങ്ങളാണ് അതിനുള്ളത്: ഒന്നാമതായി വ്യക്തി സ്വാതന്ത്ര്യം (ബൂർഷ്വാ അർഥത്തിലുള്ള സ്വാതന്ത്ര്യം); രണ്ടാമതായി മതപരമായ കെട്ടുപാടുകളിൽ നിന്ന് സ്വതന്ത്രമായ യുക്തിചിന്ത (മുമ്പുള്ള കാലഘട്ടങ്ങളിൽ യുക്തിചി ന്തയെ മതപരമായ വിശ്വാസങ്ങളുമായി പൊരുത്തപ്പെടുത്തേണ്ടിയിരുന്നു) മൂന്നാമതായി യുക്തിചിന്തയും മോചനവും തമ്മിലുള്ള അഭേദ്യമായ ബന്ധം."ഈ സാംസ്കാരിക വിപ്ലവം സാമ്പത്തിക വിപ്ലവത്തിന്റെ ഫലമായി ഉണ്ടായതല്ല, അതിനോടൊപ്പമോ അതിനുമുന്നോടിയായോ നടന്നതാണ്. സാമ്പത്തിക മാറ്റങ്ങൾക്ക് പിന്നാലെ മാത്രമേ സാംസ്കാരിക മാറ്റങ്ങൾ ഉണ്ടാകൂ (അടിത്തറയും ഉപരിഘടനയും) എന്ന സിദ്ധാന്തം ശരിയല്ല. മാർക്സിനെ അങ്ങനെ യാന്ത്രികമായി വ്യാഖ്യാനിക്കുന്നതും തെറ്റാണ്. സമീർ അമീൻ തുടരുന്നു : സാംസ്കാരിക വിപ്ലവത്തിന്റെ പ്രാധാന്യം മനസ്സിലാക്കാത്തതാണ് സോഷ്യലിസ്റ്റ് പരീക്ഷണത്തിനു നേരിട്ട പരാജയത്തിന് ഒരു കാരണം എന്നു ഞാൻ വിശ്വസിക്കുന്നു. ഞാൻ മനസ്സിലാക്കിയിടത്തോളം മാർക്സ് സോഷ്യലിസത്തെ കണ്ടത് മുതലാളി മാരില്ലാത്ത മുതലാളിത്തമല്ല (മുതലാളിത്തത്തിൽ നിന്ന്) തികച്ചും വ്യത്യസ്തമായ ഒരു മാനവസംസ്കാരമായിട്ടാണ്. പുതിയൊരു മനുഷ്യന് വേണ്ടിയുള്ള ആഹ്വാനം പൊള്ളയായ ഒന്നായിരുന്നില്ല. മനുഷ്യൻ മാറാതെ, പുതിയൊരു മനുഷ്യൻ ഉണ്ടാകാതെ അവർ സാംസ്കാരിക മായി മുന്നോട്ടു പോകാതെ സോഷ്യലിസം സാക്ഷാത്കരിക്കാനാകില്ല. പുതിയ മനുഷ്യൻ കൂടുതൽ സ്വതന്ത്രനായിരിക്കും. വിപണി സൃഷ്ടി ക്കുന്ന അന്യവത്കരണത്തെ അതിജീവിച്ചവനായിരിക്കും. അതിൽ സമൂഹ ത്തിന്റെ പ്രവർത്തനം സുതാര്യമായിരിക്കും. സാംസ്കാരികവിപ്ലവം 1966ലെ 'ചൈനീസ് ബ്ലൻഡർ' അല്ല, കൊട്ടാര കുതന്ത്രവുമല്ല. സോഷ്യ ലിസത്തിൽ എക്കാലത്തും ഒരു കാല്പനികാംശം ഉണ്ടായിരുന്നു സോഷ്യ ലിസ്റ്റ് പ്രസ്ഥാനത്തിന്റെ ഒരു അവിഭാജ്യഘടകമാണത്.

ഇന്ന് ലോകത്തിന്റെ ചിന്തയേയും ചെയ്തികളേയും നിയന്ത്രിക്കുന്നത് അമേരിക്കൻ സംസ്കാരമാണ്. അതിന്റെ പ്രധാനഘടകങ്ങൾ:

a. സാർവത്രിക മത്സരം

ഈ മത്സരത്തിൽ ഓരോ വ്യക്തിയും ഒറ്റയ്ക്കാണ്, മറ്റെല്ലാവരും എതിരാളികളാണ്. എന്ത് ബലികൊടുത്തും വിജയിക്കണം.

b. മയപ്പെടുത്തിയ മുതലാളിത്തം

മനുഷ്യൻ ജീവിക്കുന്നത് ഭോഗത്തിനും ഉപഭോഗത്തിനും വേണ്ടി യാണ്. മാനവവികാസം എന്നു പറയുന്നത് സമൂഹത്തിലെ ശരാശരി മനുഷ്യരുടെ ഉപഭോഗത്തിൽ വരുന്ന വർധനവിനെയാണ്.

അതായത് ഉപഭോഗവർധന=പുരോഗതി; മാർഗം = സ്വതന്ത്ര മത്സരം.

എന്നാൽ മത്സരം ഒരിക്കലും സ്വതന്ത്രമായിരുന്നില്ല. ശക്തിയുള്ളവർ അതിന് അതിർ വരമ്പുകൾ ഇട്ടിരുന്നു. അങ്ങനെ പുതിയൊരു ഘടകം കൂടി രൂപപ്പെട്ടുവന്നു. Might is Right – കയ്യൂക്കുള്ളവൻ കാര്യക്കാരൻ.

ഇന്നത്തെ പാതയിലൂടെ മനുഷ്യരാശിക്ക് ഏറെ ദൂരം മുന്നോട്ടുപോകാൻ പറ്റില്ലെന്ന് തിരിച്ചറിഞ്ഞ നാം പുതിയൊരു ലക്ഷ്യത്തിലേക്ക് നീങ്ങാൻ പുതിയൊരു പാത വെട്ടാൻ തുടങ്ങുകയാണ്. ആ ലക്ഷ്യത്തിന്റെ, ആ പുതിയ സമൂഹത്തിന്റെ സംസ്കാരം എന്തായിരിക്കണം? കുറെയൊക്കെ ബോധപൂർവം വളർത്തിയെടുക്കാവുന്നതാണ് വളർത്തിയെടുക്കേണ്ടതാണ് ആ സംസ്കാരം.

നവലോകസംസ്കാരം

ആവശ്യവും ആഗ്രഹവും (Need and Greed)

മാർക്സ് വിഭാവനം ചെയ്ത കമ്യൂണിസ്റ്റ് സാമൂഹികവ്യവസ്ഥയിലും ഗാന്ധിജിയുടെ ഗ്രാമസ്വരാജിലും അനാർക്കിസത്തിലും ഒക്കെ പൊതുവായ ഒന്നുണ്ട്, മറ്റു പലതിലും അവ വ്യത്യസ്തങ്ങളാണെങ്കിലും : സമൂഹത്തിലെ ഓരോ അംഗത്തിനും സ്വയം നിയന്ത്രിക്കാൻ വേണ്ട വിവേകമുണ്ടായിരിക്കും. അവരെ നിയന്ത്രിക്കാൻ പൊലീസും പട്ടാളവും കോടതിയും വേണ്ട. പക്ഷെ അവർ എങ്ങനെയാണ് സ്വയം നിയന്ത്രിക്കുന്നത് അതിനെ എങ്ങനെയാണ് സമൂഹത്തിലെ മറ്റുള്ളവർ സഹായിക്കുന്നത് എന്നതിന്റെ മൂർത്തമായ രൂപരേഖ ഗാന്ധിജിയാണ് നൽകിയിട്ടുള്ളത്. തീരെ അമൂർത്തമായത് അനാർക്കിസ്റ്റുകളുടെയും.

കമ്യൂണിസ്റ്റ് സമൂഹത്തിലേയും ഗ്രാമസ്വരാജിലേയും നിയന്ത്രണത്തിന്റെ അടിസ്ഥാനം രണ്ടാണ്. മാർക്സിന്റേയും കമ്യൂണിസ്റ്റുകാരുടേയും വീക്ഷണത്തിൽ, ഉൽപാദനശക്തികൾ സീമാതീതമായി വളരുകയും അതിൻഫലമായി എല്ലാത്തരം ഉൽപന്നങ്ങളും സമൃദ്ധമായി ഉണ്ടാക്കുകയോ ഉണ്ടാക്കാമെന്നു വരികയോ ചെയ്യുമെന്നും അതിനാൽ ആർക്കും എന്തു വേണമെങ്കിലും എത്ര വേണമെങ്കിലും ലഭിക്കുമെന്നും അതുകൊണ്ടുതന്നെ ഇന്നു കാണുന്ന ഒരു മത്സരവും ആവശ്യമില്ലെന്നു വരികയും ഭരണകൂടം താനെ കൊഴിഞ്ഞുപോവുകയും ചെയ്യുന്നതാണ്. ഒരോരുത്തരും അവനവനാകുന്ന വിധത്തിൽ ഉൽപാദിപ്പിക്കും. ഒരോരുത്തർക്കും അവനവന്ന് ആവശ്യമുള്ളത് ലഭിക്കുകയും ചെയ്യും. (from each according to his ability and to each according to his need). ഇവിടെ ഉൽപാദനപരമായ അധ്വാനം മനുഷ്യർക്ക് ഒരു ഭാരമല്ല, ആനന്ദമാണ്. അതുപോലെ മുതലാളിത്തം അതിന്റെ നിലനില്പിനു വേണ്ടി ബോധപൂർവം സൃഷ്ടിക്കുന്ന ആവശ്യങ്ങളിൽ ഏറിയ പങ്കും അനാവശ്യമാണെന്ന തിരിച്ചറിവും മനുഷ്യർക്കുണ്ടാകും എന്നും മനസ്സിലാക്കേണ്ടതുണ്ട്. ശാസ്ത്രത്തിന്റെയും സാങ്കേതിക വിദ്യകളുടെയും കഴിവിൽ എന്തെന്നില്ലാത്ത വിശ്വാസമായിരുന്നു മാർക്സിന്. ഉൽപാദന ശക്തികൾ കുതിച്ചുവളരുന്ന കാലമായിരുന്നു അത്. ഈ വളർച്ചയ്ക്ക് ഒരു പരിധിയും അന്ന് മാർക്സ്

കണ്ടില്ല. പ്രകൃതിയിലെ വിഭവങ്ങൾ പരിമിതമാണെന്ന ധാരണയായിരുന്നില്ല അദ്ദേഹത്തിന്. ചെലവാക്കുന്നതിനേക്കാൾ കൂടുതൽ വിഭവങ്ങൾ കണ്ടുപിടിച്ചുകൊണ്ടിരുന്ന കാലമായിരുന്നു അത്: ഈ പ്രക്രിയ അനുസ്യൂതമായി തുടരുമെന്നും മാർക്സ് വിശ്വസിച്ചിരുന്നതായി തോന്നുന്നു. സുസ്ഥിരമായ വികസനം (Sustainable development) എന്ന സങ്കല്പം മാർക്സിന്റെ മനസ്സിലുണ്ടായിരുന്നതിന് തെളിവുണ്ട്. ചുരുങ്ങിയപക്ഷം കാർഷികമേഖലയിലെങ്കിലും. എന്നാൽ ഇതേവരെ സോഷ്യലിസം നിർമിക്കാൻ ശ്രമിച്ച എല്ലാ കമ്യൂണിസ്റ്റ്കാരുടേയും ലക്ഷ്യം ഉൽപാദനത്തിലും ഉപഭോഗത്തിലും അമേരിക്കയെ കടത്തിവെട്ടുക, അതിന് സാധ്യമാകും വിധത്തിൽ ഉല്പാദനശക്തികൾ വർധിപ്പിക്കുക എന്നത് മാത്രമായിരുന്നു. ഇതിൽനിന്ന് തികച്ചും വ്യത്യസ്തമായിരുന്നു ഗാന്ധിജിയുടെ കാഴ്ചപ്പാട്. സാമാന്യബുദ്ധിക്ക് നിരക്കുന്ന ഒന്ന്. ഒന്നുകിട്ടിയാൽ പത്തുവേണമെന്നും പത്തുകിട്ടിയാൽ നൂറ് വേണമെന്നും ആഗ്രഹിക്കുന്ന മനുഷ്യരുടെ മൗഢ്യം വ്യക്തമാക്കുന്ന കാഴ്ചപ്പാട്. അദ്ദേഹം എഴുതി : "ഈ ഭൂമുഖത്തുള്ള എല്ലാ മനുഷ്യരുടെയും ആവശ്യങ്ങൾ തൃപ്തിപ്പെടുത്താൻ വേണ്ട വിഭവങ്ങൾ, സാധനസാമഗ്രികൾ ഇവിടെ ഉണ്ട്. എന്നാൽ, ഒരാളുടെ ആർത്തി പോലും തൃപ്തിപ്പെടുത്തുവാൻ അത് മതിയാകില്ല. (This world has enough to satisfy everybody`s need, but not even one man`s greed) ആവശ്യം (need), ആർത്തി (greed) എന്നീ രണ്ടു വ്യക്തമായ സംവർഗങ്ങൾ (categories) ഗാന്ധിജി വിഭാവനം ചെയ്തിരുന്നു. ഇരുപതാം നൂറ്റാണ്ടിലെ സോഷ്യലിസ്റ്റ് പരീക്ഷണത്തിൽ ഏർപ്പെട്ടിരുന്നവർ ഇവ രണ്ടു വ്യത്യസ്ത കാറ്റഗറികൾ - സംവർഗങ്ങൾ - ആണെന്ന് അംഗീകരിച്ചിരുന്നില്ല. സ്ഥല - കാലങ്ങളനുസരിച്ചും ശാസ്ത്രസാങ്കേതിക പുരോഗതിക്കൊത്തും 'ആർത്തി' ആവശ്യമായി മാറുന്നതാണെന്നും ആവശ്യവും ആർത്തിയും തമ്മിലുള്ളത് വെറും താത്കാലിക വിഭജനമാണെന്നും സുസ്ഥിരമായ വികസനത്തിൽ ഈ സംവർഗവിഭജനത്തിന് പ്രസക്തിയില്ലെന്നും അവർ വാദിച്ചു.

ഒരിക്കലും തൃപ്തിപ്പെടുത്താനാകാത്ത ആർത്തി ആണ് മുതലാളി സമൂഹത്തിന്റെ ചാലകശക്തി. ഈ ആഗ്രഹങ്ങളാകട്ടെ മിക്കവാറും എല്ലാം ഭൗതികങ്ങളാണ് താനും. ചരക്കുകളുടെ ഉൽപാദനത്തിലും ക്രയവിക്രയത്തിലുമാണല്ലോ ഇന്നത്തെ സമ്പദ്വ്യവസ്ഥ നിലകൊള്ളുന്നത്. പുതിയ സമൂഹം ഇതിൽനിന്ന് വ്യത്യസ്തമായിരിക്കും. ആവശ്യവും ആർത്തിയും രണ്ടും തികച്ചും വ്യത്യസ്തങ്ങളായ സംവർഗങ്ങളാണ് എന്ന തിരിച്ചറിവ് സാർവത്രികമായിരിക്കും. വിദ്യാഭ്യാസത്തിന്റെ ഒരു ലക്ഷ്യം തന്നെ അതായിരിക്കും. ആഹാരവസ്ത്ര പാർപ്പിടാദികളും ആരോഗ്യ-വിദ്യാഭ്യാസ-വിനോദ-വിശ്രമാദികളും അടങ്ങുന്ന അടിസ്ഥാന ആവശ്യങ്ങൾ എല്ലാവർക്കും തൃപ്തിപ്പെടുത്തുക എന്നതായിരിക്കും ഭൗതികോൽപാദനത്തിന്റെ ലക്ഷ്യം. പ്രകൃതിവിഭവങ്ങൾ ഏറ്റവും കുറച്ചുപയോഗിച്ചുകൊണ്ടും പുനഃചക്രണം ചെയ്തുകൊണ്ടും ഇത് സാധ്യമാക്കുന്നതിലാണ് വികസനം യഥാർഥമാകുന്നത്. മനുഷ്യന്റെ അടുത്ത തലത്തിലുള്ള

ആവശ്യമാണ് സുരക്ഷാബോധം. തനിക്കും കുട്ടികൾക്കും പേരക്കുട്ടികൾക്കും സാമ്പത്തികവും സാമൂഹികവുമായ സുരക്ഷ ലഭിക്കാൻ ഓരോരുത്തരും വെമ്പൽ കൊള്ളുന്നു. ഈ ദീർഘകാല - നാനാമുഖ സുരക്ഷ സമൂഹം ഉറപ്പുനൽകുകയും ആ ഉറപ്പിൽ എല്ലാവർക്കും വിശ്വാസം വരികയും ചെയ്യുന്നതോടെ മിക്കവാറും 90 ശതമാനം പ്രശ്നങ്ങൾക്കും പരിഹാരമായി.

പങ്കാളിത്തം

പക്ഷേ മനുഷ്യർ ഇതുകൊണ്ട് മാത്രം തൃപ്തിപ്പെടുന്നില്ല. മറ്റുള്ളവരുടെ സ്നേഹവും അംഗീകാരവും അവർ ആഗ്രഹിക്കുന്നു. സമൂഹജീവിതത്തിൽ പങ്കാളിത്തം ആഗ്രഹിക്കുന്നു. തൊഴിൽ പങ്കാളിത്തം, സാമ്പത്തിക ആവശ്യം മാത്രമല്ല രാഷ്ട്രീയ ആവശ്യം കൂടിയാണ്. മനുഷ്യരുടെ കൂടുതൽ കൂടുതൽ ഉയർന്ന തലങ്ങളിലുള്ള ആവശ്യങ്ങൾ തൃപ്തിപ്പെടുത്തുകയെന്നതായിരിക്കും വികസനത്തിന്റെ മുഖ്യലക്ഷ്യം. ഭൗതിക ഉപഭോഗത്തിന്റെ യാന്ത്രികമായ വർധനവായിരിക്കില്ല. ഇന്ന് അധികംപേരും ഉത്തരവാദിത്വങ്ങളിൽ നിന്ന് ഒഴിഞ്ഞു നിൽക്കാൻ ആഗ്രഹിക്കുന്നവരാണ്. കേരളത്തിൽ നടന്ന ജനകീയാസൂത്രണ പരീക്ഷണം ഇത് പ്രകടമാക്കി. തങ്ങളുടെ ഉത്തരവാദിത്വം വോട്ടുചെയ്യുക മാത്രമാണ് പിന്നീടങ്ങോട്ടെല്ലാം മെമ്പർമാരുടെയും മന്ത്രിമാരുടെയും ഉത്തരവാദിത്വമാണ് എന്ന മനോഭാവം മാറ്റുന്നതിന് കൂടിവേണ്ടിയാണ് അധികാര വികേന്ദ്രീകരണം നടത്തിയത്. പഞ്ചായത്ത് മെമ്പർമാർക്കും പ്രസിഡന്റിനും മാത്രമല്ല ജനങ്ങൾക്കും പുതിയ പഞ്ചായത്ത് ആക്റ്റ് ഒട്ടേറെ അധികാരങ്ങൾ നൽകിയിട്ടുണ്ട്. ഗ്രാമസഭ ആറ് മാസം തുടർച്ചയായി വിളിച്ചുകൂട്ടാത്ത മെമ്പറുടെ അംഗത്വം പോലും നഷ്ടപ്പെടുന്നതിന് വ്യവസ്ഥ ചെയ്തിട്ടുണ്ട്. അറിയാനുള്ള അവകാശവും അത് യാഥാർഥ്യമാക്കാനുള്ള സംവിധാനങ്ങളും ഉണ്ടായിട്ടുണ്ട്. ഇതൊക്കെയായിട്ടും ഗ്രാമസഭകളിലെ ശരാശരി പങ്കാളിത്തം മൊത്തം അംഗങ്ങളുടെ 10–15 ശതമാനമേ വരാറുള്ളൂ. ദാരിദ്ര്യരേഖയ്ക്കു താഴെയുള്ളവർക്ക് നൽകുന്ന ആനുകൂല്യങ്ങൾ പിശകി വാങ്ങുവാനും പങ്കുവെക്കാനും മാത്രമുള്ള വേദികളായി അവ അധഃപതിച്ചു. ഇടത്തരക്കാരും മേൽത്തട്ടുകാരും പ്രായേണ വളരെ വളരെ കുറച്ചുമാത്രമേ പങ്കെടുത്തിരുന്നുള്ളൂ. മൊത്തം വികസനത്തിൽ തങ്ങൾക്കെന്തെങ്കിലും പങ്കുവഹിക്കാനുണ്ടെന്ന് അവർക്ക് തോന്നിയിട്ടില്ല. ജനാധിപത്യവ്യവസ്ഥയിൽ പൗരന്മാർക്ക് അവകാശങ്ങൾ പോലെ ഉത്തരവാദിത്വങ്ങളുമുണ്ടെന്ന് അവർ അംഗീകരിക്കുന്നില്ല. അങ്ങനെ ഉത്തരവാദിത്വം ഏറ്റെടുക്കുന്നത് ഒരു ആത്മീയ ആവശ്യം കൂടിയായി അവർക്കു തോന്നിയിട്ടില്ല. ഭാവിസമൂഹത്തിൽ, ഉത്തരമുതലാളിത്ത സമൂഹത്തിൽ, യഥാർഥ സോഷ്യലിസ്റ്റ് സമൂഹത്തിൽ ജനങ്ങൾ അവരുടെ ഉത്തരവാദിത്വം മനസ്സിലാക്കുന്നവരും സമൂഹത്തിന്റെ നിലനില്പിനും വികസനത്തിനും വേണ്ടിയുള്ള പ്രവർത്തനങ്ങളിൽ പൂർണമായി പങ്കെടുക്കുന്നവരും ആയിരിക്കും.

ജീവിതഗുണത

ചുറ്റുപാടുമുള്ള പ്രകൃതിയുമായി അനുസ്യൂതം പരസ്പരപ്രവർത്തനത്തിൽ ഏർപ്പെട്ടുകൊണ്ടിരിക്കുകയെന്നത് ജീവന്റെ അടിസ്ഥാനലക്ഷണങ്ങളിൽ ഒന്നാണ്. മരണത്തെ ചെറുക്കുക, അതായത് ജീവനു ദൈർഘ്യം കൂട്ടുക എന്നതാണ് അതിന്റെ മൗലികധർമം. മറ്റു മൃഗങ്ങളിൽനിന്ന് വ്യത്യസ്തമായി പ്രകൃതിയിൽ വരുന്ന മാറ്റങ്ങൾക്ക് അനുസൃതമായി സ്വയം മാറാനും തനിക്കാവശ്യമുള്ള വിധത്തിൽ പ്രകൃതിയെ രൂപാന്തരപ്പെടുത്താനും ബോധപൂർവം ശ്രമിക്കുന്ന മൃഗമാണല്ലോ മനുഷ്യൻ. അങ്ങനെ പ്രകൃതിയെ 'കീഴടക്കുക' എന്നത് മനുഷ്യന്റെ ഒരു സഹജസ്വഭാവമായി മാറി. ഇതിൽ കൈവരിക്കുന്ന വിജയത്തെ പുരോഗതിയായി കണ്ടു. എന്നാൽ വാനരനിൽ നിന്നു നരനിലേക്കുള്ള പരിവർത്തനകാലം മുതൽ മറ്റു മൃഗങ്ങളിൽനിന്ന് വ്യത്യസ്തമായി, പരസ്പരം സഹകരിക്കുന്ന സംഘങ്ങൾ - കുടുംബം, കുലം, ഗോത്രം...... ആയയാണ് മനുഷ്യർ വളർന്നത് . ഇത് മനുഷ്യ പരിണാമത്തിന്റെ അവിഭാജ്യഘടകമായിരുന്നു. താരതമ്യേന ദുർബലരായ മനുഷ്യജീവികൾക്ക് പ്രതികൂല സാഹചര്യങ്ങളെ അതിജീവിക്കാൻ ഇതാവശ്യമായിരുന്നു. കൂട്ടായ്മയെന്നത് ഒരു പരിണാമസ്വഭാവമാണ്. സ്വാർഥത്തെ പലപ്പോഴും പരാർഥത്തിനു വേണ്ടി ത്യജിക്കേണ്ടിവരും. സസന്തോഷം അത് ചെയ്യാൻ മനുഷ്യർ പഠിച്ചു. പ്രകൃതിയെ കീഴടക്കുക എന്നത് പോലെ സ്വന്തം സ്വാർഥത്തെ കീഴടക്കുകയെന്നതും മനുഷ്യസമൂഹത്തിന്റെ ലക്ഷ്യമായിത്തീർന്നു. ഈ ലക്ഷ്യമാണ് മതമായും ആത്മീയതയായുമൊക്കെ വികസിച്ചത്. ഇവിടെ മതമെന്ന പദംകൊണ്ട് ഉദ്ദേശിക്കുന്നത് പ്രകൃതി ഭയത്തിൽ നിന്ന് ഉടലെടുത്ത ആചാരങ്ങളെയോ, സംഘടിതസ്ഥാപനങ്ങളെയോ അല്ല. ഇന്ദ്രിയ സംവേദ്യങ്ങളായ അനുഭവങ്ങളിൽ നിന്ന്, ആത്യന്തികമായി അവയെ ആശ്രയിക്കുന്നുവെങ്കിലും പ്രകടമായി അവയിൽനിന്ന് വ്യത്യസ്തമായ ചിന്താ-വികാര മണ്ഡലങ്ങളെയാണ് ഉദ്ദേശിക്കുന്നത്. പരസ്പരം പൂർണമായി കൂട്ടിയിണക്കാൻ കഴിയാത്ത രണ്ടു അനുഭവമേഖലകൾ - ഭൗതികവും ആത്മീയവും (ഭൗതികേതരവും) - അങ്ങനെ വികസിച്ചു വന്നു. പിൽക്കാലത്ത് രണ്ട് വൻ ചിന്താസരണികൾ - ഭൗതികവാദവും ആത്മീയവാദവും ആയി അവ രൂപപ്പെട്ടു. ഇവ ത്മ്മിലുള്ള തർക്കങ്ങളല്ല ഇവിടെ ചർച്ചാവിഷയം. ആത്മീയതയെ ഒന്നിനൊന്നു സാംഗത്യത്തോടുകൂടി ഭൗതികതയുമായി കൂട്ടിക്കെട്ടാൻ ഇനിയും കഴിഞ്ഞിട്ടില്ല. സർഗവാസന, കവിത്വം, കലാവാസന, ധൈര്യം, കാരുണ്യം... **മുതലായവയേയും പരസ്പര സ്നേഹം, കുട്ടികളോടുള്ള വാത്സല്യം, കക്കരുത്, കൊല്ലരുത്, കളവ് പറയരുത് മുതലായ അനുശാസനങ്ങൾ തുടങ്ങിയവയെയും ഭൗതികവാദത്തിന്റെ അടിസ്ഥാനത്തിൽ വിശദീകരിക്കാൻ ഇന്നു കഴിയില്ല. അതുകൊണ്ടുതന്നെയാണ് ഭൗതികേതര ലോകത്തിന്റെ - 'മേൽക്കൂര'യുടെ - ആപേക്ഷിക സ്വാതന്ത്ര്യത്തെപ്പറ്റി മാർക്സും വസ്തുനിഷ്ഠ യാഥാർഥ്യം മനസ്സിലാക്കുന്നതിൽ ആശയവാദത്തിനുള്ള പങ്കിനെപ്പറ്റി ലെനിനും പറഞ്ഞുവച്ചത്.**

മരണത്തിനെതിരായ ജീവന്റെ സമരത്തിന്റെ വിജയ സൂചകാങ്കമാണ് ആയുർദൈർഘ്യം. എന്നാൽ ഒരു സമൂഹത്തിന്റെ പുരോഗതി അളക്കാനായി ആദ്യം സ്വീകരിച്ചിരുന്ന മാനദണ്ഡം 'ആളോഹരിവരുമാനം' ആണ്. ആളോഹരിവരുമാനവും ആയുർദൈർഘ്യവും തമ്മിലുള്ള ബന്ധം ഒരു പരിധിക്കപ്പുറം ദുർബലമാണ്. ആളോഹരിവരുമാനത്തേക്കാൾ കൂടുതൽ നല്ല ഒരു സൂചകമായിരിക്കും സമൂഹത്തിന്റെ 'ക്ഷേമം' എന്ന ധാരണ പൊന്തിവന്നു. അതിന്റെ അളവുകോലായി മാനവവികാസ സൂചകവും (Human Development Index) എന്ന ഒരു രാശി 1980 കളുടെ അവസാനത്തിൽ മുന്നോട്ടു വെയ്ക്കുകയുണ്ടായി, അന്തരിച്ച മെഹ്ബൂബ് ഉൾ ഹക്. 1990 മുതൽ UNDP, മാനവവികാസ റിപ്പോർട്ടുകൾ (Human Development Reports) പ്രസിദ്ധീകരിക്കാൻ ആരംഭിച്ചു. ആയുർദൈർഘ്യം, ആളോഹരി വരുമാനം, വിദ്യാഭ്യാസ നിലവാരം എന്നിവയെയാണ് അവർ മാനവവികാസത്തിന്റെ സൂചകാങ്കങ്ങളായി എടുത്തിരുന്നത്. ആളോഹരിവരുമാനത്തോടുള്ള ബഹുമാനം ഉപേക്ഷിക്കാൻ അവർക്ക് കഴിഞ്ഞില്ല. അതൊരു ലക്ഷ്യമല്ല, മാർഗമാണ് എന്ന് അംഗീകരിക്കുവാൻ അവർ കൂട്ടാക്കിയില്ല. അതുകൊണ്ടു തന്നെ അതു വർധിപ്പിക്കുകയെന്നത് എല്ലാ സമൂഹങ്ങളുടെയും ലക്ഷ്യമായിത്തന്നെ തുടർന്നു. ശരാശരി ആയുർദൈർഘ്യത്തിലും വിദ്യാഭ്യാസനിലവാരത്തിലും കേരളം വളരെയധികം മുന്നിലാണെങ്കിലും അതിനെ അപേക്ഷിച്ച് ഗൾഫ്രാജ്യങ്ങൾ കൂടുതൽ വികസിതങ്ങളായി കാണുന്നതിന്റെ അടിസ്ഥാനവും ഇതുതന്നെ. ദുബായ് പട്ടണത്തിന്റെ മോടികളുടെ ആർഭാടമൊന്നും കൊച്ചിക്കോ കോഴിക്കോടിനോ ഇല്ല. അതുകൊണ്ട് തന്നെ ശരാശരി കേരളീയന്റെ കാഴ്ചപ്പാടിലും ദുബായ് പുരോഗമിച്ച രാജ്യമാണ്. കേരളത്തിന്റെ ഓരോ മുക്കിലും മൂലയ്ക്കും കൊച്ചു കൊച്ചു ദുബായ്കൾ സൃഷ്ടിക്കാൻ അവർ ആഗ്രഹിക്കുന്നു. ഇവിടെ പറ്റുന്ന തെറ്റ് ഉയർന്നഭൗതികോപഭോഗം, നേരിട്ട് ഉയർന്ന ജീവിതഗുണതയിലേക്ക് നയിക്കും എന്ന വിശ്വാസമാണ്. ഇത് ശരിയല്ലെന്ന് അനുഭവം തെളിയിക്കുന്നു. താരതമ്യേന കുറഞ്ഞ ഭൗതികോൽപാദനം കൊണ്ട് ഉയർന്ന ആയുർദൈർഘ്യവും കായിക - മാനസികാരോഗ്യവും നേടുവാൻ കഴിയുന്നതാണ് യഥാർഥ പുരോഗതി. എല്ലാ ഭൗതികോൽപാദനങ്ങൾക്കും എന്തെങ്കിലും ഉപയോഗമൂല്യമുണ്ടായിരിക്കും, വിനിമയ മൂല്യവും ഉണ്ടായിരിക്കും. എന്നാൽ ക്ഷേമമൂല്യം (Welfare Value) ഉണ്ടായിരിക്കണമെന്നില്ല. മാത്രമല്ല പലതിന്റെയും പ്രത്യേകിച്ചും യുദ്ധോപകരണങ്ങൾ, മയക്കുമരുന്നുകൾ മുതലായവയുടെ ക്ഷേമമൂല്യം ഋണാത്മകം ആയിരിക്കും താനും. ഇതിന്റെയെല്ലാം അടിസ്ഥാനത്തിൽ പുരോഗതിയെക്കുറിച്ചുള്ള നാളത്തെ സമൂഹത്തിന്റെ കാഴ്ചപ്പാട് ഇന്നത്തേതിന്റേതിൽ നിന്ന് വ്യത്യാസമായിരിക്കും. പുരോഗതിയുടെ മാനദണ്ഡമായി രണ്ടു സെറ്റ് രാശികൾ ഉപയോഗിക്കാം, ഒരു സെറ്റ് ഭൗതിക ജീവിതഗുണതയെ (Physical or Material Quality of Life PQL or MQL) കുറിക്കുന്നവയും മറ്റേത് ആത്മീയജീവിത ഗുണതയെ (Spiritual or Non-material Quality of Life - SQL) കുറിക്കുന്നവയും ആയിരിക്കും.

നാം വിഭാവനം ചെയ്യുന്ന പുതിയ ലോകത്തിൽ, നവസോഷ്യലിസ്റ്റ് ലോകത്തിൽ മാനവവികാസത്തെകുറിച്ചുള്ള സങ്കല്പങ്ങൾ ഇന്നത്തേതിൽ നിന്ന് വ്യത്യസ്തമായിരിക്കും. ഉയർന്ന ഭൗതികജീവിതഗുണതയും (PQL), ആത്മീയഗുണതയും (SQL) കൈവരിക്കുക എന്നതായിരിക്കും ലക്ഷ്യം. അതിന്റെ പ്രധാനഘടകങ്ങൾ ഒന്നുകൂടി ശ്രദ്ധിക്കണം.

- ഉയർന്ന യഥാർഥ ആയുർദൈർഘ്യം (കുറഞ്ഞ രോഗാതുരത) (Longivity)
- അവശ്യാധ്വാനത്തിന്റെ സമയത്തിൽനിന്നും കാഠിന്യത്തിൽ നിന്നുമുള്ള മോചനം (Liberation)
- സ്ഥായിത്വം (sustainability)
- അനിഷ്ട സംഭവരാഹിത്യം
- ഉയർന്ന വിദ്യാഭ്യാസം
- വളർന്ന വായനാശീലം
- വർധിച്ച കലാ-കായിക പങ്കാളിത്തം
- ഉയർന്ന സാമ്പത്തിക പങ്കാളിത്തം
- ഉയർന്ന രാഷ്ട്രീയ പങ്കാളിത്തം

ഇവയെ എല്ലാ സമൂഹങ്ങളും വിലമതിക്കുന്നു. പണത്തെയോ പ്രൗഢിയെയോ അല്ല പുതിയ സമൂഹം വിലമതിക്കുക. ഇവയെല്ലാം കണക്കാക്കുന്ന രീതി സാർവത്രികമായിരിക്കും. പൊതുവിദ്യാഭ്യാസത്തിന്റെ ഭാഗമായിരിക്കും ഇവയെപ്പറ്റിയും ഇവ മെച്ചപ്പെടുത്തുന്നതിനെപ്പറ്റിയും ഉള്ള ചർച്ചകൾ.

പുതിയ ലോകം: സ്ത്രീകളുടെ അവസ്ഥ

സ്വകാര്യസ്വത്ത് എന്ന സങ്കല്പനത്തിന്റെ ആവിർഭാവത്തോടുകൂടി ചരിത്രഗതിയിൽ വന്ന ഏറ്റവും നിർഭാഗ്യകരമായ ഒരു പരിണാമമാണ് സ്ത്രീകളുടെ പദവിക്ക് വന്നുചേർന്ന അപചയം. പ്രാകൃത സമൂഹത്തിൽ നിന്ന് പരിഷ്കൃത സമൂഹത്തിലേക്കുള്ള വളർച്ചയുടെ ഓരോ ഘട്ടത്തിലും സ്ത്രീക്ക് സമൂഹത്തിലുള്ള സ്ഥാനം ഓരോ പടി താഴുകയായിരുന്നു. "കൗമാരത്തിൽ അച്ഛന്റെ കീഴിൽ, യുവത്വത്തിൽ ഭർത്താവിന്റെ കീഴിൽ, വാർധക്യത്തിൽ മകന്റെ കീഴിൽ കഴിയണം സ്ത്രീ. അവൾ സ്വാതന്ത്ര്യം അർഹിക്കുന്നില്ല" എന്ന സിദ്ധാന്തം ഭാരതത്തിലേതു മാത്രമല്ല. മധ്യകാല യൂറോപ്പിലും ഇതുതന്നെ ആയിരുന്നു സ്ത്രീകളുടെ അവസ്ഥ. മുതലാളിത്തത്തിന്റെ വികാസത്തോടുകൂടി, മറ്റെല്ലാ രംഗങ്ങളിലുമെന്ന പോലെ സ്ത്രീയോടുള്ള സമീപനത്തിലും കാപട്യം മുഖമുദ്രയായിത്തീർന്നു. മുതലാളിയും തൊഴിലാളിയും പരിപൂർണ സ്വതന്ത്രരായാണ് തൊഴിൽ വിപണിയിൽ എത്തുന്നത് എന്ന കള്ളപ്രമാണം പോലെതന്നെയാണ്, സ്ത്രീ പൂർണ സ്വതന്ത്രയായിത്തീർന്നു എന്ന കള്ളപ്രചാരണവും. മുൻ ഖണ്ഡികയിൽ ചർച്ചചെയ്ത മാനവവികാസത്തെ, രാജ്യങ്ങൾക്കിടയിൽ

താരതമ്യപ്പെടുത്തുന്നതുപോലെ ഓരോ രാജ്യത്തിലെയും സ്ത്രീകളുടെ വികാസവും പുരുഷന്മാരുടെ വികാസവും തമ്മിൽ താരതമ്യപ്പെടുത്താം. 1995ലെ മാനവവികാസ റിപ്പോർട്ട് ഈ കാര്യം പ്രത്യേകമായി പരിശോധിക്കുകയുണ്ടായി. സ്ത്രീ പുരുഷന്മാർക്കിടയിലുള്ള അസമത്വത്തെ ഋണാത്മകഘടകമായി കാണുമ്പോൾ, മറ്റെല്ലാ ഘടകങ്ങളിലും മുന്നിട്ടു നിൽക്കുന്ന ജപ്പാൻ ബഹുദൂരം പിന്നോക്കം പോകുന്നതായി കാണുന്നു ആയുർദൈർഘ്യത്തിന്റെ കാര്യമൊഴിച്ചാൽ. സ്ത്രീയുടെ നിർബന്ധിത അധ്വാനസമയം പുരുഷന്മാരുടേതിനേക്കാൾ വളരെ കൂടുതലാണ്. സ്വന്തം സാമ്പത്തിക സ്വാതന്ത്ര്യത്തിനും കുടുംബത്തിന്റെ സാമ്പത്തിക ഭദ്രതയ്ക്കും വേണ്ടി കൂലിവേല ചെയ്യുന്ന സ്ത്രീക്ക് കുടുംബാധ്വാനത്തിൽ നിന്ന് മോചനമില്ല. അവൾക്ക് ശരാശരി 12-14 മണിക്കൂർ നേരം അധ്വാനിക്കേണ്ടി വരുന്നു. സ്ത്രീയുടെ മുക്തിസൂചകാങ്കം (Liberation index) പുരുഷന്റേതിനേക്കാൾ വളരെ കുറവാണ്. വിദ്യാഭ്യാസത്തിന്റെ കാര്യത്തിൽ, വായനയ്ക്കും കലാസ്വാദനത്തിനും കിട്ടുന്ന സമയത്തിന്റെ കാര്യത്തിൽ, സാമ്പത്തിക മേഖലയിലും രാഷ്ട്രീയമേഖലയിലുമുള്ള പങ്കാളിത്തത്തിന്റെ കാര്യത്തിൽ- എല്ലാറ്റിലും സ്ത്രീ, പുരുഷന്മാരെ അപേക്ഷിച്ച് ഏറെ പിറകിലാണ്. പുരുഷൻമാരിൽ നിന്ന് സ്ത്രീകൾ നേരിടുന്ന ലൈംഗികാക്രമണങ്ങൾക്ക് കയ്യും കണക്കുമില്ല. ‘കണക്കില്ല’ എന്നു പറയുന്നതിന് കാരണമുണ്ട്. ഇന്നും ആക്രമിക്കപ്പെടുന്ന സ്ത്രീകളിൽ നല്ലൊരു ശതമാനം അത് ഗോപ്യമായി വെയ്ക്കാനാണ് ശ്രമിക്കുന്നത്. കാരണം പുരുഷന്മാരും സമൂഹവും അവളെയാണ് കുറ്റപ്പെടുത്തുക. പുരുഷന്മാർ സ്ത്രീകളുടെ ഭാഗത്ത് നിന്ന് ലൈംഗികാക്രമങ്ങൾക്ക് വിധേയമായതായി കേട്ടുകേൾവി പോലുമില്ല. കനത്ത ഗവേഷണം വേണ്ടിവരും അങ്ങനെ ഒരുസംഭവം കണ്ടുപിടിക്കാൻ.

മുതലാളിത്തസമൂഹത്തിലെ സ്ത്രീയുടെ അവസ്ഥയെക്കുറിച്ച് കമ്യൂണിസ്റ്റ് മാനിഫെസ്റ്റോവിൽ തീവ്രമായ വികാരത്തോടെ മാർക്സും എംഗൽസും പറയുന്നതു നോക്കുക :

“ബൂർഷ്വാസി കുടുംബത്തിന്റെ വൈകാരിക മൂടുപടം എടുത്തു മാറ്റുകയും കുടുംബ ബന്ധത്തെ വെറും പണത്തിന്റെ ബന്ധമാക്കി ചുരുക്കുകയും ചെയ്തിരിക്കുന്നു. ബൂർഷ്വാ തന്റെ ഭാര്യയെ വെറുമൊരു ഉൽപാദനോപകരണമായാണ് കാണുന്നത്. സ്വന്തം കീഴിലുള്ള തൊഴിലാളികളുടെ ഭാര്യമാരെയും പുത്രികളെയും കൊണ്ട് സംതൃപ്തരാവാതെ നമ്മുടെ ബൂർഷ്വാകൾ അന്യോന്യം ഭാര്യമാരെ വ്യഭിചരിക്കുന്നതിൽ അങ്ങേയറ്റം ആനന്ദം കൊള്ളുന്നു”

മാനിഫെസ്റ്റോ എഴുതിയിട്ട് ഒന്നര നൂറ്റാണ്ടു കഴിഞ്ഞിരിക്കുന്നു. എന്നാൽ അതിലെ വിമർശനങ്ങളെല്ലാം ഇന്നും പ്രസക്തമാണ്. സ്ത്രീകൾ സാമാന്യേന, വിവാഹക്കമ്പോളത്തിലെ വില്പനച്ചരക്കുകളാണ്. ഒരു വ്യത്യാസം മാത്രം. വിലകൊടുത്തു വാങ്ങേണ്ട ചരക്കല്ല, പിഴകെട്ടി ഒടുക്കേണ്ട ചരക്കാണ് സ്ത്രീ. സ്ത്രീധന സമ്പ്രദായം ദുർബലപ്പെടുകയല്ല,

ശക്തിപ്പെടുകയാണ് ചെയ്തിരിക്കുന്നത്. സ്ത്രീ പീഡനങ്ങൾ, കൊലപാതകങ്ങൾ, ആത്മഹത്യകൾ-എല്ലാം വർധിക്കുകയാണ്. എങ്ങനെ നോക്കിയാലും സ്ത്രീയുടെ ഏറ്റവും ശക്തമായ കാരാഗൃഹം 'കുടുംബം' ആണെന്നു കാണാം. ഇന്നത്തെ കുടുംബസങ്കല്പത്തിൽ മൗലിക മാറ്റം വരാതെ സ്ത്രീക്കെതിരായ വിവേചനം അവസാനിക്കുകയില്ല. പുതിയൊരു സാമൂഹികവ്യവസ്ഥയിൽ സ്ത്രീയുടെ സാമ്പത്തിക പരാധീനത ഇല്ലാതായേക്കാം. ഇരുപതാം നൂറ്റാണ്ടിൽ സോഷ്യലിസ്റ്റ് പരീക്ഷണം നടന്ന രാജ്യങ്ങളിൽ സാമ്പത്തികമായി സ്ത്രീകൾ പ്രായേണ പൂർണ സ്വാതന്ത്ര്യം നേടിയിരുന്നു. എന്നാൽ കുടുംബ പരാധീനതയിൽ നിന്ന് അവർ പൂർണമായും മുക്തരായിരുന്നില്ല.

"*കുടുംബം, സ്വകാര്യസ്വത്ത്, ഭരണകൂടം എന്നിവയുടെ ഉദ്ഭവം*" എന്ന പുസ്തകത്തിൽ എംഗൽസ് നിലവിലുള്ള കുടുംബത്തേയും ഭാവി കമ്യൂണിസ്റ്റ് സമൂഹത്തിലെ കുടുംബസങ്കല്പത്തേയും താരതമ്യപ്പെടുത്തിക്കൊണ്ട് പറയുന്നു : "മുതലാളിത്ത രീതിയിലുള്ള ഉൽപാദനത്തേയും അത് സൃഷ്ടിച്ചിട്ടുള്ള ബന്ധങ്ങളെയും നശിപ്പിക്കുകയും ഇന്ന് വിവാഹ നിർണയത്തെ ഭരിക്കുന്ന രണ്ടാംകിട സാമ്പത്തിക പരിഗണനകളെല്ലാം വെട്ടിമാറ്റുകയും ചെയ്താൽ മാത്രമേ വിവാഹത്തിൽ പരിപൂർണ സ്വാതന്ത്ര്യം നടപ്പാവുകയുള്ളൂ. അപ്പോൾ പരസ്പര സ്നേഹമല്ലാതെ മറ്റൊരു പ്രേരണയുമില്ല എന്ന നിലവന്നുചേരും..."

"മുതലാളിത്ത രീതിയിലുള്ള ഉൽപാദനം ഇല്ലാതായാൽ ലൈംഗിക ബന്ധങ്ങൾ സംബന്ധിച്ച ചട്ടങ്ങളിൽ എന്തെല്ലാം മാറ്റങ്ങൾ വരും എന്നു ചോദിച്ചാൽ ഇന്നത്തേതെല്ലാം ഇല്ലാതാകും എന്നു പറയാൻ മാത്രമേ നമുക്കിപ്പേൾ കഴിയുകയുള്ളൂ. പുതുതായി എന്തെല്ലാമാണ് വന്നുചേരുക? ഒരു പുതിയ തലമുറ വളർന്നു കഴിഞ്ഞാലെ അത് തീരുമാനമാവുകയുള്ളൂ. പണം കൊണ്ടോ, അധികാരം കൊണ്ടോ, ഉപായം കൊണ്ടോ സ്ത്രീകളെ വിലയ്ക്കെടുക്കേണ്ടി വന്നിട്ടില്ലാത്ത പുരുഷന്മാരുടെ ഒരു തലമുറ. യഥാർഥ പ്രേമമല്ലാതെ മറ്റു നിർബന്ധങ്ങൾക്കു വഴങ്ങിക്കൊടുക്കുകയോ, ഇഷ്ടപ്പെട്ടവനെ വിവാഹം ചെയ്താലുണ്ടാകുന്ന സാമ്പത്തിക ഭീഷണികളെ ഭയപ്പെടുകയോ വേണ്ടിവന്നിട്ടില്ലാത്ത സ്ത്രീകളുടെ ഒരു പുതിയ തലമുറ. ഇവരെ കണ്ടതിനു ശേഷമേ പുതിയതെന്തുണ്ടാകുമെന്ന് ഊഹിക്കാൻപോലും കഴിയൂ. ഇത്തരത്തിലുള്ള ഒരു തലമുറ നാമിന്നു കാണുന്ന വിധി നിഷേധങ്ങളെ മാനിക്കുകയുണ്ടാവില്ല. അവർ സ്വന്തമായ ആചാരങ്ങൾ സ്ഥാപിക്കുകയും പുതിയ സാമൂഹികധാരണകൾ സൃഷ്ടിക്കുകയും ചെയ്യും" പ്രശസ്തനരവംശ ശാസ്ത്രജ്ഞനായ മോർഗനും ഇതുതന്നെ ആയിരുന്നു പറഞ്ഞത്.

"ഏകദാമ്പത്യ നിഷ്ഠമായ കുടുംബം വളരെ പരിഷ്കൃതമായ സ്ഥിതിക്ക് സ്ത്രീ പുരുഷസമത്വം പൂർണമാകുന്നതുവരെ അതിനിയും പരിഷ്കരിക്കപ്പെട്ടുകൊണ്ടിരിക്കും എന്നു കരുതാം. ഭാവിയിൽ എപ്പോഴെങ്കിലും സമൂഹത്തിന്റെ ആഗ്രഹങ്ങൾ തൃപ്തിപ്പെടുത്താൻ ഏക

ദാമ്പത്യത്തിനു കഴിയാതെ പോവുകയാണെങ്കിൽ അതിനെ തുടർന്ന് വരുന്ന ദാമ്പത്യത്തിന്റെ സ്വഭാവമെന്തായിരിക്കുമെന്ന് ഇപ്പോൾ പ്രവചിക്കുക വയ്യ."

ഒന്നര നൂറ്റാണ്ടു മുമ്പെയാണ് മോർഗൻ എഴുതിയത്. എംഗൽസിന്റേത് രണ്ടു പതിറ്റാണ്ടു കൂടി കഴിഞ്ഞിട്ടും.

പുതിയ ലോകം : കുടുംബം

പുതിയ ലോകത്തിൽ കുടുംബത്തിന്റെ രൂപമെന്തായിരിക്കുമെന്നതിനെക്കുറിച്ച് ഇന്ന് കുറച്ചുകൂടി മൂർത്തമായ സ്വപ്നങ്ങൾ ചമയ്ക്കാൻ കഴിയും. സ്വന്തം മരണത്തെ ചെറുക്കുക എന്നപോലെ തന്നെ ഏതൊരു ജീവിരൂപത്തിന്റെയും മൗലികസ്വഭാവമാണ് വംശവർധന എന്ന് സൂചിപ്പിച്ചിരുന്നുവല്ലോ. ഭാവികുടുംബത്തിന്റെ സ്വഭാവത്തെക്കുറിച്ചുള്ള അന്വേഷണം ഈ സവിശേഷതയിൽ നിന്ന് ആരംഭിക്കാം. വംശവർധനവിന് ആധാരം - ലൈംഗിക ബന്ധം, ഗർഭധാരണം, പ്രസവം, ശിശു പരിപാലനം എന്നിവയാണ്. എല്ലാ വികസിത ജീവരൂപങ്ങളിലും ഏറ്റവും പ്രധാനമായ കാര്യങ്ങളാണിവ. ലൈംഗികബന്ധം തികച്ചും ജീവശാസ്ത്രപരമായ പ്രവർത്തനം (biological act) ആണ്. ചുരുക്കം ചില ജീവികളിൽ പെണ്ണിന്റെ മേൽ ആധിപത്യം നേടാൻ ആണുങ്ങൾ തമ്മിൽ കടിപിടി കൂടാറുണ്ടെന്നത് വാസ്തവം തന്നെ. എന്നാൽ മനുഷ്യജീവി മാത്രമാണ് ദീർഘകാലം-സ്വകാര്യ ബന്ധമായി ഇതിനെ വളർത്തിയെടുത്തത്. സ്പീഷിസിന്റെ നീണ്ട ശൈശവകാലം ആയിരിക്കാം അതിന് കാരണം. ജീവശാസ്ത്രപരമായി മറ്റുപല മൃഗങ്ങളേക്കാൾ ദുർബലനായ മനുഷ്യജീവി സ്വന്തം അതിജീവനത്തിനായി കണ്ടുപിടിച്ചതാണ് കൂട്ടായ്മ, ആയുധനിർമാണം, പ്രകൃതിയെ സ്വേച്ഛാനുസരണം രൂപാന്തരപ്പെടുത്തൽ മുതലായവ. ഇവ സ്വായത്തമാക്കാൻ ശിശുക്കൾക്ക് ഏറെക്കാലം ആവശ്യമാണ്. കാലം ചെല്ലുംതോറും മനുഷ്യശിശുവിന്റെ ശൈശവകാലം നീണ്ടുവരികയായിരുന്നു. പണ്ടുകാലത്ത് എട്ടോ പത്തോ വയസ്സാകുമ്പോഴേക്കും ശിശു അതിജീവനത്തിനാവശ്യമായ ഉല്പാദന പ്രവർത്തനങ്ങളിൽ ഏർപ്പെടാൻ തുടങ്ങും. മാതാപിതാക്കളിൽ നിന്ന് ഒട്ടേറെ സ്വാതന്ത്ര്യം നേടിയിരിക്കും. ഇന്നത് ശരാശരി 15-20 വയസ്സായി ഉയർന്നിരിക്കുന്നു. മാതാപിതാക്കളെയോ സമൂഹത്തെയോ ആശ്രയിക്കേണ്ട കാലദൈർഘ്യം ആയുർദൈർഘ്യത്തിന്റെ ഏതാണ്ട് നാലിൽ ഒന്നുവരുന്നു.

ഇന്നത്തെ അണുകുടുംബ വ്യവസ്ഥ ഇത്ര വ്യാപകമായി രൂപം കൊണ്ടിട്ട് ഏറെക്കാലമായിട്ടില്ല. ഒരു നൂറ്റാണ്ടിൽ താഴെ. ആജീവനാന്ത ഭാര്യാഭർത്തൃബന്ധം, ഇതരരുമായുള്ള ലൈംഗികബന്ധവർജനം മുതലായവയ്ക്കും ആയിരമോ രണ്ടായിരമോ കൊല്ലത്തെ പഴക്കമേയുള്ളൂ. ഇത് രണ്ടും തികച്ചും കൃത്രിമവും വ്യാപകമായി ലംഘിക്കപ്പെടുന്നതുമായ അവസ്ഥകളാണ്. എല്ലാ ജനതകളുടെയും പുരാണകഥകളിൽ ഒരു പ്രധാന സംഭവം 'പര'സ്ത്രീഗമനവും 'പര' പുരുഷഗമനവും ആണ്.

'പരം'-അന്യൻ- എന്ന സങ്കല്പം 'സ്വന്തം' എന്നതിന്റെ വിപരീതമാണ്. ഈ സ്വന്തത്തിന്, സ്വകാര്യത്തിന് ജീവശാസ്ത്രപരമായ ഒരു പിൻബലവും ഇല്ല. സ്ത്രീയുടെ 'പതന'ത്തിൽ നിന്ന് ഉദ്ഭവിച്ചതാണത്. ഈ പതനത്തിനാകട്ടെ, ഒരു കാരണം മനുഷ്യജീവിയുടെ ദീർഘിച്ച ശൈശവവും അബോധപൂർവമായി രൂപപ്പെട്ടുവന്ന തൊഴിൽവിഭജനവും ആകാം.

സ്ത്രീപുരുഷ ലൈംഗികബന്ധത്തെ, കുടുംബത്തിൽനിന്നും ശിശുപരിപാലന പ്രക്രിയയിൽ നിന്നും പൂർണമായി വേർപെടുത്താനാകുമോ? സമൂഹത്തിൽ നിലനിൽക്കുന്ന വ്യാപകമായ ധാരണകളും ഓരോ വ്യക്തികളുടെയും ഉള്ളിലുള്ള കാപട്യവും മാത്രമേ ഇതിനു തടസ്സമായി നിലനിൽക്കുന്നുള്ളൂ. ഇന്ന് ലൈംഗികബന്ധത്തെ വംശോൽപാദന പ്രക്രിയയിൽ നിന്ന് പൂർണമായും സ്വതന്ത്രമാക്കാൻ സാധ്യമാണ്. അത് സാധ്യമല്ലാത്ത കാലത്ത് രൂപം കൊണ്ട വിലക്കുകൾക്ക് ജീവശാസ്ത്രപരമായ അടിസ്ഥാനമില്ല. സോഷ്യൽസ്റ്റാറ്റസിന്റെ അവസ്ഥയും അതു തന്നെ. ഇവയെല്ലാം സാമ്പത്തിക അവസ്ഥയുമായി കെട്ടുപിണഞ്ഞു കിടക്കുകയാണ്. സാമ്പത്തിക മേഖലയിലെ പലതരത്തിലുള്ള അസമത്വം കുറച്ചുകൊണ്ടുവരിക- 'പങ്കാളിത്തം' കൂട്ടികൊണ്ടുവരിക- എന്നത് പുതിയ ലോകത്തിന്റെ ലക്ഷ്യമാണ്. സ്ത്രീകൾക്കും സാമ്പത്തികമായി തുല്യത കൈവരിക്കുകയെന്നത് പ്രായേണ കൂടുതൽ എളുപ്പമായ കാര്യമാണ്. എന്നാൽ കുടുംബസങ്കല്പവും ലൈംഗികവേഴ്ചയും തമ്മിലുള്ള ബന്ധത്തെപ്പറ്റി പുതിയൊരു ധാരണയിൽ എത്താൻ നാളിതുവരെ വളർത്തിക്കൊണ്ടുവന്നിട്ടുള്ള "സദാചാര ബോധം" കീഴ്മേൽ മറിയേണ്ടി വരും. പക്ഷേ അത് ചെയ്തല്ലാതെ സ്ത്രീക്ക് സ്വാതന്ത്ര്യം ലഭിക്കുന്നതല്ല. നേരത്തെ പറഞ്ഞപോലെ പുതിയ സമൂഹത്തിലെ സ്ത്രീ സ്വതന്ത്രയും പുരുഷന് തുല്യയും ആയിരിക്കണം. ഇതിനുള്ള വിപുലമായ ഒരു ക്യാമ്പെയിൻ, ലൈംഗികതയും ശിശുപരിപാലനവും തമ്മിലുള്ള ബന്ധം കൂടുതൽ വ്യക്തമാക്കുന്നതിനുള്ള ക്യാമ്പെയിൻ, പുതിയ ലോകത്തിലേക്കുള്ള പ്രയാണത്തിന്റെ ഒരു ഭാഗമാണ്. അങ്ങനെ, പുതിയ ലോകത്തിലെ സ്ത്രീയുടെ അവസ്ഥയെ ഇങ്ങനെ ചിത്രീകരിക്കാം.

- സാമ്പത്തികം, രാഷ്ട്രീയം, സാംസ്കാരികം തുടങ്ങിയ എല്ലാ രംഗത്തും സ്ത്രീക്ക് പുരുഷന് തുല്യമായ പങ്കാളിത്തമുണ്ടായിരിക്കും.
- പ്രസവിക്കുകയും മുലയൂട്ടുകയും ചെയ്യേണ്ട ഉത്തരവാദിത്വമുള്ളതിനാൽ സ്ത്രീക്ക് ദീർഘകാലത്തേക്ക്- ഓരോ പ്രസവത്തിനും രണ്ടോ മൂന്നോ കൊല്ലത്തേക്ക്- പൂർണവരുമാനത്തോടുകൂടിയ അവധി ലഭിക്കുന്നതായിരിക്കും-ഒരു സ്ത്രീക്ക് രണ്ടു പ്രസവത്തിനു മാത്രം.
- കുടുംബത്തിൽ ഇന്ന് സ്ത്രീക്കും പെൺകുട്ടികൾക്കും എതിരായി നിലനിൽക്കുന്ന വിവേചനം അപ്രത്യക്ഷമാകും.

- ഭാര്യ, ഭർത്താവ്, കുട്ടികൾ, പേരക്കുട്ടികൾ എന്നിവരടങ്ങുന്ന കുടുംബത്തിന് സാംസ്കാരികമായും ശിശുപരിപാലനപരമായും പ്രാധാന്യമുള്ളതിനാൽ അത് പരിരക്ഷിക്കപ്പെടും, പ്രോത്സാഹിപ്പിക്കപ്പെടും. എന്നാൽ കുടുംബ ബാഹ്യലൈംഗിക ബന്ധങ്ങൾ, സ്ത്രീയുടെ ആയാലും പുരുഷന്റെ ആയാലും വേണ്ടില്ല, അധാർമികമോ സദാചാര വിരുദ്ധമോ ആയി പരിഗണിക്കപ്പെടുകയില്ല (ഇന്നും സ്ത്രീയുടെ കാര്യത്തിൽ മാത്രമാണല്ലോ അങ്ങനെ കരുതുന്നത്!)
- കുടുംബങ്ങളിൽ ഇന്ന് ഏതാണ്ട് ശീലീഭവിച്ചുകഴിഞ്ഞിരിക്കുന്ന തൊഴിൽ വിഭജനത്തിൽ കാതലായ മാറ്റങ്ങൾ ഉണ്ടാകും. കുട്ടികളുടെ പരിചരണം, ഗൃഹശുചീകരണം, പാചകം.....മുതലായി ഇന്ന് സ്ത്രീ മാത്രം ചെയ്യുന്ന - പ്രസവവും മുലയൂട്ടലും ഒഴികെയുള്ള - എല്ലാ ജോലികളിലും പുരുഷനും തുല്യപങ്കാളിയായിരിക്കും.
- കുട്ടികളെ വളർത്തിക്കൊണ്ടുവരുന്നതിൽ അച്ഛനമ്മമാർക്കും മുത്തശ്ശിമുത്തശ്ശന്മാർക്കുമുള്ള ഉത്തരവാദിത്വം വർധിക്കുന്നതോടൊപ്പം സമൂഹത്തിന്റെ ഉത്തരവാദിത്വവും വർധിക്കും.

പുതിയ ലോകം: കുട്ടികൾ

1989 നവംബർ 20ന് ഐക്യരാഷ്ട്രസഭ "കുട്ടികളുടെ അവകാശങ്ങൾ" എന്നൊരു രേഖ (Convention on the Rights of the Child) അംഗീകരിക്കുകയുണ്ടായി. വളരെ ക്രൂരമായ വിധത്തിലാണ് മുതിർന്നവർ കുട്ടികളോട് പെരുമാറുന്നത് എന്ന തിരിച്ചറിവാണ് ഇതിലേക്ക് നയിച്ചത്. മുതിർന്നവർക്ക് കുട്ടികളെക്കാൾ കായികശക്തി കൂടും. വിവരവും കൂടുമെന്നാണ് വെയ്പ് "കയ്യൂക്കുള്ളവൻ കാര്യക്കാരൻ" എന്നതാണ് ജന്തുലോകത്തിലെ നിയമം. മനുഷ്യലോകത്തിലെ നിയമവും ഒട്ടാകെ അതുതന്നെ. USA ദിനം പ്രതി അത് ലോകത്തെ മുഴുവൻ ഓർമപ്പെടുത്തിക്കൊണ്ടിരിക്കുകയാണ്

അപ്പോൾ കുട്ടികളുടെമേൽ മുതിർന്നവർ കാണിക്കുന്ന അക്രമത്തെ "സംരക്ഷണം" ആയി ചിത്രീകരിക്കുന്നതിൽ അദ്ഭുതപ്പെടാനില്ലല്ലോ. എങ്കിലും മനുഷ്യൻ, വംശത്തിന്റെ പരിണാമചരിത്രത്തിലൂടെ ആർജിച്ച ഒരു ദൗർബല്യം (അതേ സമയം ശക്തിയും) ഉണ്ട്: അതിന്റെ പേരാണ് മനഃസാക്ഷി. അത് ചിലപ്പോൾ കായികശക്തിയെ ചോദ്യം ചെയ്യും. അങ്ങനെ ചെയ്തതിന്റെ ഫലമാണ്, 1990 സെപ്തംബറിൽ കൂടിയ ലോക ഉച്ചകോടി സമ്മേളനവും അവിടെ നിന്ന് പുറപ്പെടുവിച്ച "കുട്ടികളുടെ അതിജീവനത്തിനും സംരക്ഷണത്തിനും വികാസത്തിനും വേണ്ടിയുള്ള വിളംബര"വും. അതിൽ പറയുന്നു :

"കുട്ടികൾ നിഷ്കളങ്കരാണ്, നിസ്സഹായരാണ്, പരാശ്രയരാണ്. അതേ സമയം അവർ ജിജ്ഞാസുക്കളും ആശാഭരിതരുമാണ്. അവരുടെ ശൈശവം ശാന്തിയും സന്തോഷവും നിറഞ്ഞതായിരിക്കണം. അവർ കളിച്ച്, പഠിച്ച് വളരണം പാരസ്പര്യവും ഐക്യവും സഹകരണവും അവരുടെ ഭാവി കരുപ്പിടിപ്പിക്കണം. പുതിയ അനുഭവങ്ങളിലൂടെയും വികസിത

വീക്ഷണത്തിലൂടെയും അവർ പക്വത കൈവരിക്കണം. എന്നാൽ ഭൂരിഭാഗം കുട്ടികളുടെയും ശൈശവം ഇതിൽ നിന്നെല്ലാം വ്യത്യസ്തമാണ്.

ലോകമെമ്പാടും കുട്ടികൾ നേരിടുന്ന ഒട്ടേറെ ഭീഷണികളുണ്ട്. യുദ്ധവും അക്രമങ്ങളും അവരെ നിസ്സഹായരാക്കുന്നു, വർണവിവേചനം, വിദേശാക്രമണം, വികസന പ്രവർത്തനങ്ങൾ- പല കാരണങ്ങളാലും കുട്ടികൾ വീടുവിട്ടുപോകാൻ നിർബന്ധിതരായിത്തീരുന്നു. അവർ "അഭയാർഥി"കളായി മാറുന്നു.

ദാരിദ്ര്യം, സാമ്പത്തികക്കുഴപ്പം, പട്ടിണി, കിടപ്പാടമില്ലായ്മ, പകർച്ചവ്യാധികൾ, നിരക്ഷരത, പരിസ്ഥിതിത്തകർച്ച- എല്ലാംതന്നെ കോടിക്കണക്കിനു കുട്ടികളെ സദാ പ്രഹരിച്ചു കൊണ്ടിരിക്കുകയാണ്. വികസ്വര രാജ്യങ്ങളിലെ അവികസനവും വർധിച്ച വിദേശകടവും അവരെയാണ് ഏറ്റവും ദ്രോഹകരമായി ബാധിക്കുന്നത്. പോഷണക്കുറവുകൊണ്ടും രോഗങ്ങൾ കൊണ്ടും ഓരോ ദിവസവും 40,000 കുട്ടികൾ മരിക്കുന്നു. കൂനിന്മേൽ കുരുവായി എയ്ഡ്സും- എല്ലാം അവരെ ബാധിക്കുന്നു. രാഷ്ട്രീയ നേതാക്കളെന്ന നിലയ്ക്ക് നാം നേരിടേണ്ട വെല്ലുവിളികളാണിവ.

ലോകത്തിലെ എല്ലാ കുട്ടികളുടെയും ജീവൻ സംരക്ഷിക്കാനും വേദന കുറയ്ക്കാനും മനുഷ്യരെന്ന നിലയിലുള്ള അവരുടെ പൂർണവികാസം ഉറപ്പുവരുത്താനും സ്വന്തം ആവശ്യങ്ങളെയും അവകാശങ്ങളെയും സാധ്യതകളെയുംപ്പറ്റി ബോധവത്കരിക്കാനും ഒക്കെ വേണ്ട വിവരങ്ങളും വിഭവങ്ങളും ലോകരാഷ്ട്രങ്ങളുടെ പക്കലുണ്ട്. കുട്ടികളുടെ അവകാശങ്ങൾക്കും ക്ഷേമത്തിനും എല്ലായിടത്തും ഉറപ്പുനൽകാൻ കുട്ടികളുടെ ഈ അവകാശപത്രിക പുതിയൊരു സന്ദർഭം നല്കുന്നു.

കുട്ടികളുടെ പോഷണനിലവാരവും ആരോഗ്യവും ഉയർത്തുക എന്നത് നമ്മുടെ പ്രഥമകർത്തവ്യമാണ്. ഇന്നത് സാധ്യമാണുതാനും. ദിവസേന പതിനായിരക്കണക്കിന് കുട്ടികളെ നമുക്ക് മരണത്തിൽ നിന്ന് രക്ഷിക്കാം. ശിശുമരണനിരക്ക് നാടകീയമായി കുറയ്ക്കാം.

പത്തുകോടിയിലധികം കുട്ടികൾ അടിസ്ഥാന വിദ്യാഭ്യാസം പോലും ലഭിക്കാത്തവരാണ്. അവരിൽ മൂന്നിൽ രണ്ടുപേർ പെൺകുട്ടികളാണ്. ഈ അവസ്ഥ മാറ്റണം. പ്രതിവർഷം അരലക്ഷത്തിലധികം അമ്മമാർ പ്രസവസമയത്ത് മരിക്കുന്നു. ഇത് ഗണ്യമായി കുറയ്ക്കാവുന്നതാണ്. കുട്ടികളുടെ വളർച്ചയ്ക്കും ക്ഷേമത്തിനും പറ്റിയ നൈസർഗിക അന്തരീക്ഷമാണ് വീട്. അത് നല്ലനിലയിൽ നിലനിർത്താൻ വേണ്ട എല്ലാ സഹായങ്ങളും നല്കണം. കുട്ടികളുടെ ക്ഷേമത്തിന് ഉന്നതതലത്തിലുള്ള രാഷ്ട്രീയ ഇച്ഛാശക്തിയും പ്രവർത്തനവും വേണം. അതിന് നാം പ്രതിജ്ഞാബദ്ധരാണ്. കുട്ടികളുടെ അവകാശങ്ങൾക്ക്, അവരുടെ അതിജീവനത്തിനും സംരക്ഷണത്തിനും നിലനില്പിനും ഏറ്റവും ഉയർന്ന മുൻഗണന നൽകുമെന്ന് നമ്മൾ പ്രതിജ്ഞചെയ്യുന്നു... ഇങ്ങനെ പോകുന്നു വിളംബരം. ഇതിനെ തുടർന്ന് ലോകത്തിലെ മിക്ക രാജ്യങ്ങളും വിളംബരവും അവകാശപ്രഖ്യാപനങ്ങളും അംഗീകരിച്ചിട്ടുണ്ട്.

എന്നാൽ ഫലത്തിൽ എന്താണ് സംഭവിച്ചു കൊണ്ടിരിക്കുന്നത്? മിക്ക ആഫ്രിക്കൻ രാജ്യങ്ങളിലെയും ഏഷ്യൻ രാജ്യങ്ങളിലെയും ലാറ്റിൻ അമേരിക്കൻ രാജ്യങ്ങളിലെയും കുട്ടികളുടെ സ്ഥിതി അതിദയനീയമാണ്. കോടിക്കണക്കിന് പേർ കുപോഷിതരാണ്. "ഉണ്ണിയെ കണ്ടാലറിയാം ഊരിലെ പഞ്ഞം" എന്നൊരു പഴഞ്ചൊല്ല് ഉണ്ടല്ലോ. "വയറൊരു ശിവ ലോകം, ആസനം തൂശിപോലെ" ആയ കുട്ടികൾ ഭീകരമായ ദൃശ്യമാണ്. കോഷിയോർക്കർ, മറാസ്മസ്-ഒറീസ്സ, ബീഹാർ, എത്യോപ്യ, റുവാണ്ട സയ്റെ......... ഇവയെപ്പറ്റിയാണ് കുട്ടികളുടെ അവകാശപ്രഖ്യാപനത്തിൽ പറയുന്നത്. ലോകത്തെവിടെയെങ്കിലും, വിശക്കുന്ന ഒരു കുട്ടിയുണ്ടെങ്കിൽ, രോഗചികിത്സ കിട്ടാത്ത ഒരു കുട്ടിയുണ്ടെങ്കിൽ, ക്രൂരതകൾക്ക് വിധേയമാകുന്ന ഒരു കുട്ടിയുണ്ടെങ്കിൽ അതിനുത്തരവാദി മുതിർന്ന വരാണ്- ലോകത്തെമ്പാടുമുള്ള മുതിർന്നവരാണ്. പലസ്തീനിൽ, അഫ്ഗാനിസ്ഥാനിൽ, ബോസ്നിയയിൽ, ചെച്നിയയിൽ, കാശ്മീരിൽ, ശ്രീലങ്കയിൽ..... കുട്ടികൾ അനുഭവിക്കുന്ന ദുരിതങ്ങൾക്ക് ഉത്തരവാദികൾ മുതിർന്നവർ തന്നെയാണ്. നാളത്തെ ലോകത്തിൽ, നാം സ്വപ്നം കാണുന്നതും യാഥാർഥ്യമാക്കാൻ പറ്റുന്നതുമായ ലോകത്തിൽ, ഇത്തരം കാഴ്ചകൾ കാണുകയില്ല. ഒരു സമൂഹത്തിലെ കുട്ടികളെ കണ്ടാൽ ആ സമൂഹത്തിന്റെ ഇപ്പോഴത്തെ അവസ്ഥ മാത്രമല്ല ഭാവികൂടി അറിയാൻ കഴിയുന്നതാണ്. സമൂഹത്തിന്റെ വർത്തമാന അവസ്ഥയെ കുറിക്കാനായി "മാനവവികാസ സൂചിക" നിർവചിച്ചുവല്ലോ. വർത്തമാനത്തെയും ഭാവി യേയും സൂചിപ്പിക്കാനായി "ശിശുവികാസ സൂചിക" (CDI- Child Development Index) എന്ന പുതിയ ഒരു അളവുകോൽകൂടി നിശ്ചയിക്കാവുന്നതാണ്. HDI പോലെ CDI യും മൂന്നുഘടകങ്ങളുടെ ശീലിൽ നിർവചിക്കാൻ ശ്രമിക്കാം.

- കായിക വികാസം (Physical Develepment)
- ബൗദ്ധിക വികാസം (Intellectual Development)
- ആത്മീയ വികാസം (Spiritual Development)

ഒരു സമൂഹത്തിലെ കുട്ടികളുടെ ശരാശരി ജനനഭാരം, പോഷണ നിലവാരം, (ഓരോ പ്രായത്തിലും ഉണ്ടായിരിക്കേണ്ട ഉയരം, ഭാരം, ശരീരത്തിലെ നിർദിഷ്ട ഭാഗങ്ങളുടെ അളവുകൾ എന്നിവയുടെ അടിസ്ഥാനത്തിൽ) കായികവും മാനസികവും ആയ വൈകല്യങ്ങൾ എന്നിവയുടെയെല്ലാം അടിസ്ഥാനത്തിൽ അതിലെ ശിശുക്കളുടെ കായിക വികാസം കുറിക്കാം. ഇവ ഓരോന്നിനും ഉണ്ടായിരിക്കേണ്ട (normative) ചില അളവുകളുടെ അടിസ്ഥാനത്തിലോ, താരതമ്യാടിസ്ഥാനത്തിലോ (comparitive) ഇതിനെ നിർവചിക്കാവുന്നതാണ്.

കുട്ടികളുടെ സ്കൂൾ എൻറോൾമെന്റ് , കൊഴിഞ്ഞുപോക്ക്, പഠന നിലവാരം, വായാനാശീലം, പൊതുവിജ്ഞാനം, കരവിരുതുകൾ: മുതലായവയുടെ അടിസ്ഥാനത്തിൽ ബൗദ്ധിക വികാസം അളക്കാവുന്നതാണ്.

എന്നാൽ പൊതുസമ്മിതിയുള്ള അളവുകോലുകൾ ഇനിയും നിർവചിക്കപ്പെട്ടിട്ടില്ല. വിവരത്തിന്റെയും (Cognitive) വിരുതിന്റെയും (psycho-motor) തലങ്ങളാണിവ.

സംഘപ്രവർത്തനങ്ങളിലുള്ള പങ്കാളിത്തം, അതിന്റെ സ്വഭാവം, കൂട്ടുകാരോടും മറ്റുള്ളവരോടുമുള്ള പെരുമാറ്റരീതി, മറ്റു ജീവികളോടുള്ള സഹാനുഭൂതി മുതാലയവയെ അടിസ്ഥാനമാക്കി ഒരു ആത്മീയ വികാസസൂചകാങ്കവും കൂടി നിർവചിക്കാവുന്നതാണ്. (affective domain) ഇതിന് പരിമാണാത്മകമായ മാനദണ്ഡങ്ങൾ ഉണ്ടാക്കുന്നത് പ്രയാസമാണ്. എങ്കിലും പരിശ്രമിച്ചു നോക്കാവുന്നതാണ്.

"കുട്ടികൾക്ക് അവരുടെ ബാല്യകാലം തിരിച്ചുകൊടുക്കുക" എന്നതായിരിക്കണം ഇന്നത്തെ മുദ്രാവാക്യം. കുട്ടികളോട് ഇത്രയധികം ക്രൂരത കാട്ടുന്ന ഒരു കാലം മുമ്പുണ്ടായിട്ടില്ല. മാതാപിതാക്കളാണ് ഇതിന് ഉത്തരവാദികൾ. അവരത് മനസ്സിലാക്കുന്നില്ലെന്നു മാത്രമല്ല, അതാണ് ശരിയെന്നു വാദിക്കുകയും ചെയ്യുന്നു. "കുട്ടികളെ അടിച്ചു വളർത്തണം" (spare the rod and spoil the child) എന്ന് വിശ്വസിച്ചിരുന്ന ഒരു കാലമുണ്ടായിരുന്നു. അത് ശരിയല്ല എന്ന് ഇന്ന് മിക്കവരും പറയും. എന്നാൽ അടിയേക്കാൾ കടുത്ത ദണ്ഡനമാണ് കുട്ടികൾക്ക് അവർ നൽകുന്നത്. ഓട്ടപ്പന്തയത്തിൽ ഒന്നാം സ്ഥാനത്തെത്തിക്കാൻ വേണ്ടി വളർത്തുന്ന കുതിരകളെപ്പോലെയാണ് അവർ കുട്ടികളെ വളർത്തുന്നത്. കാലത്ത് 5 മണിക്കോ, 6 മണിക്കോ എഴുന്നേറ്റാൽ ഗൃഹപാഠം, ട്യൂഷൻ, സ്കൂൾ, ട്യൂഷൻ, ഗൃഹപാഠം എന്നിങ്ങനെ പോകുന്നു അവർ കുട്ടികൾക്ക് വിധിക്കുന്ന ടൈംടേബിൾ. അതിൽ അറുത്തുമുറിച്ച പോലെ അര മണിക്കൂർ കളിക്കാൻ സമയം കിട്ടിയാൽ അത് ഭാഗ്യം. ഇരുപത്തിനാല് മണിക്കൂറും അച്ഛനമ്മമാരുടെ നോട്ടപ്പുള്ളിയാണ് കുട്ടികൾ. തക്കംകിട്ടിയാൽ പഠിപ്പ് നിർത്തി കളിക്കാൻ പോകുമോ എന്നാണ് അച്ഛനമ്മമാരുടെ ഭയം. മാർക്കു കുറഞ്ഞാൽ, എന്തിന് റാങ്ക് കുറഞ്ഞാൽപോലും ശകാരം. സദാ ഭയപ്പെട്ടുകൊണ്ടാണ് കുട്ടി ജീവിക്കുന്നത്. മാനസിക സംഘർഷം കാരണം സർവശേഷികളും നശിച്ച് ആജീവനാന്തം രോഗികളായി മാറുന്ന കുട്ടികളുടെ എണ്ണം കൂടിക്കൂടിവരികയാണ്. അവർക്കിടയിൽ ആത്മഹത്യ കൂടിക്കൂടിവരികയാണ്. ഈ പ്രവണത തടഞ്ഞ് കുട്ടികൾക്ക് അവരുടെ കുട്ടിക്കാലം തിരിച്ചു കൊടുക്കുകതന്നെ വേണം. ഇല്ലെങ്കിൽ സമസൃഷ്ടി സ്നേഹമില്ലാത്ത, പരുക്കന്മാരും മൂർഖന്മാരുമായവരുടെ ഒരു തലമുറയാണ് വളർന്നുവരിക- വളർന്നുവരുന്നത്.

ഭാവിയെപ്പറ്റിയുള്ള ഉത്കണ്ഠയാണ് കുട്ടികളെ 'മത്സരക്കുതിര'കളാക്കി വളർത്താൻ അച്ഛനമ്മമാരെ പ്രേരിപ്പിക്കുന്നത്. മനുഷ്യൻ വർത്തമാനത്തിൽ, ഇന്നിൽ മാത്രം ജീവിക്കുന്ന ഒരു ജീവിയല്ല. മൂന്നു തലമുറകളിലൂടെ അവനവൻ, മക്കൾ, പേരക്കിടാങ്ങൾ എന്നിവരിലൂടെ ജീവിക്കുന്ന ഒരു ജീവിയാണ്. മൂന്നു തലമുറകളുടെയും വർത്തമാനവും ഭാവിയും സുരക്ഷിതമാക്കുക എന്നതാണ് മനുഷ്യന്റെ ലക്ഷ്യം. സമൂഹം

ഈ സുരക്ഷ നൽകുമെന്ന് ഉറച്ച വിശ്വാസമുണ്ടായാൽ ഇവരുടെ കാഴ്ചപ്പാട് - ലോകവീക്ഷണവും ജീവിതവീക്ഷണവും - മാറുന്നതാണ്. ഇത് നമ്മെ, ഭാവി സമൂഹത്തിന്റെ സാമ്പത്തികത്തിലേക്ക് നയിക്കുന്നു.

നവലോക സമ്പദ്‌വ്യവസ്ഥ :- സാമാന്യ ലക്ഷ്യങ്ങൾ

ആവശ്യവും (needs) ആർത്തിയും (greed) വ്യവച്ഛേദിച്ചു കാണുന്ന ഒന്നായിരിക്കണം നമ്മുടെ സങ്കല്പത്തിലുള്ള ഏതൊരു പുതിയ ലോകത്തിന്റെയും സമ്പദ് വ്യവസ്ഥ. ചില മിനിമം നിബന്ധനകൾ അത് തൃപ്തിപ്പെടുത്തേണ്ടിയിരിക്കുന്നു. എങ്കിൽ മാത്രമെ അത് പുതിയ ലോകമാകൂ.

a. വികസനം

ഭൗതികോൽപാദനം ഇന്നത്തെപ്പോലെ തുടർച്ചയായി വർധിച്ചു വരുന്നതല്ല. അതിന്റെ വേഗം കുറഞ്ഞ് കുറഞ്ഞ് വന്ന് ഒരു ഘട്ടത്തിൽ എത്തുമ്പോൾ അത് ഏതാണ്ട് സ്ഥിരമായിത്തീരുന്നതാണ്. ജനസംഖ്യയും ക്രമത്തിൽ സ്ഥിരീകൃതമാകും. ഇത് രണ്ടും ലക്ഷ്യം വെച്ചില്ലെങ്കിൽ മാനവരാശിക്ക് ഏറെക്കാലം നിലനിൽക്കാനാവില്ല.

ഭൗതികോൽപാദനം നിയന്ത്രിതമായിരിക്കും എന്നതിനർഥം ഏഷ്യയിലേയും ആഫ്രിക്കയിലേയും ലാറ്റിനമേരിക്കയിലേയും ദരിദ്രകോടികൾ ഇന്നത്തെപ്പോലെ തുടരുമെന്നല്ല അവരുടെ ഉപഭോഗനിലവാരം ഗണ്യമായി വർധിക്കേണ്ടതുണ്ട്. ആഹാരം, വസ്ത്രം, പാർപ്പിടം, ആരോഗ്യസേവനം, വിദ്യാഭ്യാസം എല്ലാ രംഗങ്ങളിലും അവരുടെ നില മെച്ചപ്പെടേണ്ടതുണ്ട്. ഇവിടെ പ്രധാനപ്പെട്ട മൂന്നുഘടകങ്ങളെ പരസ്പരം പൊരുത്തപ്പെടുത്തേണ്ടിയിരിക്കുന്നു. (a) ജനങ്ങളുടെ സ്ഥലീയ ആവാസവിതരണം (special habitat pattern), (b) വിഭവങ്ങളുടെ സ്ഥലീയ വിതരണം (spatial distribution of resources), (c) വിഭവങ്ങളുടെ മേലുള്ള നിയന്ത്രണത്തിന്റെ വിതരണം (distributing of control over resources)

ഇന്ന് ഇവയെല്ലാം തമ്മിൽ ഗണ്യമായ പൊരുത്തക്കേടുണ്ട്. ഏറെ ജനങ്ങൾ തിങ്ങിതാമസിക്കുന്ന ഏഷ്യൻ രാജ്യങ്ങളിൽ താരതമ്യേന കുറച്ചേ വിഭവങ്ങളുള്ളൂ. വിഭവങ്ങൾ ഏറെയുള്ള യു.എസ്.എ., കാനഡ, ആസ്ത്രേലിയ മുതലായ രാജ്യങ്ങളിൽ ആളുകൾ കുറവാണ്. യൂറോപ്യൻ രാജ്യങ്ങളിൽ രണ്ടും കുറെയൊക്കെ സമരസപ്പെട്ടിരിക്കുന്നു. വിഭവങ്ങളുടെ മേലുള്ള നിയന്ത്രണം ആകട്ടെ അത്യന്തം അസന്തുലിതമാണ്. ഏതാനും രാജ്യങ്ങളുടെയും ഏതാനും ആളുകളുടെയും നിയന്ത്രണത്തിലാണ് ലോകത്തിലെ മൊത്തം വിഭവങ്ങളുടെ ഏറിയ പങ്കും.

വിഭവങ്ങളുടെ സ്ഥലീയ വിതരണത്തിൽ മാറ്റം വരുത്താൻ നമുക്ക് പറ്റില്ല. ജനവാസ വിതരണത്തിലും ഗണ്യമായ മാറ്റം വരുന്നതല്ല. അതായത് ജനസംഖ്യ ഏറെയുള്ള ഏഷ്യൻ രാജ്യങ്ങളിൽനിന്ന് വലിയതോതിൽ ജനങ്ങൾ ആസ്ത്രേലിയയിലോ, കാനഡയിലോ, റഷ്യയിലോ, അമേരിക്കയിലോ, കുടിയേറിപ്പാർക്കുമെന്നു കരുതാൻ വയ്യ. കാരണം അതത്

രാജ്യങ്ങൾ അത് സമ്മതിക്കുന്നതല്ല. എന്നാൽ ഓരോ രാജ്യത്തിനകത്തും കഴിഞ്ഞ നിരവധി കൊല്ലങ്ങളായി വളർന്നുവരുന്ന അശാസ്ത്രീയ ആവാസരീതി മാറ്റുന്നതിന് സൈദ്ധാന്തികമായി തടസ്സമൊന്നുമില്ല. ഒരിടത്ത് താമസം, ഭാര്യക്ക് ഒരിടത്ത് ജോലി, ഭർത്താവിന് മറ്റൊരിടത്ത്, കുട്ടികൾ പഠിക്കുന്നത് ഇനിയും മറ്റൊരിടത്ത്. ഓരോരുത്തർക്കും പ്രത്യേകം വാഹനം, ദിവസം 50ഉം 100ഉം കിലോമീറ്റർ യാത്ര ഇതൊഴിവാക്കാവുന്നതാണ്. ഭാര്യക്കും ഭർത്താവിനും അടുത്തടുത്ത് ജോലി, അതിനടുത്തു തന്നെ വിദ്യാലയവും വീടും, ഇങ്ങനെ ആസൂത്രണം ചെയ്യാൻ പറ്റാത്തതല്ല - അതിന്റെ ആവശ്യം ബോധ്യപ്പെട്ടാൽ.

അതുപോലെ പ്രകൃതിയിൽ കാണുന്ന വസ്തുക്കൾ വിഭവങ്ങളായി മാറുന്നത്, അവയെ അധികരിച്ച ചെലവ് കൂടാതെ അഭീഷ്ട വസ്തുക്കളായി രൂപാന്തരപ്പെടുത്താനുള്ള അറിവും കഴിവും കൈവരിക്കുമ്പോഴാണ്. അതായത് അനുയോജ്യമായ ശാസ്ത്രസാങ്കേതികവികസനത്തിലൂടെ എന്തിനെയും വിഭവമാക്കി മാറ്റാവുന്നതാണ്. അങ്ങനെ കാലക്രമത്തിൽ സവിശേഷ വിഭവങ്ങളുടെ, ഉദാഹരണത്തിന് എണ്ണ, കൽക്കരി, ഇരുമ്പയിര്, മുതലായവയുടെ വിതരണത്തിലുള്ള വ്യത്യാസത്തെ കുറെയൊക്കെ അതിജീവിക്കാൻ നമുക്ക് കഴിയുന്നതാണ്.

b. സമത്വം

ഇതഃപര്യന്തമുള്ള മാനവചരിത്രം പരിശോധിക്കുമ്പോൾ തെളിഞ്ഞു വരുന്ന ചിത്രങ്ങളിൽ ഒന്ന് സമ്പത്തിന്റെ കേന്ദ്രീകരണമാണ്. ഉള്ളവരും ഇല്ലാത്തവരും തമ്മിലുള്ള അന്തരത്തിന്റെ വർധനവാണ്. 'ലക്ഷപ്രഭു' എന്നൊരു വാക്കിന് മലയാളസാഹിത്യത്തിൽ പ്രചാരമുണ്ട്. അടുത്ത കാലത്തായി കോടീശ്വരന്മാരും രൂപം കൊണ്ടിട്ടുണ്ട്. എന്നാൽ ബിൽഗേറ്റ്സ്, ബ്രൂണെയ് സുൽത്താൻ, ബ്രിട്ടീഷ് മഹാറാണി തുടങ്ങിയവരുടെ സ്വത്ത് നമുക്ക് വിഭാവനം ചെയ്യാൻകൂടി പറ്റില്ല ഒരാൾക്കും. ഭൂമിയിൽ നിന്ന് സൂര്യനിലേക്കുള്ള ദൂരം 15 കോടിയിലേറെ കിലോമീറ്ററാണ്. ആർക്കെങ്കിലും അത് മനസ്സിൽ കാണാൻ പറ്റുമോ. ഏറ്റവും അടുത്ത മറ്റു നക്ഷത്രത്തിലേക്കുള്ള ദൂരം 4 ലക്ഷം കോടി കിലോമീറ്റർ! ബിൽഗേറ്റ്സിന്റെ ഷെയറുകളുടെ വില 25 ലക്ഷം കോടിരൂപ! എത്രയാണിത്? കേരളത്തിന്റെ ഒരു കൊല്ലത്തെ മൊത്തം ഉല്പാദനം മൂന്നു ലക്ഷം കോടി രൂപ.

ലോകത്തിൽ കേവലദാരിദ്ര്യം വളരുന്നു. ആപേക്ഷിക ദാരിദ്ര്യം അതിലും വേഗത്തിൽ വളരുന്നു. ബീഹാർ, ഒറീസ്സ, മുതലായ ഇന്ത്യൻ സംസ്ഥാനങ്ങളിലെയും മിക്ക ആഫ്രിക്കൻ രാജ്യങ്ങളിലെയും ഭൂരിപക്ഷം മനുഷ്യരും ഊഹിക്കാനാകാത്തത്ര കടുത്ത ദാരിദ്ര്യത്തിൽ ആണ്ടു കിടക്കുകയാണ്. അതേ സമയം ഡൽഹി, മുംബൈ, ചെന്നൈ, ബാംഗ്ലൂർ..... മുതലായ നഗരങ്ങളിൽ കുന്നുകൂടുന്ന സമ്പത്തിന്റെ കണ്ണഞ്ചിക്കുന്ന ദൃശ്യങ്ങളാണ് കാണാൻ കഴിയുക. പഞ്ചനക്ഷത്ര ഹോട്ടലുകളുടെയും

ഹോളിഡേ റിസോർട്ടുകളുടെയും ചൂതാട്ടകേന്ദ്രങ്ങളുടെയും ഒരു പൊട്ടിത്തെറിയാണ് കാണാൻ കഴിയുന്നത്. ഇവരുടെ ധൂർത്ത് കാണുമ്പോൾ മനുഷ്യത്വമുള്ളവർക്കെല്ലാം, അക്ഷരാർഥത്തിൽതന്നെ ഛർദി വരും. അത്ര വൃത്തികെട്ടതാണ് സമ്പത്തിന്റെ അധാർമ്മികത. പുതിയ ലോകത്തിന്റെ ആത്യന്തിക ലക്ഷ്യം ഇത്തരത്തിലുള്ള അസമത്വങ്ങൾ ഇല്ലാതാക്കുക എന്നതാണ്. ഇടക്കാല ലക്ഷ്യമാകട്ടെ അസമത്വങ്ങൾ കൂടുന്ന പ്രവണതയുടെ ദിശ തിരിച്ച് കുറച്ചുകൊണ്ടു വരിക, അതിന് അനുരൂപമായ വിധത്തിൽ സാമ്പത്തികവികാസം ആസൂത്രണം ചെയ്യുക എന്നതാണ്, ഒരു ചെറിയ ഉദാഹരണത്തിലൂടെ ഇത് വ്യക്തമാക്കാം.

കേരളത്തിന്റെ സാമ്പത്തികാടിത്തറ ദുർബലമാണ്, അത് ശക്തിപ്പെടുത്തണം എന്ന് ഇന്ന് എല്ലാവരും പറയുന്നു. ആളോഹരി ദേശീയ ഉൽപാദനം ഇന്നത്തേതിന്റെ ഇരട്ടിയോ കൂടുതലോ ആയി വർധിക്കണം എന്നു തീരുമാനിക്കുകയാണെങ്കിൽ അതെങ്ങനെ പ്രായോഗികമാക്കാം? കൃഷി, മത്സ്യബന്ധനം, മൃഗപരിപാലനം, തുടങ്ങിയ പ്രാഥമിക മേഖലകൾ ശക്തിപ്പെടുത്താം. കയർ, കശുവണ്ടി, കൈത്തറി മുതലായ പരമ്പരാഗത വ്യവസായ മേഖലകൾ ശക്തിപ്പെടുത്താം, കാർഷികോൽപന്നങ്ങളെ അടിസ്ഥാനമാക്കി പുതിയ വ്യവസായങ്ങൾ - ചക്ക, മാങ്ങ, പഴം, പപ്പായ, പച്ചക്കറികൾ, മരച്ചീനി, തേങ്ങ, മത്സ്യം, മാംസം. ഇവയോരോന്നും സംസ്കൃത ഭക്ഷ്യോൽപന്നങ്ങളുടെയും ഭക്ഷ്യേതര ഉൽപന്നങ്ങളുടെയും ഉറവിടമാണ്. അവ ഉൽപാദിപ്പിക്കുന്ന വ്യവസായങ്ങളാകാം. അലൂമിനിയം, സിങ്ക്, കാസ്റ്റിക് സോഡ, രാസവളം, പെട്രോളിയം, സിമന്റ് മുതലായ പരമ്പരാഗത ഘനവ്യവസായങ്ങളെ ആശ്രയിക്കാം. ഇലക്ട്രോണിക്, ഇലക്ട്രിക്കൽ, മെക്കാനിക്കൽ, ഹാർഡ്‌വെയേഴ്സ് - മെഷീൻ ടൂളുകൾ, കമ്പ്യൂട്ടറുകൾ, കമ്പ്യൂട്ടർ ഘടകങ്ങൾ, കൺട്രോൾ ഉപകരണങ്ങൾ, എന്നിങ്ങനെ പലതും - ഉൽപാദിപ്പിക്കാം. ചക്രവാള മേഖലകളായ സോഫ്ട്‌വെയർ, ടിഷ്യൂകൾച്ചർ, വിത്തുകൾ, ഹൈ-ടെക് ടൂറിസം, ഓട്ടോമൊബൈൽ, ഹൈവേകൾ, വൈവിധ്യമാർന്ന സ്ഥിരോപഭോഗവസ്തുക്കൾ ഇവകളുടെ അടിസ്ഥാനത്തിലുമാകാം. ഇവ ഓരോന്നും സൃഷ്ടിക്കുന്ന പുതുമൂല്യങ്ങളിൽ ദരിദ്രർക്കും ഇടത്തരക്കാർക്കും പണക്കാർക്കും ലഭിക്കുന്ന പങ്കുകൾ വ്യത്യസ്തമാണ്. പ്രാഥമിക മേഖലയെത്തന്നെ ചെറുകിട അധ്വാനപ്രധാനമായ രീതിയിൽ വികസിപ്പിക്കാം. അമേരിക്കൻ രീതിയിൽ വ്യവസായങ്ങളാക്കി രൂപാന്തരപ്പെടുത്താം. ഈ രണ്ടാമത്തെ വിധമാണെങ്കിൽ തൊഴിലാളികളുടെ എണ്ണം പത്തിലൊന്നോ അതിൽ താഴെയോ ആയി കുറയും. ബോധപൂർവ്വമുള്ള ആസൂത്രണത്തിലൂടെ സമൂഹത്തിലെ ഏറ്റവും താഴെ തട്ടിൽ കിടക്കുന്നവർക്ക് ഏറ്റവും കൂടുതൽ വരുമാന വർധന ഉണ്ടാക്കുന്ന രീതിയിൽ സാമ്പത്തിക വികസനം നടപ്പാക്കാവുന്നതാണ്. ഇന്നത്തെ സാമ്രാജ്യത്വ ഉദാരവത്കൃത രീതിയിൽ നേരെ തിരിച്ചാണ് സംഭവിക്കുന്നത്. മേലേക്കിടക്കാരുടെ വരുമാനമാണ് വർധിക്കുന്നത്. ഈ സ്ഥിതി മാറ്റുക എന്നതാണ് ഒരു ആസന്ന ലക്ഷ്യം.

c. സുരക്ഷിതത്വം

ആഹാര വസ്ത്ര പാർപ്പിടാദികളെപ്പോലെത്തന്നെ മനുഷ്യരുടെ അടിസ്ഥാന ആവശ്യങ്ങളിൽ ഒന്നാണ് സുരക്ഷിതത്വബോധം. തനിക്കും തന്റെ മക്കൾക്കും അവരുടെ മക്കൾക്കും ഒക്കെ എക്കാലത്തും ഇവയെല്ലാം ലഭ്യമാകും എന്ന ഉറപ്പ്. സമൂഹം വിശ്വസനീയമായ രീതിയിൽ ഈ ഉറപ്പു നൽകുകയാണെങ്കിൽ ഭാവിക്കുവേണ്ടി സ്വത്ത് സമ്പാദിക്കാനുള്ള വ്യഗ്രത പൗരന്മാർക്ക് കുറയുന്നതായിരിക്കും. സോവിയറ്റ് യൂണിയനിലെ രണ്ടാം തലമുറ പൗരന്മാരെ സംബന്ധിച്ചിടത്തോളം ഇത് അനുഭവസ്ഥമായിരുന്നു. അവർക്ക് അവനവന്റെയോ, അനന്തര തലമുറകളുടെയോ ഭാവിയെക്കുറിച്ച് ആശങ്കയുണ്ടായിരുന്നില്ല. (പിന്നീടുള്ള തകർച്ചയ്ക്കു കാരണം സാധാരണ ജനങ്ങളുടെ സ്വാർഥമല്ല, പാർട്ടി നേതാക്കളുടെയും, ഉദ്യോഗസ്ഥ വൃന്ദത്തിന്റെയും മൂല്യച്യുതിയാണ്, അത് തിരുത്താനുള്ള സംവിധാനമില്ലാതിരുന്നതാണ്.) ഉൽപാദന ഉപാധികൾ പൂർണ്ണമായും സമൂഹത്തിന്റെ നിയന്ത്രണത്തിലായാൽ ഈ ഉറപ്പു നൽകുന്നത് എളുപ്പമാണ്. ഇന്നത്തെ പൗരന്മാരുടെ ആവശ്യങ്ങൾക്കൊപ്പം വരും തലമുറകൾക്ക് വേണ്ടതും മുൻകൂട്ടി കാണാൻ സാധിക്കും. നാളത്തെ ലോകത്തേക്കുള്ള സംക്രമണഘട്ടത്തിലും ചിലതെല്ലാം ചെയ്യാൻ കഴിയുന്നതാണ്. ഇപ്പോൾതന്നെ പ്രചാരത്തിലുള്ള ലൈഫ് ഇൻഷുറൻസ്, ആരോഗ്യ, വിദ്യാഭ്യാസ, വാഹനാദി ഇൻഷൂറൻസുകൾ ഇതൊക്കെ സുരക്ഷിതത്വ നടപടികളാണ്. അതിന്റ വ്യാപ്തി കുറച്ചുകൂടി വിപുലീകരിക്കാനാകുമോ? സാധിക്കും. ചില പദ്ധതികൾ ആലോചിക്കാവുന്നതാണ്.

a സ്റ്റാറ്റ്യൂട്ടറി റേഷനിങ്ങ് വിപുലീകരിക്കാം.

b പൊതുവിദ്യാഭ്യാസത്തിന്റെ ഗുണനിലവാരം ഉയർത്തുക, സ്കൂളുകളിലെ സൗകര്യങ്ങൾ വർധിപ്പിക്കുക. സൗജന്യമായിത്തന്നെ തുടരുക

c PHC മുതൽ മേലോട്ടുള്ള എല്ലാ ആശുപത്രികളിലെയും സേവന നിലവാരം ഉയർത്തുക അവിടത്തെ ഭൗതിക സൗകര്യങ്ങൾ മെച്ചപ്പെടുത്തുക

d ആവശ്യമുള്ള എല്ലാ കുട്ടികൾക്കും മതിയായ അളവിൽ ഉച്ചഭക്ഷണം നൽകുക

e തൊഴിലെടുക്കാൻ പറ്റാത്തവർക്ക് മറ്റു ആശ്രയമില്ലെങ്കിൽ, ആവശ്യമായ ജീവിതസൗകര്യം ഏർപ്പെടുത്തുക

f മതിയായ ജീവിതവരുമാനം നൽകുന്ന തൊഴിൽ അധ്വാനിക്കാൻ കഴിയുന്ന എല്ലാവരുടെയും മൗലികാവകാശമാക്കുക. ഇതൊക്കെ നടപ്പാക്കുന്നതിന് ഭരണഘടന ഒരു തടസ്സമാവില്ല. അതിന് എത്ര അധികച്ചെലവ് - ഇന്നത്തേതിൽ നിന്ന് അധികം - വരുമെന്ന് കണക്കാക്കാം. മൊത്തം ദേശീയോൽപാദനത്തിന്റെ നാലോ അഞ്ചോ ശതമാനം മാത്രം ഇതിനായി അധികം നീക്കിവെച്ചാൽ മതിയാകും. ട്യൂഷൻ, പ്രൈവറ്റ് ഹോസ്പിറ്റൽ ചികിത്സ, നിത്യോപയോഗ

സാധനങ്ങൾക്ക് അധികമായി നൽകുന്ന വില ഇതൊക്കെ ചേർത്താൽ ഇതിൽ കൂടുതൽ വരുന്നതാണ്. ഏതാനും വ്യക്തികൾ എതിർത്തതുകൊണ്ടു മാത്രം ഇത് തടയാൻ പറ്റുന്നതല്ല. സംക്രമ ണഘട്ടത്തിൽ തന്നെ നടപ്പാക്കാവുന്ന കാര്യങ്ങളാണിവ.

d. സുസ്ഥിരത

കുറെപേർ പഞ്ചനക്ഷത്ര ഹോട്ടലുകളിൽ ജീവിക്കുകയും ഏറെപ്പേർക്ക് ചെറ്റക്കുടിലുകളിൽ കഴിയേണ്ടിവരികയും ചെയ്യുന്നത് അസമത്വമാണ്, അധാർമികമാണ് എന്ന് നാം കരുതുന്നു. സമത്വത്തിലധിഷ്ഠിതമായ ഒരു പുതിയ ലോകം കെട്ടിപ്പടുക്കാൻ നാം ശ്രമിക്കുന്നു. പക്ഷേ ഇതുചെയ്യുന്നത് ലോകത്തെ പരിമിതമായ പ്രകൃതിവിഭവങ്ങൾ ധൂർത്തടിച്ചുകൊണ്ടാണെങ്കിൽ, വായുവിനെയും വെള്ളത്തേയും മണ്ണിനേയും മലിനപ്പെടുത്തികൊണ്ടാണെങ്കിൽ നമുക്ക് ശേഷം വരുന്ന തലമുറകൾക്ക് നാം അനുഭവിച്ച ജീവിതഗുണത നിലനിർത്താനാവില്ല. അതായത് തലമുറകൾക്കിടയിൽ അസമത്വം വർധിക്കും. മക്കളെയും പേരക്കുട്ടികളെയും കുറിച്ച് വേവലാതിപ്പെടുന്ന ചുരുങ്ങിയപക്ഷം മൂന്നുതലമുറകളിൽ കൂടെയെങ്കിലും ജീവിക്കുന്ന മനുഷ്യജാതിക്ക് ഇത് സ്വീകാര്യമല്ല. നമ്മുടെ കുട്ടികൾ നമ്മളേക്കാൾ നന്നായി ജീവിക്കണമെന്നാണ് നാം ആഗ്രഹിക്കുന്നത്. ഇതിനാണ് Sustainability അഥവാ സുസ്ഥിരത എന്നുപറയുന്നത്. സുസ്ഥിരത എന്നു പറഞ്ഞാൽ ലോകാവസാനം (സൂര്യൻ മരിക്കുന്നതു) വരെ എന്നാണോ അർഥം, അതോ 100-200 കൊല്ലങ്ങൾ എന്നാണോ ആയിരമോ ലക്ഷമോ കൊല്ലങ്ങളോ? ഏതായാലും നൂറുകണക്കിന് കൊല്ലങ്ങളുടെ സുസ്ഥിരതയല്ല നാം പറയുന്നത്. ആയിരക്കണക്കിനും ലക്ഷക്കണക്കിനും കൊല്ലങ്ങളുടെ കാര്യമാണ്. അത് സാധ്യമാകണമെങ്കിൽ വിഭവ ഉപഭോഗരീതിയിൽ മാറ്റം വരുത്തണം. പൂർണമായും പുനഃചക്രണം ചെയ്യാവുന്ന രീതികൾ വളർത്തിയെടുക്കണം. അതിനുതകുന്ന തരത്തിലുള്ള ശാസ്ത്രസാങ്കേതിക വിദ്യകൾ വികസിപ്പിക്കുകയെന്നതായിരിക്കണം ശാസ്ത്ര സാങ്കേതിക ഗവേഷണരംഗത്തെ മുഖ്യ പ്രവർത്തനങ്ങളിൽ ഒന്ന്.

ലോകാവസാനം വരെ ഉപയോഗിക്കാവുന്ന ഒരൊറ്റ ഊർജസ്രോതസ്സേ ഉള്ളൂ, സൂര്യൻ. എണ്ണ, കൽക്കരി, പ്രകൃതിവാതകങ്ങൾ മുതലായവ പതിറ്റാണ്ടുകളോ, നൂറ്റാണ്ടുകളോ മാത്രമെ നിലനില്ക്കൂ. നമുക്കാവശ്യമുള്ള ഊർജമത്രയും സൂര്യനിൽ നിന്ന് സംഭരിക്കാനായാലേ ദീർഘകാല സുസ്ഥിരത (Long term sustainability) കൈവരിക്കാൻ സാധിക്കൂ. സൗരോർജം ശേഖരിക്കുക, കേന്ദ്രീകരിക്കുക, രൂപാന്തരപ്പെടുത്തുക, സംഭരിക്കുക ഇതിനൊക്കെ ആവശ്യമായ സാങ്കേതിക വിദ്യകൾ സാമ്പത്തികമായി ആകർഷണീയമാം വിധം വളർത്തിയെടുക്കണം. വികേന്ദ്രീകൃതവും വിതരിതവും അതിനാൽതന്നെ ചെറിയതും ആയ രീതിയിൽ ഇത് സാധ്യമാവുകയും വേണം.

അഭീഷ്ട പദാർഥങ്ങൾ സാന്ദ്രീകൃതമായ രീതിയിൽ നിലകൊള്ളുമ്പോഴാണ് അതിനെ 'വിഭവം' എന്ന് ഇപ്പോൾ പറയുന്നത്. വിഭവ ഉപഭോഗത്തിന്റെ ഫലമായി അത് വിതരിതമാകുന്നു, നേർക്കുന്നു, രൂപാന്തരപ്പെടുന്നു. ഉദാഹരണത്തിന് ഭൂമിക്കടിയിലുള്ള കൽക്കരി, കാർബൺ ഡൈഓക്സൈഡ് ആയി അന്തരീക്ഷത്തിൽ ആകെ വിതരിതമാകുന്നു. ഇങ്ങനെ വിതരിതമായ, സമുദ്രത്തിലും മണ്ണിലുമുള്ള ലോഹങ്ങളും അലോഹങ്ങളും കുറഞ്ഞ ഊർജം ഉപയോഗിച്ച് കുറഞ്ഞ ചെലവിൽ വേർതിരിച്ചെടുക്കാനുള്ള സാങ്കേതിക വിദ്യ വികസിപ്പിച്ചാൽ പിന്നെ വിഭവ ദാരിദ്ര്യം എന്നൊന്നുണ്ടാകില്ല. ഗവേഷണത്തിന്റെ പ്രധാനലക്ഷ്യം ഇത് വികസിപ്പിച്ചെടുക്കലായിരിക്കും. നശീകരണായുധങ്ങൾ ഉണ്ടാക്കലായിരിക്കില്ല.

ഇതിനകം തന്നെ ചുറ്റുപാടിന് താങ്ങാനാകാത്ത വിധത്തിൽ പലതരത്തിലുള്ള മാലിന്യങ്ങളും നാം പുറത്തുവിട്ടിട്ടുണ്ട്. (ആണവ മാലിന്യങ്ങൾ ഏറിയപങ്കും ഇപ്പോൾ 'സുരക്ഷിത കസ്റ്റഡി'യിൽ ആണെങ്കിലും അതും പുറത്തുവിടേണ്ടി വരും.) ഇനിയും തുടർച്ചയായി മാലിന്യങ്ങൾ പുറത്ത് വിട്ടുകൊണ്ടിരിക്കും. ഉൽപാദനപ്രക്രിയയിൽ ഉണ്ടാകുന്നതാണ് അവശിഷ്ടങ്ങൾ. ഇവയെ എങ്ങനെ നിരുപദ്രവകരങ്ങളും ഉപകാരപ്രദങ്ങളുമായ പദാർഥങ്ങളാക്കി മാറ്റാം. ചുറ്റുപാടിൽ നിന്ന് എങ്ങനെ നീക്കം ചെയ്യാം, പിടിവിട്ടുപോയ ആഗോളതാപനത്തെ എങ്ങനെ പിടിച്ചു നിർത്താം. എങ്ങനെ തിരിച്ചാക്കാം – ശാസ്ത്രസാങ്കേതിക വിദഗ്ധർക്ക് പിടിപ്പത് ജോലിയുണ്ട്. അവർ അത് തിരിച്ചറിയുകയാണെങ്കിൽ. 'സുസ്ഥിരത' എന്ന സങ്കല്പനത്തിൽ ഇതെല്ലാം അടങ്ങുന്നു.

e. മറ്റു ചില സൂചകാങ്കങ്ങൾ

സമൂഹത്തിലെ ഉൽപാദനപ്രവർത്തനം പുനഃക്രമീകരിക്കുന്നതിന് ചില സവിശേഷ രാശികൾ നിർവചിക്കാം : ദുർവ്യയ സൂചകാങ്കം (Wastage Index), അമാനവീകരണാങ്കം (Dehumanization Index), പങ്കാളിത്തസൂചകാങ്കം (Participation Index) സ്വയം പര്യാപ്തതാങ്കം (Self Sufficiency Index) എന്നിവയാണവ.

ദുർവ്യയസൂചകാങ്കം : മാനവവികാസ ചരിത്രം കാണിച്ചുതരുന്ന ഒരു സവിശേഷതയുണ്ട്. ഒരു ജീവിതകാലത്തിൽ സമൂഹത്തിലെ ഒരു ശരാശരി മനുഷ്യന് സഞ്ചരിക്കേണ്ടി വരുന്ന ദൂരം കൂടിക്കൂടിവരികയാണ്. സമൂഹം ഏത്ര കണ്ട് വികസിതമാകുന്നുവോ അത്രകണ്ട് കൂടുതലായിരിക്കും ഈ ദൂരം. വിനോദത്തിനുവേണ്ടിയുള്ള സഞ്ചാരമല്ല ഇത് ഗതികേടുകൊണ്ടു വയറ്റുപിഴപ്പിനുവേണ്ടി വരുന്ന സഞ്ചാരമാണിത്. ഇന്ത്യയിലെ ഇതിന്റെ ഏറ്റവും കടുത്ത ഉദാഹരണമാണ് നെടുമങ്ങാട്ടൊ, നെയ്യാറ്റിൻകരയിലൊ താമസിച്ച്, ദിവസേന കാലത്ത് തിരുവനന്തപുരത്ത് വന്ന് വേണാട് എക്സ്പ്രസിൽ എറണാകുളത്തു പോയി ജോലിചെയ്ത് മടങ്ങി രാത്രി 11 1/2 മണിയോടുകൂടി വീട്ടിൽ തിരിച്ചെത്തുന്ന 'വേണാടു

വനിത'യുടെ ദയനീയ ചിത്രം. എന്നാൽ ശരാശരിയെടുക്കുകയാണെങ്കിൽ ഒരു ഇന്ത്യക്കാരൻ ഒരു ദിവസം സഞ്ചരിക്കുന്നതിൽ എത്രയോ കൂടുതലാണ് ഒരു അമേരിക്കക്കാരന് സഞ്ചരിക്കേണ്ടിവരുന്ന ദൂരം. ഉൽപാദനത്തിന്റെയും ആവാസത്തിന്റെയും സവിശേഷമായ ക്രമീകരണമാണ് ഈ യാത്ര ആവശ്യമാക്കുന്നത്. മോട്ടോർ വാഹനനിർമാതാക്കളുടെ നിലനില്പിന് ഇതാവശ്യമാണ്.

മനുഷ്യരുടെ യാത്രാദൂരം മാത്രമല്ല, ചരക്കുകളുടെ കടത്ത്ദൂരവും വർധിക്കുന്നു. ഒരു നൂറ്റാണ്ടു മുമ്പ് ഒരു സമൂഹത്തിന്റെ നിലനില്പിനാവശ്യമായ സാധനങ്ങളിൽ ഏറിയപങ്കും അവിടെയോ തൊട്ടടുത്തോ നിർമ്മിക്കുന്നവയായിരിക്കും. ഇന്നാകട്ടെ അധികവും മറ്റൊരു ഭൂഖണ്ഡത്തിൽ നിന്നു വരുന്നതായിരിക്കും. പരമാവധി ലാഭം കിട്ടുന്നിടത്ത് ഉത്പാദനം കേന്ദ്രീകരിക്കുന്നു. അസംസ്കൃത പദാർഥങ്ങളും ഉത്പന്നങ്ങളും ആയിരകണക്കിന് കിലോമീറ്റർ കടത്തികൊണ്ടു പോകുന്നു. ഇതിൽ നിന്നുണ്ടാകുന്ന പല കാണാച്ചെലവുകളും മുതലാളിമാരല്ല, ജനങ്ങളാണ് വഹിക്കുന്നത്. മുതലാളിമാരെ സംബന്ധിച്ചിടത്തോളം അവർ തങ്ങളുടെ വ്യക്തിപരലാഭം മാത്രമാണ് കണക്കിലെടുക്കുന്നത്.

മനുഷ്യരുടെ യാത്രാ സമയവും (ദൂരവും) സാധനങ്ങളുടെ കടത്തുദൂരവും കുറയ്ക്കാൻ കഴിയണം. ഇന്നത്തെ അവസ്ഥയെ കുറിക്കാനായാണ് ദുർവ്യയ സൂചകാങ്കം ഉപയോഗിക്കുന്നത്. ഇതിന് രണ്ടു ഘടകങ്ങളുണ്ട്. പൗര ദൂരാങ്കവും (Citizen Travel Index), ചരക്കുദൂരാങ്കവും (Commodity Haulage Index). ഒരു സമൂഹത്തിലെ പൗരന്മാർ,അവരുടെ ജീവിത കാലത്തിൽ പ്രതിവർഷം ശരാശരി സഞ്ചരിക്കുന്ന ദൂരത്തിന്റെ അടിസ്ഥാനത്തിലാകാം പൗര ദൂരാങ്കം കണക്കാക്കുക. ഇവിടെ കേവല മൂല്യത്തിനേക്കാളേറെ പ്രവണതയ്ക്കാണ് പ്രാധാന്യം നൽകേണ്ടത്. ഒരു നിശ്ചിതകാലത്തിനുള്ളിൽ, ഉദാഹരണത്തിന് പത്തുവർഷത്തിൽ, ഇതിലെന്ത് വർധന/കുറവ് ഉണ്ടായി എന്നാണ് നോക്കുന്നത്.

ചരക്കുകൾ, അടിസ്ഥാനപരമായി, ഉറഞ്ഞു കൂടിയ അധ്വാനമാണ്. ഈ അധ്വാനത്തെ സൗകര്യാർഥം ഡോളറിലോ, രൂപയിലോ പറയുന്ന അതിന്റെ മൂല്യം കൊണ്ട് കുറിക്കാം. ഒരു ശരാശരി പൗരന്റെ വാർഷിക ഉപഭോഗത്തിന്റെ സമഗ്രമായ ഒരു ലിസ്റ്റുണ്ടാക്കാം. ഓരോന്നിനും ഒരു വിലയുണ്ട്. അത് അടുത്തോ അകലയോ ഉള്ള ഒരു സ്ഥലത്ത് ഉണ്ടാക്കിയതായിരിക്കാം. അതുണ്ടാക്കാനുള്ള വ്യത്യസ്ത ഘടകങ്ങൾ - ഒരു തീപ്പെട്ടിയാണെങ്കിൽ പ്ലാസ്റ്റർ, കൂട്, മരുന്ന്, ലേബൽ ഓരോന്നും - വ്യത്യസ്ത സ്ഥലങ്ങളിൽ ഉണ്ടാക്കിയതായിരിക്കും. അവസാനം അത് ഉപഭോക്താവിന്റെ അടുത്തെത്തുന്നു. വ്യത്യസ്ത അളവിലുള്ള അധ്വാനം വ്യത്യസ്ത ദൂരങ്ങൾ സഞ്ചരിച്ചാണ് എത്തുന്നത്. ഓരോന്നിന്റെയും മൂല്യത്തെ -വിലയെ - അത് സഞ്ചരിച്ച ദൂരം കൊണ്ട് ഗുണിക്കുകയാണെങ്കിൽ, ആകെ ഉപഭോഗം ചെയ്യുന്ന ഡോളർ (രൂപ) കിലോമീറ്റർ ലഭിക്കുന്നു. അങ്ങനെ ആളോഹരി ഡോളർ (രൂപ) കിലോമീറ്റർ ഉപഭോഗം എന്ന

രാശി ലഭിക്കുന്നു. അതിനെ ആ സമൂഹത്തിന്റെ ശരാശരി ഡോളർ (രൂപ) ഉപഭോഗം കൊണ്ട് ഹരിച്ചാൽ ചരക്കുദൂര ഉപഭോഗം (കിലോമീറ്റർ) കിട്ടുന്നു. ലളിതമായി പറഞ്ഞാൽ ഇത്രയേ ഉള്ളൂ. സുഖപൂർണമായ ജീവിതത്തിന് പൗരന്മാർക്ക് സഞ്ചരിക്കേണ്ടിവരുന്ന നിർബന്ധിത ദൂരം കുറഞ്ഞുവരണം. അവർ ഉപഭോഗിക്കുന്ന സാധനങ്ങളുടെ കടത്തുദൂരവും കുറഞ്ഞുവരണം. അതായത് ഭൗതികജീവിതം കഴിയുന്നത്ര പ്രാദേശിക വത്കരിക്കപ്പെടണം.

അമാനവീകരണ സൂചകാങ്കം : ആഭ്യന്തര ക്രമസമാധാനത്തിന് കൂടുതൽ കൂടുതൽ പൊലീസും ജയിലും വേണ്ടിവരുന്ന അവസ്ഥ ഒട്ടും തന്നെ അഭിലഷണീയമല്ല. അതിനർഥം പൗരന്മാർ നിതാന്ത ഭയത്തിൽ കഴിയുന്നു എന്നാണ്. അതുപോലെ സാമൂഹികോൽപന്നങ്ങളുടെ നല്ലൊരു ശതമാനം അന്യരാജ്യങ്ങളുടെ ആക്രമണത്തെ ഭയന്നോ, അവരെ ആക്രമിക്കാനായോ ആയുധങ്ങൾ ഉണ്ടാക്കുന്നതിന് ചെലവാക്കേണ്ടിവരികയും ഒട്ടേറെ പൗരന്മാരുടെ ജീവിതം യുദ്ധഭൂമികളിൽ ഹോമിക്കേണ്ടിവരികയും ചെയ്യുന്നത് ഒട്ടുംതന്നെ അഭിലഷണീയമല്ല. ഇത് രണ്ടും കുറയുന്നത് സമൂഹത്തിന്റെ മാനവികതയെ കുറിക്കുന്നു. കൂടുന്നത് അമാനവീകരണത്തെയും (dehumanization). ഏറ്റവും പ്രധാനമായ മൂന്നു സാമൂഹികാവശ്യങ്ങളാണ് പൊതുവിദ്യാഭ്യാസവും ആരോഗ്യസേവനവും സാമൂഹ്യ സുരക്ഷയും. അവയ്ക്ക് താരതമ്യേന കൂടുതൽ വിഭവം നീക്കിവെക്കാൻ കഴിഞ്ഞാൽ അത് ജീവിത ഗുണതയെ വർധിപ്പിക്കുന്നതാണ്. പൊലീസ്, പട്ടാളം, ആയുധങ്ങൾ, ജയിൽ, വികസനേതര ഭരണച്ചെലവുകൾ ഇതെല്ലാം കൂട്ടിക്കിട്ടുന്ന തുകയെ ആരോഗ്യസേവനത്തിനും വിദ്യാഭ്യാസത്തിനും സാമൂഹ്യസുരക്ഷയ്ക്കുംവേണ്ടി ഗവൺമെന്റ് ചെലവഴിക്കുന്ന തുക കൊണ്ട് ഹരിക്കുമ്പോൾ കിട്ടുന്ന സംഖ്യയെ ആണ് അമാനവീകരണ സൂചകാങ്കം എന്നു വിളിക്കുന്നത്. ഇത് തുടർച്ചയായി കുറച്ചുകൊണ്ടു വരികയെന്നതാണ് ലക്ഷ്യം. പൂജ്യത്തോടടുക്കുന്ന മുറയ്ക്ക് കൂടുതൽ കൂടുതൽ ഉയർന്ന മാനവികത കൈവരിക്കുന്നതായി പറയാം. ലോകത്തെ ഏറ്റവും അമാനവീകൃത സമൂഹങ്ങളിൽ ഒന്നാണ് അമേരിക്കയിലേത്.

പങ്കാളിത്ത സൂചകാങ്കം : സമത്വത്തെയും നീതിയേയും പറ്റിപറയുമ്പോൾ നാം പരിഗണിക്കേണ്ട ഒരു കാര്യമുണ്ട്. സമൂഹത്തിലെ പണക്കാരുടെയും ശക്തരുടെയും ഔദാര്യമാണോ അത്, അതോ സമൂഹഘടനയിലൂടെ സ്വതഃസിദ്ധമാക്കേണ്ടതോ.? സമൂഹത്തിലെ ഗണ്യമായ ഒരു ശതമാനം പലതരത്തിലുള്ള സഹായപെൻഷനുകളെ ആശ്രയിച്ച് ജീവിക്കേണ്ടിവരുന്ന അവസ്ഥ - വരുമാനത്തിന്റെ കാരുണ്യാത്മകമായ പുനരവതരണത്തിലൂടെ അസമത്വത്തെ ലഘൂകരിച്ചാൽ പോരെ? പോര എന്നാണ് ഈ ചോദ്യത്തിനുത്തരം. ഉപജീവനം ഔദാര്യം ആകരുത് അവകാശമാകണം. അവകാശമാകണമെങ്കിൽ ഉപജീവനോപാധികൾ ഉൽപാദിപ്പിക്കുന്നതിൽ പങ്കാളികളാകണം. ഇത് ഒരു ഭൗതികാവശ്യം മാത്രമല്ല ഒരു

ആത്മീയ ആവശ്യംകൂടിയാണ്. സ്ഥിരമായി മറ്റുള്ളവരുടെ ചെലവിൽ ജീവിക്കാൻ സാധാരണ മനുഷ്യരാരും ഇഷ്ടപ്പെടുന്നില്ല. മെയ്യനങ്ങാതെ പണമുണ്ടാക്കാനാണ് മനുഷ്യരുടെ ആഗ്രഹം എന്നത് ഒരു അതിശയോക്തിയാണ്. “ഇന്ന് പണിയെടുക്കാതെ ജീവിക്കുന്ന ചില അതിസമ്പന്നന്മാരില്ലേ.? ആരുടെയും ഔദാര്യം കൊണ്ടല്ലല്ലോ അവർ ജീവിക്കുന്നത്” എന്ന് ചോദിച്ചേക്കാം. ഉൽപാദനോപാധികളുടെയും മൂലധനത്തിന്റെയും മേൽ സമൂഹം അവർക്ക് അംഗീകരിച്ചുകൊടുത്തിട്ടുള്ള ഉടമാവകാശം, നിയന്ത്രണാവകാശം, അതില്ലെങ്കിൽ അവർക്കിങ്ങനെ ജീവിക്കാൻ സാധിക്കില്ല. മറ്റുള്ളവരുടെ ചെലവിൽ ജീവിക്കാൻ ഏറെക്കാലം ഒരാളും ആഗ്രഹിക്കുന്നുമില്ല. അതുകൊണ്ടാണ് സാമ്പത്തികപ്രവർത്തനത്തിലുള്ള പങ്കാളിത്തം ഒരു ആത്മീയ ആവശ്യംകൂടിയാണെന്ന് പറയുന്നത്.

സാമ്പത്തിക-ഉൽപാദനപ്രവർത്തനങ്ങൾ നടത്തുന്നത് ഒറ്റക്കൊറ്റയ്ക്കല്ലല്ലോ, കൂട്ടായിട്ടാണല്ലോ. ഇതിന്റെ ആകെത്തുകയാണ് ഒരു തരത്തിൽ പറഞ്ഞാൽ സമൂഹവും സമൂഹക്കരാറും (Social Contract). ഇതിൽ ഓരോ വ്യക്തിക്കും പങ്കുണ്ട്. ഉൽപാദനപ്രവർത്തനത്തിൽ മാത്രമല്ല അതിനാവശ്യമായ കൂട്ടായ്മ രൂപപ്പെടുത്തുന്നതിലും അത് നിലനിർത്തുന്നതിലും ഒക്കെ. ഇവയ്ക്കെല്ലാംകൂടി സാധാരണ പറയാറുള്ള ഒരു പേരാണ് പൊതുപ്രവർത്തനം എന്നത്. അതിന്റെ ഒരു പ്രത്യേക മേഖലയാണ് രാഷ്ട്രീയപ്രവർത്തനം. മിക്ക മനുഷ്യരും ചെറിയ തോതിലാണെങ്കിലും ഏതെങ്കിലും ചില പൊതുപ്രവർത്തനങ്ങൾ നടത്തുന്നുണ്ടാകാം. എന്നാൽ ചില ആളുകൾ ‘ഫുൾടൈം’ രാഷ്ട്രീയപ്രവർത്തകരോ പൊതുപ്രവർത്തകരോ ആണ്. ഇത്തരത്തിലുള്ള വിഭജനം നല്ലതല്ല. എല്ലാ പൗരന്മാരും ചില സാമൂഹിക ഉത്തരവാദിത്വങ്ങൾ വഹിക്കുക തന്നെ വേണം. അല്ലാതെ ഒരുകൂട്ടം ആളുകൾ രാഷ്ട്രീയക്കാർ, മറ്റുള്ളവർ പൗരന്മാർ എന്ന വിഭജനം നല്ലതല്ല. പൗരന്മാരുടെ രാഷ്ട്രീയ പൊതുപ്രവർത്തന പങ്കാളിത്തം കൂടുകതന്നെ വേണം. ഇതിനുള്ള ഏറ്റവും നല്ല വേദികളിൽ ഒന്നാണ് നമ്മുടെ ഗ്രാമസഭകൾ. രാഷ്ട്രീയപാർട്ടികൾ, വർഗസംഘടനകൾ, ബഹുജനസംഘടനകൾ, സാംസ്കാരിക സംഘടനകൾ, എന്നിവയ്ക്കെല്ലാം ചെലവാകുന്ന സമയവും ജനപങ്കാളിത്തത്തിൽ പെടുന്നു. ഒരു ശരാശരി പൗരൻ പൊതുപ്രവർത്തനങ്ങൾക്കായി ശരാശരി ഒരു ദിവസം ചെലവാക്കുന്ന സമയവും ഒരു ഫുൾടൈം സാമൂഹികപ്രവർത്തകൻ / രാഷ്ട്രീയപ്രവർത്തകൻ ചെലവാക്കുന്ന സമയവും തമ്മിലുള്ള അനുപാതത്തെ തത്കാലം സാമൂഹികപങ്കാളിത്തം എന്നുവിളിക്കാം. സമൂഹത്തിലെ ഏറ്റവും ദരിദ്രരായ 20 % പേരുടെ ശരാശരി വരുമാനവും ഏറ്റവും സമ്പന്നരായ 20 % പേരുടെ ശരാശരി വരുമാനവും തമ്മിലുള്ള അനുപാതത്തെ സാമ്പത്തികപങ്കാളിത്തം എന്നു വിളിക്കാം. രണ്ടും തുടർച്ചയായി കൂട്ടികൊണ്ടുവരിക എന്നതാണ് ലക്ഷ്യം.

ഇത്രയും പറഞ്ഞതൊക്കെ അഭിലഷണീയങ്ങളായ ലക്ഷ്യങ്ങളാണ്. ഇവ സാക്ഷാത്കരിക്കണമെങ്കിൽ സമ്പദ്വ്യവസ്ഥയുടെ വിവിധ

ഘടകങ്ങൾ - ആസൂത്രണം, തീരുമാനങ്ങളെടുക്കൽ, ഉൽപാദനം, വിതരണം, പുനരുൽപാദനം മുതലായ ഘടകങ്ങൾ എങ്ങനെ രൂപപ്പെടുത്തണമെന്ന് ആലോചിക്കേണ്ടതുണ്ട്.

സാമ്പത്തികോൽപാദനം : നാം വിഭാവനം ചെയ്യുന്ന നവലോകത്തിലെ സമ്പദ് വ്യവസ്ഥയുടെ സാമാന്യരൂപരേഖ താഴെപറയുന്ന ഘടകങ്ങളടങ്ങുന്ന ഒരു ചട്ടക്കൂടിനെ അടിസ്ഥാനമാക്കി പരിശോധിക്കാം. ഉടമാവകാശ ബന്ധങ്ങൾ, വർഗഘടന, ഉൽപാദനാസൂത്രണം, തൊഴിൽവിഭജനം, ഉൽപന്നവിഭജനം, തീരുമാനങ്ങൾ എടുക്കൽ എന്നിവയാണ് ഈ ഘടകങ്ങൾ. മുതലാളിത്തത്തിൽനിന്നും കേന്ദ്ര ആസൂത്രിതമോ വിപണിബന്ധിതമോ ആയ സോഷ്യലിസത്തിൽനിന്നും പ്രകൃതിയിലേക്കുള്ള തിരിച്ചുപോക്കിൽനിന്നും ഒക്കെ വ്യത്യസ്തമാണ് ഈ പുതുലോക സമ്പദ്വ്യവസ്ഥ. ഏറ്റവും വ്യാപകമായ തരത്തിലുള്ള നീതി, സമത്വം, സ്വയാധികാരം, വൈവിധ്യം, കൂട്ടായ്മ മുതലായവയിൽ അധിഷ്ഠിതമായിരിക്കും അത്. അതിന് ഒരു പ്രത്യേക പേരു നല്കണമെങ്കിൽ തന്നെ അതെന്തായിരിക്കുമെന്ന് ഇപ്പോൾ പറയുക വയ്യ. പങ്കാളിത്ത ജനാധിപത്യം എന്നോ പാരിസ്ഥിതിക സോഷ്യലിസം എന്നോ വേണമെങ്കിൽ തത്കാലം വിളിക്കാം. മറ്റെന്തെങ്കിലും പേരുമാകാം. ആദ്യം വേണ്ടത് അതിന്റെ ലക്ഷ്യങ്ങളെയും സ്വഭാവത്തെയുംകുറിച്ച് കഴിയാവുന്നത്ര വ്യക്തമായ ധാരണയിലെത്തുക എന്നതാണ്. ഇതത്ര എളുപ്പമല്ല. മൈക്കേൽ ആൽബർട്ട് *'പങ്കാളിത്ത സമ്പദ്വ്യവസ്ഥ : ഉത്തര മുതലാളിത്ത ജീവിതം'* എന്നൊരു പുസ്തകം എഴുതിയിട്ടുണ്ട്.

ഉടമാവകാശം : ഉൽപാദന ഉപാധികളുടെ -പ്രകൃതിവിഭവങ്ങൾ, ഭൂമി, യന്ത്രങ്ങൾ മുതലായവയുടെ മേലുള്ള സ്വകാര്യഉടമാവകാശമാണ് മുതലാളിത്തത്തിന്റെ കേന്ദ്രബിന്ദു. ഈ ഉടമാവകാശമാണല്ലോ ഉൽപന്നങ്ങളുടെ മേലും മുതലാളിക്ക് ഉടമാവകാശം നൽകുന്നത്. ചരക്കുകളുടെ സ്വതന്ത്രമായ കൈമാറ്റത്തിന്റെ വേദിയായ വിപണി ആണ് അതിലെ ആത്യന്തികമായ ക്രമീകരണ ശക്തി. ഒരുവശത്ത് അധ്വാനശക്തിയല്ലാതെ മറ്റൊന്നും വിപണിയിൽ എത്തിക്കാനില്ലാത്ത, അന്നന്ന് അധ്വാനശക്തി വിൽക്കാതെ ജീവൻ നിലനിർത്താൻ കഴിയാത്ത തൊഴിലാളികളും മറുവശത്ത്. എത്രകാലത്തേക്കു വേണമെങ്കിലും പിടിച്ചുനിൽക്കാൻ കഴിയുന്നത്ര അന്നശേഖരവും മറ്റു വിഭവശേഖരങ്ങളും ഉള്ളവരും പൊലീസും പട്ടാളവും കോടതിയുമെല്ലാമടങ്ങുന്ന ഭരണകൂടത്തിന്റെ പിൻബലമുള്ളവരുമായ മുതലാളിമാരും തമ്മിലുള്ള സ്വതന്ത്രമത്സരം ഒന്നടങ്കം തൊഴിലാളികളുടെയും ദരിദ്രവത്കരണത്തിലേക്കും വിരലിലെണ്ണാവുന്ന മുതലാളിമാരുടെ ഗർഹണീയമായ രൂപത്തിലുള്ള അതിധനികവത്കരണത്തിലേക്കുമാണ് നയിച്ചിട്ടുള്ളത്, നയിച്ചുകൊണ്ടിരിക്കുന്നത്. ഇന്നിത് പകൽവെളിച്ചംപോലെ പ്രത്യക്ഷമായ വസ്തുതയാണ്. അതിനാൽ ഇന്നത്തെ സകലദുരിതങ്ങൾക്കും ആധാരമായ

ഉൽപാദന ഉപജീവന ഉപാധികളുടെ മേലുള്ള സ്വകാര്യ ഉടമാവകാശം തീർത്തും ഇല്ലാത്തതായിരിക്കും നാം വിഭാവനം ചെയ്യുന്ന പുത്തൻ സമൂഹം. നാമാരും ഈ ഭൂമിയുടെ ഉടമസ്ഥർ അല്ല, അതിന്റെ താത്കാലികകൈവശക്കാർ മാത്രമാണ്. നല്ല തറവാടുകാരണവന്മാരെപ്പോലെ കൂടുതൽ മെച്ചപ്പെടുത്തിയ രൂപത്തിൽ ഭാവിതലമുറകൾക്ക് അത് കൈമാറാൻ നാം ബാധ്യസ്ഥരാണ്, എന്ന് മൂലധനത്തിൽ മാർക്സ് പറഞ്ഞത് പ്രത്യേകം ശ്രദ്ധേയമാണ്. ഇടക്കാല സംക്രമണഘട്ടത്തിലെടുക്കുന്ന നയങ്ങളും നടപടികളും എല്ലാം തന്നെ അശാസ്ത്രീയവും അധാർമികവുമായ ഈ ഉടമാവകാശത്തെ തുടർച്ചയായി ദുർബലപ്പെടുത്തുന്നതും നിരർഥകമാക്കുന്നതും ആയിരിക്കും.

അദ്ദേഹത്തിന്റെ പ്രധാന നിർദ്ദേശങ്ങൾ താഴെ പറയുന്നവയാണ് :

1 ഉൽപാദനോപാധികൾ ആരുടെയും സ്വത്തായിരിക്കില്ല. ഉൽപന്നമൂല്യത്തിൽ അതിന് ഒരു പങ്കുമില്ല.

2 മേൽ പറഞ്ഞതിൽ നിന്നുതന്നെ ക്ലാസ്സിക്കൽ വർഗവിഭജനത്തിന്റെ അടിസ്ഥാനം തകരുന്നു, ഇതിനർഥം തൊഴിൽ വിഭജനമോ വ്യത്യസ്തതരം തൊഴിലുകളോ ഉണ്ടായിരിക്കില്ലെന്നല്ല.

3 തൊഴിൽ വിഭജനത്തിന് സവിശേഷമായ ഒരു പുതുമ നൽകപ്പെടുന്നു. എല്ലാവരും എല്ലാത്തരം ജോലികളും - കഠിനമായ ശാരീരികാധ്വാനം വേണ്ടതും വേണ്ടാത്തതും ആവർത്തന പ്രകൃതങ്ങളും വിരസങ്ങളും അതോടൊപ്പം തന്നെ സർഗാത്മകങ്ങളും ആനന്ദദായകങ്ങളും മേൽനോട്ടപരങ്ങളും ഉൽപാദനപരങ്ങളും ആയ എല്ലാത്തരം ജോലികളും - എല്ലാവരും ചെയ്യുന്നു.

4 മേൽപറഞ്ഞതിന്റെ സാമാന്യചേരുവകൾ ഓരോ സംരംഭത്തിലെയും എല്ലാ പ്രവർത്തകരും കൂടിചേർന്നുള്ള 'തൊഴിൽ സംഘം'(Workers council) നിശ്ചയിക്കുന്നു. എല്ലാവരും ഒരേ തരം ജോലി ചെയ്യുന്നതിനാൽ, ഉൽപന്നങ്ങൾ ഏതാണ്ട് ഒരേ അനുപാതത്തിൽ വീതിക്കപ്പെടുന്നു.

5 തൊഴിൽ സംഘങ്ങളും ഉപഭോക്തൃ സംഘങ്ങളും ഒന്നിച്ചിരുന്ന് ഓരോ വർഷവും വേണ്ട ഉൽപാദനം നിശ്ചയിക്കുന്നു, തീരുമാനങ്ങൾ എടുക്കുന്നു. ഓരോ തീരുമാനവും തന്റെ ജീവിതത്തെ ബാധിക്കുന്നതിന്റെ തോതനുസരിച്ച് ഓരോ വ്യക്തിക്കും ആനുപാതികമായ അധികാരം ഉണ്ടായിരിക്കും.

യന്ത്രങ്ങൾ, വൈദ്യുതി, വെള്ളം, അസംസ്കൃത പദാർഥങ്ങൾ, കെട്ടിടങ്ങൾ, മുതലായവയൊക്കെ, ആത്യന്തികമായി മനുഷ്യാധ്വാനത്തിന്റെ ഉൽപന്നങ്ങളാണ്. ചിലവ പ്രഥമദൃഷ്ടിയിൽ അല്ലെന്നു തോന്നിയേക്കാം. ഉദാഹരണത്തിന് എണ്ണ, അയിരുകൾ, വെള്ളം, പക്ഷേ അവയും ഉൽപാദന സ്ഥലത്തെത്തിക്കുവാൻ അധ്വാനം വേണം. യന്ത്രമുണ്ടാക്കുന്ന

ഉരുക്കും, മറ്റു യന്ത്രങ്ങളും അവയുണ്ടാക്കുന്ന ഉരുക്കും അധ്വാനഫല മാണ്. ഇന്നത്തെ ഓരോ യന്ത്രത്തിലും അനേകം തലമുറകളിലായി അനേകം രാജ്യങ്ങളിൽ ജീവിച്ചിരുന്ന തൊഴിലാളികളുടെ അധ്വാനത്തിന്റെ അംശങ്ങൾ കാണും. എല്ലാംതന്നെ യഥാർഥത്തിൽ എല്ലാ മനുഷ്യരുടേയും ആണ്. ഒരാൾക്കും ഒറ്റയ്ക്കോ ചെറുസംഘമായോ അതിന്റെ ഉടമസ്ഥത അവകാശപ്പെടാനാവില്ല.

അധ്വാനത്തിന്റെ ഒരംശം തേയ്മാനങ്ങൾക്കായി -യന്ത്രങ്ങൾ പുതുക്കുന്നതിനായി നീക്കിവെക്കണം. മാത്രമല്ല കൂടുതൽ യന്ത്രങ്ങൾ, പുതിയ യന്ത്രങ്ങൾ, അവയുണ്ടാക്കാൻ വേണ്ട ഗവേഷണാദിപ്രവർത്തനങ്ങൾ മുതലായവയ്ക്കും ഒരംശം നീക്കിവെക്കണം. അതുംപോരാ, ആരോഗ്യ സേവനം, വിദ്യാഭ്യാസം, റോഡ്, റെയിൽ, വാർത്താവിനിമയം, മുതലായ സമൂഹത്തിലെ എല്ലാവർക്കും നൽകുന്ന ചില സേവനങ്ങളുണ്ട്. അതിനാവശ്യമായ വിഭവങ്ങളുടെ രൂപത്തിലും മൊത്തം സാമൂഹിക അധ്വാനത്തിന്റെ ഒരംശം നീക്കിവെക്കേണ്ടതുണ്ട്. ഇവയൊന്നും ഒറ്റപ്പെട്ട വ്യക്തികൾക്ക് പോകുന്നതല്ല. മുഴുവൻ സമൂഹത്തിന്റെയും ആണ്. ശിഷ്ടം വരുന്ന അധ്വാനഫലം മുഴുവനും തൊഴിലാളികൾക്ക് അവകാശപ്പെട്ടതാണ്. സൂപ്പർവൈസർമാർക്കും മാനേജർമാർക്കും മാനേജിങ് ഡയറക്ടർമാർക്കും ഒക്കെ ഇതിൽ നിന്നാണ് കൊടുക്കുന്നത്. ഓരോരുത്തർക്കും നൽകുന്ന അംശം എത്രയാകണമെന്നത് എല്ലാവരുംകൂടി കൂട്ടായചർച്ചയിലൂടെ ആയിരിക്കും നിശ്ചയിക്കുക. കമ്പനി ചെയർമാനോ പ്രസിഡണ്ടോ ആയിരിക്കില്ല. ഇന്നത്തെ തോതിലുള്ള ഭീമമായ അന്തരം ഉണ്ടായിരിക്കില്ല എന്നുറപ്പാണ്.

ഒരേ ഫാക്ടറിയിലെ വിവിധതരം ജീവനക്കാർക്കിടയിൽ ഉൽപന്നം പങ്കുവെക്കുക, അതേ ഉൽപന്നങ്ങൾ ഉണ്ടാക്കുന്ന മറ്റു ഫാക്ടറികളിലെ ജീവനക്കാരുടെ പങ്കുമായി താരതമ്യപ്പെടുത്തുക, വിവിധതരം ഉൽപന്നങ്ങൾ ഉണ്ടാക്കുന്ന തൊഴിലാളികളുടെ അധ്വാനഭാരം താരതമ്യപ്പെടുത്തുക മുതലായവയൊക്കെ സങ്കീർണ പ്രക്രിയകളാണ്. ചരിത്രപരമായി വളർന്നുവന്ന വീതംവെക്കൽ ഫോർമുലകൾ അത്യന്തം വികലവും ഏകപക്ഷീയവും അസമാനവും ആണ്. കാർഷികമേഖല മൊത്തത്തിൽതന്നെ ഇടിച്ചു താഴ്ത്തപ്പെടുന്നു. മാനേജർമാർക്ക് പ്രൊഫഷണലുകളുടേതിനേക്കാൾ വലിയപങ്ക് നൽകപ്പെടുന്നു. ഇതിലെല്ലാം മാറ്റംവരുത്തുക എളുപ്പമല്ല. പക്ഷേ വരുത്തിയേ ഒക്കൂ. ആവർത്തിച്ചാവർത്തിച്ചുപോകുന്ന നീണ്ടു നീണ്ട ചർച്ചകൾ ആവശ്യമായിവരും. പലപ്പോഴും അല്പസ്വല്പം വേദനകളുളവാക്കുന്ന സാമൂഹികസമ്മർദ്ദങ്ങളും വേണ്ടിവരും. എല്ലാ രാജ്യങ്ങൾക്കും ഒരു രാജ്യത്തെ എല്ലാ പ്രദേശങ്ങൾക്കും ഒരു പ്രദേശത്തെ എല്ലാ ഉൽപാദനമേഖലകൾക്കും എല്ലാ ഉത്പാദനശാലകൾക്കും ബാധകമായ നിയമങ്ങൾ എന്ന സങ്കല്പം ത്യജിക്കേണ്ടതുണ്ട്. ചില പൊതുതത്വങ്ങൾ മാത്രമെ ആവിഷ്കരിക്കാനാകൂ. മണ്ണിന്റെയൊ മറ്റു ഉൽപാദനോപാധികളുടെയോ മേൽ ഒരാൾക്കും ഉടമാവകാശം ഉണ്ടായിരിക്കുന്നതല്ല. വ്യത്യസ്ത അധ്വാനങ്ങൾ ഇന്നത്തെ രീതിയിലുള്ള വരുമാനാന്തരങ്ങൾ

ന്യായീകരിക്കുകയില്ല. പങ്കുവെപ്പിൽ പരസ്പരചർച്ചകൾക്കുള്ള പ്രാധാന്യം ചെറുതല്ല. പക്ഷേ ഇത്തരം ചർച്ചകൾക്ക് ചില പരിമിതികൾ ഉണ്ട്. ചെറുചെറു സമൂഹങ്ങളിലേ ഇത് നടക്കൂ. പതിനായിരക്കണക്കിനും ലക്ഷക്കണക്കിനും കോടിക്കണക്കിനും ജനങ്ങളുടെ ഇടയിൽ നേരിട്ടുള്ള ചർച്ചകൾ സാധ്യമല്ല. ഒരു ഫാക്ടറിയിൽ ഇരുപതിനായിരമോ മുപ്പതിനായിരമോ ജീവനക്കാർ, അവർ ഉണ്ടാക്കുന്ന ചരക്കുകൾ വാങ്ങുന്നവർ ലക്ഷക്കണക്കിന്, വിൽക്കുന്നവർ ആയിരക്കണക്കിന് - ഇത്തരം ഒരവസ്ഥയിൽ നിലവിലുള്ള അനുപാതങ്ങളും ഷെയറുകളും മാറ്റിമറിക്കാനോ, അതിന് പുതിയ മാനദണ്ഡങ്ങൾ അംഗീകരിക്കാനോ കഴിയുന്നതല്ല. ചെറുകിട ഉൽപാദനവും തദ്ദേശീയ വിപണനവും നടക്കുന്ന സന്ദർഭങ്ങളിൽ ഇത് കൂടുതൽ എളുപ്പമാണ്. അതിനാൽ തുടക്കം അത്തരം സന്ദർഭങ്ങൾ വച്ചുകൊണ്ടായിരിക്കും. ക്രമത്തിൽ ക്രമത്തിൽ തദ്ദേശീയമായി ഉൽപാദിപ്പിക്കാവുന്ന ചരക്കുകളുടെ വ്യാപ്തി വർധിപ്പിക്കാം. അങ്ങനെ സമൂഹത്തിന്റെ സാമ്പത്തിക ജീവിതത്തിൽ തദ്ദേശീയമായ തീരുമാനങ്ങൾ എടുക്കാനുള്ള സന്ദർഭങ്ങൾ കൂട്ടിക്കൂട്ടി കൊണ്ടുവരും.

ഇവിടെ ഒന്നുരണ്ടു കാര്യങ്ങൾ പ്രത്യേകം എടുത്തുപറയേണ്ടതുണ്ട്. മണ്ണ്, വെള്ളം, കാലാവസ്ഥ മുതലായവയാണ് തേയ്മാനമില്ലാതെ ഉപയോഗിക്കാൻ പറ്റുന്ന മൂലധനം അല്ലെങ്കിൽ ഉൽപാദനോപാധി. ശ്രദ്ധിച്ചില്ലെങ്കിൽ ഇവയ്ക്കും തേയ്മാനം സംഭവിക്കും എന്ന് അനുഭവം ബോധ്യപ്പെടുത്തുന്നു. മണ്ണ് മരിക്കുന്നു. വെള്ളം വറ്റുന്നു. കാലാവസ്ഥ തകിടം മറിയുന്നു. ഈ ദോഷങ്ങൾ മറികടക്കുന്ന രീതിയിലായിരിക്കണം ഭാവിയിലെ, അക്ഷരാർഥത്തിൽ നാളെമുതൽക്കുതന്നെ, അവയുടെ ഉപയോഗം. ഇന്ന് അവ അമിതചൂഷണം ചെയ്യപ്പെടുന്നതിനുള്ള ഒരു കാരണം അവയ്ക്കും അവയിൽ പണിയെടുക്കുന്നവർക്കും സമൂഹം വില കാണുന്നില്ല എന്നതാണ്. ഒരു ദിവസത്തെ കാർഷികാധ്വാനത്തിന് ഒരു ദിവസത്തെ ഫാക്ടറി അധ്വാനത്തിന്റെയോ ഒരു മണിക്കൂർ ഓഫീസ് അധ്വാനത്തിന്റെയോ വില നാം കാണുന്നില്ല. കാർഷികോൽപന്നങ്ങളുടെ വില അന്യായമാം വിധം കുറവാണ്. വ്യവസായവിപ്ലവത്തിന്റെ ഉപോൽപന്നമായ ദീർഘകാല ചരിത്രത്തിലൂടെ ഘനീഭവിച്ചിരിക്കുന്ന ഒരു അനീതിയാണിത്. ഇതിന് പരിഹാരം കാണുക എന്നത് ആസന്നഭാവിയിലെ തന്നെ കടമയാണ്. ദ്വിതീയമേഖലയ്ക്കും തൃതീയമേഖലയ്ക്കും ആപേക്ഷികമായി പ്രാഥമികമേഖലയ്ക്കുള്ള മൂല്യം പടിപടിയായി വർദ്ധിപ്പിച്ചുകൊണ്ടുവരുന്നതാണ്.

പ്രാഥമിക മേഖല : മാനവജാതിയുടെ നിലനില്പിന് ആവശ്യമായ ആഹാരവും വസ്ത്രാദികളും ഇല്ലാതെ പറ്റില്ല. അവയുടെ ഉൽപാദനം ഇന്ന് ഭീഷണി നേരിട്ടുകൊണ്ടിരിക്കുകയാണ്. ഇവയുടെ ഉൽപാദനത്തിനായിരിക്കും ആസന്നഭാവിയിൽ ഊന്നൽ നൽകുക. ലാഭമായിരിക്കില്ല ജീവിതമായിരിക്കും ലക്ഷ്യം. കൃഷിഭൂമി തരിശിടാൻ കൂട്ടാക്കാത്ത ചെറു

ചെറു സമൂഹങ്ങളെ വളർത്തിക്കൊണ്ടുവരും. ഭക്ഷ്യധാന്യങ്ങളുടെ ട്രാൻസ്പോർട്ടേഷൻ തുടർച്ചയായി കുറച്ചുകൊണ്ടുവരാൻ ബോധപൂർവ്വം യത്നിക്കും. തദ്ദേശീയ ഭക്ഷ്യ സ്വയം പര്യാപ്തത പടിപടിയായി ഉയർത്തിക്കൊണ്ടിരിക്കും. കൃഷിയെ മൊത്തത്തിൽ താഴെപറയുന്ന തരത്തിലുള്ള വിളകളായി വർഗീകരിക്കാം.

- ഭക്ഷ്യവിളകൾ : ധാന്യങ്ങൾ, എണ്ണക്കുരുക്കൾ, പച്ചക്കറികൾ, പഴങ്ങൾ, കിഴങ്ങുകൾ.
- നാരു വിളകൾ : പരുത്തി, ചണം, സിൽക്ക് മുതലായവ.
- പാനീയ വിളകൾ : തേയില, കാപ്പി, കൊക്കോ....
- മസാല വിളകൾ : കുരുമുളക്, ഏലം, ഇഞ്ചി, മഞ്ഞൾ, വാനില, ഗ്രാമ്പൂ....
- ലഹരി വിളകൾ : കഞ്ചാവ്, കറുപ്പ്, മാരിജുവാന...

ഒന്നും രണ്ടും ഇനത്തിൽപെട്ടവയ്ക്ക് മുൻഗണന നൽകും. അഞ്ചാമത്തെ ഇനത്തിൽപെട്ടവയ്ക്ക് സാമൂഹിക നിരോധനം ശക്തിപ്പെടുത്തും. മണ്ണിന്റെ ആരോഗ്യം നിലനിർത്തണമെങ്കിൽ അതിൽ നിന്നെടുക്കുന്ന പോഷകങ്ങൾ അപ്പപ്പോൾ തിരിച്ചുനൽകണം. അതുകൊണ്ടാണ് കൃഷിയും വ്യവസായവും - ഗ്രാമവും നഗരവും - ഇടകലർന്ന് വ്യാപകമായ തോതിൽ വിതരിതമായിരിക്കണം എന്ന് മാർക്സ് പറഞ്ഞത്. തദ്ദേശീയ ഉൽപാദനവും ഉപഭോഗവും എന്ന സമീപനം ഇതിനെ സഹായിക്കുന്നു. നൂറ്റാണ്ടുകളുടെ ദുരുപയോഗത്തിൽ നിന്ന് വന്നു ചേർന്നിട്ടുള്ള പോരായ്മകൾ നികത്തുന്നതിന് ഇന്നുമുതൽക്ക് തന്നെ (നാളെയാവുകിൽ ഏറെ വൈകിടും, ഇത് മാത്രമല്ല പലതും) എല്ലാതരത്തിലും പെട്ട ജൈവാവശിഷ്ടങ്ങൾ (മുനിസിപ്പൽ വേസ്റ്റ്, കാർഷികാവശിഷ്ടങ്ങൾ, മനുഷ്യനടക്കമുള്ള സകല ജീവികളുടെയും വിസർജ്ജ്യങ്ങൾ മുതലായവ എല്ലാം തന്നെ) സുരക്ഷിതമായ രീതിയിൽ മണ്ണിലേക്ക് തിരിച്ചു നൽകപ്പെടും. അതിവിപുലവും വൈവിധ്യമാർന്നതുമായ ഒരു ബയോ ഫെർട്ടിലൈസർ (ജൈവവള) പ്രസ്ഥാനംകൊണ്ട് ഇന്നത്തെ പെട്രോ ഫെർട്ടിലൈസർ (രാസവളം) ആശ്രിതത്വം അവസാനിപ്പിക്കും. ആസന്ന ഭാവിയിൽതന്നെ ചെയ്യാവുന്ന ഒന്നാണിത്.

സാഹചര്യങ്ങളും പ്രത്യേകതകളും കണക്കിലെടുത്തുകൊണ്ട് പൂർണ്ണമായ ജലനിയന്ത്രണം നടപ്പാക്കും. വേണ്ടസമയത്ത്, വേണ്ട സ്ഥലത്ത്, വേണ്ടത്ര വെള്ളം. നീർവാർച്ചയ്ക്കും, ജലസേചനത്തിനും തുല്യപ്രാധാന്യം നൽകും. പരിസ്ഥിതിവിനാശകരമായ വൻ അണക്കെട്ടുകൾ കഴിവതും ഒഴിവാക്കും. ചെറിയ ചെറിയ അണക്കെട്ടുകൾ ഉപയോഗിച്ച് നദിയുടെ അടിത്തട്ടിനെ തന്നെ സംഭരണികളാക്കും. വ്യാപകമായ വനവൽക്കരണത്തിലൂടെയും മണ്ണ് സംരക്ഷണ പരിപാടികളിലൂടെയും ഭൂഗർഭജലസംഭരണം ഗണ്യമായി വർധിപ്പിക്കും. ഇങ്ങനെ കൃഷിക്ക്

സുസ്ഥിരമായ ഒരു അടിത്തറ നൽകികൊണ്ടല്ലാതെ ബാക്കികാര്യങ്ങൾ ആലോചിക്കുന്നതിൽ അർഥമില്ല.

ആഹാരമെന്നാൽ, പക്ഷേ കാർഷികോൽപന്നങ്ങൾ മാത്രമല്ല, ജന്തുജന്യ ഉൽപന്നങ്ങളുമുണ്ട്. പാൽ, മുട്ട, മാംസം, മത്സ്യം, മുതലായവകൂടി. ആഹാരസുരക്ഷിതത്വം എന്നാൽ ഇവകൂടി ആവശ്യമുള്ള തോതിൽ എല്ലാവർക്കും ലഭ്യമാകണം. രണ്ടുതരം ആഹാരങ്ങളും - സസ്യജന്യവും ജന്തുജന്യവും -തമ്മിൽ ഒരു സന്തുലനം ആവശ്യമാണ്. പാശ്ചാത്യനാടുകളിൽ, യൂറോപ്പിലും അമേരിക്കയിലും, രണ്ടാമത്തെ തരത്തിൽപെട്ടത്, പ്രത്യേകിച്ചും മാംസം ആവശ്യത്തിൽ വളരെ കൂടുതൽ കഴിക്കുന്നുണ്ട്. അതിനായി മനുഷ്യർക്ക് നേരിട്ട് ഭക്ഷിക്കാൻ ഉതകുന്ന ധാന്യങ്ങളും മറ്റും കാലിത്തീറ്റയായി രൂപാന്തരപ്പെടുത്തുന്നു. ഇത് ശരിയല്ല. മനുഷ്യഭക്ഷ്യയോഗ്യമല്ലാത്ത സാധനങ്ങൾ സംസ്കരിച്ച് (ആട്, പശു, പന്നി മുതലായവയ്ക്ക് ഇത് ഭക്ഷണമായി മാറ്റാവുന്നതാണ്) അങ്ങനെ വരുന്ന മാലിന്യത്തെ സമ്പത്താക്കി മാറ്റാവുന്നതാണ്. മത്സ്യമാംസാദികളും ക്ഷീരോൽപന്നങ്ങളും വമ്പിച്ചതോതിൽ കയറ്റുമതിയും ഇറക്കുമതിയും ചെയ്യുന്നുണ്ട്. പ്രാദേശിക ഉൽപാദനവും ഉപഭോഗവും വഴി ഇതിന്റെ അളവ് ഗണ്യമായി കുറയ്ക്കാവുന്നതാണ്. അങ്ങനെ സസ്യേതര ഭക്ഷ്യമേഖലയുടെ വികസനതന്ത്രം താഴെ പറയുന്ന തത്ത്വങ്ങളെ അടിസ്ഥാനമാക്കിയായിരിക്കും.

- സസ്യേതര ആഹാരം ശരീരശാസ്ത്രപരമായി മിനിമം എത്ര വേണമോ അത്രയായി കുറയ്ക്കണം. വികസിത രാജ്യങ്ങളിൽ ഇത് ആവശ്യത്തിൽ വളരെ കൂടുതലാണ്. ആരോഗ്യത്തിന് ഹാനിചെയ്യുന്നത്ര കൂടുതലാണ്. വികസ്വരരാജ്യങ്ങളിൽ കുറവായിരിക്കാം. എല്ലാവരുടേയും അല്ല. സമൂഹികഭേദമനുസരിച്ച് ഇതിൽ വ്യത്യാസമുണ്ട്. വികസിത രാജ്യങ്ങളിലെ അനാരോഗ്യകരമായ ഉപഭോഗനിലവാരത്തിൽ എത്തുക എന്നതായിരിക്കില്ല ലക്ഷ്യം.
- ഭക്ഷ്യവിളകൾ : ധാന്യങ്ങൾ, എണ്ണക്കുരുക്കൾ, പച്ചക്കറികൾ, പഴങ്ങൾ, കിഴങ്ങമനുഷ്യ ഭക്ഷ്യയോഗ്യമായ ഒന്നുംതന്നെ മൃഗഭക്ഷണമാക്കി അതിനെ സസ്യേതര ആഹാരമാക്കുന്നതല്ല. പ്രത്യേകിച്ച് ധാന്യങ്ങൾ. കാർഷികാവശിഷ്ടങ്ങൾ, പിണ്ണാക്കുകൾ, ഭക്ഷ്യാവശിഷ്ടങ്ങൾ മുതലായവയെ മൃഗഭക്ഷണമാക്കി മാറ്റുക, അവയിലൂടെ മാലിന്യത്തെ സമ്പത്താക്കി മാറ്റുക എന്നതായിരിക്കും ലക്ഷ്യം.
- ധാന്യങ്ങൾ, എണ്ണക്കുരുക്കൾ, പച്ചക്കറികൾ, പഴങ്ങൾ, കിഴങ്ങുകൾ, സസ്യേതര ഭക്ഷ്യങ്ങൾ - ഇവയുടെ കയറ്റുമതികൾ/ഇറക്കുമതികൾ പരമാവധി കുറച്ച് തദ്ദേശീയമായി ഉൽപാദനവും ഉപഭോഗവും സമരസപ്പെടുത്തുക എന്നതായിരിക്കും നയം.

ദ്വിതീയ മേഖല : പ്രാഥമികം, ദ്വിതീയം, തൃതീയം, (കൃഷി, വ്യവസായം, സേവനം) എന്നിങ്ങനെ മൂന്നു മേഖലകളായിരിക്കുന്നത് ഒരു

സാമ്പ്രദായിക രീതിയാണ്. ഇതിനെക്കുറിച്ച് വ്യത്യസ്തമായ ഒരു ചട്ടക്കൂടിൽകൂടി നോക്കികാണാവുന്നതാണ്. ആദ്യത്തെ രണ്ടെണ്ണവും മനുഷ്യനും പ്രകൃതിയും തമ്മിലുള്ള ബന്ധത്തിന്റെ മേഖലയാണ്. മൂന്നാമത്തേതാകട്ടെ മനുഷ്യനും മനുഷ്യനും തമ്മിലുള്ള ബന്ധത്തിന്റേതാണ്. എല്ലാ മാറ്റങ്ങളിലും രൂപാന്തരങ്ങളിലും ഊർജത്തിന്റെ ചലനം അടങ്ങിയിട്ടുണ്ട്. പ്രാഥമികമേഖലയിലെ ഊർജം അടിസ്ഥാനപരമായും സൗരോർജമാണ്. സൗരവികിരണത്തെ പ്രഭാസങ്കലനം വഴി സസ്യാംശങ്ങളാക്കി മാറ്റുന്ന പ്രക്രിയ ആണ് അടിസ്ഥാനം. കരയിലെ സസ്യങ്ങളും കടലിലെ പ്ലവകങ്ങളും ഇതുതന്നെയാണ് ചെയ്യുന്നത്. സകലമാനജീവികളും ആത്യന്തികമായി സസ്യങ്ങളിൽ നിന്നാണ് ഭക്ഷണം കണ്ടെത്തുന്നത്. മണലാരണ്യത്തിൽ സിംഹത്തിനു ജീവിക്കാൻ പറ്റില്ല. മാനിനും ആടിനും പോത്തിനും ഒക്കെ തിന്നാൻ പുല്ലുകിട്ടുന്നയിടങ്ങളിൽ അവയും അവയെ തിന്നുജീവിക്കുന്ന ജന്തുക്കളുമുണ്ടാകും. കൃഷി, മത്സ്യബന്ധനം, മൃഗപരിപാലനം, എന്നിവയാണല്ലോ മുഖ്യപ്രാഥമിക മേഖലാപ്രവർത്തനങ്ങൾ. ധാതുഖനനത്തെ അതിൽ ഉൾപെടുത്തുന്നത് ശരിയല്ല. ധാതുക്കൾ, കൽക്കരി, എണ്ണ, മുതലായവയുടെ ഖനനം ദ്വിതീയമേഖലയിൽ പെടുന്നു. ഇതിൽ പ്രഭാസങ്കലനം ഒരു കക്ഷിയല്ല. എണ്ണയും കൽക്കരിയും പണ്ടത്തെ പ്രഭാസങ്കലനം കൊണ്ടുണ്ടായതാണെങ്കിലും ഇന്നവ മൃതങ്ങളാണ്. ഇത്തരം മൃതോർജസ്രോതസ്സിനെ ആസ്പദമാക്കിയാണ് വ്യവസായം നടക്കുന്നത്. രണ്ടിലും മനുഷ്യന്റെ അധ്വാനം ഉണ്ട്. സൗകര്യത്തിനുവേണ്ടി അതിനെ ഒരു പ്രത്യേക കാറ്റഗറി ആയി കണക്കാക്കാം. സൗരോർജം വിതരിതമാണ്. ഫോസ്സിൽ ഊർജം കേന്ദ്രീകരിക്കാവുന്നതാണ്. വ്യവസായത്തിൽ ഊർജ്ജത്തിന്റെ ഉപഭോഗം കേന്ദ്രീകൃതമാണ്. ഈ ഊർജം മൂലമുണ്ടാകുന്ന ഖനനം, വൈദ്യുതി നിലയങ്ങൾ, കടത്തുവാഹനങ്ങൾ മുതലായവയൊക്കെ വ്യവസായത്തിന്റെ ഭാഗമാണ്. ഇത് രണ്ടിൽ നിന്നും വ്യത്യസ്തമാണ് തൃതീയമേഖല. ആരോഗ്യം, വിദ്യാഭ്യാസം, വിനോദം, ഇതിലൊക്കെ മനുഷ്യരും മനുഷ്യരും തമ്മിലാണ് ബന്ധപ്പെടുന്നത്. ഇതിന് സഹായകമായ ചില ഉപകരണങ്ങൾക്കും സംവിധാനങ്ങൾക്കും ഊർജം ആവശ്യമുണ്ടാകാം. എന്നാൽ അടിസ്ഥാനപരമായി അവക്ക് മനുഷ്യബാഹ്യമായ ഊർജസ്രോതസ്സുകൾ ആവശ്യമില്ല.

ഒരു സമൂഹത്തിന്റെ വികാസത്തിന്റെ അളവുകോലായി, ആളോഹരി വരുമാനം, ആളോഹരി ഊർജോപഭോഗം എന്നിവയൊക്കെ ഉപയോഗിക്കാറുണ്ടായിരുന്നു. മറ്റൊരു അളവുകോലാണ് അധ്വാനത്തിന്റെ ചേരുവ കാർഷികമേഖലയിൽ നിന്ന് വ്യവസായമേഖലയിലേക്കും അവിടെനിന്ന് സേവനമേഖലയിലേക്കുമുള്ള അധ്വാനത്തിന്റെ നീക്കത്തെ പുരോഗതി ആയികാണുന്നു. ഈ അടിസ്ഥാനത്തിൽകൂടിയാണ് അമേരിക്കയെ ഏറ്റവും പുരോഗമിച്ച രാജ്യമായി കാണുന്നത്. അവിടെ 70% പേരും തൃതീയ മേഖലയിൽ ആണ് പണിയെടുക്കുന്നത്. പ്രാഥമിക മേഖലയിൽ 3-4%-മേ വരൂ. ഇത് സാധ്യമാക്കാൻ ചില സവിശേഷ സാഹചര്യങ്ങൾ ആവശ്യമാണ്.

- സുഭിക്ഷമായ ഊർജസ്രോതസ്സും ഉപയോഗവും
- പ്രകൃതി വിഭവങ്ങളുടെമേൽ കേന്ദ്രീകൃത നിയന്ത്രണവും അവയുടെ വർധമാനമായ ഉപഭോഗവും

ഇത് രണ്ടും സ്ഥായിയായി നിലനിർത്താവുന്നതല്ല. മാത്രമല്ല, ലോകത്തെ എല്ലാ രാജ്യങ്ങൾക്കും നേടാവുന്നതുമല്ല. ഏതാനും രാജ്യങ്ങൾക്കേ ഇത് ലഭ്യമായിട്ടുള്ളൂ. വിഭവങ്ങളുടെ തീവ്രമായ ഉപഭോഗം സാധ്യമാക്കുന്ന പ്രഥമ ദ്വിതീയ മേഖലകളിലെ വൻകിട ഉൽപാദനമാണ് ഇത്രയും വലിയ ഒരു തൃതീയ മേഖലയെ നിലനിർത്താൻ അമേരിക്കയെ സഹായിക്കുന്നത്. ദ്വിതീയമേഖലയുടെ തുടർച്ചയായ വികാസവും ഇതിനാവശ്യമാണ്. അതിലെ ഉൽപന്നങ്ങളുടെ വൈവിധ്യവും എണ്ണവും തലകറക്കുന്നതാണ്. വെളിച്ചം കിട്ടുക, യാത്രചെയ്യുക, ദേഹം വൃത്തിയാക്കുക, വിശപ്പുമാറ്റുക, ദാഹം തീർക്കുക, ചൂട് നിയന്ത്രിക്കുക - മനുഷ്യജീവിതത്തിൽ ഇതൊക്കെ ആവശ്യമാണ്. എന്നാൽ ഈ ഓരോ അന്തിമ ഉപയോഗ(end use)ത്തിനുംവേണ്ടി ഇന്ന് ഉൽപാദിപ്പിക്കപ്പെടുന്ന വ്യത്യസ്തചരക്കുകളുടെ എണ്ണം ഊഹിക്കാനാകാത്തത്ര വലുതാണ്. കാറ്റും വെളിച്ചവും കയറാത്ത മുറികളുണ്ടാക്കി അതിൽ എ.സി. ഫിറ്റ് ചെയ്ത് രാത്രിയും പകലും ലൈറ്റിട്ടിരിക്കുന്നത്, എല്ലാ വർഷവും പുതിയ മോഡൽ കാറുകളും, ഫ്രിഡ്ജുകളും, മറ്റും വാങ്ങുന്നത്, ആയിരക്കണക്കിന് വ്യത്യസ്ത സോപ്പുകളോ, കാറുകളോ ഉണ്ടാക്കുന്നത്, ഓരോന്നും മറ്റുള്ളവയെക്കാൾ മെച്ചപ്പെട്ടതാണെന്ന് ഉപഭോക്താക്കളെ ബോധ്യപ്പെടുത്താൻ പെടുന്ന പാട്. നാം നേരത്തെ ചർച്ച ചെയ്ത ഉയർന്ന ഭൗതിക ജീവിതഗുണതയും ഉയർന്ന ആത്മീയജീവിതഗുണതയും കൈവരിക്കുന്നതിന് ഇന്ന് ലോകത്തുണ്ടാക്കുന്ന ദ്വിതീയമേഖല ഉൽപന്നങ്ങളുടെ ആയിരത്തിൽ ഒരംശംപോലും വേണ്ടിവരില്ല. മുതലാളിത്ത സമ്പദ്വ്യവസ്ഥയിൽ ഏറ്റവുമധികം ഉൽപാദിപ്പിക്കപ്പെടുന്നത് ചരക്കുകളല്ല, ചരക്കുകൾക്കുള്ള ആഗ്രഹങ്ങളാണ്. ഈ കപടാവശ്യങ്ങൾ ഇല്ലെങ്കിൽ മുതലാളിത്തത്തിന് നിലനിൽക്കാനാകില്ല. നാം വിഭാവനം ചെയ്യുന്ന നവലോകത്തിൽ ഭൗതിക - ആത്മീയ ജീവിതഗുണതകൾ വർധിപ്പിക്കാൻ ആവശ്യമായ മിനിമം വ്യാവസായികോൽപാദനമേ നടക്കൂ. പുരോഗതിയെന്നു പറഞ്ഞാൽ ജീവിതഗുണതയുടെ വർധനവാണ്, ഉപഭോഗത്തിന്റെ വർധനവല്ല. ഇതിനാവശ്യമായ ഉൽപാദനവും ഉൽപന്നചേരുവയും കാലദേശങ്ങൾക്കനുസരിച്ച് വ്യത്യാസപ്പെട്ടിരിക്കും. അതിനാൽ പുരോഗതിയുടെ **ലക്ഷണം മാത്രമെ നിർദ്ദേശിക്കാൻ കഴിയൂ. അന്യവത്കൃതമായ അധ്വാനത്തിൽനിന്നുള്ള വർധമാനമായ മോചനം, വിനോദ-വിശ്രമാദികൾക്കു ലഭ്യമായ സമയത്തിന്റെ തുടർച്ചയായ വർധനവ്, അതോടൊപ്പം ഭൗതികജീവിതഗുണതയുടെയും ആത്മീയ ജീവിതഗുണതയുടെയും വർധനവ് -ഇതാണ് പുരോഗതിയായി കണക്കാക്കുന്നത്.**

യുദ്ധം ആവശ്യമില്ലാതായാൽ, മത്സരിച്ച് വിപണനം ചെയ്യേണ്ട ആവശ്യമില്ലാതായാൽ, താമസം, തൊഴിൽ, എന്നിവ കൂടുതൽ വിവേക

പൂർവമായി ആസൂത്രണം ചെയ്താൽ, ഒരു ശരാശരി അമേരിക്കക്കാരന് ഇന്നത്തേതിന്റെ നാലിലൊന്നു വരുമാനംകൊണ്ട് (ആളോഹരി വരുമാനം 10000-12000 ഡോളർ) ഇന്നത്തെ ആയുർദൈർഘ്യം, ആരോഗ്യം, വിദ്യാഭ്യാസം എല്ലാം നിലനിർത്താനും മെച്ചപ്പെടുത്താനും കഴിയും. ജയിലുകളുടെ ആവശ്യം ഇന്നത്തേതിന്റെ പത്തിലൊന്നോ അതിൽ കുറവോ ആയി താഴും. ഇതിനായി ആഴ്ചയിൽ 12/15 മണിക്കൂർ അധ്വാനിച്ചാൽ മതിയാകും. ബാക്കിസമയം ജീവിതം ആസ്വദിക്കാൻ കിട്ടും. ഇത്തരത്തിലുള്ള ഒരു മാറ്റത്തെ, ആളോഹരിവരുമാനം കുറഞ്ഞാലും, പുരോഗതി എന്നുവിളിക്കാവുന്നതാണ്.

ഉൽപാദനത്തിലും ഉൽപന്നചേരുവയിലും മാത്രമല്ല വ്യത്യാസമുണ്ടാകുന്നത്. ഉൽപാദനരീതിയിലും മാറ്റം വരും. വലുത്, കൂടുതൽ വലുത്, എന്ന കാഴ്ചപ്പാടു മാറും. ചെറുത് കാര്യക്ഷമമാക്കാൻ കഴിയുന്ന സാങ്കേതികവിദ്യ വളർത്തിയെടുത്തിരിക്കും. മുഖ്യ ഊർജസ്രോതസ്സ് സൂര്യനായി മാറിയിരിക്കും. വൻനഗരങ്ങൾ അപ്രത്യക്ഷമാകും. കൃഷിയും വ്യവസായവും കൂടുതൽ കൂടുതൽ ഇടകലർന്നിരിക്കും. ചെറുചെറു പട്ടണങ്ങളിലായിരിക്കും ആളുകൾ ജീവിക്കുക. രണ്ടോ മൂന്നോ ലക്ഷത്തിലധികം ജനസംഖ്യയുള്ള പട്ടണങ്ങൾ അനാകർഷകമായിത്തീരും. സോളാർ സെൽ - ഫ്യൂവൽസെൽ സംവിധാനമായിരിക്കും എല്ലാ വൈദ്യുതിയുടേയും ഉറവിടം. തദ്ദേശീയ സമ്പദ്വ്യവസ്ഥ കൂടുതൽകൂടുതൽ ശക്തവും സ്വയം പര്യാപ്തവുമായിത്തീരും.

സേവനമേഖല : ഈ മേഖലയിൽ വരുന്ന പ്രധാനമായ മാറ്റങ്ങൾ

1 യഥാർഥ സേവനവും കപടസേവനവും വേർതിരിക്കും. ചൂതാട്ടക്കളങ്ങൾ ഇന്ന് സേവനമാണ്. ലാസ്‌വേഗാസ്, അത്‌ലാന്റാ സിറ്റി, മോണ്ടേ കാർലോ മുതലായ നഗരങ്ങളുടെ പ്രധാനവരുമാനം ചൂതാട്ടമാണ്. ഇതിൽ ഒരു സേവനവുമില്ല.നിരുത്സാഹപ്പെടുത്തും.

2 വിപണിയിലുള്ള ഡിമാന്റിലൂടെ സമൂഹം പ്രകടമാക്കുന്ന മൂലധന പ്രവാഹങ്ങൾ സുഗമമാക്കുകയാണത്രെ ഷെയർ മാർക്കറ്റിന്റെ ധർമ്മം. എന്നാൽ ഒട്ടൊക്കെ തുടക്കം മുതൽക്കേ, ഇപ്പോൾ പ്രത്യേകിച്ചും, അതൊരു ആഗോള ചൂതാട്ടമേഖലയാണ്. ടോക്കിയോവും ന്യൂയോർക്കും ലണ്ടനും ഒക്കെ ഒരൊറ്റ ചൂതാട്ടക്കളത്തിന്റെ വ്യത്യസ്ത ഹാളുകളാണ്. ഉൽപാദനപരമോ സേവനപരമോ ആയ ഒരു പങ്കും ഷെയർമാർക്കറ്റ് വഹിക്കുന്നില്ല. അതേസമയം ഒന്നോ കൂടുതലോ രാജ്യങ്ങളുടെ സമ്പദ്വ്യവസ്ഥയെ ആകെത്തന്നെ തകർക്കാൻ ഷെയർ ബിസിനസ്സുകാർക്ക് കഴിയും.

3 സ്റ്റോക്ക് എക്സ്ചേഞ്ചും ഷെയർമാർക്കറ്റും അനാവശ്യമാക്കുകയാണ് ആത്യന്തിക ലക്ഷ്യം. അതിനുമുമ്പേ രാജ്യങ്ങളെ ഷെയർ മാർക്കറ്റിന്റെ ഗതിവിഗതികളിൽ നിന്ന് സംരക്ഷിക്കാനായി ഓരോ

രാജ്യത്തെ സമ്പദ്‌വ്യവസ്ഥയെയും പടിപടിയായി, തെരഞ്ഞെടുത്ത മേഖലകളിൽ, ലോകമൂലധന വിപണിയിൽനിന്നും സ്വതന്ത്രമാക്കും. (selective de-linking) ഘട്ടംഘട്ടമായി ഫൈനാൻസ് മൂലധനം എന്ന കാറ്റഗറിതന്നെ ഇല്ലാതാക്കും.

4 ആരോഗ്യസേവനം, വിദ്യാഭ്യാസം, വാർത്താവിനിമയം, വൈദ്യുതി വിതരണം, ട്രാൻസ്‌പോർട്ട്, വ്യാപാരം മുതലായവയെല്ലാം പടിപടിയായി ലാഭപ്രചോദിത സ്വകാര്യമേഖലയിൽനിന്ന് പൊതുനന്മ ലക്ഷ്യമാക്കിയിട്ടുള്ള സാമൂഹികമേഖലയിലേക്ക് മാറുന്നതായിരിക്കും.

5 വ്യക്തിഗത ലാഭത്തിൽനിന്ന് സമൂഹികനന്മയിലേക്കുള്ള മാറ്റം വരുത്താൻ പൗരന്മാരുടെ ജീവിതവീക്ഷണത്തിൽ കാതലായ മാറ്റം വരുത്തേണ്ടതുണ്ട്. വിദ്യാഭ്യാസം, നിയമനിർമ്മാണം, മാതൃകകൾ മുതലായവയിലൂടെ ഈ മാറ്റം - ഒരു തരത്തിലുള്ള സാംസ്കാരികവിപ്ലവം - വരുത്തുന്നതായിരിക്കും.

6 ഉൽപാദകനും ഉപഭോക്താവും തമ്മിലുള്ള ഇന്നത്തെ ദൂരം, വേർതിരിവ് കുറയ്ക്കുന്നതായിരിക്കും. അക്ഷരാർഥത്തിലുള്ള ദൂരവും ഇടനിലക്കാരുടെ എണ്ണവും രണ്ടും കുറയ്ക്കുന്നതായിരിക്കും. അതായത് നേരത്തെ ചൂണ്ടിക്കാണിച്ച ദുർവ്യയസൂചകാങ്കം ഗണ്യമായി കുറയ്ക്കുന്നതായിരിക്കുമെന്ന്.

ഇവിടെയും ഒഴിവാക്കാനാവാത്ത മുൻ ഉപാധി, സൗരോർജവും തദ്ദേശീയ ഭൗതികവിഭവങ്ങളും മാത്രം ഉപയോഗിച്ച് കൂടുതൽ കൂടുതൽ അവശ്യ ഉപഭോഗചരക്കുകൾ തദ്ദേശീയമായിത്തന്നെ ഉൽപാദിപ്പിക്കാൻ വേണ്ട സാങ്കേതികപരിജ്ഞാനവും ശേഷിയും വികസിച്ചിരിക്കണം എന്നതാണ്.

തദ്ദേശീയത (Localism) : ഇത് ആഗോളവത്കരണത്തിന്റെയും സാർവലൗകികതയുടെയും കാലമാണ്. മനുഷ്യർ ദേശീയതയുടെ അതിർവരമ്പുകൾ മറികടന്ന് സാർവലൗകിക പൗരന്മാരായിത്തീരുകയാണ്. അതുകൊണ്ട് തദ്ദേശീയതകൾ, എന്തിന് ദേശീയതപോലും, പിന്തിരിപ്പൻ ആശയങ്ങളാണ് എന്നൊക്കെ വാദിക്കുന്നവരുണ്ട്. നിരവധി ആശയങ്ങൾ കൂട്ടിക്കുഴയ്ക്കുകയാണ് അവർ ചെയ്യുന്നത്. ആഗോളവത്കരണത്തിൽ സാർവലൗകികതയുടെ ഒരംശം പോലുമില്ല. ഏതാനും വികസിതരാജ്യങ്ങൾ -അമേരിക്ക, യൂറോപ്പ്, ജപ്പാൻ - ലോകത്തിലെ മറ്റെല്ലാ രാജ്യങ്ങളുടെയുംമേൽ അക്ഷരാർഥത്തിൽ ആഗോളപരമായി വളർത്തുന്ന പുത്തൻഅധിനിവേശത്തെ -സാമ്പത്തിക രാഷ്ട്രീയ സാംസ്കാരിക രംഗങ്ങളിലെല്ലാമുള്ള അധിനിവേശത്തെ -കുറിക്കാൻ മാത്രമാണ് ആഗോളവത്കരണം എന്ന വാക്കുപയോഗിക്കുന്നത്. വിവരസാങ്കേതിക വിപ്ലവം അധികരിച്ച തോതിൽ സാധ്യമാക്കുന്ന അറിവിന്റെ സാർവദേശീയവൽക്കരണം (Inter -nationalisation) ഇതിൽപെടുന്നില്ല. മാത്രമല്ല, ബൗദ്ധിക

സ്വത്തവകാശം പോലുള്ള നിബന്ധനകളിലൂടെ ആഗോളവത്കരണം സാർവദേശീയവത്കരണത്തെ തടയുകയുമാണ് ചെയ്യുന്നത്. 'ആഗോള വത്കരണത്തിന്റെ നല്ല വശങ്ങൾ' എന്ന സങ്കല്പം തന്നെ തെറ്റാണ്. ചൂഷണത്തിന്റെയും ക്രൂരതയുടെയും 'നല്ലവശങ്ങൾ' എന്നുപറയുന്ന പോലായിരിക്കുമത്. നാം വിഭാവനം ചെയ്യുന്ന 'തദ്ദേശീയത' ആഗോള വത്കരണത്തിന് എതിരും അറിവിന്റെ സാർവദേശീയവത്കരണത്തിനും മനുഷ്യരുടെ സ്വതന്ത്രസഞ്ചാരത്തിനും അനുഗുണവും ആയിരിക്കും. തദ്ദേ ശീയത പ്രാദേശികതയ്ക്കോ (regional), ദേശീയതയ്ക്കോ (national), സാർവ്വദേശീയതയ്ക്കോ (inter - nationalization) എതിരല്ല. ഇവയൊക്കെ പരസ്പരപൂരകങ്ങളാണ്. ഇന്ന് സാർവ്വദേശീയതലത്തിൽ മാത്രം നട ക്കുന്ന ചിലപ്രവർത്തനങ്ങൾ - ഉദാ :- കമ്പ്യൂട്ടറുകളിലെ ചിപ്പ് നിർമാണം - കാലക്രമത്തിൽ സാങ്കേതികപരിജ്ഞാനത്തിന്റെ വികാസഫലമായി ദേശീയതലത്തിലും പ്രാദേശികതലത്തിൽപോലും സാധ്യമായേക്കാം. ഇവിടെ 'ദേശീയം' എന്ന വാക്കിനു തന്നെ പഴയ അർഥം ഇല്ലാതായി ത്തീരുന്നു. ഒരു രാഷ്ട്രീയ - സാമ്പത്തിക സങ്കല്പമെന്നതിനേക്കാൾ കൂടുതൽ അത് ഒരു സാംസ്കാരിക സങ്കല്പമായിത്തീരുന്നു. അതു കൊണ്ടുതന്നെ വൈവിധ്യമാർന്ന ദേശീയതകൾ നിലനിർത്തുകയും വികസിക്കുകയും ആവശ്യമായിത്തീരുന്നു. പരസ്പര ശത്രുതയുടെ അടി സ്ഥാനമായ, വിഭവങ്ങളുടെമേലും വിപണിയുടെമേലും ഉള്ള നിയന്ത്രണം അനാവശ്യമായിത്തീരുന്നതോടെ സൈന്യങ്ങളും ആക്രമണ പ്രതിരോ ധായുധങ്ങളും യുദ്ധവും അനാവശ്യമായിത്തീരുന്നു. ചലനാത്മകമായ ലോകത്തിന്റെ ഗതിക്ക് രണ്ടു ദിശകളെയുള്ളൂ. ഒന്നുകിൽ വർധിച്ചുവരുന്ന മത്സരത്തിലേക്കും യുദ്ധങ്ങളിലേക്കും ആത്യന്തിക നാശത്തിലേക്കും അല്ലെങ്കിൽ വർധമാനമായ സഹകരണത്തിലേക്കും സമാധാനത്തി ലേക്കും. സ്വബോധമുള്ള ആരും ആദ്യത്തെ പാത തിരഞ്ഞെടുക്കില്ല. അങ്ങനെ ഇവിടെ 'തദ്ദേശീയത' എന്നത് സാർവ്വദേശീയതയ്ക്ക് വിരുദ്ധ മായ ഒരു സങ്കല്പമല്ല, മറിച്ച് അത് സാധ്യമാക്കാൻ അവശ്യം ആവശ്യ മായ ഒരു ഉപാധിയാണ്.

നവലോക രാഷ്ട്രഘടന

മാനവ ജാതിയുടെ പരിണാമത്തിൽ തന്നെ 'സമൂഹം' നിർണായക മായ പങ്ക് വഹിച്ചിട്ടുണ്ട്. സമകാലികരായ മറ്റു പലജീവികളേക്കാൾ ദുർ ബലരായ മനുഷ്യർ അതിജീവിച്ചതും അവസാനം അവയ്ക്കുമേൽ ആധി പത്യം സ്ഥാപിച്ചതും ബോധപൂർവമുള്ള - അബോധപൂർവമല്ല - കൂട്ടാ യ്മയിലൂടെയാണ്. അക്ഷരോച്ചാരണത്തോടു കൂടിയ ഭാഷ, അമൂർത്തമായി ചിന്തിക്കാനുള്ള കഴിവ് മുതലായവ പോലെതന്നെ സമൂഹത്തിലെ അംഗ മാകാനുള്ള ഇച്ഛയും മനഷ്യന് സഹജമാണ്. ജനിതകമായ ഈ സ്വഭാവം ദുർബലമായവ അന്യം നിന്നിരിക്കണം. ഇന്ന് ലോകത്തുകാണുന്ന നിര വധി ആദിവാസി വിഭാഗങ്ങൾ വംശനാശ ഭീഷണി നേരിടുന്നതിനുള്ള ഒരു കാരണം സ്വന്തം ചെറുസംഘത്തിനപ്പുറത്തേക്ക് തങ്ങളുടെ കൂട്ടായ്മ

വികസിപ്പിക്കാൻ കഴിയാതെ പോകുന്നതാണ്. ആദ്യകാല സമൂഹ ങ്ങളുടെ രൂപത്തെപറ്റി നരവംശശാസ്ത്രജ്ഞർ പല വിവരങ്ങളും നമുക്ക് നൽകുന്നുണ്ട്. അന്നുമുതൽ ഇന്നുവരെയുള്ള കാലഘട്ടത്തിൽ വ്യത്യസ്ത സമൂഹങ്ങളിലും വ്യത്യസ്തകാലങ്ങളിലുമായി രൂപം കൊണ്ട സാമൂഹികധാരണകൾ വൈവിധ്യമാർന്നതാണ്. മതം, ആചാരങ്ങൾ, ഭരണം, സാമ്പത്തിക ക്രമം എന്നു തുടങ്ങി പലതും അതിൽപെടും. ഹാമുറാബിയുടെ 'നിയമങ്ങൾ' (codes), കൗടില്യന്റെ 'അർഥശാസ്ത്രം' എന്നിവയാണ് പൗരാണിക സമൂഹികഘടനകളെക്കുറിച്ച് ഏറ്റവും ആധി കാരികമായ അറിവു നൽകുന്ന ഗ്രന്ഥങ്ങൾ ഇന്നത്തെ രൂപത്തിലുള്ള ദേശീയ രാഷ്ട്രങ്ങൾ (national states), രൂപം കൊണ്ടിട്ട് ഏതാനും നൂറ്റാണ്ടു കളെ ആയുള്ളൂ.

കഴിഞ്ഞ 3000 കൊല്ലത്തെ ചരിത്രം പരിശോധിക്കുമ്പോൾ കാണാ വുന്ന ഒരു വസ്തുതയുണ്ട്. സംഘാധിപത്യം, നേതൃ ആധിപത്യം, ഏകാധിപത്യം, സർവാധിപത്യം, ജനാധിപത്യം (പരിമിതവും സാർവത്രി കവും) എന്നിങ്ങനെ പല തരത്തിലുള്ള രാഷ്ട്രഘടനകൾ ഉണ്ടായിട്ടുണ്ട്. ഇന്ന് സാമാന്യേന സാർവത്രികമായ അംഗീകാരമുള്ള രാഷ്ട്രഘടനാ രൂപം ജനാധിപത്യത്തിന്റെതാണ്. മുൻ സോഷ്യലിസ്റ്റ് രാജ്യങ്ങളിലെ 'തൊഴി ലാളി വർഗസർവാധിപത്യം' പോലും ബൂർഷ്വാ ജനാധിപത്യത്തേക്കാൾ കൂടുതൽ അർഥവത്തും യഥാർഥവുമായ ജനാധിപത്യം വികസിപ്പിക്കുക എന്ന ലക്ഷ്യത്തോടുകൂടിയതായിരുന്നു. (ഈ ലക്ഷ്യം നേടാൻ കഴിയാതെ പോയതാണ് അവയുടെ പതനത്തിന്റെ ഒരു കാരണം.)

'ഒരാൾക്ക് ഒരു വോട്ട്' എന്ന സാർവത്രിക വോട്ടവകാശത്തോടു കൂടിയ ജനാധിപത്യം വ്യാപകമായി അംഗീകരിക്കപ്പെട്ടിട്ട് ഏതാനും പതിറ്റാണ്ടുകളെ ആയിട്ടുള്ളൂ. സ്വത്തില്ലാത്തവർക്കും സ്ത്രീകൾക്കും അടിമകൾക്കും ദളിതർക്കും ഒക്കെ വോട്ടവകാശം നിഷേധിക്കപ്പെട്ടിരുന്നു. ഇന്നും ഏതാണ്ട് എല്ലാ രാജ്യങ്ങളിലും തിരഞ്ഞെടുക്കാനുള്ള അധികാരമേ പൗരന്മാർക്കുള്ളൂ. പ്രതിനിധികളെ തിരിച്ചുവിളിക്കാനുള്ള അധികാരമില്ല. തിരഞ്ഞെടുപ്പുകൾ ഒട്ടേറെ പണച്ചെലവുള്ള ഒന്നാണ്. ബഹുകോടീശ്വരന്മാർക്കല്ലാതെ അമേരിക്കൻ പ്രസിഡണ്ടാകാൻ പറ്റില്ല. ഇന്ത്യൻ പ്രസിഡണ്ടാകാൻ പണം വേണമെന്നില്ല. എന്നാൽ അദ്ദേഹത്തെ തിരഞ്ഞെടുക്കുന്ന അസംബ്ലി, പാർലമെന്റ് അംഗങ്ങളാകാൻ ലക്ഷക്കണ ക്കിന് രൂപ ചെലവുണ്ട്. മൊത്തത്തിൽ ജനാധിപത്യത്തെ ഒരു സാമൂഹിക ക്കരാർ എന്ന് വിളിക്കുകയാണെങ്കിൽ അതിൽ സാധാരണ പൗരന്മാർ ക്കുള്ള അധികാരം അത്യന്തം പരിമിതമാണ്. ജനാധിപത്യം ഇന്നും ജന ങ്ങളുടെ മേലുള്ള ആധിപത്യമാണ്, ജനങ്ങളുടെ ആധിപത്യമല്ല. അപ്പോൾ ജനങ്ങൾ ആരുടെ മേൽ ആണ് ആധിപത്യം വഹിക്കുന്നത് എന്ന ചോദ്യം ഉണ്ട്. പ്രധാനമായും അവനവനുമേൽ എന്നാണ് ഉത്തരം. സ്വന്തം വികാ രങ്ങളുടെയും വിചാരങ്ങളുടെയും മേൽ ഓരോരുത്തർക്കും ആധിപത്യം ഉണ്ടായിരിക്കണം. ആവശ്യവും ആർത്തിയും തിരിച്ചറിയാൻ വേണ്ട വിവേ കമുണ്ടായിരിക്കണം. വിവേകരഹിതമായ വിക്രിയകൾ കാണിക്കുന്ന

ന്യൂനപക്ഷത്തിന്റെ മേൽ ആധിപത്യം ഉണ്ടായിരിക്കണം. സമൂഹത്തിന്റെ സാമ്പത്തികവും ഭരണപരവും സാംസ്കാരികവുമായ നിലനില്പിന്റെ ഓരോ നിമിഷത്തിലും ഓരോ പൗരനും ഏറിയോ കുറഞ്ഞോ രീതിയിൽ ഭാഗഭാക്കുകളാകണം. ഇതൊക്കെയാണ് ജനാധിപത്യം കൊണ്ട് ഉദ്ദേശിക്കുന്നത്.

ദൂരം, വലുപ്പം, സങ്കീർണത - ഇതോരോന്നും വർധിക്കുന്ന മുറയ്ക്ക് പങ്കാളിത്തം കൂടുതൽ കൂടുതൽ പ്രയാസകരമായി ത്തീരുന്നു. സംഘാടന പരിഷ്കാരങ്ങളിലൂടെ കുറെയേറെ സങ്കീർണതകൾ ഒഴിവാക്കാം. ഫാക്ടറിയിലും കൃഷിയിടത്തിലും വിദ്യാലയത്തിലും സർക്കാരാപ്പീസിലും ഒക്കെ ഇത് സാധ്യമാണ്. ഇത്തരം സ്വയം സൃഷ്ട സങ്കീർണതകൾക്കു പുറമെ, വസ്തുനിഷ്ഠ സങ്കീർണതകളുമുണ്ട്. അതിൽ ഏറ്റക്കുറച്ചിലുകൾ കാണാമെന്നു മാത്രം. അമ്പതുകൊല്ലം മുമ്പേ റേഡിയോ അസംബിൾ ചെയ്തിരുന്ന ഒരാൾക്ക് ഇന്നത്തെ ചിപ്പുകൾ ഉണ്ടാക്കാൻ പുതിയ കഴിവുകൾ ആർജിക്കുക തന്നെ വേണം. വസ്തുനിഷ്ഠാ സങ്കീർണതകൾ മറികടക്കാൻ വിദ്യാഭ്യാസവും പുനർവിദ്യാഭ്യാസവും പരിശീലനവും പുനർപരിശീലനവും ആവശ്യമായിത്തീരും. സ്വയം സൃഷ്ടപ്രശ്നങ്ങളിൽ പ്രധാനമാണ് 'വൻകിടവത്കരണം' (giantzation). ലോകത്തിനാവശ്യമുള്ള ഉരുക്കുമുഴുവൻ ഒന്നോ രണ്ടോ ഫാക്ടറികളിൽ ഉണ്ടാക്കുകയാണെങ്കിൽ അതിന്മേൽ മുതലാളിക്കുപോലും ഒരു നിയന്ത്രണവും സാധ്യമല്ല. ജനസാമാന്യത്തെക്കുറിച്ചു പറയുകയും വേണ്ട. ദൽഹിയിൽ നടക്കുന്ന ഒരു ചർച്ചയിൽ കേരളത്തിലുള്ള ഒരാൾക്ക് പങ്കുകൊള്ളാൻ കഴിയില്ല. 100 കോടി ആളുകളുടെ പാർലമെന്റ് സാധ്യമല്ല. അമേരിക്കൻ പ്രസിഡണ്ടിന്റെ മേൽ സെനറ്റിനും കോൺഗ്രസ്സിനും നാമമാത്രമായ അധികാരമുണ്ട്, എന്നാൽ പൗരന്മാർക്ക് ഒരു അധികാരവും ഇല്ല. ദൽഹിയിലോ വാഷിങ്ടണിലോ എടുക്കുന്ന തീരുമാനങ്ങൾ കേരളത്തിലെ ഒരു ഗ്രാമത്തിൽ ജീവിക്കുന്ന സാധാരണക്കാരനെപ്പോലും ഇന്നു ബാധിക്കുന്നു. ഇറാക്കിനെ ആക്രമിക്കുന്നതിനുമുമ്പ് അഫ്ഗാനിസ്ഥാൻ, അതിന് മുമ്പ് കുവൈത്ത് ഈ എല്ലാ സന്ദർഭങ്ങളിലും നാമിത് അനുഭവിച്ചിട്ടുള്ളതാണ്. ഈ 'ബാധ'യുടെ വ്യാപ്തിയും ശക്തിയും വർഷംപ്രതി ശക്തിപ്പെട്ടുവരികയാണു താനും. ഒരു നൂറുകൊല്ലം മുമ്പ് നമ്മുടെ ഗ്രാമങ്ങൾക്ക് ഇന്നത്തെക്കാൾ കൂടുതൽ സ്വാധികാരം ഉണ്ടായിരുന്നു. സ്വന്തം ജീവിതത്തിനു മേൽ പൗരന്മാർക്ക് കൂടുതൽ നിയന്ത്രണമുണ്ടായിരുന്നു, സ്വാതന്ത്ര്യമുണ്ടായിരുന്നു. ആഗോളവത്കരണത്തിന്റെ ഗുരുതരമായ ഒരു പ്രത്യാഘാതം ഈ സ്വാതന്ത്ര്യത്തിന് വന്നു ചേരുന്ന തകർച്ചയാണ്.

പുതിയൊരു സാമൂഹികഘടനയെക്കുറിച്ചാലോചിക്കുമ്പോൾ ഇതൊക്കെ പരിഗണിക്കേണ്ടതാണ്. വ്യക്തികൾക്കും ചെറുസമൂഹങ്ങൾക്കും തങ്ങളുടെ ജീവിതത്തിനുമേലുള്ള നിയന്ത്രണം, തീരുമാനങ്ങളെടുക്കുവാനുള്ള സ്വാതന്ത്ര്യം നഷ്ടപ്പെട്ടുവരുന്ന ഒരവസ്ഥയിൽ നിന്ന് ശക്തിപ്പെട്ടു വരുന്ന ഒന്നായി മാറണം. അപ്പോൾ മാത്രമേ യഥാർഥ ജനാധിപത്യമുള്ളതായി കണക്കാക്കാൻ കഴിയൂ. ഇതു സാധിക്കണമെങ്കിൽ

1 മർമപ്രധാനങ്ങളായ തീരുമാനങ്ങൾ തദ്ദേശീയമായി എടുക്കാൻ കഴിയണം. അതിൽ എല്ലാ പൗരന്മാർക്കും പങ്കെടുക്കാൻ കഴിയണം. മുഖാമുഖ ജനാധിപത്യം ചെറുസമൂഹങ്ങളിൽ മാത്രമെ നടക്കൂ.

2 സാമൂഹികസംബന്ധിയായ തീരുമാനങ്ങൾ, സാമ്പത്തികഘടനയെ ആശ്രയിച്ചിരിക്കും. കേന്ദ്രീകൃത സാമ്പത്തികപ്രവർത്തനം നടക്കുന്ന ഒരു രാജ്യത്ത് വികേന്ദ്രീകൃതവും തദ്ദേശീയവുമായ തീരുമാനങ്ങൾ എടുക്കാൻ കഴിയില്ലെന്ന് അംഗീകരിക്കണം. രാഷ്ട്രീയം സാമ്പത്തികത്തിന്റെ പിന്നാലെയാണ് മുന്നിലല്ല പോവുക. (ചൈനയുടെ മുതലാളിത്ത സമ്പദ് വ്യവസ്ഥയും സോഷ്യലിസ്റ്റ് രാഷ്ട്രീയവും എന്ന സമീപനം സൈദ്ധാന്തികമായി നിലനിൽക്കുന്നതല്ല.)

3 ചെറുത് ശക്തമായല്ലാതെ വികേന്ദ്രീകൃത സമ്പദ് വ്യവസ്ഥ രൂപം കൊള്ളില്ല. പുതിയ സാമൂഹികഘടനയുടെ രൂപരേഖ സൃഷ്ടിക്കേണ്ടത് പുതിയ സാമ്പത്തിക ഘടനയിലൂടെയാണ്. ഈ പുതിയ സാമ്പത്തികഘടന സാമ്പത്തിക രംഗത്തുനിന്നുതന്നെ ഉരുത്തിരിഞ്ഞു വരണം. രാഷ്ട്രീയമായി അടിച്ചേല്പിക്കാൻ പറ്റില്ല. (രാഷ്ട്രീയാധികാരം പിടിച്ചെടുത്തതിനു ശേഷം മാത്രം മതി സാമ്പത്തിക രംഗത്ത് സമരാത്മകമായി ഇടപെടുക എന്ന സമീപനം ശരിയല്ലെന്ന് അനുഭവത്തിലൂടെ തെളിഞ്ഞതാണ്).

4 അങ്ങനെ പുതിയ സാമൂഹികഘടനയുടെ സൃഷ്ടിക്കു മുന്നോടിയായി നടക്കേണ്ട പ്രവർത്തനങ്ങളിൽ പ്രധാനമായ ഒന്നാണ് ചെറുതിനെ ശക്തമാക്കാനുള്ള ശാസ്ത്രസാങ്കേതിക ഗവേഷണ - വികസനപ്രവർത്തനങ്ങൾ. (ജനകീയ ശാസ്ത്രപ്രസ്ഥാനങ്ങൾ ഈ കടമയാണ് ഏറ്റെടുത്തിരിക്കുന്നത്.

5 വർധമാനമായ തോതിൽ സ്വയം പര്യാപ്തമായിക്കൊണ്ടിരിക്കുന്ന ലക്ഷക്കണക്കിന് തദ്ദേശീയസമൂഹങ്ങളുടെ ഒരു ശൃംഖലാ വലയം ആയിരിക്കണം ഭാവിയിലെ മാനവജാതി. ദേശീയ രാഷ്ട്രങ്ങൾക്ക് ഇന്നുള്ള പ്രസക്തി അന്നില്ലാതാകാം. അതിർത്തി കാക്കുന്ന സൈനികരുടെ ആവശ്യമില്ലാതാകും.

6 ഈ ശൃംഖലാ വലയത്തിൽ ഒട്ടേറെ തലങ്ങൾ/ഉപ വലയങ്ങൾ ഉണ്ടാകും. ഇന്നത്തെ ബ്ലോക്ക്, ജില്ല, സംസ്ഥാനം, രാജ്യം എന്നിവയുടെ സ്ഥാനങ്ങളിൽ. എന്നാൽ ഇന്നത്തെ അതിരുകളാകണമെന്നില്ല അവയ്ക്ക്. ഇക്കോളജീയവും സാംസ്കാരികവും ആയ പരിഗണനകൾക്കായിരിക്കും പ്രാധാന്യം.

7 വ്യത്യസ്ത തലങ്ങൾ അഥവാ ഉപവലയങ്ങൾ തമ്മിലുള്ള ബന്ധം കീഴ്മേൽക്രമത്തിൽ, ആയിരിക്കില്ല. എല്ലാം ഒരേ തിരശ്ചീനതലത്തിൽ സ്ഥിതി ചെയ്യുന്നതായിരിക്കും. ഇവ തമ്മിലുള്ള ഉത്തരവാദിത്വ വിഭജനം ലോകത്തിന്റെ വിവിധഭാഗങ്ങളിൽ വ്യത്യസ്തങ്ങളായിരിക്കാം. കാലം ചെല്ലുന്ന മുറയ്ക്ക് അതിൽ മാറ്റം വരുന്നതായിരിക്കാം.

8 ഈ രീതിയിലൊക്കെ ചിന്തിക്കാൻ പറ്റണമെങ്കിൽ 'മറ്റൊരു ലോകം സാധ്യമാണ്, ആവശ്യമാണ് ' എന്ന ബോധം കൂടുതൽ വ്യാപകമാകണം. മാത്രമല്ല, തങ്ങളുടെ തന്നെ പ്രവർത്തനഫലമായേ ആ ലോകം സൃഷ്ടിക്കപ്പെടൂ എന്നും നിലവിലുള്ള ലോകത്തിൽ നിന്നു നേട്ടമുണ്ടാക്കുന്നവർ മാറ്റത്തെ എതിർക്കുമെന്നും സംഘടിതമായ പ്രവർത്തനം കൊണ്ടേ ഈ എതിർപ്പിനെ നേരിടാൻ കഴിയൂ എന്നും അവർക്ക് ബോധമുണ്ടാകണം.

9 മാനവപുരോഗതിയെക്കുറിച്ചും ഇന്നത്തേതിൽ നിന്ന് വ്യത്യസ്തമായ ഒരു കാഴ്ചപ്പാടുണ്ടാകണം. ഉപഭോഗവർധനവല്ല പുരോഗതി. ജീവിതഗുണത - ഭൗതികവും ആത്മീയവുമായ ജീവിതഗുണത -യിലുള്ള വർധനവാണത്. ഇതിനാകട്ടെ ദൂരദേശങ്ങളിലെ വിഭവങ്ങളെയോ വിപണിയേയോ ആശ്രയിക്കേണ്ടതില്ല. ഇത് ബോധ്യപ്പെടണം.

10 മാനവസംതൃപ്തിക്ക് നിരവധിതലങ്ങളുണ്ട്. മനുഷ്യർക്ക് ഭൗതിക ആവശ്യങ്ങളുണ്ട്, ഭൗതികേതര ആവശ്യങ്ങളുമുണ്ട്. ആഹാര, വസ്ത്ര പാർപ്പിടാദികളും, ആരോഗ്യ, വിദ്യാഭ്യാസ, വിനോദ വിശ്രമാദികളും ആദ്യത്തെ കൂട്ടത്തിൽപെടും. സ്വന്തം ഭാവി, കുട്ടികളുടെ ഭാവി, അവരുടെ കുട്ടികളുടെ ഭാവി - ചുരുക്കത്തിൽ ഭാവിയെക്കുറിച്ചുള്ള ഉത്കണ്ഠ, അതിൽ നിന്നുള്ള മോചനം ഇതും ഭൗതികാവശ്യമാണ്. ഒരു കൂട്ടത്തിലെ അംഗമായി അംഗീകരിക്കപ്പെടുക, സ്നേഹിക്കപ്പെടുക, ബഹുമാനിക്കപ്പെടുക, ആത്മാഭിമാനം, ആത്മ സാക്ഷാത്കാരം ഇതൊക്കെ ഭൗതികേതര ആവശ്യങ്ങളാണ്. രണ്ടും ഭൗതികവും ഭൗതികേതരവും ആയ, ആവശ്യങ്ങൾ തൃപ്തിപ്പെടുത്താൻ കഴിയണം.

ഇവയുടെയെല്ലാം അടിസ്ഥാനത്തിൽ ഒരു പുതിയ നിയമനിർമാണവും കൂടാതെ കേരളത്തിൽ ചില കാര്യങ്ങൾ ചെയ്യാൻ സാധ്യമാണ്. ചില കാര്യങ്ങൾക്ക് തിരഞ്ഞെടുപ്പു നിയമങ്ങളിൽ ചില മാറ്റങ്ങൾ വരുത്തേണ്ടി വരും. മറ്റു ചില കാര്യങ്ങളിൽ ദേശീയതലത്തിൽ തന്നെ അടിസ്ഥാനപരമായ ചില മാറ്റങ്ങൾ ആവശ്യമായി വരും.

ഒരു കാര്യം വ്യക്തമാണ്. നേർക്കുനേർ - മുഖാമുഖ - ജനാധിപത്യം (direct or face to face democrazy) ചെറിയൊരു സംഘത്തിൽ മാത്രമെ പറ്റൂ. നിയമപ്രകാരം അതിനു വിധിച്ചിട്ടുള്ള വേദി ഗ്രാമസഭകൾ ആണ്. എന്നാൽ ഗ്രാമസഭകൾ പോലും വളരെ വലുതാണ്. ആയിരം-രണ്ടായിരം ആളുകൾ ഉള്ളവ ആകയാൽ അവിടെ ചർച്ച നടക്കില്ല.. ഈ പരിമിതി മറികടക്കാനാണ് അയൽക്കൂട്ടങ്ങൾ - അയൽസഭകൾ - വിഭാവനം ചെയ്തത്. 30-40 കുടുംബങ്ങൾ. അയൽക്കാർ പരസ്പരം അറിയുന്നവർ. എപ്പോൾ വേണമെങ്കിലും ഒത്തുചേരാൻ സാഹചര്യമുള്ളവർ. ഇവിടെ പ്രത്യക്ഷ ജനാധിപത്യം സാധ്യമാണ്. വാർഡ് മെമ്പർമാരെ തിരഞ്ഞെടുക്കുന്നതിലും അയൽക്കൂട്ടങ്ങൾക്ക്, നിയമപരമായ അധികാരമൊന്നുമില്ലെങ്കിലും പ്രായോഗികമായി സ്വാധീനിക്കാൻ കഴിയുന്നതാണ്. രഹസ്യ

വോട്ടിങ്ങിന് വിപരീതമായി തുറന്ന വോട്ടിലൂടെയോ, സർവസമിതിയുടെയോ അയൽക്കൂട്ടപ്രതിനിധികൾ (കൺവീനർമാർ), ഉപസമിതി കൺവീനർമാർ എന്നിവരെ തിരഞ്ഞെടുക്കാം. അവരുടെ പങ്കാളിത്തം ഗ്രാമസഭയെ സജീവമാക്കും. ഒരു വാർഡിൽ 15-20 അയൽക്കൂട്ടങ്ങളും ഓരോ അയൽക്കൂട്ടത്തിൽ നിന്നും 10-12 പേരുമായാൽ ഗ്രാമസഭ അന്വർഥമായിത്തീരും. ഗ്രാമസഭകളിലൂടെ ഗ്രാമപഞ്ചായത്തിന്റെയും കുറെയൊക്കെ ബ്ലോക്കുപഞ്ചായത്തിന്റെയും പ്രവർത്തനങ്ങളിൽ ഇടപെടാൻ പൗരന്മാർക്ക് കഴിയുന്നതാണ്. ജില്ലാപഞ്ചായത്ത്, അസംബ്ലി, പാർലമെന്റ് എന്നിവയിൽ ജനഹിതം പ്രകടിപ്പിക്കാറാകണമെങ്കിൽ തിരഞ്ഞെടുപ്പു നിയമങ്ങളിൽ മാറ്റം വരുത്തണം. തങ്ങളുടെ പ്രതിനിധികളെ തിരിച്ചു വിളിക്കാനും പുതിയവരെ അയയ്ക്കാനും ഉള്ള പൗരന്മാരുടെ അവകാശം മൗലികമാക്കുകയും അത് സുഗമമാക്കുന്നതിനു വേണ്ട നിയമങ്ങൾ ഉണ്ടാവുകയും വേണം. അയൽക്കൂട്ടങ്ങളിലും പരമാവധി ഗ്രാമസഭകളിലും മാത്രമേ മുഖാമുഖ ജനാധിപത്യം സാധ്യമാകൂ. മറ്റെല്ലാതലങ്ങളിലും പ്രാതിനിധ്യ ജനാധിപത്യമേ സാധ്യമാകൂ. ഇതിനുള്ള ഒരു സ്കീം താഴെ കൊടുക്കുന്നു. ഇത് കേരളത്തിന്റെയും ഇന്ത്യയുടെയും പ്രത്യേക സാഹചര്യത്തിന് യോജിച്ച വിധത്തിലാണ് രൂപം കൊടുത്തിട്ടുള്ളത്. പ്രാതിനിധ്യ ഗവൺമെന്റിന്റെ ഒരു രൂപമാണത്.

അയൽക്കൂട്ടം, വാർഡ്, ഗ്രാമപഞ്ചായത്ത്, ബ്ലോക്ക് പഞ്ചായത്ത്, ജില്ലാ പഞ്ചായത്ത്, സംസ്ഥാന അസംബ്ലി, ദേശീയ പാർലമെന്റ് എന്നിവയിലേക്കുള്ള തിരഞ്ഞെടുപ്പിന്റെ ഒരു രീതിയാണ് ഇതിൽ വിവരിക്കുന്നത്. അടുത്തടുത്തുള്ള 30-40 വീടുകൾ (80-100 വോട്ടർമാർ) ചേർന്നതാണ് അയൽക്കൂട്ടം.

അയൽക്കൂട്ട പൊതുസഭ : ഈ അയൽക്കൂട്ടത്തിലെ 18 വയസ്സ് കഴിഞ്ഞ എല്ലാവരും ചേർന്നതാണ് അയൽക്കൂട്ട പൊതുസഭ. ഏതെല്ലാം വീടുകളാണ് ഒരു അയൽക്കൂട്ടത്തിൽ വരേണ്ടതെന്ന് തീരുമാനിക്കുന്നതിന് ഇപ്പോഴത്തെ വാർഡ് മെമ്പറോ, പഞ്ചായത്ത് സെക്രട്ടറിയോ, ഏതെങ്കിലും പൊതുപ്രവർത്തകനോ, മുൻകൈ എടുക്കുന്നു. വീട്ടുകാർക്കും അഭിപ്രായം പറയാം. തൊട്ടടുത്തുള്ള അയൽക്കൂട്ടങ്ങളിൽ ഏതിൽ ചേരണമെന്ന് അവർക്ക് നിശ്ചയിക്കാം. അയൽക്കൂട്ട പൊതുസഭ വിളിച്ചുചേർത്ത് അതിൽനിന്ന് സമവായത്തോടെയോ തുറന്ന തിരഞ്ഞെടുപ്പിലൂടെയോ ഒരു സ്ത്രീയേയും പുരുഷനേയും അയൽക്കൂട്ടത്തിന്റെ പ്രതിനിധികളായി തെരഞ്ഞെടുക്കുന്നു. (ഏത് സ്ഥാനത്തേക്കുള്ള ഏത് തിരഞ്ഞെടുപ്പും ഒരു പുരുഷൻ, ഒരു സ്ത്രീ എന്ന ജോഡിയായിരിക്കും.) ഒരു ശരാശരി വാർഡിൽ 400-500 വീടുകൾ ഉണ്ടായിരിക്കും, 10-15 അയൽക്കൂട്ടങ്ങൾ.

വാർഡ് സഭ

ഒരു വാർഡിൽപെട്ട അയൽക്കൂട്ട പ്രതിനിധികൾ എല്ലാവരും ചേർന്നാൽ വാർഡ് സഭയായി. വാർഡ് സഭ കൂടി സമവായം മുഖേനയോ

തുറന്ന വോട്ടിന്റെ അടിസ്ഥാനത്തിലോ ഒരു സ്ത്രീയേയും ഒരു പുരുഷ നെയും വാർഡ് മെമ്പർമാരായി തെരഞ്ഞെടുക്കുന്നു. തങ്ങളിൽനിന്നോ, പുറമെ നിന്നോ രണ്ടു തരത്തിലുമാകാം.

പഞ്ചായത്ത് പ്രതിനിധിസഭയും പൊതുസഭയും

എല്ലാ വാർഡുമെമ്പർമാരും കൂടിച്ചേർന്നതാണ് പഞ്ചായത്ത് പ്രതി നിധി സഭ. പഞ്ചായത്തിലെ എല്ലാ അയൽക്കൂട്ട പ്രതിനിധികളും കൂടി ച്ചേർന്നതാണ് പഞ്ചായത്ത് പൊതുസഭ. പൊതുസഭയിൽ 200-300 അംഗ ങ്ങളുണ്ടാകാം. (100-150 അയൽക്കൂട്ടങ്ങളിൽ നിന്നായി). പഞ്ചായത്ത് പ്രസിഡണ്ടിനെയും വൈസ് പ്രസിഡണ്ടിനെയും തിരഞ്ഞെടുക്കുന്നത് പഞ്ചായത്ത് പൊതുസഭയാണ്. (പ്രതിനിധി സഭയല്ല.) ഇത് രണ്ടു തരത്തി ലാകാം. പൊതുസഭയിൽപെട്ട രണ്ടുപേരെയോ അല്ലെങ്കിൽ പൊതുസഭ യിൽപെടാത്ത രണ്ടുപേരെയോ. ഏതു സമ്പ്രദായമാണ് കേരളത്തിൽ ആകെ വേണ്ടത് എന്ന് ആദ്യമേ തീരുമാനിക്കാം. വാർഡ് പ്രതിനിധി കളും (മെമ്പർമാരും) പ്രസിഡണ്ടും വൈസ്പ്രസിഡണ്ടും ചേർന്നാൽ പഞ്ചായത്ത് ബോർഡ് ആയി. പഞ്ചായത്ത് പ്രതിനിധി സഭ എടുക്കുന്ന തീരുമാനങ്ങൾ അപ്പപ്പോൾ വാർഡ് സഭാംഗങ്ങളെ അറിയിക്കുകയും അവരുമായി ചർച്ച ചെയ്യുകയും വേണം. വാർഡ് സഭാംഗങ്ങൾ ഓരോ രുത്തരും തങ്ങളുടെ അയൽക്കൂട്ടത്തെ വിവരങ്ങൾ ധരിപ്പിക്കുകയും അഭി പ്രായങ്ങൾ ആരായുകയും അവ വാർഡ് സഭയിൽ അവതരിപ്പിക്കുകയും ചെയ്യണം.

ബ്ലോക്ക് സമിതി : ഏതാണ്ട് 10000 ജനങ്ങൾക്ക് രണ്ട് പ്രതിനിധികൾ - മെമ്പർമാർ -(ഒരു സ്ത്രീയും ഒരു പുരുഷനും) എന്ന തോതിലാകാം ബ്ലോക്ക്/നഗര സമിതികളിലെ പ്രാതിനിധ്യം. ഇവരെ തിരഞ്ഞെടുക്കു ന്നത് അയൽക്കൂട്ട പ്രതിനിധികളാകാം. ജനങ്ങൾ നേരിട്ട് തിരഞ്ഞെടു ക്കേണ്ട. കാരണം, പഞ്ചായത്ത് പൊതുസഭയ്ക്ക് മേലെയുള്ള ഒരു ജനസഭ യായി ഇത് മാറരുത്. ഓരോ പഞ്ചായത്തും 100 പൊതുസഭാംഗങ്ങൾക്ക് രണ്ടു പ്രതിനിധികൾ (ഒരു സ്ത്രീയും ഒരു പുരുഷനും) എന്ന തോതിൽ ബ്ലോക്ക് പ്രാതിനിധ്യം നിശ്ചയിക്കാം. ഒരു പഞ്ചായത്തിൽ നിന്ന് ചുരു ങ്ങിയത് 2 പേരും കവിഞ്ഞത് 6 പേരും ആയിരിക്കും പ്രതിനിധികൾ. അയൽക്കൂട്ടപ്രതിനിധികൾ തങ്ങളിൽ പെട്ടവരെയല്ല ബ്ലോക്ക് സമിതിക ളിലേക്ക് പ്രതിനിധികളായി അയക്കേണ്ടത്. വേറെ ആളുകളെയാണ്. ഒരാൾ ഒരു പ്രതിനിധിസഭയിൽ മാത്രമെ അംഗമായിരിക്കാവൂ. ബ്ലോക്ക് പ്രസിഡണ്ടിനെയും സമിതി അംഗങ്ങൾ തെരഞ്ഞെടുക്കുന്നു. തങ്ങ ളിൽപെടാത്ത രണ്ടുപേരെ.

ഈ സമീപനം ഉപയോഗിച്ച് ജില്ല, സംസ്ഥാനം, കേന്ദ്രം എല്ലാതല ത്തിലും തിരഞ്ഞെടുപ്പ് നടത്താം. ഒരു ഘട്ടത്തിലും സമ്മതിദായകരുടെ എണ്ണം 100 -150 ൽ കവിയില്ല. നഗരത്തെയും ഗ്രാമത്തെയും വേർതിരി ക്കാതെ ബ്ലോക്കുകൾ പുനർനിർണ്ണയം ചെയ്ത് അസംബ്ലി നിയോജക

മണ്ഡലമാക്കി മാറ്റാവുന്നതാണ്. അതുപോലെ ജില്ലകളെ പാർലമെന്റ് നിയോജകമണ്ഡലമാക്കിയും പുനർനിർണയിക്കാവുന്നതാണ്.

തിരിച്ചു വിളിക്കൽ

അയൽക്കൂട്ടം മുതൽ പാർലമെന്റു വരെയുള്ള എല്ലാ പ്രതിനിധികളെയും അവരെ തിരഞ്ഞെടുത്ത സമ്മതിദായക സമൂഹത്തിന്റെ 50%ത്തിലധികം പേർ തീരുമാനിച്ചാൽ തിരിച്ചു വിളിക്കാം. പകരം പുതിയവരെ അയയ്ക്കാം. സമ്മതിദായകരുടെ എണ്ണം കുറവായതിനാൽ ഇതിന് ഏറെ പണച്ചെലവില്ല, പ്രയോഗികമാണുതാനും.

മേന്മകൾ, സവിശേഷതകൾ :

1 ജനങ്ങളുടെ 'പരമാധികാരം' എന്ന സങ്കല്പത്തെ യാഥാർഥ്യമാക്കുന്നു. പ്രത്യേകിച്ചു തിരിച്ചുവിളിക്കൽ പ്രയോഗിക്കുന്നതിലൂടെ.

2 തെരഞ്ഞെടുപ്പ് ചെലവ് വളരെ കുറയുന്നു. അയൽക്കൂട്ടയോഗങ്ങൾക്കോ പിന്നീടുള്ള തെരഞ്ഞെടുപ്പുകൾക്കോ വലിയ സന്നാഹമൊന്നും വേണ്ട.

3 തെരഞ്ഞെടുപ്പ് പരസ്യമായോ രഹസ്യമായോ എങ്ങനെ വേണമെങ്കിലും നടത്താം. എപ്പോൾ വേണമെങ്കിലും തിരിച്ചു വിളിക്കാമെന്നതിനാൽ ഒരു സഭയ്ക്കും കാലാവധി നിശ്ചയിക്കേണ്ടതില്ല. എല്ലാം തന്നെ സ്ഥിരം സഭകൾ ആണ്. ഒറ്റപ്പെട്ട അംഗങ്ങളെ മാത്രമെ മാറ്റുന്നുള്ളൂ.

4 തങ്ങളോട് ഉത്തരവാദിത്വം കാട്ടാത്ത പ്രതിനിധികളെ തിരിച്ചുവിളിക്കുമ്പോൾ അവർ ചെയ്ത തെറ്റുകൾ തിരുത്താം. പാർലമെന്റംഗങ്ങൾ വരെ ഓരോ പ്രശ്നത്തിലും എന്ത് നിലപാട് എടുക്കണമെന്ന നിർദ്ദേശം അയൽക്കൂട്ടത്തിൽ നിന്ന് മേലോട്ട് നൽകാം.

5 സ്ത്രീകൾക്ക് എല്ലാതലത്തിലും തുല്യപ്രാതിനിധ്യം ലഭിക്കുന്നു. റിസർവേഷൻ ഫോർമുലകൾ ഒന്നും കൂടാതെ തന്നെ.

പഞ്ചായത്ത്/ സ്റ്റേറ്റ് / ജില്ലാ അധ്യക്ഷ /ഉപാധ്യക്ഷന്മാരിൽ ഒരാൾ സ്ത്രീയായിരിക്കണമെന്ന് വേണമെങ്കിൽ നിബന്ധന ചെയ്യാം. അതുപോലെ പട്ടികജാതി/പട്ടികവർഗക്കാർക്ക് അർഹിക്കുന്ന പ്രാതിനിധ്യം ഉറപ്പുവരുത്താം. എന്നാൽ ഈ വേർതിരിവ് അനന്തമായി നിലനിൽക്കില്ലെന്ന് ഉറപ്പു വരുത്തണം. തനത് സംസ്കാരങ്ങൾ നിലനിർത്തവെ തന്നെ സാമ്പത്തികമായും രാഷ്ട്രീയമായും അവർ മുഖ്യധാരയുടെ ഭാഗമായി മാറണം.

ഇന്ത്യയെ സംബന്ധിച്ചിടത്തോളം മറ്റു ചില നിർദ്ദേശങ്ങൾ കൂടി വയ്ക്കാൻ കഴിയും. യൂണിയൻ ഭരണപ്രദേശം എന്ന കാറ്റഗറി ഇല്ലാതാക്കുക. അവയെ പ്രസക്ത സംസ്ഥാനങ്ങളുടെ ഭാഗമാക്കുക. ആവശ്യമായ ഡിലിമിറ്റേഷൻ -അതിർത്തി പുനർനിർണയം- പഞ്ചായത്തുമുതൽ സംസ്ഥാനം വരെ എല്ലാ തലത്തിലും നടത്താം. കേന്ദ്രം കയ്യാളുന്ന

അധികാരങ്ങളും ഉത്തരവാദിത്വങ്ങളും ഗണ്യമായി കുറച്ച് അവയെ സംസ്ഥാനങ്ങൾക്കും താഴോട്ടും കൈമാറാം. അയൽരാജ്യങ്ങളുമായുള്ള എല്ലാ തർക്കങ്ങളും കൊടുത്തും വാങ്ങിയും സമാധാനപരമായി പരിഹരിക്കാം. രാഷ്ട്രത്തിന്റെ സൈനികരെ ഇന്നുള്ളതിന്റെ പത്തിൽ ഒന്നോ അതിൽ താഴെയോ ആയി കുറയ്ക്കാം. നമ്മുടെ മാത്രമല്ല അയൽ രാജ്യങ്ങളുടെയും. നമ്മെ തമ്മിൽ തമ്മിൽ അടിപ്പിച്ച്, രണ്ടു പേർക്കും ആയുധം വിറ്റ് പണക്കാരാകുന്നവരെ അങ്ങനെ നമുക്ക് തോല്പിക്കാം. പഞ്ചായത്തിൽ ചെയ്യാൻ പറ്റാത്തതെന്തെന്ന് അവർ തന്നെ തീരുമാനിക്കുന്നു, ബ്ലോക്കും അവർക്ക് പറ്റാത്തത് ജില്ലയും. ഇത്തരത്തിലായിരിക്കണം അധികാര വിഭജനം. 'അവശിഷ്ടാധികാരങ്ങൾ ' വലുതിൽ നിന്ന് ചെറുതിലേക്കല്ല, ചെറുതിൽ നിന്ന് വലുതിലേക്കാണ് പ്രവഹിക്കുന്നത്. പ്രായോഗിക തലത്തിൽ ഇത്തരത്തിലുള്ള പല നിർദ്ദേശങ്ങളും മുന്നോട്ടു വെക്കാൻ കഴിയും. നിയാമക തത്ത്വങ്ങൾ ഇതാണ്.

"പൗരന്മാരുടെ പരമാധികാരം"

"അധികാരം കയ്യാളാനുള്ള കഴിവും തയ്യാറും"

"തനിക്കെന്ന പോലെ മറ്റു പൗരന്മാർക്കുമുള്ള അധികാരം അംഗീകരിക്കാനുള്ള മനഃസ്ഥിതി"

"കൂട്ടായ്മയില്ലാതെ മനുഷ്യജാതി ഇല്ല; വിട്ടുവീഴ്ചയില്ലാതെ കൂട്ടായ്മില്ല, മറ്റെല്ലാവരും വിട്ടുകൊടുക്കുന്നത് തനിക്കാണ് ലഭിക്കുന്നത് - എന്ന തിരിച്ചറിവ് "

"എല്ലാ പ്രവർത്തനങ്ങളുടെയും തോത് മനുഷ്യന് വഴങ്ങുന്നതാക്കുക - human scale

"ഭൗതികപദാർത്ഥങ്ങളുടെ -അസംസ്കൃത വിഭവങ്ങൾ, നിർമ്മിത ഉൽപന്നങ്ങൾ, മനുഷ്യർ, എല്ലാറ്റിന്റെയും - വിദൂര ട്രാൻസ്പോർട്ടേഷന്റെ ആവശ്യകത കുറച്ചുകൊണ്ടു വരിക. അറിവും സംസ്കാരവും പരമാവധി പങ്കുവെക്കുക, സാർവദേശീയമാക്കുക. ബൗദ്ധിക സ്വത്തവകാശമെന്ന അശ്ലീല സങ്കല്പം തള്ളിക്കളയുക." ■

പിൻമൊഴി

ഗാന്ധിജിക്കും കുമരപ്പയ്ക്കും ജയ്പ്രകാശ് നാരായണനും ശ്രീമൻ നാരായനും ഒക്കെ അരനൂറ്റാണ്ടിലധികംമുമ്പെ മാർക്സും എംഗൽസും *കമ്യൂണിസ്റ്റ് മാനിഫെസ്റ്റോ*വിൽ സോഷ്യലിസ്റ്റ് വിപ്ലവത്തിന്റെ ആദ്യത്തെ കടമകളിൽ ഒന്നായി എഴുതി: "വ്യവസായങ്ങളെ കൃഷിയിടങ്ങൾക്കിട യിലായി വിന്യസിച്ചും നഗരവാസികളെ ഗ്രാമങ്ങളിലേക്ക് മാറ്റിയും ജന സംഖ്യാവിതരണം കൂടുതൽ ഏകസമാനമാക്കിയും ഗ്രാമവും നഗരവും തമ്മിലുള്ള വൈരുധ്യങ്ങള പരിഹരിക്കുക."

ഗ്രാമവും നഗരവും തമ്മിലുള്ള വൈരുധ്യത്തെ കൃഷിയും വ്യവസാ യവും തമ്മിലുള്ള വൈരുധ്യമായും കായികാധ്വാനവും ബൗദ്ധികാധ്വാ നവും തമ്മിലുള്ള വൈരുധ്യമായും മനസ്സിലാക്കാം. ഈ വൈരുധ്യങ്ങൾ പരിഹരിക്കാനോ മുതലാളിത്തവ്യവസ്ഥയിൽ സാധ്യമല്ല. സോഷ്യലിസ്റ്റ് പരീക്ഷണകാലത്തും അതിനുള്ള കാര്യമായ ശ്രമങ്ങൾ ഒന്നും ഉണ്ടായി രുന്നില്ല. വ്യാവസായിക മേഖല കായികമേഖലയ്ക്ക് മുകളിൽ ആധി പത്യം ചെലുത്തിയിരുന്നു. ഇന്നത്തെ ലോകമനസ്സിൽ "നഗരവത്കര ണവും" കാർഷിക മേഖലയുടെ ആപേക്ഷികമായ "അപ്രസക്തവൽക്ക രണവും" മാവനപുരോഗതിയുടെ ലക്ഷണങ്ങളായാണ് പ്രതിഫലിക്കു ന്നത്. ഈ പുരോഗതി നമ്മളെ എവിടെ കൊണ്ടുചെന്നെത്തിക്കുമെന്നും നാലു പതിറ്റാണ്ടുമുമ്പുതന്നെ "വളർച്ചയുടെ പരിമിതി" എന്ന ക്ലബ് ഓഫ് റോം റിപ്പോർട്ടിലൂടെ വ്യക്തമാക്കപ്പെട്ടിട്ടുണ്ട്. കാലം ചെല്ലു ന്തോറും അതിലെ നിഗമനങ്ങളുടെ ശരി കൂടുതൽ കൂടുതൽ തെളിഞ്ഞു വരികയാണ്. ആഗോളതാപനവും കാലാവസ്ഥാമാറ്റങ്ങളും അവയുടെ പ്രത്യാഘാതങ്ങലും ഒക്കെ ഇന്നു ശാസ്ത്രലോകവും ഒട്ടൊക്കെ രാഷ്ട്രീയലോകവും അംഗീകരിച്ചിരിക്കുകയാണ്. എന്നാൽ മുതലാളിത്ത വ്യവസ്ഥയിലെ സാമ്പത്തിക ലോകത്തിന് അതംഗീകരിക്കാൻ സാധി ക്കുകയില്ല. അതുകൊണ്ടാണ് 1992ലെ ഭൗമഉച്ചകോടിയും അതിൽനി ന്നുണ്ടായ നിരവധി ധാരണകളും തുടർന്നുണ്ടായ "ക്യോട്ടോ നടപടി ക്രമവും" ഒക്കെ ഏട്ടിലെ പശുക്കളായി അവശേഷിച്ചത്.

കമ്യൂണിസ്റ്റ് പാർട്ടികളിൽപെട്ട മാർക്സിയന്മാർകൂടി നഗരവത്കരണം, ഭീമവത്കരണം, കൃഷിയുടെ ആപേക്ഷികമായ അപ്രസക്തവത്കരണം മുതലായ മുതലാളിത്ത ധാരണകൾക്ക് അടിമപ്പെട്ടിരിക്കുന്നതായാണ്

കാണുന്നത്. മാർക്സിന്റെ പിൽക്കാല കൃതികളിലും ഗ്രാഗരവത്കരണവും (Rurba-nization) പ്രാഥമികമേഖലയുടെ പ്രാധാന്യവും അങ്ങിങ്ങായി സൂചിപ്പിച്ചിട്ടുണ്ട്. ഉൽപാദനമേലയുടെ അടിസ്ഥാന യൂണിറ്റുകളായി മാർക്സ് കാണുന്നത് ഉൽപാദകരുടെ കൂട്ടായ്മയാണ് (associated producers). പതിനായിരക്കണക്കിന് തൊഴിലാളികൾ ഉള്ള വൻവ്യവസായശാലകളും മറ്റു സംരംഭങ്ങളും ഇത്തരം കൂട്ടായ്മകൾക്ക് വഴങ്ങുന്നതല്ല. ചെറുകിട സംരംഭങ്ങളിലേക്കാണ് ഇത് വിരൽചൂണ്ടുന്നത്. വ്യവസായസംരംഭങ്ങളെ ഗ്രാമപ്രദേശങ്ങളിൽ പുനർവിന്യസിക്കുന്നതും ഒരു തരത്തിലുള്ള അപ-നഗരവത്കരണത്തിലേക്കാണ് (de-urbanization or rurbanization) വിരൽചൂണ്ടുന്നത്. നഗരങ്ങളെപ്പറ്റി, വിശിഷ്യ ലണ്ടൻ നഗരത്തെപ്പറ്റി മാർക്സ് എഴുതി: ഗ്രാമത്തിലെ മണ്ണിലെ പോഷകമൂലകങ്ങൾ ധാന്യങ്ങളുടെയും പലതരം നാരുകളുടെയും രൂപത്തിൽ നഗരങ്ങളിലേക്ക് (ലണ്ടനിലേക്ക്) ഒഴുകുന്നു. അവിടെ അത് മനുഷ്യമലമായും പഴന്തുണിയായും പഴത്തൊലിയായും ഒക്കെ വിസർജിക്കപ്പെടുന്നു. ഈ വിസർജ്യങ്ങൾ മണ്ണിനെയും വെള്ളത്തെയും (തെയിംസ് നദി) മലിനപ്പെടുത്തുന്നു. മനഷ്യരുടെ ആരോഗ്യത്തെ നശിപ്പിക്കുന്നു. അങ്ങനെ മുതലാളിത്തം ഉൽപാദനത്തിന്റെ രണ്ടു ഘടകങ്ങളായ മണ്ണിനെയും മനുഷ്യനെയും ചൂഷണം ചെയ്യുകയും ആരോഗ്യം നശിപ്പിക്കുകയും ചെയ്യുന്നു.

ഇന്നത്തെ തരത്തിലുള്ള നഗരങ്ങളും വൻകിട വ്യവസായങ്ങളും സോഷ്യലിസ്റ്റ് സമൂഹികഘടനയുമായി എന്തുകൊണ്ട് പൊരുത്തപ്പെടില്ല എന്നത് മാർക്സും എംഗൽസും പല സന്ദർഭങ്ങളിലും സൂചിപ്പിച്ചുണ്ട്. പാരിസ് കമ്യൂണും സോവിയറ്റ് സങ്കല്പവും വൻകിട സംരംഭങ്ങളുമായി പൊരുത്തപ്പെടാത്തവയാണ്. എന്നാൽ മാർക്സിന്റെ അന്വേഷണവും വിശകലനവും മുതലാളിത്തത്തിലെ മുഖ്യവൈരുധ്യത്തിൽ, മൂലധനവും അധ്വാനവും തമ്മിലുള്ള വൈരുധ്യത്തിന് ഊന്നിയിട്ടുള്ളതായിരുന്നു. മുതലാളിത്തം അവസാനിപ്പിച്ച് പുതിയൊരു സമൂഹം, ഒരു സോഷ്യലിസ്റ്റ് സമൂഹം കെട്ടിപ്പടുക്കുന്നതിൽ മുൻനിരയിൽ നിൽക്കുന്ന ആധുനിക വ്യവസായങ്ങളിലെ തൊഴിലാളികൾക്കും അവരുടെ സംഘങ്ങൾക്കും രാഷ്ട്രീയപ്പാർട്ടികൾക്കും അതിപ്രധാനമായ ഒരു പങ്കാണ് അവർ കണ്ടത്. ഈ പങ്കാണ് ഒരു "തൊഴിലാളിവർഗ സർവാധിപത്യം" എന്ന സങ്കല്പമായി വളർന്നത്. ഈ കാഴ്ചപ്പാടാണ് വൻനഗരവത്കരണത്തിലേക്കും അതിഭീമവത്കരണത്തിലേക്കും അവരെ നയിച്ചത് എന്നു വേണം കരുതാൻ. വൻ നഗരങ്ങളും വൻ വ്യവസായങ്ങളും ഉൽപാദകകൂട്ടായ്മകൾക്കും ജനാധിപത്യത്തിനും ജനപങ്കാളിത്തത്തിനും വഴങ്ങുന്നതല്ല, സോഷ്യലിസം കെട്ടിപ്പടുക്കാൻ സഹായിക്കുന്നതല്ല. ആർത്തിയെ നിരാകരിച്ചുകൊണ്ടല്ലാതെ സോഷ്യലിസം കെട്ടിപ്പടുക്കാനാകില്ല. അവസാനമില്ലാത്ത, അനന്തമായ സുഭിക്ഷിത എന്ന സങ്കല്പം സ്വാന്തമായ ഭൂമിയിൽ അസാധുവാണ്. മാർക്സിയൻ ചിന്തകളെ കൂടുതൽ ശരിയായി വ്യാഖ്യാനിക്കാനും വികസിപ്പിക്കാനും ഗാന്ധിയൻ ചിന്തകൾ ഉതകും എന്ന തോന്നലാണ് ഈ സമാഹാരങ്ങൾ തയ്യാറാക്കുന്നതിന് പ്രേരണ ആയത്. ■

www.ingramcontent.com/pod-product-compliance
Lightning Source LLC
LaVergne TN
LVHW060621051026
849519LV00002B/706

* 9 7 8 9 3 8 6 1 2 0 4 4 1 *